சிந்தித்துப் பாரு செல்வந் ஆகு

நெப்போலியன் ஹில்

வெற்றிக்கும் சுதந்திரத்துக்குமான ரகசியம்

Tamil translation of the International bestseller
Think and Grow Rich

தமிழில்:
இராய செல்லப்பா

FiNGERPRINT!

Reprint 2022

FINGERPRINT! **TAMIL**

An imprint of Prakash Books India Pvt. Ltd.

113/A, Darya Ganj,
New Delhi-110 002
Tel: (011) 2324 7062 – 65, Fax: (011) 2324 6975
Email: info@prakashbooks.com/sales@prakashbooks.com

Tamil translation done in association with Mysticswrite Private Limited

facebook www.facebook.com/fingerprintpublishing
twitter www.twitter.com/FingerprintP
www.fingerprintpublishing.com

ISBN: 978 93 8993 116 7

Processed & printed in India

தனி மனித வெற்றிக்கான இலக்கியங்கள் படைக்கும் புதிய சிந்தனை இயக்கத்தின் மிகவும் வெற்றிகரமான அமெரிக்க எழுத்தாளர் **நெப்போலியன் ஹில்** ஆவார். வெற்றியைக் குறித்து எழுதிய உயர்ந்த எழுத்தாளர்களில் அவரும் ஒருவராகப் பரவலாகக் கருதப்படுகிறார்.

''மனித நெஞ்சம் எதையெல்லாம் எண்ணுகிறதோ, நம்புகிறதோ, அதையெல்லாம் அடைந்திட முடியும்'' என்பது நெப்போலியன் ஹில்லின் முத்திரை வாசகம்.

சவுத் வர்ஜீனியாவில் பவுண்டு என்ற ஊரில் ஓர் ஏழைக் குடும்பத்தில் பிறந்தவர் அவர். இளமையில் அவர் உள்ளூர்ப் பத்திரிகைகளுக்குச் செய்தி சேகரிக்கும் 'மலைவாழ் நிருபர்' என்று அறியப்பட்டார். கல்விக் கட்டணம் செலுத்த வழியில்லாமல் அவர் கல்லூரியிலிருந்து இடைவிலக நேர்ந்தது.

புகழ்பெற்ற வெற்றியாளர்களைப் பேட்டி கண்டு எழுதும் தொடருக்காக 1908இல் தொழிலதிபர் ஆண்ட்ரூ கார்னகியை பேட்டி கண்டது தான் அவரது வாழ்க்கையின் திருப்புமுனையாக அமைந்தது. உலகின் மிகவும் சக்திவாய்ந்த மனிதராக அப்போது இருந்தார் ஆண்ட்ரூ கார்னகி. வெற்றிக்கான செயல்முறையை, அனைவரும் புரிந்து கொண்டு சாதிக்கும் படியான எளிய

சூத்திரமாகச் சொல்ல முடியும் என்று கார்னகி நம்புவதைக் கண்டார் ஹில். பெரும் செல்வந்தர்கள் உள்ளிட்ட, வெற்றியாளர்களாக அறியப்பட்ட சுமார் ஐநூறு பேரைப் பேட்டி கண்டு, ஆராய்ந்து, அந்த வெற்றிக்கான சூத்திரத்தைக் கண்டுபிடித்து வெளியிட ஹில் தயாரா என்று கேட்டார் கார்னகி. அந்த ஆராய்ச்சியின் ஒரு பகுதியாக ஹில் அக்காலத்தின் மிகப் பெரிய மனிதர்களையெல்லாம் பேட்டி கண்டார். அவர்களில் சிலர்: தாமஸ் எடிசன், அலெக்ஸாண்டர் க்ரஹாம் பெல், ஜார்ஜ் ஈஸ்ட்மேன், ஹென்றி ஃபோர்டு, எல்மர் கேட்ஸ், ஜான் டி. ராக்ஃபெல்லர், சீனியர், சார்லஸ் எம்.ஷ்வாப், எஃப்.டபிள்யூ. உல்வொர்த், வில்லியம் ரிக்லீ ஜூனியர், ஜான் வானமேக்கர், வில்லியம் ஜென்னிங்க்ஸ் ப்ரையன், தியடோர் ரூஸ்வெல்ட்டு, வில்லியம் எச். டாஃப்ட், ஜென்னிங்க்ஸ் ரண்டால்ப்.

கார்னகியின் அறிமுகத்தால் ஹில் மேற்கொண்ட மேற்படி ஆராய்ச்சியின் விளைவாக, ஏழ்மையை வென்று செல்வந்தனாகும் சூத்திரமாக, ‘சாதனையின் தத்துவம்’ என்பது கண்டுபிடிக்கப்பட்டு, 1928இல் பல தொகுதிகளைக் கொண்டதாக வெளிவந்த *‘தி லா ஆஃப் சக்ஸஸ்’* என்ற நூலில் இடம் பெற்றது. அதை ஹில்லும் கார்னகியும் இணைந்து எழுதினார்கள். அதன் பிறகு ஹில் (தனியாக) எழுதிய நூல் தான், இப்போது உங்கள் கையிலிருக்கும் *‘திங்க் அண்ட் க்ரோ ரிச்’*. காலங்களைக் கடந்து உலகில் மிக அதிக விற்பனையாகும் நூல். மனிதனின் தனிப்பட்ட நம்பிக்கைகளையும் அவனது வாழ்வின் வெற்றியில் அவை வகிக்கும் பங்கைப் பற்றியும் ஹில்லின் இந்த நூல் ஆராய்கிறது. (அமெரிக்க) ஜனாதிபதி ஃபிராங்க்ளின் டி. ரூஸ்வெல்ட்டின் ஆலோசகராக 1933-36இல் செயலாற்றினார் ஹில்.

மாணவர்களுக்கு வெற்றியின் தத்துவத்தைப் போதிக்கும் ஆசிரியர்கள் அவர்களின் சுயமுன்னேற்றத்திற்கான அறிவை விரிவுபடுத்த இன்றும் ஹில் கற்றுத்தந்த ஆராய்ச்சிச் சூத்திரங்களைப் பயன்படுத்துகிறார்கள். 87-ஆவது வயதில் தனது கடைசி நூலை எழுதிக் கொண்டிருக்கும் போது, சவுத் கரோலினாவில் காலமானார் நெப்போலியன் ஹில். *யூ கேன் ஒர்க் யுவர் ஓன் மிராக்கிள்ஸ்* (உங்களுக்கான அதிசயங்களை நீங்களே உருவாக்கலாம்) என்ற அந்த நூல், 1971இல் அவரது மறைவுக்குப் பிறகு வெளியானது.

ஆசிரியருக்கு வாழ்த்துக்கள்

அமெரிக்காவின் சிறந்த தலைவர்களிடமிருந்து

''**திங்க் அண்ட் க்ரோ ரிச்**'' எழுதி முடிக்க 25 வருடங்கள் ஆயிற்று. நெப்போலியன் ஹில்லின் சமீபத்திய புத்தகம் இது. அவரது 'வெற்றியின் சட்டம்' என்னும் தத்துவத்தை அடிப்படையாகக் கொண்டது. நிதியியல், கல்வி, அரசியல், அரசாங்கம் போன்ற பல துறைகளில் சிறந்து விளங்கிய தலைவர்களால் அவரது எழுத்தும் தொண்டும் பாராட்டப்பட்டுள்ளது.

அமெரிக்க ஐக்கிய நாடுகளின் உச்ச நீதிமன்றம் வாஷிங்டன் டி.சி.

அன்புள்ள திரு. ஹில் அவர்களுக்கு,

தங்கள் 'வெற்றியின் சட்டம்' பற்றிய பாடப்புத்தகங்களைப் படித்து முடிக்கும் வாய்ப்பை இப்போது பெற்றேன். இந்த தத்துவத்தை அருமையாக உருவாக்கியிருக்கும் தங்களுக்கு எனது பாராட்டுதலைத் தெரிவித்துக் கொள்ள விரும்புகிறேன்.

தங்கள் தத்துவத்தின் அடிப்படையான 17 கோட்பாடுகளையும் நம் நாட்டிலுள்ள எல்லா அரசியல்வாதிகளும் பின்பற்றுவார்களேயானால் மிகவும் நல்லது. எத்துறையில் இயங்கும் தலைவரானாலும் புரிந்து கொள்ள வேண்டிய ஆழமான செய்தி அதில் அடங்கியுள்ளது.

இந்தப் ''பொது அறிவு'' தத்துவத்தை உருவாக்கும் பணியில் தங்களுக்கு சிறியதொரு உதவி செய்திடும் வாய்ப்பை நான் பெற்றேன் என்பது பெருமையளிக்கிறது.

தங்கள் அன்புள்ள,
வில்லியம் எச் டஃப்ட்
(முன்னாள் அமெரிக்க ஜனாதிபதி-உச்ச நீதிமன்றத் தலைமை நீதிபதி)

புகழ்வாய்ந்த அமெரிக்கத் தொழிலாளர் தலைவர்

''வெற்றியின் சட்டம் என்ற தத்துவத்தைப் படித்து முடிப்பது, தோல்விகளுக்கெதிராக இன்ஷூரன்ஸ் பாலிசி எடுப்பது போலாகும்.''

சாமுவேல் கோம்பர்ஸ்

5 அண்ட் 10 செண்ட் ஸ்டோர்ஸ் அதிபர்

''வெற்றியின் சட்டம என்ற தத்துவம் கூறும் 17 அடிப்படைக் கோட்பாடுகளில் பலவற்றைப் பயன்படுத்தியதால் மிகச் சிறந்த அங்காடித்தொடரை நாங்கள் நிறுவியிருக்கிறோம். இந்தக் கோட்பாடுகள் பயனுள்ளவை என்பதற்கு எங்கள் 'உல்வொர்த் கட்டிடம்' ஒரு நிரூபணம் என்றால் மிகையில்லை.''

எஃப். டபிள்யூ. உல்வொர்த்

கப்பல் நிறுவன அதிபர் ஒருவர்

''தங்கள் வெற்றியின் சட்டம் என்ற நூலைப் படிக்கும் பெருமை பெற்றதற்கு நன்றி உடையவனாகிறேன். ஐம்பது வருடங்களுக்கு முன்னால் இது எனக்குக் கிடைத்திருக்குமானால், நான் இதுவரை சாதித்ததை அதற்கான காலத்தில் பாதிக்குள்ளேயே சாதித்திருப்பேன். உலகம் தங்களை அங்கீகரித்துப் பாராட்டும் என்று நம்புகிறேன்.''

ராபர்ட் டாலர்

அமெரிக்காவின் முன்னாள் ஜனாதிபதி

''தங்கள் விடாமுயற்சியை நான் பாராட்டாமல் இருக்கலாமா? தங்களைப் போல அவ்வளவு காலத்தைச் செலவழித்து உழைப்பவர்கள் நிச்சயமாக மற்றவர்களுக்குப் பயன்படும் மகத்தான கண்டுபிடிப்பைக் கொண்டு வருவார்கள். மிகவும் தெளிவாக

விளக்கப்பட்டிருக்கும் தங்களின் 'மாஸ்டர் மைண்ட்' தத்துவம் என்னை மிகவும் கவர்ந்துவிட்டது.''

உட்ரோ வில்சன்

ஒரு வர்த்தக இளவரசன்

''வெற்றிக்கான தங்களின் 17 கோட்பாடுகள் மிகவும் பயனுள்ளவை என்பதை நான் அறிவேன். ஏனென்றால் கடந்த 30 ஆண்டுகளுக்கும் மேலாக அவற்றை நான் பயன்படுத்தி வருகிறேன்.''

ஜான் வானமேக்கர்

உலகின் அதிகமான கேமெரா தயாரிப்பாளர்

''தங்கள் வெற்றியின் சட்டமானது நல்லதோர் உலகை உண்டாக்கி வருவதை அறிவேன். இந்தப் பயிற்சியின் மதிப்பு இவ்வளவென்று ஒரு தொகையை நான் குறிப்பிடமாட்டேன். ஏனெனில் பணத்தால் அளக்க முடியாத தனித்திறமைகளைப் பயிற்சி பெறுவோருக்கு இது உண்டாக்குகிறது.''

ஜார்ஜ் ஈஸ்ட்மேன்

நாடறிந்த தொழிலதிபர்

''நான் இதுவரை பெற்றுள்ள வெற்றிகள் அனைத்துமே தங்களுடைய வெற்றியின் சட்டம் என்னும் 17 அடிப்படைக் கோட்பாடுகளைப் பயன்படுத்தியதால் பெற்றதாகும். தங்களின் முதல் மாணவனாக நான் இருந்தது நான் பெற்ற பெரும் பேறு.''

டபிள்யூ எம். ரிக்லீ, ஜூனியர்

பொருளடக்கம்

ஆசிரியரின் முன்னுரை 11

1. அறிமுகம் 19
2. ஆர்வம் 37
3. நம்பிக்கை 59
4. தன்னாலோசனை 83
5. விசேஷ அறிவு 91
6. கற்பனாசக்தி 109
7. ஒழுங்கமைந்த திட்டமிடல் 126
8. முடிவெடுத்தல் 173
9. விடாமுயற்சி 187
10. மாஸ்டர் மைண்டின் ஆற்றல் 207
11. பாலியல் உருமாற்றத்தின் இரகசியம் 215
12. ஆழ்மனம் 239
13. மூளை 248
14. ஆறாம் அறிவு 256
15. அச்சம் தரும் ஆறு பிசாசுகளைத் தந்திரமாக வெல்வது எப்படி 270

ஆசிரியரின் முன்னுரை

இந்த நூலின் **ஒவ்வொரு** அத்தியாயத்திலும் பணம் பண்ணும் இரகசியம் என்பதைப் பற்றிக் குறிப்பிடுவதைக் காணலாம். ஐநூறுக்கும் மேற்பட்ட மிகப்பெரிய செல்வந்தர்களை உருவாக்கிய இந்த இரகசியம், பல்லாண்டு தீவிரமான ஆராய்ச்சிக்குப் பிறகு நான் கண்டறிந்ததாகும்.

கால் நூற்றாண்டுக்கு முன்பு இந்த இரகசியம் ஆண்ட்ரூ கார்னகியால் என் கவனத்திற்குக் கொண்டு வரப்பட்டது. புத்திக்கூர்மையும் நேசமும் கொண்ட அந்த ஸ்காட்லாண்டு நாட்டவர், நான் வெறும் இளைஞனாக இருக்கையில் மிகவும் கவனத்தோடு என் மனத்திற்குள் அதைப் புகுத்தினார். பிறகு, தான் சொன்னதின் முக்கியத்துவத்தைப் புரிந்து கொள்ளும் மூளை எனக்கு இருக்கிறதா என்று ஆராயும் விதமாக எதிரே நாற்காலியில் அமர்ந்து கொண்டு, கண்களில் களிப்புப் பொங்க, என்னைப் பார்த்தார்.

எனக்குப் புரிந்துவிட்டது என்று தெரிந்ததும், அடுத்த இருபது வருடங்களோ அல்லது அதிகமாகவோ, அந்த இரகசியத்தை ஆராய்ந்து, உலகில் யாரெல்லாம் அதைத் தெரிந்து கொள்ளவில்லை என்றால் வாழ்க்கையில் தோற்றுப் போவார்களோ அவர்களிடம் அந்த இரகசியத்தைக் கொண்டு செல்வதற்கான உழைப்பிற்கு நான் சம்மதிக்கிறேனா என்று அவர் கேட்டார். சரியென்றேன். அவரது ஒத்துழைப்புடன் இதோ எனது வாக்குறுதியை நிறைவேற்றியிருக்கிறேன்.

வாழ்க்கையின் எல்லாப் பிரிவுகளிலிருந்தும் ஆயிரக்கணக்கான பேர் செயல்படுத்தி வெற்றிகண்ட அந்த இரகசியம் தான் இந்த நூலில் தரப்பட்டிருக்கிறது. தனக்கு மிகப்பெரிய செல்வத்தை அள்ளிவழங்கிய அந்த மந்திரச் சூத்திரம், தாங்களாகவே ஆராய்ந்து கண்டுபிடித்துக் கொள்ள நேரமில்லாத அனைவருக்கும் கிட்டவேண்டும் என்பது கார்னகியின் எண்ணமாகும். வாழ்க்கையின் ஒவ்வொரு துறையிலும் பல பேருக்கு இதை வழங்கி இந்தச் சூத்திரம் அவர்களுக்கு வேலை செய்கிறதா என்று நான் சோதிக்க

வேண்டும் என்று விரும்பினார் அவர்.

இந்தச் சூத்திரம் எல்லாப் பள்ளிகளிலும் கல்லூரிகளிலும் போதிக்கப்பட வேண்டும் என்றும், அவ்வாறு சரியாகப் போதிக்கப்பட்டால், மாணவர்கள் பள்ளியில் செலவிடும் நேரத்தைப் பாதியாகக் குறைக்கும் அளவுக்கு நமது கல்வித்திட்டத்தில் புரட்சி கரமான மாற்றம் ஏற்படும் என்றும் அவர் கருதினார்.

பொருளீட்டுவதற்கோ, செல்வந்தனாவதற்கோ பள்ளிகளில் போதிக்கப்படும் பெரும்பாலான விஷயங்களால் எந்தப் பயனும் இல்லை என்று சார்லஸ் எம். ஷ்வாபுடனும் அவரைப் போன்றவர்களுடனும் கார்னகி கலந்து பேசிய பிறகு புரிந்து கொண்டார். குறைந்த அளவே பள்ளிப்படிப்புடைய பல இளைஞர்களைத் தன் வர்த்தகத்தில் அடுத்தடுத்து வேலைக்குச் சேர்த்துக் கொண்டு அவர்களுக்கு இந்தச் சூத்திரத்தைக் கற்றுக்கொடுத்து அவர்களிடம் அசாதாரணமான தலைமைப் பண்புகளை ஏற்படுத்தினார் கார்னகி. அத்துடன், ***அவர்களில் யார் யார் அவர் சொன்ன அறிவுரைகளைப் பின்பற்றினார்களோ, அவர்கள் பெரும் செல்வந்தர்களாகவும் ஆனார்கள்.***

மிகப் பெரிய வெற்றிகண்ட யுனைடட் ஸ்டேட்ஸ் ஸ்டீல் கார்ப்போரேஷன் என்ற பிரம்மாண்ட நிறுவனத்தைப் பற்றி நம்பிக்கை (Faith) என்ற அத்தியாயத்தில் படிப்பீர்கள். கார்னகியின் போதனை மூலம் பயன்பெற்ற ஓர் இளைஞனின் சிந்தனையில் உருவாகி வளர்ந்த நிறுவனம் அது. தனது சூத்திரத்தின்படிச் செயல்படத் தயாராக இருக்கும் யாராலும் இத்தகைய வெற்றியை அடைய முடியும் என்று இதன் மூலம் நிரூபித்தார் அவர். அந்த இளைஞனின் பெயர் சார்ல்ஸ் எம். ஷ்வாப். இந்த ஒரே ஓர் இரகசியத்தைப் பின்பற்றியதால் மிகப் பெரிய அதிர்ஷ்டத்தைப் பணமாகவும், **வாய்ப்பாகவும்** பெற்றார் ஷ்வாப். சுமாராகச் சொன்னால், அறுநூறு மில்லியன் டாலர்களை இந்த சூத்திரத்தின் பயனாக அவர் அடைந்தார். கார்னகிக்கு தெரிந்த இந்த உண்மைகள் -அவரைத் தெரிந்திருந்த எல்லாருக்கும் தெரிந்தவை தான்-இந்த நூலைப் படிப்பதால் உங்களுக்கு என்ன கிடைக்கும் என்பதை ஓரளவுக்குக் காட்டும். ஆனால் **உங்களுக்கு என்ன வேண்டும் என்பது உங்களுக்குச் சரியாகத் தெரிந்திருக்க வேண்டும்.**

இருபதாண்டு காலம் செய்முறைச் சோதனையில் ஈடுபடுத்தப்பட்ட இந்த சூத்திரம், கார்னகி திட்டமிட்டபடி, அதற்கு முன்பே ஒரு லட்சம் பேருக்குப் போதிக்கப்பட்டு அவர்களுக்குப் பயன் தந்ததாகும். சிலர் செல்வந்தர்களாயினர். வேறு சிலர் இந்த சூத்திரத்தின் பயனாகத் தத்தம் இல்லங்களில் அமைதியை ஏற்படுத்த முடிந்தது. ஒரு மதகுரு

இதை தக்கமுறையில் பயன்படுத்தி ஆண்டுக்கு 75,000 டாலருக்கும் அதிகமான வருமானத்தைப் பெற்றார்.

சின்சினாட்டி நகரிலிருந்த ஆர்தர் நாஷ் என்ற தையல்காரர் திவாலாகும் நிலையில் இருந்த தன் வியாபாரத்தை இந்தச் சோதனைக்குப் ''பலிகடாவாக்க'' முன்வந்தார். வியாபாரம் மீண்டும் உயிர் பெற்றது. உரிமையாளர்கள் செல்வந்தர்களானார்கள். இன்றும் அது வளர்ச்சி கண்டு கொண்டிருக்கிறது. இந்தப் புதுமையான, ஈடில்லாத பரிசோதனையைப் பாராட்டிப் பத்திரிகைகளும் பருவ இதழ்களும் இலவசமாக உண்டாக்கிக் கொடுத்த விளம்பரத்தின் மதிப்பு மில்லியன் டாலருக்கும் அதிகமாகும்.

டெக்ஸாஸ் மாநிலத்தின் டாலஸ் நகரில் வாழ்ந்த ஸ்டூவர்ட் ஆஸ்டின் வியர் இந்த இரகசியத்தைக் கேள்விப்பட்டார். அதற்குரிய உழைப்பிற்கு அவர் தயாராக இருந்தார். அதனால் தன் வேலையை விட்டார். சட்டம் படித்தார். அவர் வெற்றியடைந்தாரா? உள்ளே படியுங்கள்.

ஜென்னிங்க்ஸ் ரண்டால்ப், கல்லூரியிலிருந்து பட்டம் பெற்று வெளிவந்த அன்று இந்த இரகசியத்தை அவருக்குச் சொன்னேன். அதை வெற்றிகரமாக அவர் பயன்படுத்திக் கொண்டார். அதனால் மூன்றாவது முறையாக அவர் காங்கிரஸில் உறுப்பினராக இருக்கிறார். அவர் வெள்ளை மாளிகையில் சென்று அமரும் வரையில் அவருக்கு அது வாய்ப்பு வழங்கிக் கொண்டே இருக்கும் என்பது உறுதி.

லாஸேல் விரிவாக்கப் பல்கலைக்கழகத்தில் விளம்பர மேலாளராக நான் பணியாற்றிக் கொண்டிருந்த போது, அதன் தலைவராக இருந்த ஜே.ஜி. சாப்ளினைச் சந்திக்கும் வாய்ப்புப் பெற்றேன். இந்த சூத்திரத்தை அவர் தீவிரமான முனைப்போடு பயன்படுத்திக் கொண்டிருந்தார். இப்போது நாட்டின் மிகச் சிறந்த விரிவாக்கப் பல்கலைக்கழகமாக அது விளங்குகிறது.

நான் குறிப்பிடும் இந்த இரகசியம் குறைந்தது நூறு முறையாவது இந்த நூல் முழுதும் கூறப்படும். ஆனால் வெளிப்படையாக அல்ல, இலைமறை காய்மறையாக. அப்போது தான் **அதைத் தேடிக் கொண்டிருப்பவர்களும்,** அதற்கான **உழைப்புக்குத் தயாராக இருப்பவர்களும்** அதைப் பற்றிக்கொள்ள முடியும். இந்தக் காரணத்தால் தான் கார்னகி என்னிடம் இந்த இரகசியத்தைப் பெயர் குறிப்பிடாமல் தள்ளிவிட்டிருக்கிறார்.

செயல்படுத்த நீங்கள் **தயாராக** இருப்பீர்கள் என்றால், இந்த நூலின் ஒவ்வொரு அத்தியாயத்திலும் இந்த இரகசியத்தைக் கண்டுபிடிக்க முடியும். நீங்கள் தயாராக இருப்பதை எப்படித்

தெரிந்து கொள்வது என்று சொல்ல எனக்கு ஆசை தான், ஆனால், நீங்களே, உங்களுக்கே உரிய வழியில் அதைத் தெரிந்து கொள்ளும் போது கிட்டும் பலன்களை அனுபவிக்காமல் போவீர்களே!

இந்த நூலை நான் எழுதிக் கொண்டிருந்த போது, கல்லூரியில் கடைசி ஆண்டு படித்துக் கொண்டிருந்த என் மகன், இதன் கையெழுத்துப் பிரதியின் இரண்டாவது அத்தியாயத்தை எடுத்துப் படித்தான். உடனே இந்த இரகசியத்தைத் தெரிந்து கொண்டு விட்டான். அதை மிகவும் பயனுள்ள வகையில் செயல்படுத்தியதால், சராசரி ஆசாமிக்குக் கிடைக்கும் தொடக்க காலச் சம்பளத்தைவிட மிக அதிகமான ஊதியத்தில் அவனுக்கு வேலை கிடைத்தது. இரண்டாம் அத்தியாயத்தில் அதைப் படிக்கலாம்.

இந்த நூலைப் படிக்க ஆரம்பித்தவுடன், நடக்க முடியாதவற்றையெல்லாம் இது சொல்கிறது என்ற எண்ணம் உங்களுக்கு எழுந்திருந்தால், நூலைப் படிக்கும் போது அந்த எண்ணத்தைத் கைவிட்டு விடுவீர்கள். அதுமட்டுமல்ல, நீங்கள் உற்சாகம் இழந்தவராக இருந்தால், உங்கள் ஆன்மாவையே அசைத்துப் பார்க்கும் அளவுக்குத் துன்பங்களை எதிர்கொள்ள வேண்டியிருந்தால், அதற்கென முயன்று தோற்றுப் போயிருந்தால், நோயாலோ உடற்குறையாலோ நீங்கள் பாதிக்கப்பட்டிருந்தால், என் மகனின் கதையும், கார்னகியின் சூத்திரமும் இழந்த நம்பிக்கை என்னும் பாலைவனத்தில் ஒரு சோலையாக உங்களுக்குக் காட்சியளிக்கும் என்பது உறுதி.

உலக யுத்தத்தின் பொழுது ஜனாதிபதி உட்ரோ வில்சன் இந்த இரகசியத்தைப் பரவலாகப் பயன்படுத்தினார். போர்முனைக்குச் செல்லும் முன்பு வீரர்களுக்குப் பயிற்சியோடு பயிற்சியாக இதுவும் கவனத்தோடு கலந்து வழங்கப்பட்டது. யுத்தநிதி திரட்டுவதிலும் இது வலிமையான காரணியாக விளங்கியதாக ஜனாதிபதி என்னிடம் கூறினார்.

இருபதாண்டுகளுக்கு முன்பு, பிலிப்பைன்ஸில் ரெஸிடண்ட் கமிஷனராக அப்போது இருந்த மாண்புமிகு மேனுவல் எல். க்விஸான் **(Manuel L Quezon)** இந்த இரகசியத்தைப் பயன்படுத்தியே (இங்கிலாந்திடமிருந்து) தன் நாட்டிற்குச் சுதந்திரம் பெற்றுத்தந்தார். சுதந்திர நாட்டின் முதல் ஜனாதிபதியாகவும் ஆனார். இந்த இரகசியத்தின் விசித்திரமான அம்சம் என்னவென்றால், இதை ஒருமுறை கையாண்டு வெற்றிகண்டவர்கள், மேற்கொண்டு எந்த முயற்சியும் இன்றியே மேன்மேலும் வெற்றிகளைக் குவித்துக் கொண்டே இருப்பார்கள் என்பதே. தோல்வி என்பதே அவர்களுக்கு வராது! சந்தேகமாக இருந்தால், இதனால் பயன்பெற்றவர்கள் யார்

யார் என்று இந்த நூலில் வருகிறதோ, அவர்களின் வாழ்க்கையை உற்றுப் பாருங்கள், உண்மை விளங்கும்.

விலை **கொடுக்காமல் வாங்கிவிடக்கூடிய பொருள் எதுவும் இல்லை!**

நான் சொல்லும் இரகசியமும் அப்படியே. அதற்கென்று ஒரு விலை உண்டு. ஆனால் அந்த விலையானது, அதன் மதிப்பைவிட மிக மிகக் குறைவானது. அதை வேண்டி விரும்பித் தேடி வராதவர்களுக்கு என்ன விலை கொடுத்தாலும் அது கிடைக்காது. அதை இலவசமாகத் தரமுடியாது, பணம் கொடுத்தும் வாங்கிவிட முடியாது. ஏனென்றால் அது இரண்டு பகுதிகளாகத்தான் கிடைக்கும். யார் யார் அதைப் பெற்றுக்கொள்ளத் தயாராகி விட்டார்களோ அவர்களிடம் அதன் ஒரு பகுதி ஏற்கெனவே இருக்கும். அவர்கள் யாராக இருந்தாலும், தயார் நிலையில் இருந்தால், அவர்களுக்கு ஒரேமாதிரியாகவே பலனளிக்கும்.

பள்ளிப்படிப்பு அதற்கு அவசியமா என்றால் இல்லை. நான் பிறப்பதற்குப் பல ஆண்டுகள் முன்பே, அந்த இரகசியம் தாமஸ் ஆல்வா எடிசனுக்குக் கிடைத்திருந்தது. அதனால், மூன்று மாதங்கள் மட்டுமே பள்ளிக்குச் சென்றிருந்த அவரால் உலகின் முன்னணியான கண்டுபிடிப்பாளராக முடிந்தது. பிறகு அவருடைய தொழில் கூட்டாளி ஒருவருக்கு அது சொல்லப்பட்டது. ஆண்டுக்கு 12,000 டாலர் சம்பாத்தித்துக் கொண்டிருந்த அவர், பின்னாளில் மிகப் பெரிய செல்வந்தராகி, இளம் வயதிலேயே வியாபாரத்தில் இருந்து ஓய்வுபெற்றார். முதல் அத்தியாயத்தின் தொடக்கத்திலேயே இவரின் கதையைக் காணலாம். அதைப் படித்தால், வளமை என்பது உங்களால் அடைய முடியாத தூரத்தில் இல்லை என்பதும், நீங்கள் என்னவாக விரும்பினாலும் அதுவாக முடியும் என்பதும், பணம், புகழ், அங்கீகாரம், மகிழ்ச்சி இவை அனைத்தும் இவற்றைப் பெற்றுக்கொள்ளத் தயாராயிருக்கும் அனைவருக்கும் கிடைக்க முடியும் என்பதும் உங்களுக்கு விளங்கும்.

அது சரி, இதெல்லாம் எனக்கு எப்படித் தெரியும்? படியுங்கள். படித்து முடிப்பதற்குள் பதில் கிடைத்துவிடும். அது முதல் அத்தியாயத்திலும் இருக்கலாம், அல்லது கடைசிப் பக்கத்திலும் இருக்கலாம்.

கார்னகியின் விருப்பத்திற்கிணங்க நான் இருபதாண்டுகள் ஆராய்ச்சி மேற்கொண்ட போது நூற்றுக்கணக்கான பெரிய மனிதர்களின் வாழக்கையை ஆராய்ந்திருக்கிறேன். அவர்களில் பலர், கார்னகியின் இரகசியத்தின் உதவியால் தாங்கள் பெரும் செல்வந்தர்களாக ஆனதை ஒப்புக்கொண்டார்கள். அவர்களில்

சிலரது பெயர்கள் இதோ:

ஹென்றி ஃபோர்டு	வில்லியம் ரிக்லீ ஜூனியர்
ஜான் வானமேக்கர்	ஜேம்ஸ் ஜே. ஹில்
ஜார்ஜ் எஸ். பார்க்கர்	ஈ.எம். ஸ்டாட்லர்
ஹென்றி எல். டோஹர்ட்டி	சைரஸ் எச்.கே. கர்ட்டிஸ்
ஜார்ஜ் ஈஸ்ட்மேன்	தியடோர் ரூஸ்வெல்ட்
ஜான் டபிள்யூ. டேவிஸ்	எல்பர்ட் ஹப்பர்ட்
வில்பர் ரைட்	வில்லியம்ஸ் ஜென்னிங்க்ஸ்
	ப்ரையன்
டாக்டர். டிமிட் ஸ்டார் ஜார்டன்	ஜே. ஆட்ஜன் ஆர்மர்
சார்லஸ் எம் ஷ்வாப்	ஹாரிஸ் எஃப். வில்லியம்ஸ்
டாக்டர். ஃபிராங்க் கன்ஸாலஸ்	டேனியல் வில்லார்ட்
கிங் ஜில்லெட்	ரால்ப் ஏ. வீக்ஸ்
ஜட்ஜ் டேனியல் டி.ரைட்	ஜான் டி. ராக்ஃபெல்லர்
தாமஸ் ஏ. எடிசன்	ஃபிராங்க் ஏ. வாண்டர்லிப்
எஃப்.டபிள்யூ. உல்வொர்த்	கர்னல் ராபர்ட் ஏ. டாலர்
எட்வர்ட் ஏ. ஃபிலீன்	ட்வின் ஸி. பார்ன்ஸ்
ஆர்தர் பிரிஸ்பேன்	உட்ரோ வில்சன்
டபிள்யூஎம். ஹோவர்ட்	
டாஃப்ட்	லூதர் பர்பேங்க்
எட்வர்ட் டபிள்யூ. போக்	ஃபிராங்க் ஏ. முன்சே
எல்பர்ட் எச். கேரி	அலெக்ஸாண்டர் கிரஹாம்
பெல்	
ஜான் எச். பேட்டர்ஸன்	ஜூலியஸ் ரோஸன்வால்ட்
ஸ்டூவர்ட் ஆஸ்டின் வியர்	டாக்டர். ஃபிராங்க் க்ரேன்
ஜார்ஜ் எம். அலெக்ஸாண்டர்	ஜே.ஜி. சாப்லின்
ஜென்னிங்க்ஸ் ரண்டால்ப்	ஆர்தர் நாஷ்
க்ளேரன்ஸ் டேரோ	

மேலுள்ள பட்டியலில் இருப்பவர்கள், கார்னகி இரகசியத்தைப் புரிந்து கொண்டு, பயன்படுத்தி வாழ்வின் உச்சத்தைத் தொட்டவர்களில் சிலராவர். பணமாகவோ புகழாகவோ இவர்கள் பலனடைந்தார்கள். இந்த இரகசியத்தை உணர்ந்து கொண்டவர்களில், தத்தம் துறைகளில் குறிப்பிடத்தக்க சாதனை புரிந்திராதவர்கள் என்று யாரும் கிடையாது. அதே போல, இந்த இரகசியம் கைவராமல் ஏதேனும் துறையில் முக்கியமானவர்களாகவோ, மிகப்பெரிய செல்வந்தர்களாகவோ யாரும் விளங்கியதில்லை.

இந்த இரு உண்மைகளிலிருந்தும் நான் அடைந்த முடிவு என்னவென்றால், ''படிப்பு'' என்று நாம் பள்ளிகளில் இருந்து அறிந்து கொள்வதைவிட இந்த இரகசியம் மிகவும் முக்கியமானது என்பதே.

அப்படியானால் **கல்வி** (அல்லது படிப்பு) என்பது தான் என்ன? இதற்கான முழு விடை இந்த நூலில் இருக்கிறது. மேற்சொன்னவர்களில் பள்ளிப்படிப்பை முடித்தவர்கள் சிலரே. மோட்டார் வண்டி தண்ணீரில் பயணிக்கும் போது ''தெளிக்கும் நீரை ஒரு கரண்டியில் பிடித்தால்'' எவ்வளவு வருமோ அவ்வளவே தான் பள்ளியிலிருந்து கற்றுக்கொண்டது என்றார், ஜான் வானமேக்கர். கல்லூரியை விடுங்கள், ஹென்றி ஃபோர்டு உயர்நிலைப்பள்ளியைக் கூட எட்டிப்பார்க்காதவர். இப்படிச் சொல்வதால் பள்ளிப்படிப்பை நான் குறைத்து மதிப்பிடுவதாக எண்ண வேண்டாம். எவ்வளவு குறைந்த பள்ளிப்படிப்பை உடையவரானாலும், இந்த இரகசியத்தை ஏற்றுக்கொண்டு வாழ்க்கையில் பயன்படுத்தினால் வாழ்க்கையில் உயரலாம், அதிக செல்வத்தை அடையலாம், விரும்பிய வாழ்க்கையை அமைத்துக் கொள்ளலாம் என்று தான் சொல்ல வருகிறேன்.

நீங்கள் மட்டும் தயாராக இருந்தால் போதும், இந்த நூலைப் படித்துக்கொண்டு வரும் போது ஏதோ ஒரு பக்கத்தில், எழுத்துக்களின் இடையிலிருந்து இந்த இரகசியம் மிகப் பெரியதாக உங்கள் முன்னால் வந்து நிற்கும். அப்போது தான் அதைத் தெரிந்து கொள்வீர்கள். முதல் அத்தியாயமோ, கடைசி அத்தியாயமோ, எங்கு அதைக் கண்டாலும், உடனே நில்லுங்கள். உங்கள் வாழ்க்கையின் மிக முக்கியமான தருணம் அதுவே என்று உணருங்கள்.

தன் வாழ்க்கையின் முக்கியமான தருணத்தை அவ்வாறு கண்டு கொண்டதாக தன் வெற்றிகளின் மூலம் மனமுவந்து நிரூபித்த எனது நெருங்கிய நண்பர் ஒருவரின் கதையை முதல் அத்தியாயத்தில் படிக்கலாம், வாருங்கள். அவரும் சரி, மற்றவர்களும் சரி, வாழ்க்கையில் பெரும்பாலோர் எதிர்கொள்ளும் பிரச்சினைகளையே எதிர்கொண்டவர்கள். அவையாவன: வாழ்க்கை நடத்துவதற்காகப் பொருளீட்டுவது; நம்பிக்கை, தைரியம், திருப்தி, மன அமைதி-இவற்றைத் தேடுவது; செல்வம் சேர்ப்பது, மற்றும் உடலுக்கும் ஆன்மாவுக்கும் விடுதலை பெறுவது.

இன்னொன்றையும் நினைவில் கொள்ளுங்கள்: இந்த நூல் கற்பனைக் கதையன்று, உண்மைகளையே தன்னுள் கொண்டது. இதன் நோக்கம், உலகம் முழுவதற்கும் பொதுவான உண்மையை, அதை ஏற்றுக்கொள்ளத் தயாராயிருப்பவர்களுக்கு எடுத்துச்

சொல்வது. **என்ன செய்ய வேண்டும் என்பதுடன், எப்படிச் செய்ய வேண்டும் என்பதையும் சொல்வது.** அதனால், **செயலை ஆரம்பிக்கும்படித் தூண்டும் கிரியா ஊக்கியாக விளங்குவது.**

முதல் அத்தியாயத்தைத் தொடங்கும் முன்பாக, உங்களைத் தயார்ப்படுத்திக் கொள்வதற்கான கடைசி வார்த்தையையும் சொல்லிவிடுகிறேன். கார்னகியின் இரகசியத்தைக் கண்டு கொள்வதற்கான சுருக்கமான குறிப்பு இதுதான்: **எல்லாச் சாதனைகளும், எல்லாவிதமான செல்வமும் ஏதோ ஒரு கருத்துருவில் இருந்து தான் ஆரம்பித்திருக்க வேண்டும்.**

அந்த இரகசியத்தைக் கண்டு கொள்ள நீங்கள் தயாராக இருப்பீர்கள் என்றால், அதன் ஒருபாதி உங்களிடம் இந்த நிமிடமே இருக்கிறது என்று பொருள். எனவே, அதன் இன்னொரு பாதியை எங்காவது கண்டவுடனே அடையாளம் கண்டு கொள்ளும் வசதி உங்கள் மனத்திற்கு உண்டு.

ஆசிரியர்

1

அறிமுகம்

எண்ணத்தின் ஆற்றல்

தாமஸ் ஆ. எடிசனுடன் பங்குதாரர் ஆவதற்கு "எண்ணமிட்டு" சாதித்தவரின் கதை

''எண்ணங்கள் சக்திவாய்ந்தவை,'' அதிலும் உறுதியான நோக்கம், விடாமுயற்சி, பணமாகவோ வேறெந்தப் பொருளாகவோ அவற்றை உருமாற்ற வேண்டுமென்ற **தணியாத ஆர்வம்** இவற்றோடு அந்த எண்ணங்கள் ஒன்று கலக்கும் பொழுது மிகவும் சக்திவாய்ந்தவை.

எட்வின் சி. பார்ன்ஸ் சுமார் முப்பது வருடங்களுக்கு முன்பு மனிதர்கள் எவ்வாறு **சிந்தித்துப் பார்த்துச் செல்வந்தர்** ஆகிறார்கள் என்று கண்டுபிடித்தார். எடுத்த உடனேயே அது தெரிந்துவிடவில்லை. கொஞ்சம் கொஞ்சமாகத்தான் அது தெரிந்தது. அக்காலத்திய மாபெரும் கண்டுபிடிப்பாளர் தாமஸ் ஆல்வா எடிசனுடன் தொழில் கூட்டாளியாகி விட வேண்டும் என்னும் **தணியாத ஆர்வத்தோடு** அது ஆரம்பித்தது.

பார்ன்ஸின் ஆர்வத்தின் முக்கிய அம்சம் உறுதியாக இருப்பது. எடிசனுடன் சேர்ந்து தொழில் செய்ய வேண்டும், எடிசனுக்குக் கீழே அல்ல. தனது **ஆர்வத்தை** அவர் எவ்வாறு உண்மையாக்குவதற்கு முயற்சி செய்தார் என்பதைக் கூர்ந்து கவனியுங்கள். அப்போது தான் பணத்தைக் கொண்டு வந்து சேர்க்கும் பதின்மூன்று கோட்பாடுகளை நீங்கள் நன்கு புரிந்து கொள்ள முடியும். அந்த **ஆர்வம்**, அதாவது எண்ணத்தின் உந்துதல், அவர் மனதில் முதலில் உதித்த போது, அதைச் செயல்படுத்தும் நிலையில் அவர் இல்லை. காரணங்கள் இரண்டு. ஒன்று, அவருக்கு எடிசனைத் தெரியாது. இரண்டு, எடிசனின் அலுவலகம் இருந்த நியூ ஜெர்சியின் ஆரஞ்சு நகருக்கு

ரயிலில் போவதற்கு அவரிடம் பணம் இல்லை. பெரும்பாலான மனிதர்களுக்குத் தமது ஆர்வத்தைச் செயலாக்காமல் இருக்க இந்த இரண்டு காரணங்களே போதுமானதாகும்.

ஆனால் இவரது ஆர்வம் சாதாரணமானதில்லையே! எப்படியாவது தனது ஆர்வத்தைச் செயலாக்கிட அவர் உறுதியோடிருந்தார். ஆகவே ஒரு சரக்கு வண்டியில் ஏறிப் பயணம் மேற்கொள்ள முடிவு செய்தார். ஈஸ்ட் ஆரஞ்சில் இருந்த எடிசனின் ஆய்வுக்கூடத்தில் போய் நின்றார். அவருடன் சேர்ந்து தொழில் செய்வதற்கு வந்துள்ளதாக அறிவித்தார். பல ஆண்டுகளுக்குப் பிறகு அச்சந்திப்பைப் பற்றி எடிசன் இவ்வாறு கூறினார்: ''என் முன்னால் அவர் நின்ற போது ஓர் நாடோடி மாதிரியே இருந்தார். ஆனால் அவருடைய முகக் குறியானது, நினைத்ததை அடைந்தே தீரும் உறுதியை வெளிப்படுத்தியது. அப்படி எவனொருவன், தனது எதிர்காலத்தையே ஒரு குறிப்பிட்ட நிகழ்வின் மேல் பணயம் வைக்கும் ஆழமான **ஆர்வத்தை** உடையவனாக இருக்கிறானோ, அவன் வென்றே தீருவான் என்பதை எனது பல்லாண்டு அனுபவத்திலிருந்து நான் அறிவேன். வெற்றி கிட்டும் வரை என்னோடு தான் இருப்பார் என்ற மன உறுதியை அவரிடம் கண்டேன். எனவே அவர் கேட்ட வாய்ப்பை அவருக்கு வழங்கினேன். என் முடிவில் தவறில்லை என்பதைப் பின்னால் நடந்தவை நிரூபித்துவிட்டன.''

இளைஞன் பார்ன்ஸ் அன்று எடிசனிடம் என்ன பேசினான் என்பதைவிட, அவன் என்ன எண்ணத்தில் இருந்தான் என்பதே முக்கியம். எடிசனே அப்படித்தானே சொன்னார்! அவரோடு பணியாற்றும் வாய்ப்பை அவனுக்கு வழங்கியது அவனுடைய தோற்றமா என்றால் நிச்சயம் இல்லை. அவனது **எண்ணம்** தான் காரணம். இந்த வாக்கியத்தின் முக்கியத்துவத்தை இந்நூலைப் படிப்பவர்கள் உணர்ந்து கொண்டு விட்டால், மீதியுள்ள பக்கங்களைப் படிக்கும் அவசியம் இல்லை.

முதல் நேர்காணலின் போதே எடிசனுடன் தொழில் கூட்டாளியாகும் வாய்ப்பு அவருக்குக் கிடைத்து விடவில்லை. சொற்பச் சம்பளத்தில் எடிசனின் அலுவலகத்தில் அவருக்கு வேலை கிடைத்தது. அவ்வளவே. அந்த வேலை எடிசனைப் பொறுத்தவரை முக்கியமானதல்ல, ஆனால் இவரின் பார்வையில் மிகவும் முக்கியமானது. ஏனெனில் தனது ''சரக்கைத்'' தன் எதிர்காலக் ''கூட்டாளி''யிடம் காண்பிக்கும் வாய்ப்பை அது வழங்கியதால். பல மாதங்கள் ஆயின. ஆனால் பார்ன்ஸின் மனத்தில் **உறுதியான தலையாய நோக்கமாகப்**

பதிவாகியிருந்த அந்த விஷயம் மட்டும் நிகழ்வதாயில்லை. ஆனால் முக்கியமான ஒன்று பார்ன்ஸின் மனத்திற்குள் நிகழ்ந்து கொண்டிருந்தது. அதாவது எடிசனின் தொழில் கூட்டாளியாக வேண்டும் என்னும் **ஆர்வம்** மேன்மேலும் தீவிரமடைந்து கொண்டிருந்தது.

''எந்த ஒன்றுக்காக ஒருவன் தன்னைத் தயார்ப்படுத்திக் காத்திருக்கிறானோ, அந்த ஒன்று அவனைத்தேடி வரும்'' என்று உளவியலாளர்கள் சரியாகச் சொன்னார்கள். எடிசனின் தொழில் கூட்டாளியாவதற்கு. பார்ன்ஸ் தயாராக இருந்தார். அதுமட்டுமல்ல, அது **நிறைவேறும் வரை தயாராகவே இருக்க உறுதியும் பூண்டிருந்தார்**.

''ஒன்றும் நடக்கவில்லை. மனதை மாற்றிக் கொள்ளப் போகிறேன். எடிசன் அலுவலகத்தில் ஒரு விற்பனையாளராக வேலை கிட்டுமா என்று பார்க்கப் போகிறேன்,'' என்று அவர் தனக்குள் சொல்லிக் கொண்டதில்லை. ''நான் வந்தது எடிசனோடு கூட்டாளியாகத் தொழில் செய்யத்தான். அதற்காக வாழ்நாளெல்லாம் காத்திருக்க வேண்டுமென்றாலும் நான் தயார்'' என்று தான் அவர் சொல்லிக் கொண்டார். சொன்னதைச் செய்தார்! எல்லாரும் இவரைப் போலவே ஓர் **உறுதியான நோக்கத்தை** ஏற்றுக்கொண்டு, அதிலேயே மூழ்கிவிடத் தயாராக இருந்தால், அவர்கள் வாழ்க்கை எவ்வளவு வித்தியாசமானதாக இருக்கும்!

தனது மலைப்போன்ற நெஞ்சுறுதியும், தனது **ஆர்வத்திற்கு** உறுதுணையாக இருந்த விடாமுயற்சியும், தனக்கு வரப்போகும் எதிர்ப்புகளை அடியோடு அழித்து, தனக்கான வாய்ப்பைக் கொண்டுவரப் போகிறது என்று இளைஞர் பார்ன்ஸுக்கு அப்போது தெரிந்திருக்க முடியாது.

அந்த வாய்ப்பு, பார்ன்ஸ் சற்றும் எதிர்பார்க்காத திசையிலிருந்து, சற்றும் எதிர்பார்க்காத வடிவத்தில் வந்தது. வாய்ப்பின் தந்திரமே அதுதான். வாசலைப் பார்த்திருக்கும் போது அது புழக்கடையிலிருந்து இரகசியமாக வரும். பெரும்பாலும் துரதிர்ஷ்டத்தின் அல்லது தற்காலிகத் தோல்வியின் வடிவத்தில் அது வரும். அதனால் தான் அதைப் பலபேர் கண்டு கொள்ளத் தவறி விடுகிறார்கள். அக்காலத்தில் எடிசன் ஒரு புதிய கருவியைக் கண்டுபிடித்திருந்தார். அதன் பெயர் 'எடிசன் டிக்டேட்டிங் மெஷின்'-அல்லது 'எடிபோன்'. அவரது ஊழியர்கள் அதை வரவேற்கவில்லை. பெரிய முயற்சியின்றி அது விற்கும் என்று அவர்கள் நம்பவில்லை. ஆனால் பார்ன்ஸ் அதை ஒரு வாய்ப்பாக உணர்ந்தார். தனக்கான வாய்ப்பு, அந்த விசித்திரமாகத் தோற்றமளித்த மெஷினுக்குள்

மெல்லத் தவழ்ந்துகொண்டிருந்ததை அவரும் அதைக் கண்டுபிடித்தவரும் மட்டுமே அறிந்திருந்தார்கள்.

தன்னால் 'எடிசன் டிக்டேட்டிங் மெஷி'னை விற்க முடியும் என்று பார்ன்ஸ் நம்பினார். எடிசனிடம் சொன்ன போது அவர் ஒப்புக்கொண்டார். மெஷின் விற்க ஆரம்பித்தது. அதன் வெற்றிகரமான விற்பனையைக் கண்ட எடிசன், நாடு முழுவதற்கும் அவரையே வழங்குனராக ஒப்பந்தம் செய்தார். அந்தத் தொழில் கூட்டுறவிலிருந்து பிறந்த வாசகமே 'தயாரித்தது: எடிசன். நிறுவியது: பார்ன்ஸ்' (Made by Edison and installed by Barnes) ஆகும்.

அத்தொழில் கூட்டுறவு முப்பது வருடங்களுக்கு மேல் நீடித்தது. அதன் பயனாக பார்ன்ஸ் பெரும் செல்வந்தரானார். அதைவிடவும் அவர் செய்த பெரிய காரியம், ''சிந்தித்துப் பாரு, செல்வந்தனாகு'' என்ற வாசகத்தை நிரூபித்துக் காட்டியதே ஆகும்.

பார்ன்ஸின் ஆரம்பகால **ஆர்வம்** அவருக்கு எவ்வளவு செல்வத்தைக் கொண்டு வந்தது என்ற விவரம் என்னிடம் இல்லை. சுமார் இரண்டு அல்லது மூன்று மில்லியன் டாலர்களாக இருக்கலாம். ஆனால், அதைவிட முக்கியமானது, அவர் பெற்ற மிகப்பெரியதொரு சொத்து. அதாவது, சில கோட்பாடுகளைப் பயன்படுத்துவதன் மூலம், வடிவமில்லாத ஓர் எண்ணத்தின் உந்துதலை, வடிவமுள்ள பொருளாக மாற்ற முடியும் என்ற நிச்சயமான அறிவு தான் அந்தச் சொத்து.

மாபெரும் மனிதரான எடிசனுடன் கூட்டாளியாக வேண்டும் என்று தன் மனத்திற்குள் வடிவமைத்துக் கொண்டார் பார்ன்ஸ். தான் செல்வந்தனாகப் போவதாக எண்ணிக் கொண்டார். ஆரம்பத்தில் அவரிடம் இருந்தது ஒன்றே ஒன்று தான்: **தனக்கு என்ன ஆர்வம் உள்ளது என்று தெரிந்து கொள்ளவும், அந்த ஆர்வத்தைச் செயலாக்கி வெற்றி காணும் வரை உறுதியோடு துணை நிற்கவுமான திறமை அவரிடம் இருந்தது.** மற்றப்படி அவரிடம் சல்லிக்காசும் இல்லை. கல்வியும் இல்லை. எந்தச் செல்வாக்கும் இல்லை. ஆனால் சுயமுயற்சி இருந்தது, நம்பிக்கை இருந்தது, வெற்றி பெற வேண்டும் என்ற நெஞ்சுறுதி இருந்தது. கண்ணுக்குத் தெரியாத இந்த சக்திகளால் அவர் தன்னை உலகின் மாபெரும் கண்டுபிடிப்பாளரின் முக்கிய கூட்டாளியாக்கிக் கொள்ள முடிந்தது.

சரி, இப்போது வித்தியாசமான இன்னொரு கதையைக் கேட்போமா? எல்லாச் செல்வமும் இருந்தும், அதையெல்லாம் இழந்த ஒருவரின் கதை. தனது இலட்சியத்தை எட்டுவதற்கு இன்னும் மூன்று படிகளே இருந்தநிலையில் அதைக் கைவிட்டவரின் கதை.

மூன்றடிக்குக் கீழே தங்கம்

தற்காலிகமாகப் பின்னடைவு நேர்ந்தாலும் போதும், முயற்சியைக் கைவிட்டுவிடுவதே பெரும்பாலோரின் தோல்விக்கு முக்கியமான காரணம். வாழ்வின் ஏதாவதொரு தருணத்தில் இத்தவறைச் செய்யாதவர்கள் குறைவு. ஆர்.யூ. டார்பியின் மாமன் ஒருவர், அந்நாட்களில் கலிபோர்னியாவில் தங்கம் தோண்டுவதற்குத் துள்ளி ஓடினார். அது 'தங்கம் தேடி ஓடும்' (Gold Rush) நாட்கள். (தோண்டுபவர்களே சுரங்கத்திற்குச் சொந்தக்காரர்கள்-என்று கூவி அழைத்தது அமெரிக்க அரசு.) '**தோண்டிப்பார்த்துச் செல்வந்தராகும்**' எண்ணத்தோடு அவர் போனார். பூமியில் புதைந்துள்ளதைவிட மதிப்புள்ள தங்கம் மனித மூளையில் இருப்பதை அவர் கேள்விப்பட்டதில்லை. கருவிகளை எடுத்துக் கொண்டு நானும் வருகிறேன் என்று கிளம்பினார். சிரமங்கள் அதிகம் தான், ஆனால் தங்கம் மீதான உறுதியான பேராசையோடு போனார்.

பல வார முயற்சிக்குப் பிறகு பலன் கிடைத்தது. பளபளக்கும் உலோகம் அவர் கண்களுக்குத் தெரிந்தது. ஆனால் அதை மேலே கொண்டு வருவதற்கான இயந்திரங்கள் அவரிடம் இல்லை. எனவே யாருக்கும் தெரியாமல் சுரங்கத்தை மூடிவிட்டு வாஷிங்டன்-வில்லியம்ஸ்பர்கில் இருந்த தன் வீட்டிற்கு நடையைக் கட்டினார். சில நண்பர்களுக்கும் உறவினர்களுக்கும் விஷயத்தைத் தெரியப்படுத்தினார். பணம் சேர்த்து, இயந்திரங்கள் வாங்கிக் கொண்டு சுரங்கத்திற்குப் போனார்கள் டார்பியும் அவர் மாமனும்.

முதன்முதலாகத் தோண்டியெடுத்த தாதுப் பொருள் வண்டியில் சுரங்கத்திலிருந்து வெளியே வந்தது. உருக்காலைக்குப் போனது. ஆம், கொலராடோ பகுதியில் மிக அதிகமான தங்கம் உடைய சுரங்கத்தை அவர்கள் கண்டுபிடித்து விட்டார்கள்! இன்னும் சில வண்டிகள் வெளியே வந்ததும் அவர்களுடைய கடன்கள் முற்றும் அடைபட்டன. அதன் பிறகு பணமோ பணம் தான்.

இயந்திரங்கள் கீழே தோண்டத்தோண்ட, அவர்களது பணமும் நம்பிக்கையும் மேலே மேலே போகத் தொடங்கின. அப்போது தான் ஏதோ ஒன்று நேர்ந்தது. சுரங்கத்தில் இருந்த தங்கரேகை மறைந்துவிட்டது. தங்கப்பானை மறைந்துவிட்டது. வானவில்லின் கடைசிக்கு வந்துவிட்டார்கள் அவர்கள். என்றாலும் தோண்டுவதை நிறுத்தவில்லை. ஏதாவது கிடைத்தால் தானே!

வேறு வழியின்றிச் சுரங்கத்தைக் **கைவிட** முடிவு செய்தார்கள். ஒரு காயலான் கடைக்காரரிடம் இயந்திரங்களைச் சிலநூறு டாலர்களுக்கு விற்றுவிட்டு வீட்டை நோக்கி ரயிலேறினார்கள்.

பொதுவாகவே காயலான் கடைக்காரர்கள் சிந்திப்பதில்லை. ஆனால் இந்தக் கடைக்காரர் அப்படியில்லை. சுரங்கப் பொறியாளர் ஒருவரை அழைத்து வந்து காட்டினார். அவர் சில கணக்குகளைப் போட்ட பின்பு, **எந்த இடத்தோடு அவர்கள் தோண்டுவதை நிறுத்திவிட்டார்களோ அந்த இடத்திற்குச் சரியாக மூன்றே அடிக்குக் கீழே** தங்க ரேகையின் தொடர்ச்சி இருக்கும் என்றார். அவர் சொன்னபடியே அது அங்கே இருந்தது!

அந்தக் ''காயலான் கடைக்காரர்'' பல மில்லியன் டாலர்களை சுரங்கத்திலிருந்து சம்பாதிக்க முடிந்தது. காரணம், முயற்சியைக் கைவிடும் முன்பு விஷயம் தெரிந்தவர்களின் ஆலோசனையைக் கேட்க வேண்டும் என்று அவருக்குத் தெரிந்திருந்ததே. சுரங்கத்தில் இருந்த இயந்திரங்கள் எல்லாம் அப்போது இளைஞனாக இருந்த ஆர்.யு டார்பியின் முயற்சியால், அவர் மீது நம்பிக்கை கொண்ட உறவினர்களும், நண்பர்களும் கொடுத்த பணத்தில் வாங்கியவை. ஒரு காசும் பாக்கியில்லாமல் அதைத் திருப்பிக்கொடுக்க டார்பிக்குப் பல வருடங்கள் ஆயிற்று.

பின்னாளில், தான் இழந்த இலாபத்தையெல்லாம் திரும்பப் பெற முடிந்தது டார்பியால். எப்போது? தன்னுடைய **ஆர்வத்தைப்** பணமாக மாற்ற முடியும் என்று தெரிந்து கொண்ட போது! ஆயுள் காப்பீட்டுப் பாலிசிகளை விற்கத் தொடங்கிய போது தான் அதைத் தெரிந்து கொண்டார்.

அடுத்த தங்க ரேகைக்கு இன்னும் மூன்றடியே இருந்த நிலையில் முயற்சியைக் **கைவிட்டதால்** பெரும் செல்வத்தை இழக்க நேர்ந்ததை மறவாத டார்பி, அந்த அனுபவத்தின் பயனைத் தன்னுடைய புதிய தொழிலில் பயன்படுத்திக் கொண்டார். அடிக்கடி தனக்குத் தானே கூறிக்கொண்டார்: ''அப்போது மூன்றடி ஆழத்தில் தங்கத்தை இழந்து விட்டேன். இப்போது அவ்வாறு இழக்கமாட்டேன். இன்ஷூரன்ஸ் பாலிசி வேண்டாம் என்று யாராவது சொன்னால் நான் விட்டுவிட மாட்டேன்.''

அமெரிக்காவில் ஆண்டுக்கு மில்லியன் டாலர் பிரீமியம் வரும் அளவுக்குப் பாலிசிகளை விற்கும் சுமார் ஐம்பதுக்கும் குறைவான முகவர்களில் டார்பியும் ஒருவர் என்பதே அவரது வெற்றியைக் காட்டும். தங்கச் சுரங்கத் தொழிலைக் **கைவிட்ட** அனுபவமே இப்போது இன்ஷூரன்ஸ் தொழிலில் அவர் நிலைத்திருக்கக் காரணம் ஆகியது.

எந்த ஒரு மனிதனின் வெற்றிக்கு முன்பும் சிறுசிறு பின்னடைவுகளும், ஏன் தோல்விகளுமே கூட, ஏற்பட்டிருப்பது நிச்சயம். தோல்விக்குப் பணிந்துவிட்டால், உடனே தோன்றும்

எளிதான, தர்க்கரீதியான வழி, எடுத்த முயற்சியைக் **கைவிட்டு** ஓடுவதுதான். பெரும்பாலானோர் செய்வதும் அதுவே.

தங்களுக்குக் கிடைத்த தோல்வியைப் பொருட்படுத்தாமல் மேலும் ஓரடி எடுத்துவைத்த நிமிடமே தங்களுக்கு மிகப் பெரிய வெற்றி கிட்டிய தருணமாகும் என்று, இந்த நூலுக்கான ஆராய்ச்சியில் நான் ஈடுபட்டிருந்த போது சந்தித்த நாட்டின் ஐநூறுக்கும் மேற்பட்ட வெற்றியாளர்கள் கூறினார்கள். தோல்வி என்பது வஞ்சனையானது. தந்திரமானது. முரணானது.

கைக்கெட்டும் தூரத்தில் வெற்றி காத்திருக்கையில் மேற்கொண்டு செல்லவிடாமல் இடற வைப்பதும் அதுவே.

விடாமுயற்சி பற்றி ஐம்பது செண்ட் கற்பித்த பாடம்

இவ்வாறாக வாழ்வென்னும் ''அதிரடிப் பல்கலைக்கழக'' த்திலிருந்து தேர்ச்சி பெற்றபின், தனது தங்கச் சுரங்க அனுபவத்திலிருந்து பலன் பெறவேண்டுமென்று முடிவு செய்து டார்பி காத்திருந்த சிறிது காலத்தில், அதிர்ஷ்டம் அவருக்கு ஒரு வாய்ப்புத் தந்தது. யாராவது 'இல்லை' என்றோ 'வேண்டாம்' என்றோ சொன்னால், அதற்கு உண்மையான அர்த்தம், 'இல்லை' என்பதோ 'வேண்டாம்' என்பதோ அல்ல என்பதை அவர் அப்போது தான் தெரிந்து கொண்டார்.

டார்பியின் மாமாவுக்குப் பெரியதொரு பண்ணை இருந்தது. அதில் தங்கிக் கூட்டாக விவசாயம் செய்து வந்தனர் கறுப்பர் இனத்தைச் சேர்ந்த பலர். அவருடைய மாவரைக்கும் ஆலையில், அவருக்குத் துணையாக டார்பியும் கோதுமை அரைத்துக் கொண்டிருந்த போது கிடைத்த வாய்ப்பு அது. மாமாவின் அறைக்கதவைத் திறந்துகொண்டு ஒரு கறுப்பினக் குழந்தை மெல்ல வந்து கதவருகில் நின்று கொண்டது. அவருடைய நிலத்தில் பயிரிடும் ஒரு விவசாயியின் மகள்.

அவளைப் பார்த்ததும் தன் முரட்டுக் குரலில் ''எதற்காக வந்தாய்?'' என்று உறுமினார் மாமா.

பயந்தபடியே அந்தக் குழந்தை, ''அம்மா ஐம்பது செண்ட் வாங்கிவரச் சொன்னார்கள்,'' என்றது.

''தரமுடியாது. ஓடிப்போ இங்கிருந்து'' என்று அதட்டினார் மாமா.

''யெஸ் ஸார்,'' என்றது குழந்தை. ஆனால் இடத்தைவிட்டு நகரவில்லை.

மாமாவுக்கு எக்கச்சக்கமான வேலை. அதன் நடுவே இந்தக் குழந்தை போனாளா இல்லையா என்று பார்க்க அவருக்கு ஏது

நேரம்! வெகுநேரம் ஆன பிறகு கதவருகே பார்க்கையில் அவள் இன்னும் நின்று கொண்டிருப்பதைக் கண்டார். ''நான் தான் திரும்பிப் போ என்றேனே, இன்னுமா நிற்கிறாய்? போகிறாயா, இல்லை பிரம்பை எடுக்கட்டுமா?'' என்று எரிந்து விழுந்தார்.

''எஸ் ஸார்'' என்றது குழந்தை. ஆனால் ஓர் இம்மியளவு கூட நகரவில்லை.

அரவை மெஷினுக்குள் கவிழ்க்கப் போன தானியப் பையைக் கீழே வைத்துவிட்டு, அருகில் இருந்த பீப்பாயின் ஒரு பட்டையைப் பிடுங்கிக்கொண்டு ஆத்திரம் முகத்தில் பொங்க அக்குழந்தையை நோக்கி முன்னேறினார் மாமா. நிச்சயம் அந்தக் குழந்தைக்கு ஏதோ ஆகப்போகிறது.

டார்பிக்கு மூச்சு நின்றுவிடும் போலிருந்தது. தான் ஓர் கொலைக்குச் சாட்சியாகப் போகிறோமோ என்று கவலைவந்தது. மாமாவின் கோபம் அவனுக்குத் தெரிந்ததே. அதிலும், கறுப்பினக் குழந்தைகள் அந்த நாளில் அந்த ஊரில் வெள்ளைக்காரர்களை உதாசீனப்படுத்துவது நடக்கக்கூடிய விஷயமா?

மாமா குழந்தையை நெருங்கினாரோ இல்லையோ, அக்குழந்தை ஓரடி முன்னேறி, நேருக்கு நேராக அவர் கண்களைப் பார்த்து, தன்னால் முடிந்தவரையில் உரத்த குரலில் கத்தியது: ''**எங்கம்மாவுக்கு ஐம்பது செண்ட் கட்டாயம் வேணும்!**''

மாமா நின்றுவிட்டார். ஒரு கணம் அவளைப் பார்த்தார். கையிலிருந்த பட்டையைத் தரையில் போட்டார். சட்டைப்பைக்குள் கையைவிட்டு அரை டாலர் நாணயத்தை எடுத்து அவளிடம் கொடுத்தார். குழந்தை பெற்றுக் கொண்டு, தன்னால் வெற்றி கொள்ளப்பட்ட அவரின் கண்களை விட்டுத் தன் பார்வையை எடுக்காமல், மெதுவாகக் கதவை நோக்கிப் பின்வாங்கியபடியே வெளியேறியது.

அவள் போன பிறகு, பத்து நிமிடங்களுக்கு மேலாகத் தன் அறையில் அமர்ந்து சன்னலுக்கு வெளியே தெரிந்த வெட்டவெளியையே பார்த்துக் கொண்டிருந்தார் மாமா. சற்று முன்பு தனக்கு விழுந்த சவுக்கடியைப் பற்றித்தான் அவர் சிந்தித்துக் கொண்டிருக்க வேண்டும். டார்பியும் சிந்தனையில் ஆழ்ந்துவிட்டார். ஒரு கறுப்பினக் குழந்தை வெள்ளைக்கார முதியவரை உறுதியோடு நின்று வெற்றி கொண்டதைத் தன் வாழ்நாளில் முதல்முறையாக அவர் பார்க்கிறார். அவளுக்கு அது எப்படிச் சாத்தியமாயிற்று? தன் ஆக்ரோஷத்திலிருந்து விலகி ஓர் ஆட்டுக்குட்டி மாதிரி அவள் சொன்னபடி செய்தாரே மாமா, அது எப்படி நடந்தது? தன் முதலாளியை வெற்றி கொள்ள அவள்

செலுத்திய சக்தி தான் யாது? இதுவும் இன்னபிறவுமான கேள்விகள் டார்பியின் மனத்தில் எழுந்தன. ஆனால் அவற்றிற்கு விடை கண்டுபிடிக்கப் பல ஆண்டுகள் ஆயிற்று என்றார் டார்பி, இந்த கதையை என்னிடம் சொன்ன போது.

இந்த கதையை, அது நிகழ்ந்த அதே மாவரைக்கும் ஆலையில் அமர்ந்து பேசும் போது தான் டார்பி என்னிடம் சொன்னது அதிசயமென்றால், அவரைப் போலவே நானும் கால்நூற்றாண்டுக் காலமாய் இதுபோன்ற கேள்விக்கு-ஒரு படிக்காத, வெகுளியான, கறுப்பினக் குழந்தையால் எந்த சக்தியைக் கொண்டு அறிவுள்ள ஒரு பெரியவரை வெல்ல முடிந்தது-என்ற கேள்விக்கு விடைதேடிக் கொண்டிருந்தேன் என்பதும் அதிசயமே.

பழமையின் நெடி வீசிய அந்த ஆலையில் டார்பி இக்கதையைக் கூறியபின் கேட்டார்: ''இதிலிருந்து நாம் அறிவது என்ன? என் மாமாவுக்குச் சவுக்கடி கொடுத்த அந்தக் குழந்தையின் அதிசய சக்தி யாது?''

இக்கேள்விக்கு விடை இந்த நூலில் சொல்லப்பட்டுள்ள கோட்பாடுகளில் அடங்கியுள்ளது. அது முழுமையான, நிறைவான விடையாக இருக்கும். தற்செயலாக அக்குழந்தைக்குக் கிடைத்த சக்தியை இன்னதென்று எல்லாரும் புரிந்து, பயன்படுத்திக் கொள்வதற்குத் தேவையான எல்லா விவரங்களும் அறிவுரைகளும் அதில் இருக்கும்.

மனதைச் சுறுசுறுப்பாக வைத்திருங்கள். அடுத்த அத்தியாயத்தில் அந்தக் குழந்தையைக் காப்பாற்றிய சக்தியைக் காணப்போகிறீர்கள். இந்த நூலின் ஏதோ ஒரு பகுதியில் அந்த சக்தியைப் பெறுவதற்கான ஆற்றலை உங்களிடம் விரைவாக உண்டாக்கி, அதை உங்கள் நன்மைக்காகப் பயன்படுத்த வழி சொல்லப் போகும் ஒரு கருத்தை நீங்கள் காண்பீர்கள். அந்த சக்தி இன்னதென்று முதல் அத்தியாயத்திலோ அல்லது பிறகு வரும் பக்கங்களிலோ திடீரென்று உங்களுக்குப் பளிச்சிடும். தனியொரு கருத்தாக அது வரலாம். திட்டமாக வரலாம், அல்லது இலட்சியமாகவும் வரலாம். அதன் விளைவாக, கடந்த காலத்தில் நீங்கள் செய்யத் தவறிய மற்றும் உங்களைத் தோற்கடித்த அனுபவங்களுக்கு நீங்கள் செல்ல வேண்டியிருக்கலாம், அவற்றில் இருந்தே நீங்கள் இழந்ததையெல்லாம் மீண்டும் பெறுவதற்கான பாடம் வெளிப்படுவதைக் காணலாம்.

அந்தச் சிறு குழந்தை தன்னை அறியாமலே உபயோகித்துப் பயனடைந்த சக்தியைப் பற்றி நான் சொன்ன போது, தனது முப்பதாண்டு இன்ஷூரன்ஸ் முகவர் அனுபவங்களை

அசைப்போட்டார் டார்பி. அதில் தான் கண்ட வெற்றிகளுக்கெல்லாம் அக்குழந்தை கற்றுத்தந்த பாடமே பெரிதும் உதவியது என்று வெளிப்படையாக ஒப்புக்கொண்டார்.

''புதிய வாடிக்கையாளரை அணுகி இன்ஷூரன்ஸ் பாலிசியை விற்க முற்படும் போது அவர் வேண்டாம் என்று என்னை நெட்டித் தள்ளினால், மாவரைக்கும் ஆலையில் அந்தக் குழந்தை, தோல்வியை ஏற்க மறுக்கும் தன் பெரிய கண்களை முழித்துப் பார்த்தபடி நிற்பது என் கண்ணில் தோன்றும். அவ்வளவு தான், இந்த ஆளிடம் எப்படியாவது பாலிசியை விற்றே தீருவதென்று முடிவெடுப்பேன். சொல்லப்போனால், '**வேண்டாம்**' என்று சொன்னவர்களிடம் தான் பெரிய பாலிசிகளை நான் விற்றிருக்கிறேன்,'' என்றார் டார்பி.

''மூன்றடி ஆழம் தோண்டாமல் நிறுத்தியது மாபெரும் தவறுதான்,'' என்ற டார்பி, ''**ஆனால்** அதை மறைமுகமாக வந்த ஆசியாகவே கொள்கிறேன். மேலும் மேலும் முயன்று கொண்டே இரு, எவ்வளவு சிரமங்கள் வந்தாலும் முயன்று கொண்டே இரு- என்று பாடம் போதித்தது அது. எந்த ஒரு வெற்றிக்கு முன்பாகவும் நான் கற்றுக்கொள்ள வேண்டிய பாடம்,'' என்றார்.

டார்பியும் மாமனும், அந்தக் கறுப்பினக் குழந்தையும், தங்கச் சுரங்கமும் ஆகிய இவற்றை இனிமேல் பல நூறு இன்ஷூரன்ஸ் முகவர்கள் படிக்கப் போகிறார்கள். டார்பியின் அந்த இரண்டு அனுபவங்களும் தான் அவரைப் பின்னாளில் மில்லியன் டாலர்கள் அளவுக்குப் பாலிசிகளை விற்கக் காரணமாயிருந்தவை என்று நினைவுபடுத்த விரும்புகிறேன்.

வாழ்க்கை என்பது அதிசயமானது, அளவிட முடியாதது! வெற்றிக்கும் தோல்விக்குமான வேர்கள் சிறு சிறு அனுபவங்களிலேயே பதிந்து கிடக்கும். டார்பியின் அனுபவங்கள் மிகச் சாதாரணமானவை. ஆனால் அவரது வாழ்வின் விதியை நிர்ணயிக்கும் விடை அவற்றில் இருந்தது. எனவே வாழ்க்கையைப் போலவே அந்த அனுபவங்களும் அவருக்கு முக்கியமானவையே. இரண்டாலும் அவர் பெரும்பலனை அடைந்தார், காரணம், அவற்றை அலசி ஆராய்ந்து தனக்குரிய பாடத்தை அவர் படித்ததால். ஆனால் தனது தோல்வியைப் பரிசீலனை செய்து அதிலிருந்து வெற்றிக்கான பாடத்தை அறிந்து கொள்ளும் அளவுக்கு நேரமோ, எண்ணமோ எல்லாருக்கும் இருக்கிறதா?

அப்படியானால், தோல்வியையே தனது வெற்றிப் படிக்கட்டுக்களாக ஆக்கிக் கொள்ளும் வித்தையை எங்கே, எப்படி, ஒருவன் கற்றுக்கொள்வது?

இந்தக் கேள்விக்கு விடையாகத்தான் இந்த நூல்

எழுதப்பட்டுள்ளது. விடையில் பதின்மூன்று கோட்பாடுகளைப் பற்றி விளக்கப்பட்டுள்ளது. ஆனால் வாழ்வின் அதிசயங்களைப் பற்றி உங்கள் மனத்தை உறுத்திக் கொண்டிருக்கும் கேள்விகளுக்கு நீங்கள் விடையைத் தேடும் விதமாக இந்த நூலைப் படித்துக் கொண்டே போகும் போது, அது, ஒரு கருத்துருவாகவோ, திட்டமாகவோ, இலட்சியமாகவோ திடீரென்று உங்கள் மனத்திற்குள்ளிருந்தே வெளிப்படும்.

வெற்றிக்குத் தேவைப்படுவது ஒரு நிச்சயமான கருத்துருவே. அத்தகைய பயனுள்ள கருத்துருவை உருவாக்கித் தருவதற்கான சிறந்த மற்றும் செயல்முறைக்கு எளிதான வழிகள் இந்த நூலில் கூறப்படும் கோட்பாடுகளில் அடங்கியுள்ளன.

இந்தக் கோட்பாடுகளை விவரிப்பதற்கு நாம் மேற்கொள்ளப் போகும் அணுகுமுறையை நீங்கள் தெரிந்து கொள்ளும் முன்பு ஒரு விஷயத்தைச் சொல்லியாக வேண்டும்: **செல்வங்கள் உங்களைத் தேடி வரும் போது, மிகவும் விரைவாகவும், பெரிய அளவிலும் வந்து சேரும். இத்தனை வருடங்கள் சிரமப்பட்ட போது வராமல் இவை எங்கே ஒளிந்திருந்தன என்று நீங்கள் ஆச்சரியப்படுவீர்கள்.**

இது ஒரு அதிர்ச்சியூட்டும் அறிவிப்பாகத் தோன்றலாம். ஏனெனில், அதிகமான உழைப்பும், அதிக நாள் உழைப்பும் செய்பவர்களுக்கே அதிகச் செல்வம் சேரும் என்பதுதானே பொதுவான நம்பிக்கை.

சிந்தித்துப் பார்த்துச் செல்வந்தனாக நீங்கள் முற்படும் போது, செல்வமானது, ஒரு குறிப்பிட்ட மனநிலையிலிருந்தும், உறுதியான நோக்கத்திலிருந்தும் தான் உற்பத்தியாகிறது என்றும், கடின உழைப்பு இருந்தாலும் இல்லையென்றாலும் பரவாயில்லை என்றும் அறிந்துகொள்வீர்கள். உங்களை நோக்கிச் செல்வத்தைக் கொண்டுவரும் அந்த மனநிலையை எவ்வாறு அடைவது என்பதே நீங்கள் அறிய வேண்டியதாகும். ‘செல்வந்தர்கள் எவ்வாறு செல்வந்தர்கள் ஆனார்கள்’ என்று தெரிந்து கொள்வதற்குத்தான் நானும் இருபத்தைந்து ஆண்டுகளாக 25,000 பேர்களின் செயல்பாட்டை ஆராய்ந்தேன்.

அவ்வாறான ஆராய்ச்சி மட்டும் இல்லையென்றால் இந்த நூலை எழுதியிருக்க முடியாது. இந்த இடத்தில் ஒரு முக்கியமான உண்மையை அறிந்து கொள்ள வேண்டும். அதாவது,

1929 இல் ஆரம்பித்த பொருளாதார மந்தநிலை, நாட்டில் அளவற்ற பேரழிவை உண்டாக்கி, ரூஸ்வெல்ட் ஜனாதிபதியான பிறகும் சிறிது காலம் வரை நீடித்தது. அதன் பிறகு சுவடே

இல்லாமல் மறைந்து போனது. நாடக அரங்கில் எப்படி விளக்குகள் படிப்படியாக அதிகரிக்கப்பட்டு நீங்கள் உணரும் முன்பே இருட்டிலிருந்து வெளிவருவீர்களோ, அதைப்போலவே மக்கள் அச்ச உணர்விலிருந்து படிப்படியாக வெளிவந்து (பொருளாதாரத்தின் மீது) நம்பிக்கை வைக்கத் தொடங்கினார்கள்.

இந்த நூல் சொல்லும் தத்துவத்தை நீங்கள் புரிந்து கொண்டு விட்டால், உரிய அறிவுரைகளின்படி அதைப் பயன்படுத்த ஆரம்பித்துவிட்டால், உங்கள் நிதி நிலைமை மேம்பட ஆரம்பிக்கும். நீங்கள் தொட்டதெல்லாம் துலங்கும். பயனுள்ள புதிய சொத்துக்களாக மாறும். முடியாது என்கிறீர்களா? இல்லவே இல்லை!

மனிதகுலத்தின் முக்கிய பலவீனங்களில் ஒன்று, ''முடியாது'' என்ற சொல்லோடு சராசரி மனிதனுக்குள்ள அதிக நெருக்கமே. எந்த விதிகளெல்லாம் வேலை செய்யாதோ, எந்த காரியங்களையெல்லாம் செய்ய முடியாதோ, அவற்றையெல்லாம் அவன் அறிவான். மற்றவர்கள் பலருக்கு வெற்றியை அளித்த விதிகள் எவையென்று அறிந்துகொள்ளவும், அந்த விதிகளின்படி எல்லா செயல்பாடுகளையும் மேற்கொள்ளவும் சம்மதிக்கின்றவர்களுக்காகவே இந்த நூல் எழுதப்பட்டுள்ளது. எனவே நான் செய்த முதல் காரியம், ''**முடியாது**'' என்ற சொல்லை இதிலிருந்து கத்தரித்து எறிய முயன்றதே. நீங்களும் உங்கள் வாழ்வில் அப்படிச் செய்தால் அதில் தவறேதும் இருக்க முடியாது. வெற்றி யாருக்கு வருமென்றால், **வெற்றியையே சிந்திப்பவர்களுக்கே.**

தோல்வி யாருக்கு வருமென்றால், அலட்சியத்தினால் **தோல்வியையே சிந்திப்பவர்களுக்கே.**

யார் யார் வேண்டுகிறார்களோ அவர்களுக்கு, **தோல்வியையே சிந்திக்கும் மனநிலையை** மாற்றி **வெற்றியையே சிந்திக்கும் மனநிலை** உள்ளவர்களாக்கும் கலையைக் கற்றுத் தருவதே இந்த நூலின் நோக்கமாகும்.

இன்னொரு சாராரிடம் இருக்கும் பலவீனம் என்னவென்றால், தங்களது கருத்துக்கள் மற்றும் நம்பிக்கைகள் மூலமே எல்லோரையும், எல்லாவற்றையும் எடைபோடுவதாகும். இந்த நூலைப் படிக்கும் அத்தகைய சிலர், **சிந்தித்துப் பார்த்துச் செல்வந்தனாவது** இயலாத காரியம் என்பார்கள். செல்வம் என்பதை அவர்களால் சிந்திக்கவே முடியாதபடி வறுமை, தேவை, துன்பம், தவறு, தோல்வி இவற்றில் அவர்களது பழக்கங்கள் ஆழப் பதிந்திருக்கும்.

துரதிர்ஷ்டம் மிகுந்த இவர்களைப் பற்றிப் பேசும் போது அமெரிக்காவுக்கு வந்து அமெரிக்க வாழ்க்கை முறையைக் கற்க விரும்பிய சீனர் ஒருவரின் நினைவு வருகிறது. சிகாகோ

பல்கலைக்கழகத்தில் அவர் சேர்ந்தார். ஜனாதிபதி ஹார்ப்பர் அந்தப் பல்கலைக்கழகத்திற்கு வந்த போது இவரைப் பார்த்துக் கேட்டார், ''அமெரிக்க மக்களின் மிக முக்கிய குணாதிசயமாக உங்களைக் கவர்ந்தது எது?'' என்று.

சீன மாணவர் ஆச்சரியத்துடன் சொன்னார்: ''உங்கள் கண்கள் சாய்வாக இல்லாமல் இருப்பது தான்.'' அப்படியானால் சீனர்களின் கண்களைப் பற்றி நாம் என்ன கூறுவது! (அவை எப்போதும் சாய்ந்திருக்கும்.) நமக்குப் புரியாததை நாம் நம்ப மறுக்கிறோம். நமது குறைபாடுகள் எவையோ அவற்றையே குறைபாடுகளின் இலக்கணமாக நாம் முட்டாள்தனமாகக் கருதுகிறோம். அவர் சொன்னது போல் நமது கண்கள் ''சாய்வாக இல்லை'' தான். **காரணம் நம்முடையது போல் அவருடையது இல்லாததே.** ஹென்றி ஃபோர்டின் சாதனைகளை இலட்சக்கணக்கானவர்கள் கண்டு பொறாமை கொள்கிறார்கள். அவரது அதிர்ஷ்டத்தை, மேதைமையை, அல்லது அவரின் வெற்றிக்கு வேறெது காரணமோ அதைக் காரணம் காட்டி. இலட்சத்தில் ஒருவரே அவரது வெற்றியின் இரகசியத்தை அறிந்தவராக இருக்க முடியும். அவர்கள் கூச்சத்தாலோ, அல்லது பேச விருப்பமில்லாததாலோ அமைதியாக இருப்பவர்கள். ஏனென்றால் அந்த இரகசியம் அவ்வளவு எளிமையானது. ஒரு சிறு எடுத்துக்காட்டு அந்த ''இரகசியத்தை''ப் புரிய வைத்துவிடும்.

இப்போது பிரபலமாயிருக்கும் வி-8 என்ற காரைச் சில வருடங்களுக்கு முன்பு ஃபோர்டு தயாரிக்க முடிவு செய்தார். எட்டு சிலிண்டர்களும் ஒரே தொகுதியாக வார்ப்படம் செய்யப்பட்ட எஞ்சினைத் தேர்ந்தெடுத்து, அதனை வடிவமைக்குமாறு தனது பொறியாளர்களுக்கு உத்தரவிட்டார். அந்த வடிவத்தைக் காகிதத்தில் வடித்தார்கள் பொறியாளர்கள். ஆனால் எட்டு சிலிண்டர்களை ஒரே தொகுதியாக வார்க்க முடியாது என்று அவர்கள் கருதினார்கள்.

''எப்படியாவது செய்தாக வேண்டும்'' என்றார் ஃபோர்டு. ''ஆனால் அது முடியாத காரியம்'' என்றார்கள் பொறியாளர்கள். ''எனக்குத் தெரியாது. எவ்வளவு நேரம் ஆனாலும் சரி அந்த வேலையை விடாதீர்கள். செய்தே ஆக வேண்டும்'' என்றார் ஃபோர்டு.

வேலையை ஆரம்பித்தார்கள் பொறியாளர்கள். கம்பெனியில் தொடர்ந்து வேலையில் இருக்க வேண்டுமானால் ஃபோர்டு சொன்னதைச் செய்து தானே ஆக வேண்டும்! ஆறு மாதங்கள் ஆன போதும் ஒன்றும் நடக்கவில்லை. மேலும் ஆறு மாதங்கள் ஆன பிறகும் ஒன்றும் நடக்கவில்லை. பொறியாளர்கள் என்னென்னவோ செய்துபார்த்தும் ''முடியாது'' என்ற நிலைமைக்கே வந்தார்கள்.

ஓராண்டு முடிவில் ஃபோர்டு நிலைமையை ஆராய்ந்தார். சொன்னபடி செய்து முடிக்க வழியொன்றும் புலப்படவில்லை என்றார்கள் பொறியாளர்கள்.

''இப்போதே மீண்டும் ஆரம்பியுங்கள்'' என்றார் ஃபோர்டு. ''எனக்கு அதுதான் வேண்டும். அதை அடைந்தே தீருவேன்'' என்றார். பொறியாளர்கள் மீண்டும் செய்ய ஆரம்பித்தார்கள். மந்திரம் போட்டது போல, அதைச் செய்து முடிப்பதற்கான இரகசியத்தை அவர்கள் கண்டுபிடித்துவிட்டார்கள்.

ஃபோர்டின் **உறுதி** மீண்டும் வென்றுவிட்டது!

விவரமாகச் சொல்லப்படாவிட்டாலும், மேலே சொன்னது உண்மையே. ஃபோர்டு மாதிரி மில்லியன் கணக்கில் சம்பாதிக்க நினைக்கும் **சிந்தித்துப் பார்த்துச் செல்வந்தனாகும்** எண்ணமுடையவர்களே, முடிந்தால் இதிலிருந்து ஊகித்துக் கொள்ளுங்கள் அவருடைய இரகசியத்தை. அது ஒன்றும் சிரமமானதல்ல. ஹென்றி ஃபோர்டு வென்றார் எனில் வெற்றியின் கோட்பாடுகளை அவர் புரிந்து, பயன்படுத்திக் கொண்டதே காரணம். அக்கோட்பாடுகளில் ஒன்று தான் **ஆர்வம்**: அதாவது தனக்கு என்ன வேண்டும் என்று தெரிந்திருப்பது. ஃபோர்டின் இந்தக் கதையை நினைவில் இருத்துங்கள். அவரது மாபெரும் சாதனைக்கான இரகசியம் எந்த வரிகளில் கூறப்பட்டுள்ளது என்பதைக் கண்டுபிடியுங்கள். இதைச் செய்ய முடிந்தால், ஹென்றி ஃபோர்டின் செல்வத்திற்குக் காரணமான கோட்பாடுகளின் தொகுப்பை நீங்கள் அடையாளம் காணமுடிந்தால், நீங்கள் எந்தத் துறையில் இருந்தாலும் அவரைப் போன்றே சாதிக்க முடியும்.

''உங்கள் விதியின் தலைவன் நீங்களே, உங்கள் ஆன்மாவின் கேப்டன் நீங்களே,'' ஏனென்றால்...

தீர்க்கதரிசனத்தோடு ஹென்லீ என்ற கவிஞன் எழுதிய வரிகள் இவை: ''என் விதியின் தலைவன் நானே, என் ஆன்மாவின் கேப்டன் நானே.'' அப்படியானால், நமது விதியின் தலைவர்கள் நாமே, நமது ஆன்மாக்களைச் செலுத்துபவர்கள் நாமே என்றும் அவர் சொல்லியிருக்கவேண்டும். ஏனெனில் நமது எண்ணங்களைக் கட்டுப்படுத்தும் ஆற்றல் நமக்கு உண்டே!

அது மட்டுமல்ல, நம்மையெல்லாம் உள்ளடக்கிக் கொண்டு இச்சிறிய பூமி ஈத்தரில் மிதக்கிறதே, அந்த ஈத்தரானது, எண்ணிப்பார்க்க முடியாத அதிர்வுகளோடு நகர்ந்து கொண்டிருக்கும் ஓர் ஆற்றலாகும் என்றும், அந்த ஈத்தருக்குள் பிரபஞ்சத்தின்

பெரும்சக்தியொன்று நிரம்பியுள்ளதென்றும், அது நம்முடைய எண்ணங்களுக்கு ஏற்பத் தன்னைப் **பொருத்திக்** கொள்கிறது என்றும், இயற்கையான வழிகளில் நமது எண்ணங்களைச் செயல்பாடுகளாக மாற்றுவதற்கு **உந்துதல்** தருகிறது என்றும் சொல்லியிருக்க வேண்டும்.

இந்த மாபெரும் உண்மையைக் கவிஞர் சொல்லியிருந்தால், **எவ்வாறு நாம் தான்**, நமது விதியின் தலைவர்கள் என்றும் நமது ஆன்மாக்களின் கேப்டன் என்றும் தெரிந்து கொண்டிருப்போம். அத்துடன், அந்த சக்தியானது நல்ல எண்ணங்கள், கெட்ட எண்ணங்கள் என்று வித்தியாசம் பாராட்டாது என்றும், செல்வம் சேர்க்கும் எண்ணங்களைப் போலவே வறுமையைக் கொண்டு வந்து சேர்க்கும் எண்ணங்களையும் பௌதிக உலகில் உண்மையாக்கி, அவற்றைச் செயல்படுத்துமாறு நம்மை வற்புறுத்தும் என்றும் அழுத்தமாகச் சொல்லியிருக்க வேண்டும்.

மனதில் எந்த எண்ணங்கள் முன்னெழும்பி நிற்கின்றனவோ, அவை ''காந்தம்'' போல் நமது மூளையில் பதிந்து நிற்கும் என்றும், நம்மை அறியாமலேயே அந்தக் காந்தமானது அதே எண்ணங்களோடு இயங்கும் மற்ற சக்திகளையும், மனிதர்களையும், சந்தர்ப்பங்களையும் நம்மை நோக்கி இழுத்து வரும் என்றும் அவர் சொல்லியிருக்க வேண்டும்.

ஆகவே, நமக்குச் செல்வம் வந்து சேர்வதற்கு முன்பாக, செல்வத்தின் மீதான தீவிரமான **ஆர்வத்தை** நமது மனதில் காந்தசக்தியாக நாம் ஏற்படுத்திக்கொள்ள வேண்டும் என்பதையும், செல்வம் சேர்ப்பதற்கான உறுதியான திட்டமொன்றை அந்த **ஆர்வம்** நம் மனதில் உருவாக்கும் வரை, 'செல்வத்தையே சிந்திப்பவராக' நாம் இருக்க வேண்டும் என்பதையும் அவர் சொல்லியிருக்க வேண்டும்.

ஆனால் அவர் கவிஞர் மட்டுமே, தத்துவஞானியல்லர். ஆகவே மாபெரும் உண்மையைக் கவித்துவமாகச் சொன்னதோடு திருப்தியடைந்தார். அந்த வரிகளின் தத்துவ விளக்கத்தைப் பின்னால் வருபவர்கள் செய்து கொள்ளட்டும் என்று விட்டுவிட்டார்.

அந்த உண்மையானது கொஞ்சம் கொஞ்சமாக வெளிப்பட்டு, இந்த நூலில் நீங்கள் காணும் கோட்பாடுகளாக, நமது பொருளாதார விதியை நிர்ணயிக்கும் இரகசியமாக ஆகியிருக்கிறது.

சரி, நமது முதலாவது கோட்பாட்டைப் பரிசோதிக்க இப்போது நாம் தயாராகிவிட்டோம். இக்கோட்பாடுகள் யாரோ ஒரு தனி மனிதனின் கண்டுபிடிப்பல்ல என்பதை மறவாமல் திறந்த மனத்தோடு ஆரம்பிக்கலாம். வறுமையில் தொடங்கி, படிப்பறிவோ

செல்வாக்கோ இல்லாமல் சுயமாக முன்னேறி, மாபெரும் செல்வத்தைச் சேர்த்துக் காட்டிய ஐநூறுக்கும் மேற்பட்ட மனிதர்களின் உண்மை அனுபவங்களிலிருந்து இவை தொகுக்கப்பட்டவையாகும். தமது வாழ்க்கையில் அவர்களுக்கு நிரூபணமான இக்கோட்பாடுகளை உங்கள் வாழ்க்கையிலும் நிரூபணமாக்க முடியும்.

அது கடினமானதல்ல, மிகவும் சுலபம்.

அடுத்த அத்தியாயத்தைப் படிக்கும் முன்பு, உங்களுடைய நிதி நிலைமையை மாற்றி மிகவும் உச்சத்துக்குக் கொண்டு போகும் அளவுக்கு இரண்டு பேரைப் பற்றிய உண்மை விவரங்கள் அதில் உள்ளதைச் சொல்லியாக வேண்டும்.

அந்த விவரங்கள் உண்மையா என்று சந்தேகிக்க வேண்டாம். ஏனெனில் எனக்கு மிகவும் நெருக்கமான அவர்களின் விவரங்களை நானே விரும்பினாலும் திரித்துச் சொல்ல முடியாது. ஒருவர், எனது இருபத்தைந்து வருட நண்பர். இன்னொருவர் எனது சொந்த மகன். வழக்கத்திற்கு மாறான தங்கள் வெற்றிக்கு அந்த அத்தியாயத்திலுள்ள கோட்பாடுதான் காரணம் என்று மனமுவந்து அவர்கள் என்னிடம் சொன்னதையே உங்களுக்கு நான் பரிந்துரைக்கிறேன்.

வெஸ்ட் வர்ஜீனியாவிலுள்ள சேலம் கல்லூரியின் ஆண்டுத் துவக்கவிழா (பட்டமளிப்பு விழா)வில் பதினைந்து வருடம் முன்பு நான் உரையாற்றினேன். அப்போது நான் வலியுறுத்திச் சொன்ன கோட்பாடுதான் அடுத்த அத்தியாயத்தில் உள்ளது. அதை மனத்தில் வாங்கிக் கொண்டு தன் வாழ்வில் பயன்படுத்திக் கொண்டப்பட்ட வகுப்பு மாணவர் ஒருவர், இன்று பாராளுமன்ற உறுப்பினராக, ஆளும்கட்சியில் செல்வாக்கோடு விளங்குகிறார். இந்த நூல் அச்சுக்குப் போகத் தயாரான நிலையில் அவரிடமிருந்து எனக்கொரு கடிதம் வந்தது. அதைப் படித்தால் அடுத்த அத்தியாயத்திற்கான அறிமுகமாக அமைவதோடு, அதனால் கிடைக்கப் போகும் பலன்களையும் நீங்கள் அறிய முடியும்.

''அன்புள்ள நெப்போலியன் அவர்களுக்கு:

''பாராளுமன்ற உறுப்பினராக இருப்பதினால் மக்களின் பல பிரச்சினைகளை நான் ஆழமாக உணர்ந்திருக்கிறேன். அதையொட்டி, கீழ்க்கண்ட ஆலோசனையைத் தெரிவிக்க விரும்புகிறேன்.

''ஆனால் இந்த ஆலோசனையைச் செயல்படுத்த உங்களுக்குப் பல வருட உழைப்பும் பொறுப்பும் தேவைப்படும் என்பதற்காக முதலில் மன்னிப்புக் கோருகிறேன். ஆனால், அத்தகைய சேவைக்கு நீங்கள் ஆர்வத்தோடு இருப்பதை நானறிவேன்.

''1922-இல் சேலம் கல்லூரியில் நீங்கள் பட்டமளிப்பு விழா உரை நிகழ்த்தினீர்கள். அன்று பட்டம் பெற்றவர்களில் நானும் ஒருவன். அந்த உரையில் நீங்கள் என் மனத்தில் விதைத்த ஒரு கருத்துருதான் இன்று மக்கள் பணிக்கு என்னை அர்ப்பணிக்க வைத்திருக்கிறது. இனி வரப்போகும் வெற்றிகளுக்கும் அதுவே முக்கிய காரணமாக இருக்கும்.

''நான் சொல்ல வந்த ஆலோசனை இதுதான்: அன்றைய உங்களின் சொற்பொழிவை ஒரு நூலாக நீங்கள் வெளியிட வேண்டும். அமெரிக்காவின் செல்வ வளத்திற்குக் காரணமான ஏராளமான வெற்றியாளர்களின் அனுபவங்களைப் பல்லாண்டுகளாக ஆராய்ந்து நீங்கள் வழங்கிய அறிவுரை, எல்லா மக்களையும் சென்றடைய வேண்டும் என்பதே என் விருப்பம்.

''ஹென்றி ஃபோர்டு எவ்வாறு படிப்பறிவில்லாமலும், ஒரு டாலர் கூடக் கையில் இல்லாமலும், செல்வாக்கான நண்பர்கள் இல்லாமலும் முன்னேறிப் பெரும் செல்வந்தராக உயர முடிந்தது என்பதை நீங்கள் விளக்கிக் கூறியது இன்றும் என் கண்ணில் நிற்கிறது. அந்த நிமிடமே-உங்கள் உரை முடிவதற்குள்ளேயே-நான் முடிவெடுத்துவிட்டேன், எவ்வளவு இடையூறுகள் வந்தாலும் முன்னேறி, எனக்கொரு இடத்தை உருவாக்கிக் கொள்வது என்று.

''இந்த ஆண்டு ஆயிரக்கணக்கான மாணவர்கள் படிப்பை முடித்து வெளியே வருவார்கள். இனிவரும் ஆண்டுகளிலும் அப்படியே. எனக்குக் கிடைத்த மாதிரி செயல்படத்தக்க அறிவுரைகள் அவர்கள் எல்லாருக்கும் தேவைப்படும். வாழ்க்கையைத் தொடங்கும் போது தங்கள் கேள்விகளுக்கு யாரிடம் விடை கிடைக்கும் என்று அவர்கள் தேடுவார்கள். நீங்கள் அதைச் செய்யலாமே, எவ்வளவோ பேர்களுக்கு நீங்கள் செய்யவில்லையா?

''அப்படியொரு நூலை எழுத முடிவு செய்தீர்களேயானால், சுய ஆராய்ச்சிப் பட்டியல் (அனாலிஸிஸ் சார்ட்) ஒன்றை எனக்குச் சொன்னீர்களே, அதைக் கட்டாயம் நூலில் சேருங்கள். அது மிகப்பெரிய உதவியாக இருக்கும். தங்களுக்கு வரும் வெற்றியைத் தடுப்பது எது என்று அவர்கள் எளிதாகத் தெரிந்துகொள்ள அது உதவும்.

''தங்களின் பலத்தையும் பலவீனத்தையும் அவர்களுக்கு நடுநிலையாகத் தெரிவிக்கும் இம்மாதிரி சேவை விலைமதிப்பற்றதாகும்.

''பொருளாதார மந்தநிலையால் பாதிக்கப்பட்ட மில்லியன் கணக்கான மக்கள் இப்போது பழைய நிலைக்கு முன்னேறி வருவதால், அவர்கள் அனைவரும் உங்களிடம் ஆலோசனை

கேட்க வருவார்கள். என்னுடைய சுய அனுபவத்திலிருந்தே இதைச் சொல்கிறேன்.

''பொருளாதார வீழ்ச்சியைச் சந்தித்தவர்கள், அடிமட்டத்தில் இருந்து தங்கள் வாழ்வை மீண்டும் தொடங்க வேண்டியிருக்கும். அப்படிப்பட்டவர்களுக்கு, கருத்துருவைப் பணமாக மாற்றுவது எப்படி என்ற இரகசியத்தை உங்களாலன்றோ கற்றுத்தர முடியும்?

''உங்கள் புத்தகம் வெளிவருமானால் அதன் முதல் பிரதியை உங்கள் கையொப்பத்தோடு பெறும் முதல் ஆள் நானாகத்தான் இருக்க வேண்டும் என்று விரும்புகிறேன்.

''வாழ்த்துக்களுடன்,

''ஜென்னிங்க்ஸ் ரண்டால்ப்''

2

ஆர்வம்

எல்லாச் சாதனைகளுக்கும் தொடக்கப்புள்ளி

செல்வத்தை நோக்கி முதல் அடி வைத்தல்

முப்பதாண்டுகளுக்கு முன்பு, நியூஜெர்ஸியின் ஆரஞ்சு நகரில் சரக்கு ரயிலிலிருந்து எட்வின் ஸி. பார்ன்ஸ் இறங்கிய போது பார்வைக்கு நாடோடியைப் போல் இருந்தாலும் எண்ணங்களால் அரசனாகவே இருந்தார்!

இருப்புப் பாதையை விட்டிறங்கி தாமஸ் ஆல்வா எடிசனின் அலுவலகத்தை நோக்கி நடக்கையில் அவர் மனம் வேலை செய்ய ஆரம்பித்துவிட்டது. எடிசன் முன்பு தான் நிற்பதை மனதிற்குள் கற்பனை செய்து கொண்டார். **தன் நெஞ்சம் முழுதும் ஆக்கிரமித்திருக்கும் அந்த ஒரே ஆர்வத்தை**-மிகப் பெரிய கண்டுபிடிப்பாளரான எடிசனோடு தொழில் கூட்டாளியாவது என்னும் **ஆர்வத்தை**-அவரிடம் சொல்லி, பதிலை எதிர்பார்த்து நிற்பதாகவும் மனதில் கண்டார்.

பார்ன்ஸின் ஆர்வமானது, வெறும் ஆசையோ, எண்ணமோ அல்ல. மிகவும் கூர்மையான, துடிப்பான, மற்ற எல்லா விருப்பங்களையும் தாண்டி மேலெழுந்து நின்ற **உறுதியான ஆர்வம்.**

அந்த ஆர்வம், அவர் எடிசனுக்கு முன்னே நின்ற போது திடீரென்று தோன்றியதல்ல. அவரைப் பல காலமாக ஆட்டிப்படைத்துக் கொண்டிருந்த ஆர்வம் அது. ஆரம்பத்தில் வெறும் ஆசையாகவே தோன்றியிருந்தாலும், போகப்போக உறுதியாகி விட்டிருந்தது.

சில வருடங்களுக்குப் பிறகு அவர் மீண்டும் அதே அறையில் எடிசனின் முன்னால் போய் நின்றார். இப்போது அவரது **ஆர்வம்** செயல் வடிவம் பெற்று விட்டிருந்தது. அவர் எடிசனின் தொழில்

கூட்டாளியாகி விட்டிருந்தார். அவரது **நெஞ்சமெல்லாம் நிறைந்திருந்த கனவு,** நனவாகிவிட்ட்து.

இன்று, பார்ன்ஸைப் பார்க்கிறவர்கள் அவருடைய வெற்றியைப் பொறாமையோடு பார்க்கிறார்கள். ஆனால் வெற்றிக்கான காரணங்களை ஆராய்வதற்கு சிரமம் கொள்வதில்லை.

ஒரு உறுதியான இலக்கைத் தேர்ந்தெடுத்து, அதற்காகத் தன் ஆற்றல் முழுவதையும், மனோதைரியத்தையும், முயற்சிகளையும் செலவிட்டதனால் அவர் வென்றார். எடிசனைப் பார்த்த மாத்திரத்திலேயே அவருக்கு வெற்றி கிட்டிவிடவில்லை. மிகச் சிறிய வேலையில் சேரவும் சம்மதித்தார். அதன் மூலம் தனது இலக்கை நோக்கி ஓரடியாவது எடுத்து வைக்க முடியும் என்று நம்பினார். ஐந்து வருடத்திற்குப் பிறகே அந்த வாய்ப்பு அவருக்குக் கிடைத்தது. இடைப்பட்ட காலத்தில் நினைத்தது நடக்கும் என்பதற்கான அடையாளம் இம்மியளவும் தென்படவில்லை. எடிசன் என்ற பல்சக்கரத்தின் ஒரு பல்லாகவே அவரை மற்றவர்கள் கண்டனர். ஆனால் பார்ன்ஸின் மனத்திலோ **அவர் எடிசனின் கூட்டாளியாகவே ஒவ்வொரு கணமும்** வாழ்ந்திருந்தார்.

உறுதியான ஆர்வத்தின் சக்தியை எடுத்துக்காட்டிய உதாரணம் இது. பார்ன்ஸ் தன் இலக்கில் வென்றதன் காரணம், அந்த இலக்கை மற்றவைகளைவிட முக்கியமானதாகக் கருதியதே. அந்த இலக்கை அடைவதற்கான திட்டத்தையும் அவரே வகுத்தார். அதற்காகத் **தன்னிடமிருந்த அனைத்தையும் இழக்கவும் துணிந்தார்.** தனது ஒரே **இலட்சியம்** அதுவே என்று இறுதிவரை நின்றார். வென்றார்.

''எடிசனிடம் வேலை கிடைக்குமா என்று முயன்று பார்க்கும்'' எண்ணத்தோடு அவர் போகவில்லை. எடிசனைப் பார்த்து, ''நான் உங்களோடு கூட்டு சேரப் போகிறேன் என்று அறிவிப்பதற்காகவே'' அவர் போனார்.

''கொஞ்ச நாள் அவரிடம் வேலை பார்த்துவிட்டு, இலட்சியம் நிறைவேறவில்லை என்றால் வெளியே வந்துவிடலாம்'' என்று அவர் போகவில்லை. மாறாக, ''எந்த வேலை கிடைத்தாலும் சேர்ந்து கொள்வேன். எடிசன் சொல்வதையெல்லாம் செய்வேன். எப்படியாவது அவருடன் கூட்டு சேர்ந்துவிடுவேன்'' என்று தான் போனார்.

''எடிசனோடு சேர முடியாமல் போகுமானால் அடுத்த வேலைக்கு இப்போதே முயற்சிக்க வேண்டும்'' என்று அவர் சொன்னதில்லை. மாறாக, ''எடிசனோடு கூட்டு சேருவதே என் முன்னுள்ள **ஒரே** தீர்மானம். அதற்காக அனைத்தையும் இழக்கச் சம்மதம். எனது **எதிர்காலத்தையே** இதன் மேல் பணயம் வைக்கவும் தயார்'' என்று

சொன்னார்.

பின்வாங்குவதற்கான வாய்ப்பே இல்லை. ஒன்று ஜெயிக்க வேண்டும், அல்லது அழிந்துபோய்விடவேண்டும்!

பார்ன்ஸின் வெற்றிக்கதை இவ்வளவு தான்! முன்னொரு காலத்தில் அரசனொருவன் வலிமை வாய்ந்த எதிரி நாட்டின் மீது படையெடுத்தான். படகு படகாகத் தன் வீரர்களை அந்நாட்டிற்குள் அனுப்பினான். பிறகு எல்லாப் படகுகளையும் எரித்துவிடுமாறு கட்டளையிட்டான். போர்க்களத்தில் இருந்த தன் வீரர்களைப் பார்த்து, ''நம் படகுகள் அனைத்தும் எரிந்து புகையாகிவிட்டதைப் பாருங்கள்! இனி நாம் திரும்பிச் செல்ல வேண்டுமானால் ஜெயித்தே ஆக வேண்டும்! வேறு வழியில்லை. ஜெயிப்போம் அல்லது செத்துமடிவோம்!'' என்றான். அவர்கள் ஜெயித்தார்கள்.

எந்த தொழிலில் வெற்றி பெற விரும்பினாலும் எல்லாவற்றையும் இழக்கச் சித்தமாய் இருக்க வேண்டும். பின்வாங்குவதற்கான வழிகளை அடைத்துவிட வேண்டும். அப்படி செய்தால்தான், **வெற்றியை அடைய தூண்டும் தணியாத ஆர்வத்தை** அடைய முடியும்.

சிகாகோ நகரின் ஸ்டேட் வீதியில் ஏற்பட்ட பெரும்தீயில் எல்லாக் கடைகளும் எரிந்துபோயின. புகையும் சாம்பலுமாக இருந்த தம் கடைகளைப் பார்த்து சோகத்துடன் நின்ற வியாபாரிகள், மீண்டும் அங்கேயே கடை திறப்பதா, அல்லது நாட்டின் வேறொரு பகுதிக்குப் போய் தொழில் செய்யலாமா என்று ஆலோசித்தார்கள். எல்லோரும் வெளியேற முடிவு செய்தார்கள்-ஒரே ஒருவரைத் தவிர.

அந்த ஒருவர், தன் கடையின் எரிந்த மிச்சத்தை நோக்கிக் கை காட்டியபடி சொன்னார்: ''நண்பர்களே, அதோ அந்த இடத்திலேயே மீண்டும் கடை திறப்பேன். உலகின் மிகப் பெரிய கடையை! எத்தனை முறை எரிந்தாலும் அதையே செய்வேன்!''

இது நடந்து ஐம்பது வருடங்கள் ஆகிவிட்டது. சொன்னபடியே கடையைத் திறந்தார் மார்ஷல் ஃபீல்டு. **தணியாத ஆர்வத்தின்** சக்தியை நிரூபிக்கும் நினைவுச்சின்னமாக அந்த மாளிகை இன்று உயர்ந்து நிற்கிறது. மற்ற வியாபாரிகளைப் போலவே மார்ஷல் ஃபீல்டும் எளிதாக ஊரை விட்டுப் போயிருக்கலாம். கடுமையான இழப்பும், நிச்சயமற்ற எதிர்காலமும் அவர்களை நல்வாய்ப்புள்ள வேறொரு நகருக்கு உந்தித் தள்ளின.

கவனியுங்கள், மார்ஷல் ஃபீல்டுக்கும் மற்ற வியாபாரிகளுக்கும் இருந்த வித்தியாசத்தை. அதே வித்தியாசம் தான் எட்வின் பார்ன்ஸுக்கும் எடிசனிடம் பணியாற்றிக் கொண்டிருந்த மற்ற ஊழியர்களுக்கும் இடையே இருந்தது. அதே வித்தியாசம் தான்

ஜெயிப்பவர்களுக்கும் தோற்பவர்களுக்கும் இடையே இருப்பதும்.

பணம் என்றால் என்னவென்று தெரிந்து கொள்ளும் வயது வந்த உடனே பணத்தின் மீதான ஆசை மனிதனுக்கு வந்து விடுகிறது. ஆனால் ஆசை மட்டுமே பணத்தைக் கொண்டு வந்து சேர்க்காது. பணத்தைத் தீவிரமாக விரும்பி, அதற்காகத் திட்டமிட்டு விடாமுயற்சியுடன் உழைக்க முற்படும் போது அந்த ஆசை பணத்தைக் கொண்டு வந்து சேர்க்கும்.

ஆர்வம், பணமாக மாற வேண்டுமானால், கீழ்க்கண்ட ஆறு படிகளில் ஏற வேண்டும். ஆறு கட்டளைகளுக்கு நீங்கள் கீழ்ப்படிந்து நடந்தாக வேண்டும்:

1. எவ்வளவு பணம் உங்களுக்கு வேண்டும் என்று முதலில் முடிவு செய்து கொள்ளுங்கள். ''எனக்கு நிறையப் பணம் வேண்டும்'' என்று மொட்டையாக நினைத்துக் கொண்டால் போதாது. எவ்வளவு ரூபாய் என்பதைத் தெளிவாக மனதில் பதித்துக்கொள்ள வேண்டும். (இதற்கான உளவியல் காரணம் பின்னால் வரும் ஒரு அத்தியாயத்தில் விளக்கப்படும்.)
2. அந்தத் தொகையைப் பெற்றுக்கொள்ள உங்கள் தரப்பிலிருந்து என்ன கொடுக்கப் போகிறீர்கள் என்பதிலும் உறுதியாக இருங்கள். (வாழ்க்கையில் ஒன்றைக் கொடுக்காமல் இன்னொன்றைப் பெறமுடியாது என்பதை மறக்க வேண்டாம்.)
3. எந்தத் தேதிக்குள் உங்களுக்குப் பணம் வந்து சேர வேண்டும் என்பதையும் குறித்து வையுங்கள்.
4. அதற்கான திட்டத்தை வடிவமையுங்கள். ஆனால் செயலை இன்றே ஆரம்பித்து விடுங்கள். இன்னும் நான் தயாராகவில்லையே என்று தள்ளிப்போடாதீர்கள்.
5. மேற்சொன்னவற்றை ஒரு தாளில் எழுத்து மூலமாக அறிவியுங்கள். தேவைப்படும் தொகையின் அளவு, கிடைக்க வேண்டிய தேதி, அதற்காக நீங்கள் கொடுக்கப் போவது என்ன, எத்தனை தவணைகளில் அத்தொகையைச் சேகரிக்கப் போகிறீர்கள் என்ற திட்டம்.
6. மேற்படி அறிக்கையைத் தினமும் இரண்டு வேளை சத்தமாகப் படியுங்கள். காலையில் எழுந்தவுடன் ஒருமுறை, இரவில் படுக்கப்போகும் முன்பு ஒருமுறை. அப்படிப் படிக்கும்போதே, மேற்படி பணமானது உங்கள் கையில் வந்து சேர்ந்துவிட்டதாகவே நம்புங்கள். உணருங்கள்.

இந்த ஆறு கட்டளைகளை நீங்கள் பின்பற்ற வேண்டியது மிக முக்கியமாகும். அதிலும் முக்கியமானது, ஆறாவது கட்டளையாகும். கையில் வராத பணத்தை, அது ''வந்து சேர்ந்துவிட்டதாக'' எப்படிக் கருதமுடியும் என்று கேட்கலாம். அதுதான் **தணியாத ஆர்வத்தின்** இயல்பு. பணத்தின் மீதான உங்கள் **ஆர்வம்** உண்மையானதென்றால், தீவிரமானதென்றால், இப்படிக் கருதுவதில் உங்களுக்கு சிரமம் இருக்கப் போவதில்லை. பணத்தை வேண்டுவது, அதைப் பெறுவதற்கு உறுதியோடிருப்பது, அது கிடைத்துவிடும் என்று உங்களை நீங்களே **நம்பவைப்பது**-என்பதே நமது நோக்கம்.

''பணமே சிந்தனையாய்'' இருப்பவர்களால் மட்டுமே பணக்காரர்களாக முடியும். ''பணமே சிந்தனையாய்'' இருப்பதென்றால், மனமானது பணத்திற்கான **ஆர்வத்தால்** நிரம்பி, அதனால் இப்பொழுதே பணம் கைக்கு வந்துவிட்டதாக முழு நம்பிக்கை கொள்வதாகும்.

எந்தக் கோட்பாடுகளால் மனித மனம் இயங்குகிறது என்று தெரியாதவர்களுக்கு இந்த ஆறு கட்டளைகள் செயல்படுத்த இயலாதவையாகவே தோன்றும். பயனற்றவையாகவும் தோன்றும். அவர்களுக்கு நான் சொல்வது இதுதான்: ஓர் அமெரிக்க இரும்புத் தொழிற்சாலையில் அடிமட்ட ஊழியராக இருந்த ஆண்ட்ரூ கார்னகி இந்த ஆறு கட்டளைகளைப் பின்பற்றியதால் தான் நூறு மில்லியன் டாலர்களுக்கும் அதிகமாகப் பொருளீட்டி, மிகப் பெரும் செல்வந்தராக முடிந்தது.

இன்னொன்றும் சொல்ல முடியும். இந்த ஆறு கட்டளைகளையும் தாமஸ் ஆல்வா எடிசன் தானே முன்னின்று ஆராய்ந்து அதன் பிறகு பரிந்துரைத்துள்ளார். பணம் சேர்வதற்கு மட்டுமின்றி, எந்த ஒரு இலக்கிற்கும் இவை தேவை என்று அவர் கூறினார்.

இந்த ஆறு படிகளை (கட்டளைகளை) மேற்கொள்வதற்குக் ''கடின உழைப்பு'' தேவையில்லை. எந்தத் தியாகமும் செய்ய வேண்டியதில்லை. மற்றவர்கள் பார்வையில் ஏமாளியாகவோ, மற்றவர்களின் கேலிக்கு ஆளாகவோ வேண்டியதில்லை. குறிப்பிட்ட எந்தக் கல்வியும் தேவையில்லை. ஆனால் பணத்தைக் குவிப்பதற்கு அதிர்ஷ்டமோ, நல்வாய்ப்போ தேவையில்லை என்று புரிந்து கொள்ளும் அளவுக்குக் கற்பனாசக்தி வேண்டும். பணத்தைக் குவித்தவர்கள் எல்லாருமே முதலில் அதற்காகக் கனவு கண்டு, ஆசை கொண்டு, விருப்பம் கொண்டு, **ஆர்வம் கொண்டு, திட்டமிட்டு,** அதன் பிறகே வெற்றியடைந்தார்கள் என்பதைக் கவனத்தில் கொள்ள வேண்டும்.

இந்த இடத்தில் நீங்கள் ஒன்றைப் புரிந்து கொண்டாக வேண்டும்.

பணம், பணம் என்று உங்கள் மனம் பேராசையால் நிரம்பி வழிய வேண்டும். இதோ, பணம் வந்துவிட்டது என்று மனதார நம்ப வேண்டும். இல்லையேல் ஒருநாளும் நீங்கள் பணக்காரராக முடியாது.

இப்படித்தான், உலகில் நாகரிகம் தோன்றிய நாளிலிருந்து இன்றுவரை, பெரும் தலைவர்கள் எல்லாருமே கனவு கண்டு அதை மெய்யாக்கிக் கொண்டவர்களே என்பதை மறந்துவிடாதீர்கள்.

கிறிஸ்தவ மதம் இன்று மாபெரும் சக்தியாக உருவெடுத்து நிற்கிறதென்றால், அதை நிறுவியவர் அந்த அளவுக்கு வலிமைமிக்க கனவைத் தன் மனத்தளவிலும் ஆன்மாவிலும் கண்டவர் என்பதை உணர வேண்டும். அதனால் தான் அது பௌதிக உலகில் உண்மையாயிற்று.

உங்கள் கற்பனையில் செல்வத்தைப் பார்க்க முடியவில்லை என்றால் உங்கள் வங்கிக் கணக்கிலும் அது வரவே வராது. அமெரிக்காவில் இம்மாதிரியான, செயல்படக்கூடிய கனவுகளைக் காண்போர் முன்னெப்போதையும்விட இன்று அதிகமாகத் தேவைப்படுகிறார்கள். கடந்த ஆறு ஆண்டுக்கால பொருளாதார மந்தநிலை, பணக்காரன், ஏழை என்று எல்லாரையும் ஒரே நிலைக்குக் கொண்டு வந்துவிட்டது. எனவே யார் பணக்காரன் என்பதற்குப் புதிய பந்தயம் இப்போது ஆரம்பிக்கப் போகிறது. ஜெயிக்கப் போகிறவர்கள் எக்கச்சக்கமான செல்வத்தைக் குவிக்கப் போகிறார்கள். **பந்தயத்தின்** விதிகள் மாறிவிட்டன. அதனால் இனிமேல் ஒருவர் இருவர் அல்லர், இதுவரையில் வளர்ச்சியோ மேம்பாடோ இல்லாமல் சோர்ந்து கிடந்த ஆயிரக்கணக்கானவர்கள் ஜெயிக்கப் போகிறார்கள்.

பணத்தைத் தேடி ஓடும் இந்தப் பந்தயத்தில் ஜெயிப்பதற்குப் புதிய கருத்துருக்கள், புதிய செயல்முறைகள், புதிய தலைவர்கள், புதிய கண்டுபிடிப்புகள், புதிய கல்வி, புதிய சந்தைப்படுத்தும் வழிகள், புதிய நூல்கள், புதிய இலக்கியங்கள், புதிய ரேடியோ நிகழ்ச்சிகள், புதிய சினிமாக்கள் ஆகியவை அவசியம் என்பதை ஓட்டம் துவங்கும் முன்பு நாம் தெரிந்து கொள்வது நல்லது.

இவற்றின் அடித்தளத்தில் **உறுதியான நோக்கமும்**, நமக்கு என்னதான் வேண்டும் என்ற தெளிவும், அதை அடைவதற்கான தணியாத **ஆர்வமும்** இருக்க வேண்டும்.

வியாபார மந்த நிலையால், ஒரு யுகம் மறைந்து இன்னொரு புது யுகம் பிறந்துள்ளது. தங்கள் கனவுகளைச் செயல்பாட்டுக்குக் கொண்டு வரும் திறமையுள்ள கனவு காண்பவர்களே இந்த யுகத்தின் தேவை. இவர்களே இனி வரும் நாகரிகத்தின் படைப்பாளிகளாக

இருப்பார்கள்.

இதுவரை இல்லாத வாய்ப்புகளைக் கனவில் கண்டு, அவற்றில் இருக்கும் கண்ணுக்குத் தெரியாத சக்திகளைத் தம் வசப்படுத்தி, அவற்றை விண்முட்டும் மாளிகைகளாகவும், புதிய நகரங்களாகவும், தொழிற்சாலைகளாகவும், ஆகாயவிமானங்களாகவும், வாழ்க்கையை வளப்படுத்தும் இன்னபிற பொருட்களாகவும் மாற்றியவர்கள் யாரோ அவர்களே உண்மையான தலைவர்களாக இருந்திருக்கிறார்கள் என்பதைச் செல்வத்தை விரும்பும் நாம் மறந்துவிடக்கூடாது.

கனவு காண்பவர்களுக்கு இன்று தேவைப்படுவது சகிப்புத்தன்மையும், திறந்த மனதும் ஆகும். புதிய கருத்துருக்களைக் கண்டு அஞ்சுபவர்கள் தொடங்கிய போதே அழிந்து போவார்கள். முன்னோடிகளுக்கு மிகவும் உகந்த காலம் தற்காலமே. நாம் வெற்றி கொள்ள வேண்டிய பகுதி, 'கவர்டு வேகன்' சினிமாவில் வருவது போல் கடுமையான, கொடூரமான மேற்கு அமெரிக்கப் பகுதி இல்லை. மிகப் பெரிய வர்த்தக, நிதியியல் மற்றும் தொழிலியல் உலகமே இப்போது இருப்பது. அதைப் புதியதும், மேம்பட்டதுமான வார்ப்பில் இட்டு, புதிய இலக்கை நோக்கிச் செலுத்துவதே நம் முன்னுள்ள காரியம்.

செல்வந்தனாவதற்கு நீங்கள் கனவு காணும் போது, உங்களை ஏளனம் செய்வோரைப் பற்றிக் கவலைப்படாதீர்கள். மாறியுள்ள உலகில் மாபெரும் சாதனைகளைச் செய்ய முற்படும் போது நமக்கு முன்னோடிகளாக இருந்த பெரியோர்களின் கனவுகள் தாம் நமது நாகரீகத்திற்கு அடித்தளமான அம்சங்களையும், திறமைகளை வளர்த்து முன்னேற்றமடைவதற்கான வாய்ப்புக்களையும் வழங்கின என்பதை மறவாமல், அக்கனவுகளின் ஆன்மாவை வசப்படுத்த வேண்டும்.

'கண்டுபிடிக்கப்படாத உலகம்' ஒன்று இருப்பதாகக் கனவு கண்டு, அக்கனவிற்காகவே தனது வாழ்நாளை அர்ப்பணித்துக் கொண்டதால் அன்றோ கொலம்பஸ், அப்படி ஓர் உலகைக் கண்டுபிடிக்க முடிந்தது!

நமது பூமியைப் போல இன்னும் பல கோள்கள் இருப்பதாகக் கனவு கண்டதாலன்றோ கோப்பர்னிக்கஸ் அவற்றைக் கண்டுபிடிக்க முடிந்தது! ஜெயித்த பிறகு அக்கனவுக்காக அவரை யாராவது இகழ்ந்தார்களா? மாறாக அவரது சிலையடியில் வணங்கவே செய்தார்கள். அதனால் மீண்டும் ஒருமுறை நிரூபிக்கப்பட்டது இந்தப் பொன்மொழி:

''வெற்றி பெற்றால் வீண் கேள்விகள் இல்லை,
தோற்றாலோ பழி உனக்கன்றிப் பிறர்க்கு இல்லை.''

நீங்கள் மேற்கொள்ளும் காரியம் சரியானதாக இருந்தால், அதை நீங்கள் முழுமையாக நம்பினால், எழுங்கள், செயல்படுங்கள்! கொஞ்சம் தோற்றாலும் 'அவர்கள்' கேலி செய்வார்களே என்று கலங்காதீர்கள்! ஏனெனில் 'அவர்களுக்கு'த் தெரியாது இந்த விஷயம்:

''ஒவ்வொரு தோல்வியும் தனக்குச் சமமான
வெற்றியின் விதையைத் தாங்கி வருகிறது.''

குதிரைகளால் இழுக்கப்படாத ஒரு வண்டியைக் கண்டுபிடிக்க வேண்டுமென்று கனவு கண்டார் ஹென்றி ஃபோர்டு. அவர் ஏழை. படிப்பறிவில்லாதவர். வாய்ப்பு வருமென்று காத்திருக்காமல், தன்னிடம் என்ன இருந்ததோ அந்தக் கருவிகளைக் கொண்டே மோட்டார் வண்டியைக் கண்டுபிடித்தார். தன் கனவுகளைப் பூரணமாக நம்பி அவர் செயல்பட்டதால், வேறெந்த ஒரு மனிதரை விடவும் அதிகக் கார்களை அவரால் உற்பத்தி செய்ய முடிந்தது.

அதேபோல், மின்சாரத்தால் எரியக்கூடிய விளக்கைக் கண்டுபிடிக்க வேண்டுமென்று கனவு கண்டவர் தாமஸ் ஆல்வா எடிசன். பத்தாயிரம் முறை அவரது முயற்சி தோல்வியடைந்தது. ஆனாலும் தன் கனவைத் தொடர்ந்தார். கடைசியில் மின்சார விளக்கைக் கண்டுபிடித்தே விட்டார். கனவைச் செயல்படுத்த முடியுமென்று நம்புபவர்கள் பாதியில் **விட்டு ஓடுவதில்லை!**

சிகரெட் விற்பனைக்காக ஒரு சங்கிலித்தொடர் அங்காடியை வெலன் தொடங்க வேண்டுமென்று கனவு கண்டார். கனவு பலித்தது. இப்போது அமெரிக்காவின் எல்லா மூலைமுடுக்கிலும் யுனைடெட் ஸிகார் ஸ்டோர்ஸ் இருப்பதைக் காணலாம்.

லின்கன் கறுப்பின அடிமைகளுக்குச் சுதந்திரம் கிடைக்க வேண்டுமென்று கனவு கண்டார். அது நிறைவேறவிருந்த சமயம் அவரது உயிர் பறிக்கப்பட்டது.

ரைட் சகோதரர்கள் விண்ணில் பறக்கும் இயந்திரம் ஒன்றைக் கண்டுபிடிக்க முயன்றனர். அது எவ்வளவு திடமான கனவு என்பது, இப்போது வானத்தை அண்ணாந்து பார்க்கும் எவருக்கும் புரியும்.

மார்க்கோனியின் கனவு, ஈத்தரில் இருக்கும் கண்ணுக்குத் தெரியாத ஆற்றலைப் பயன்படுத்துவதற்கு ஒரு ஒழுங்குமுறையைக் கண்டுபிடித்தலாகும். அது வீண் கனவல்ல என்பதை உலகெங்கும்

ஒலிக்கும் ரேடியோக் கருவிகளைப் பார்த்தால் தெரியும். மார்க்கோனியின் கண்டுபிடிப்பு, ஏழையின் குடிலையும் செல்வந்தனின் மாளிகையையும் ஒரே தளத்தில் வைக்க உதவியது. வெவ்வேறிடத்தில் இருந்தவர்களையும் அடுத்த வீட்டுக்காரர் களாக்கியது. எப்போது விரும்பினாலும் அமெரிக்க ஜனாதிபதி நாட்டு மக்கள் அனைவருடனும் ஒரே சமயத்தில் உரையாட வழி செய்தது. ஆனால், கம்பியில்லாத முறையில், வானத்தின் மூலமாகத் தன்னால் சமிக்ஞைகளை அனுப்ப முடியும் என்று மார்க்கோனி கண்டுபிடித்து விட்டதாக முதலில் அறிவித்த போது அவருடைய ''நண்பர்கள்'' அவரை மனநிலை பாதிக்கப்பட்டவராகக் கருதி மருத்துவமனையில் வைத்து சோதித்தார்கள் என்பது உங்களுக்குத் தெரியுமா? இக்காலத்தியக் கண்டுபிடிப்பாளர்களின் பாடு பரவாயில்லை.

புதிய கண்டுபிடிப்புகளுக்கு உலகம் இப்போது பழக்கப்பட்டு விட்டது. இல்லையில்லை, புதிய கருத்துருவை யார் கனவு கண்டாலும் அவர்களை உடனே அங்கீகரித்துப் பரிசு வழங்கிட உலகம் சம்மதித்து விட்டது.

''எந்த மிகப் பெரிய சாதனையும் ஆரம்பத்தில், கொஞ்ச நாட்களாவது கனவாகவே இருந்திருக்கிறது.''

''விதைக்குள் உறங்குகிறது விருட்சம். முட்டைக்குள் காத்திருக்கிறது குஞ்சு. ஆன்மாவின் அடித்தளத்தில் விழித்திருக்கிறது ஒரு தேவதை. **நிஜமாகப்போகும் நிகழ்வுகளின் விதைகளே கனவுகள்.**''

கனவு காண்பவர்களே விழியுங்கள். எழுந்திருங்கள். அடித்துச் சொல்லுங்கள் நீங்கள் யாரென்று. உங்கள் நட்சத்திரம் இதோ விண்ணில் தெரிகிறது பாருங்கள். இதுதான் நீங்கள் எதிர்பார்த்திருந்த தருணம். பொருளாதார வீழ்ச்சியானது எல்லோருக்கும் பணிவையும், பொறுமையையும், திறந்த மனத்தையும் கொடுத்திருக்கிறது.

இன்றைய உலகில் அபரிமிதமான **வாய்ப்பு** உருவாகியிருக்கிறது. இது சென்ற தலைமுறையில் கனவு கண்டவர்களுக்குத் தெரியாது.

இது வேண்டும், **இதைச் செய்ய வேண்டும் என்னும் தணியாத ஆர்வம் தான்** கனவு காண்பவரின் தொடக்கப்புள்ளி. அலட்சியத்திலிருந்தோ, சோம்பலிலிருந்தோ, தீவிரமற்ற ஈடுபாட்டி லிருந்தோ கனவுகள் தோன்றுவதில்லை.

கனவு காண்பவர்களைப் பார்த்து இன்று யாரும் கேலி செய்வதில்லை. நடைமுறைக்குச் சாத்தியமில்லை என்று கூறுவதில்லை. அப்படியில்லை என்று நீங்கள் கருதினால், டென்னஸீக்குப் போய் வாருங்கள். டென்னஸீ நதியின் ஆற்றலை

வசப்படுத்தி, கெண்ட்டகி அணையை ஜனாதிபதி ட்ரூமன் கட்டியிருப்பதைப் பாருங்கள். இருபது வருடங்களுக்கு முன்பு அதைப் பைத்தியக்காரத்தனமான கனவாகவே கருதியிருப்பார்கள்.

பொருளாதார வீழ்ச்சியால் நீங்கள் ஏமாற்றம் அடைந்திருக்கலாம், பெரும் இழப்பைச் சந்தித்திருக்கலாம், உங்கள் இதயம் நொறுங்கிப் போயிருக்கலாம். தைரியமாய் இருங்கள் - இந்த அனுபவங்கள் உங்கள் ஆற்றலைப் பதப்படுத்தியுள்ளன. விலைமதிப்பற்ற சொத்தாக அவற்றை மதிக்க வேண்டும்.

மறந்துவிடாதீர்கள், வாழ்வில் வெற்றி கண்ட எல்லோரும் மோசமான ஆரம்பத்தோடு புறப்பட்டவர்களே. நெஞ்சைப் பிளக்கும் அனுபவங்களை வழியில் எதிர்கொண்டவர்களே. வெற்றிக் கோட்டை அதன்பிறகே அடைந்தவர்கள். ஏதோ ஒரு சிக்கலின் போது தான் தங்கள் வாழ்வின் திருப்புமுனையைக் கண்டிருப்பார்கள். அப்போது தங்களுக்குள் உறைந்திருந்த ''இன்னொரு மனிதன்'' அவர்களுக்கு அறிமுகமாகியிருப்பான்.

ஆங்கில இலக்கியத்தில் தலைசிறந்ததாகக் கருதப்படும் 'பில்கிரிம்ஸ் பிராக்ரஸ்' என்ற காவியத்தை ஜான் பன்யன் எழுதியது, அவருடைய மதக் கருத்துக்களுக்காகக் கடுமையாகத் தண்டிக்கப்பட்டு, சிறைச்சாலையில் அடைக்கப்பட்ட பிறகு தான்.

பெருத்த துரதிர்ஷ்டத்தைச் சந்தித்து, ஒஹையோ மாநிலத்தின் கொலம்பஸ் நகரில் சிறைச்சாலையில் அடைக்கப்பட்ட நிலையில் தான், ஓ. ஹென்றி, தனக்குள் உறங்கிக் கொண்டிருந்த (இலக்கிய) மேதைமையைப் புரிந்து கொள்ள முடிந்தது. துரதிர்ஷ்டம் **துரத்தியதால்** தனக்குள்ளிருந்த ''இன்னொரு மனிதனுக்கு'' அவர் அறிமுகமாகி, அதனால் தனது **கற்பனாசக்தியைப்** பயன்படுத்த ஆரம்பித்தார். தானொரு அற்பமான குற்றவாளியல்ல, ஆதர்சமான எழுத்தாளர் என்று கண்டு கொண்டார். வாழ்க்கையின் பாதைகள் புதிரானவை, வித்தியாசமானவை. அதிலும் பிரபஞ்சத்தின் அளவற்ற அறிவாற்றல் இன்னும் வித்தியாசமாகச் செயல்படுவதாகும். மனிதர்களை விதவிதமாகத் தண்டித்து அதன் பிறகே அவர்களது மூளையின் ஆற்றலையும், மனதின் ஏற்புத் திறனையும் உணர வைத்து, கற்பனைத்திறனை உண்டாக்கி, பயனுள்ள கருத்துக்களை வெளிவர வைப்பது.

எடிசன் விஷயத்திலும் அப்படித்தான். அவர் ''சாதாரணமான'' தந்தி ஊழியராக இருந்தார். பலமுறை தோற்றுப்போன பின்னர் தான், தன்னில் இருந்த மேதைமையை அவரால் உணர முடிந்தது.

சார்லஸ் டிக்கன்ஸ் சிறுவயதில் சாயப் பானைகளின் மீது லேபிள் ஒட்டிக் கொண்டிருந்தவர். காதல் தோல்வி அவரை உலுக்கி எடுத்து,

சிந்தனையைத் தூண்டி, உலகின் முக்கிய எழுத்தாளராக்கியது. சோகத்தில் எழுந்த முதல் நாவல், டேவிட் காப்பர் ஃபீல்டு. அதன் பின்னர் வரிசையாக ஏராளமான நாவல்களை எழுதி, வாசகர்களின் உலகத்தை விரியச் செய்தார். காதலில் தோல்வியுற்றால் ஆண்கள் குடிப்பழக்கத்திற்கு ஆளாவதும், பெண்கள் உயிரைவிட முயல்வதும் வழக்கம். காரணம் என்னவென்றால், தங்களின் பலமான உணர்ச்சிகளைப் பயனுள்ள காரியங்களுக்குத் திசைமாற்றும் கலையை அவர்கள் கற்றுக்கொள்ளாததே.

பிறந்த சிறிது காலத்திற்குள்ளேயே ஹெலன் கெல்லர் செவித்திறன், பேச்சுத்திறன், பார்வைத்திறன் ஆகிய மூன்றையும் இழந்தார். இப்படிப்பட்ட துயரத்திற்குப் பிறகும் உலக சரித்திரத்தில் தன் பெயரை அழியாத எழுத்துக்களால் பொறித்திருக்கிறார். தோல்வி என்பதை மனதால் ஏற்றுக்கொண்டாலொழிய, எவரும் தோல்வி அடைய வேண்டியதில்லை என்பதற்கு அவருடைய வாழ்க்கையே சாட்சியாகும்.

ராபர்ட் பர்ன்ஸ் ஒரு படிப்பில்லாத, குடிப்பழக்கமுள்ள நாட்டுப்புறத்து ஏழை. ஆனால் அழகான சிந்தனைகளை விதைத்த கவிஞர். முள்ளை எடுத்துவிட்டு அங்கே ஒரு ரோஜாவைப் பயிரிட்டு உலகை மேம்படுத்தியவர்.

பூக்கர் டி. வாஷிங்டன் அடிமையாகப் பிறந்தார். இனமும் நிறமும் அவருக்கு எதிரிகளாக இருந்தன. ஆனால் சகிப்புத்தன்மையோடும், திறந்த மனத்தோடும் எல்லாரிடமும், எல்லா நேரத்திலும் அவர் இருந்தார். **கனவு காண்பவராகவும்** இருந்ததால் தமது இனத்தின் மேன்மைக்குக் காரணமானார்.

பீத்தோவன் காது கேளாதவர். மில்டன் கண்பார்வை அற்றவர். ஆனால் தங்கள் கனவுகளைச் சீரிய சிந்தனையாக்கி இசையாகவும் கவிதையாகவும் கொடுத்ததால், காலத்தால் அழியாமல் இருப்பவர்கள்.

அடுத்த அத்தியாயத்திற்குப் போகும் முன்னால், உங்கள் மனதிற்குள் மீண்டும் ஆசை, நம்பிக்கை, தைரியம், பொறுமை ஆகியவற்றைக் கிளர்ந்தெழச் செய்யுங்கள். இவை உங்கள் மனத்தில் இருந்துவிட்டால், ஏற்கெனவே சொன்ன கோட்பாடுகளைச் செயல்படுத்த உங்களுக்குத் தெரிந்துவிட்டால், உங்களுக்கு வேண்டிய எல்லாமும் தாமே வந்துசேரும். நீங்கள் **தயாராக** இருக்க வேண்டும். இதையே எமர்சன் சொல்கிறார், கேளுங்கள்: ''உன் உதவிக்கும் வசதிக்கும் தேவையான எல்லாமும்-பழமொழியோ, புத்தகமோ, குறிப்போ-தெளிவான பாதையிலோ அல்லது சுற்றி வளைத்தோ உன்னிடம் வந்து சேரும். எந்த நண்பர்களைத்

தேடுகிறாயோ அவர்கள் தாமாகவே உன்னை வந்து தழுவிக் கொள்வார்கள்.''

ஒன்றை **விரும்புவது** வேறு, அதைப் பெற்றுக்கொள்ளத் **தயாராக** இருப்பது வேறு. ஒன்றைப் பெறமுடியும் என்று எப்போது நம்புகிறாயோ, அப்போது தான் அதைப் பெறுவதற்கு நீ தயாராக இருப்பதாகப் பொருள். அதாவது மனம் **நம்ப வேண்டும்.** வெறுமனே எதிர்பார்ப்பதோ, ஆசைப்படுவதோ போதாது. திறந்த மனம் வேண்டும். மூடிய மனங்களால் உறுதி, தைரியம், நம்பிக்கையை உண்டாக்க முடியாது.

துயரங்களையும் வறுமையையும் ஏற்றுக்கொள்ள எவ்வளவு முயற்சி வேண்டுமோ, அதே அளவு முயற்சி தான் அபரிமிதத்தையும் வளமையையும் ஏற்றுக்கொண்டு வாழ்வில் உயர்வதற்கு வேண்டுவது. இந்தப் பிரபஞ்ச உண்மையை ஒரு கவிஞன் இப்படிக் கூறுகிறான்:

''வாழ்க்கையிடம் எனக்கு ஒரு காசு வேண்டும்
என்று பேரம் பேசினேன்,
ஒரு காசைக் கொடுத்தது வாழ்க்கை,
நான் செய்த வேலையைக் கணக்குப் பார்த்தபோது
சம்பளம் குறைவு, கொஞ்சம் போட்டுக் கொடு என்று கெஞ்சினேன்.

''ஆனால், வாழ்க்கை என்பவன் ஒரு முதலாளி,
நீ கேட்ட சம்பளத்தை மட்டுமே தருவான்,
இவ்வளவுதான் சம்பளம் என்று நீ ஒப்புக்கொண்டபிறகு,
அந்தச் சம்பளத்திற்கே நீ வேலை செய்தாகவேண்டும்.

''அற்ப ஊழியனுக்குரிய சம்பளத்தில் இதுவரை,
வேலை செய்திருக்கிறேன். அப்புறம்தான் தெரிந்தது,
நான் மட்டும் கேட்டிருந்தால் வாழ்க்கை,
நான் கேட்ட சம்பளத்தையே மகிழ்ச்சியாகக்
கொடுத்திருக்கும் என்று.''

ஆர்வம், இயற்கையையே வெல்லும் சக்தி கொண்டது

இந்த அத்தியாயத்தின் உச்சகட்டமாக, எனக்கு மிகவும் நன்கு பழக்கமான, ஆனால் வித்தியாசமானதொரு ஆசாமியை உங்களுக்கு அறிமுகப்படுத்தப் போகிறேன். இருபத்தி நான்கு வருடங்களுக்கு முன்பு அவன் பிறந்த சில நிமிடங்களில் அவனைப் பார்த்தேன்.

காதுகள் இல்லாமல் அவன் பிறந்தான். டாக்டரின் கருத்தைக் கேட்ட போது, ஆம், அவன் வாழ்நாள் முழுதும் கேட்கவோ பேசவோ முடியாது என்றார்.

அவருக்கு நான் சவால்விட்டேன். அதற்கான உரிமை எனக்கிருந்தது. ஏனெனில் நான் தான் அவனுடைய தகப்பன். எனக்கும் ஒரு கருத்து இருந்தது. ஆனால் அதை யாரிடமும் வாய்விட்டுச் சொல்லவில்லை. மனதை அமைதியாக வைத்துக்கொண்டு எனக்குள் சொல்லிக்கொண்டேன், என்னுடைய மகனால் காது கேட்க முடியும், வாய் பேச முடியும் என்று. காதில்லாத குழந்தையை இயற்கை எனக்குக் கொடுத்திருக்கலாம், ஆனால் அந்த ஊனத்தை நான் ஏற்றுக்கொண்டு தான் ஆக வேண்டும் என்று அது கட்டாயப்படுத்த முடியாது.

என் மகன் பேசுவான், என் மகன் கேட்பான் என்று உள்மனதில் தோன்றியது. எப்படி முடியும்? ஏதாவது வழியிருக்க வேண்டும், அதை நான் கண்டுபிடிப்பேன் என்று உறுதி பூண்டேன். எமர்சனின் சாகா வரிகள் நினைவுக்கு வந்தன: ‘‘நடப்பதெல்லாம் நம்பிக்கையை ஊட்டுவதே. உன் கடன், பணிந்து நிற்பதே. உனக்கான ஆலோசனை தயாராக உள்ளது. மெல்லக் கேட்டால் உனக்கான சொல் காதில் விழும்.’’

அந்தச் சொல் எது? **ஆர்வம்** என்பதே. என் மகன் காது கேளாதவனாக, வாய் பேசாதவனாக இருக்கக்கூடாது என்ற **ஆர்வத்தை** நான் மனத்தில் பதித்துக் கொண்டேன். அந்த ஆர்வத்திலிருந்து ஒருகணமும் நான் பின்வாங்கவில்லை.

பல வருடங்களுக்கு முன்பு நான் எழுதிய வாசகம், ‘‘நமது எல்லையை வரையறுப்பது, நம் மனதில் நாம் வரையறுத்துக் கொண்ட எல்லைதான்.’’ அந்த வாசகம் தவறோ என்று முதல்முறையாகக் கவலைப்பட்டேன். காதுகள் இல்லாத ஒரு பச்சிளம் குழந்தை என் முன்னே படுத்துக்கிடந்தது. பிற்காலத்தில் அவனுக்குப் பார்க்கவும் பேசவும் முடிந்தாலும், காதில்லாத ஊனத்தோடு தான் இருப்பான். நல்ல வேளை, இந்த எல்லைக்கோடு அந்தக் குழந்தை தன் மனத்தில் ஏற்படுத்திக் கொண்ட எல்லைக்கோடு அல்ல.

இப்போது நான் என்ன செய்வது? காதுகளின் உதவி இன்றியே ஓசையை மூளைக்குக் கொண்டு செல்ல ஏதாவது வழி நிச்சயம் இருக்கும் என்னும் **தணியாத ஆர்வம்** என் மனத்திற்குள் இருந்தது. அந்தக் குழந்தை ஒத்துழைக்கும் வயதை எட்டியவுடன், எப்படியாவது அந்தக் குழந்தையின் மனதிற்குள் அந்த **தணியாத ஆர்வத்தை** இடம் மாற்றியாக வேண்டும். அப்படிச் செய்துவிட்டால், இயற்கை எப்படியாவது அதை உண்மையாக்கி விடும்.

இதெல்லாமே என் மனத்திற்குள் நிகழ்ந்த சிந்தனைகள். யாரிடமும் இதைப் பற்றி நான் பேசவில்லை. என் மகன் ஊமையாகவோ செவிடாகவோ இருப்பதை நான் ஏற்க மாட்டேன் என்ற சபதத்தை ஒவ்வொரு நாளும் என் மனத்தில் புதுப்பித்துக் கொண்டேன்.

அவன் வளரத் தொடங்கியதும், தன்னைச் சுற்றியுள்ளவற்றைக் கவனிக்கத் தொடங்கியதும், அவனுக்கு ஓரளவு கேட்கும் திறன் இருந்ததைக் கண்டோம். மற்றக் குழந்தைகள் பேச ஆரம்பிக்கும் வயதில் இவன் பேசவேயில்லை. ஆனால், அவனது அசைவுகள் மூலம் அவனால் ஒரு சில ஓசைகளைக் கேட்க முடிவதை அறிந்தோம். அது போதுமே! கொஞ்சம் கேட்க முடிந்தாலும் அதை வைத்து அவனால் இன்னும் அதிகம் கேட்க முடியும் என்று நான் நம்பினேன். எனக்கு நம்பிக்கையளிக்கும் விதமாக ஒன்று நடந்தது. சற்றும் எதிர்பாராத இடத்தில் இருந்து அது வந்தது.

நாங்கள் 'விக்ட்ரோலா' என்னும் ஒரு கிராமபோன் பெட்டி வாங்கினோம். இசைத்தட்டைக் கேட்ட நிமிடமே, குழந்தை பரவசமாகி விட்டான். பெட்டியைக் கையோடு எடுத்துக்கொண்டு விட்டான். சில குறிப்பிட்ட பாடல்களை அவன் விரும்பினான். உதாரணமாக: ''இட்'ஸ் அ லாங் வே டு டிப்பெரார்ி.'' (போர்வீரர்களின் வீரநடைப் பாடல்.) ஒருநாள், அந்தப் பாடலைத் திரும்பத் திரும்பப் பாடவைத்துக் கேட்டான். இரண்டு மணி நேரம், கிராமபோன் பெட்டியின் மேல்மூடியின் முனையில் தன் பற்களை வைத்துக்கொண்டு கேட்டான். இப்படிக் கேட்பதை அவன் பழக்கமாக்கிக் கொண்டான். காரணம் புரியவில்லை. எத்தனையோ வருடங்களுக்குப் பிறகே ''எலும்புகளின் வழியாக ஓசையைக் கடத்துதல்'' என்ற கோட்பாடு இருப்பதை நாங்கள் அறிந்தோம்.

இந்த நிகழ்ச்சிக்குப் பிறகு, ஒன்றை நான் அறிந்தேன்: அவனது செவிமடலின் அருகிலோ, அல்லது மூளையின் அடிப்பகுதியிலோ, எனது உதடுகளை வைத்தபடி நான் பேசினால், அவனால் தெளிவாகக் கேட்கமுடிந்தது! எனது தணியாத ஆர்வத்தை உண்மையாக்குவதற்கான கருவியாக இதை நான் உணர்ந்தேன். போகப்போக அவன் சில வார்த்தைகளை உச்சரிக்க முயன்றுகொண்டிருந்தான். ஆனால் எதுவும் உற்சாகம் அளிப்பதாயில்லை. ஆனால் **நம்பிக்கையோடு சேர்ந்த எனது ஆர்வம்,** முடியாது என்ற சொல்லை ஏற்பதில்லையே!

எப்படியோ, எனது வார்த்தைகளை அவனால் கேட்க முடிகிறது என்று தெரிந்த பிறகு, அவனுக்குக் கதை சொல்ல ஆரம்பித்தேன். அதன் மூலம் 'கேட்க வேண்டும்' என்ற ஆசை அவனுக்குள் அதிகமாக வேண்டும் என்பது என் குறிக்கோள். படுக்கும்

போது கதைகள் சொன்னேன். அவனுக்காகவே புதிய கதைகளை உண்டாக்கினேன். தற்காப்பு, கற்பனை செய்தல், மற்றவர்களைப் போல் கேட்கும் திறன் பெறுதல் போன்ற கருத்துக்களில் கதைகள் சொன்னேன்.

ஒரு கதையை மட்டும் அடிக்கடி சொன்னேன். ஒவ்வொரு முறையும் சிறிது மாற்றிச் சொன்னேன். அவனுடைய ஊனம் உண்மையில் குறைபாடல்ல, மதிப்பு வாய்ந்த ஒரு சொத்து என்று அக்கதையில் வரும். எனக்குத் தெரிந்த கோட்பாடுகள் எல்லாமே, **''ஒவ்வொரு ஊனமும் தனக்குச் சமமான நன்மையின் விதையைத் தாங்கி வருகிறது''** என்று சொன்னாலும், இவனுடைய ஊனம் எப்படி ஒரு சொத்தாக மாறும் என்று எனக்குத் தெரியவில்லை என்பதை ஒப்புக் கொள்ளத்தான் வேண்டும். ஆனாலும் அந்தக் கோட்பாட்டைக் கதைகளுக்குள் வைத்து அவனுக்குக் கொடுக்கத் தயங்கவில்லை. என்றாவது ஒருநாள் அவனே அதற்கான வழியைக் கண்டுபிடிக்கக்கூடும் என்று நம்பினேன்.

ஆனால், இயற்கையால் வழங்கப்படாத காது என்னும் உறுப்பை எப்படி உன்னால் ஈடு செய்ய முடியும் என்றது பகுத்தறிவு.

எனது **நம்பிக்கையோடு** கூடிய **ஆர்வமோ,** பகுத்தறிவைப் புறந்தள்ளிவிட்டு மேலே போ என்றது.

இத்தனை வருடங்களுக்குப் பிறகு இந்த விஷயத்தை ஆராயும் போது, என் மீது மகன் கொண்ட நம்பிக்கையே ஆச்சரியமான விளைவுகளுக்குக் காரணமானது என்று தெரிகிறது.

நான் சொன்ன எதையும் அவன் கேள்வி கேட்கவில்லை. அவனுடைய அண்ணனைவிட அவனுக்குப் பள்ளியில் அதிக முக்கியத்துவம் கிடைக்கும் என்றேன். அது பலவழிகளில் வரும் என்றேன். உதாரணமாக, இவனுக்குக் காதுகள் இல்லாததால், ஆசிரியர்கள் அதிகப் பரிவோடு இவனை நடத்துவார்கள், அதிக கனிவோடு கற்பிப்பார்கள் என்று சொன்னேன். அப்படியே நடந்தது. அவனுடைய தாயாரும் அடிக்கடி பள்ளிக்குச் சென்று இதற்கு வழி செய்தார். இவன் பெரியனாகி, அண்ணனைப் போல பேப்பர் விற்கத் தொடங்கினால், மக்கள், இவன் மீது கனிவு கொண்டு, இவனுக்கு அண்ணனைவிட அதிகம் தருவார்கள் என்றேன்.

படிப்படியாக அவனது செவித்திறன் வளர ஆரம்பித்தது. மேலும், தான் ஊனமானவன் என்ற எண்ணம் சிறிதுகூட அவனுக்கு ஏற்படவில்லை. எங்கள் கல்விமுறையால் அவனுக்குப் பயன் கிடைத்ததை அவனுக்கு ஏழு வயதான போது நாங்கள் அறிந்தோம். அதற்குச் சில மாதங்கள் முன்னதாகவே தெருவில் சென்று பேப்பர்

போடும் வேலையைச் செய்வதற்கு அனுமதி கேட்டிருந்தான். ஆனால் காது கேளாமையால் அவனுக்குத் தொந்தரவு ஏற்படலாம் என்ற பயத்தால் அவனுடைய தாயார் சம்மதிக்கவில்லை.

ஆனால் அவன் விடுவதாயில்லை. ஒருநாள் வீட்டில் அவனும் வேலைக்காரர்களும் மட்டுமே இருந்த நிலையில், அவன் சமையலறை சன்னலின் மீது ஏறி, தரையில் குதித்தான். தன்போக்கில் கிளம்பிவிட்டான். அருகில் இருந்த செருப்புக் கடைக்காரரிடம் ஆறு செண்ட்டு கடன்வாங்கி, பேப்பர்கள் வாங்கி விற்றான். அந்த முதலீட்டில் மறுபடி பேப்பர் வாங்கி விற்றான். இவ்வாறே மாலைவரை செய்தான். கையில் இருந்ததைக் கணக்குப் போட்டதில் ஆறு செண்ட்டு கடனைத் திருப்பிக் கொடுத்தபிறகு அவனிடம் இருந்தது நாற்பத்திரண்டு செண்ட்டுகள்! இரவில் நாங்கள் வீடு திரும்பியபோது அவன் ஆழ்ந்த உறக்கத்தில் இருந்தான், அந்தப் பணத்தைக் கையில் இறுக்கமாகப் பிடித்தபடி!

அவன் கையைத் திறந்து பார்த்த தாயார் கதறி அழுதாள். அவனது முதல் வெற்றிக்கு அந்த அழுகை பொருத்தமாகப்படவில்லை. நான் கலகலவென்று சிரித்தேன். தன் மீது நம்பிக்கை கொள்ளும் மனநிலையை அவனுக்குள் விதைக்கும் என் முயற்சிக்குக் கிடைத்த வெற்றியல்லவா அது!

தெருத்தெருவாகப் போய் ஆபத்தான தொழிலை மேற்கொண்ட செவித்திறன் இல்லாத சிறுவனாக அவனைப் பார்த்தாள் தாயார். தைரியமான, பேராசையுள்ள, சுயச்சார்புடைய, தன்மீது கொண்ட நம்பிக்கையை நூறு மடங்காக வளர்த்துக் கொண்ட ஒரு வெற்றிகரமான வியாபாரியாக நான் அவனைப் பார்த்தேன். அவனுடைய செயல் எனக்கு மிக்க மகிழ்ச்சியை அளித்தது. ஏனென்றால் அது அவனோடு வாழ்நாள் முழுவதும் இருக்கப் போகின்ற சமயோசித அறிவை எடுத்துக்காட்டியது.

இதை நிரூபிப்பது போல் பல நிகழ்ச்சிகள் பின்னால் நடந்தன. அண்ணனுக்கு ஏதாவது வாங்கினால் அது தனக்கும் வேண்டுமென்று தரையில் விழுந்து கை கால்களை உதறிக்கொண்டு அடம்பிடிப்பான். அது கிடைத்துவிடும். தனக்கு ஏதாவது வேண்டுமென்றால், அதற்கான பணத்திற்கு அவனே திட்டமிட்டு சம்பாதித்து அதை வாங்கிக் கொள்வான். இன்றுவரை அப்படியே செய்கிறான்!

செயல் புரியாமல் இருப்பதற்கு ஊனத்தைக் காரணமாகக் காட்டாமல், அதே ஊனத்தை இலட்சியத்தை அடைவதற்கான படிகளாக்கி வெற்றியடைய முடியும் என்று என் மகன் எனக்கே கற்றுக் கொடுத்திருக்கிறான்.

அவன் நன்றாகப் படித்தான். உயர்நிலைப் பள்ளி, பிறகு

கல்லூரி. அருகில் வந்து உரக்கச் சொன்னாலொழிய, அவனால் ஆசிரியர்களின் போதனையைக் கேட்கமுடியவில்லை. அவனைக் காதுகேளாதோருக்கான பள்ளிக்கு அனுப்ப எங்களுக்குச் சம்மதமில்லை. **சமிக்ஞை மொழியை அவன் கற்றுக்கொள்ளவும் நாங்கள் அனுமதிக்கவில்லை.** சராசரியான சிறுவர்களோடு அவன் பழகவேண்டும், சராசரி வாழ்க்கையை வர்ழவேண்டும் என்பதில் நாங்கள் தீர்மானமாக இருந்தோம். அதனால் பள்ளிகளில் நாங்கள் அடைந்த தொந்தரவுகள் கொஞ்சமல்ல.

உயர்நிலைப் பள்ளியில் இருந்த போது, செயற்கைக் காதுக்கருவி ஒன்றை அவன் பயன்படுத்திப் பார்த்தான். ஆனால் பயனில்லை. காரணம், அவனது ஆறு வயதில் டாக்டர் கோர்டன் வில்சன் ஆபரேஷன் செய்தபோது சொன்னபடி, அவன் தலையின் ஒரு பகுதியில் செவித்திறனுக்கான உறுப்பு, பிறக்கும்போதே இல்லையாம். அதிலிருந்து பதினெட்டு வருடங்களுக்குப் பிறகு ஓர் அதிசயம் நிகழ்ந்தது. அவன் வாழ்வின் திருப்புமுனையாகவும் அது அமைந்தது.

தற்செயலாக நடந்தது தான் அது. இன்னொரு காதுக்கருவி அவனிடம் சோதித்துப் பார்ப்பதற்காக வழங்கப்பட்டது. முந்தைய அனுபவம் திருப்தியாக இல்லாததால் இதைப் பரிசோதிப்பதில் அவன் அலட்சியமாக இருந்தான். ஒருநாள் காதில் மாட்டிக்கொண்டு தான் பார்ப்போமே என்று பேட்டரியை இணைத்தான். என்ன ஆச்சரியம்! மந்திரம் போட்டாற் போல், அவனுக்குக் காது கேட்க ஆரம்பித்தது! **சராசரி மனிதர்களைப் போல காது கேட்காதா என்று வாழ்நாளெல்லாம் ஏங்கிக்கிடந்த அவனுடைய ஆர்வம் நிறைவேறிவிட்டது!** ''புரிந்துகொள்ள முடியாத வழிகளில் இறைவன் ஓடிவந்து விந்தைகள் புரிவான்.''

தன்னுடைய உலகமே மாறிவிட்டதை உணர்ந்தவன், உடனே தன் தாயாரைத் தொலைபேசியில் அழைத்தான். அவள் பேசுவது தெளிவாகக் கேட்டது! மறுநாள் கல்லூரிக்குச் சென்ற போது, பேராசிரியர்கள் பாடம் நடத்துவது வாழ்க்கையில் முதல்முறையாக அவனுக்குக் கேட்டது. முன்பெல்லாம் பக்கத்தில் வந்து உரக்கப் பேசினால் தான் கேட்கும். அவனால் இப்போது ரேடியோ கேட்க முடிந்தது. சினிமா பார்க்க முடிந்தது. அதேபோல், வாழ்க்கையில் முதல்முறையாக மற்றவர்களுடன், அவர்கள் கத்திப்பேச வேண்டிய அவசியம் இல்லாமல், சரளமாக உரையாட முடிந்தது. நிஜமாகவே இப்போது அவன் மாறியதோர் உலகத்தில் இருந்தான். இயற்கை தனக்கு இழைத்த ஊனத்தை அவன் ஏற்க மறுத்தான். அவனது **விடாமுயற்சி கலந்த ஆர்வமானது,** அப்போதிருந்த ஒரே வழியான

அந்தக் கருவியின் மூலமாக அவனுக்கு இழைக்கப்பட்ட பிழையைத் திருத்திக் கொடுத்தது.

ஆர்வம் தன்னாலான பலனைக் கொடுக்க ஆரம்பித்துவிட்டது. ஆனால் முழுமையாக அல்ல. தனது ஊனத்தைச் சொத்தாக மாற்றுவதற்கு அவனுக்கு வழி தெரிந்தாக வேண்டுமே!

தனக்கு நேர்ந்த விளைவின் முக்கியத்துவத்தை அறியாமல், ஆனால் மகிழ்ச்சி பொங்கத் தனது அனுபவத்தை விவரித்து அக்கருவியைத் தயாரிக்கும் நிறுவனத்திற்கு அவன் கடிதம் எழுதினான். அதில் அவன் சொன்னதைவிட, சொல்லாத ஏதோ ஒன்றைப் புரிந்து கொண்ட நிறுவனம் அவனை நியூயார்க் நகருக்கு அழைத்தது.

அவனைத் தொழிற்சாலை முழுவதும் அழைத்துப் போய்க் காட்டினார்கள். தலைமைப் பொறியாளரோடு பேசிக் கொண்டிருந்த போது அவனுக்குத் திடீரென்று ஒரு யோசனை, கருத்துரு, உத்வேகம் பளிச்சிட்டது. அதனுடைய ஆற்றல் தான் அவனது ஊனத்தை ஒரு சொத்தாக மாற்றி, அதன் பலனாகப் பணத்தையும், ஆயிரக்கணக்கானவர்களுக்கு என்றென்றும் வாழ்வில் மகிழ்ச்சியையும் உண்டாக்கியது.

தனக்கு எவ்வாறு அந்தக் கருவி மாறிய உலகத்தைக் கொண்டு வந்ததோ, அந்தக் கதையை உலகுக்குச் சொல்ல ஒரு வழி பிறக்குமானால், நாட்டிலுள்ள பத்து லட்சம் காது கேளாதோருக்கு அது எவ்வளவு பெரிய உதவியாக இருக்கும் என்ற எண்ணமே அது.

அப்போதே அந்த இடத்திலேயே அவன் முடிவு செய்தான், தன்னுடைய எஞ்சிய வாழ்நாளைக் காது கேளாதோரின் நலனுக்காகவே அர்ப்பணித்துக் கொள்வது என்று.

அடுத்த ஒரு மாதம், அத்தயாரிப்பாளரின் மார்க்கெட்டிங் ஒழுங்குமுறையைத் துருவி ஆராய்ந்தான். காது கேளாதோருக்கு அக்கருவியைப் பற்றி தகவல் கொடுப்பது எப்படி என்றும், தனக்குக் கிடைத்த ''மாறிய உலகத்தை'' அவர்களுடன் பகிர்ந்து கொள்வது எப்படி என்றும் ஆலோசித்தான். தனது ஆராய்ச்சியின் முடிவை இரண்டாண்டுத் திட்டமாகக் காகிதத்தில் வடித்து நிறுவனத்திடம் கொடுத்தான். அவ்வளவு தான், அவனுக்கு நல்ல பதவியை வழங்கி, அவனுடைய திட்டத்தை அவனையே செயல்படுத்தச் சொன்னது நிறுவனம்.

அப்பதவியை ஏற்ற போது அவனுக்குத் தெரியாது, தனது பணியால் பல்லாயிரக்கணக்கான காது கேளாதோருக்கு உடனடி நிவாரணத்தையும் நம்பிக்கையையும் உண்டாக்கிப் புதுவாழ்வைத் தரப்போகிறோம் என்று.

பதவியேற்ற சிறிது காலத்திற்குப் பிறகு தனது நிறுவனத்தில் காது கேளாதோருக்குக் கேட்கவும் பேசவும் தரப்படும் பயிற்சி வகுப்பிற்கு என்னை அழைத்தான் என் மகன். அப்படியொரு கல்விமுறை இருப்பதாக எனக்குத் தெரிந்திருக்கவில்லையாதலால், சற்று அவநம்பிக்கையுடனேயே சென்றேன். இருந்தாலும் ஓரளவுக்குப் பயன் இருக்கும் தான் என்று கருதினேன். அங்கு நான் பார்த்த செய்முறையானது, என் மகனின் மனத்தில் நான் விதைத்த 'காது கேட்க வேண்டும்' என்ற **ஆர்வம்,** எவ்வளவு பெரிய இலட்சியமாக உருமாறியிருக்கிறது என்று காட்டுவதாக இருந்தது. இருபது வருடங்களுக்கு முன்பு என் மகனுக்கு எப்படிப் போதித்தேனோ அதே முறையில் இவர்கள் காது கேளாமல், வாய் பேசாமல் இருப்பவர்களுக்குப் போதிப்பதைக் கண்டு வியந்து போனேன்.

விதியெனும் சக்கரத்தின் அதிசயமான சுழற்சியால் நானும் என் மகன் பிளேரும், இந்தக் குறைபாட்டுடன் பிறக்கும் குழந்தைகளுக்கு நிவாரணம் வழங்கி, மற்றவர்களைப் போலவே சாதாரணமான வாழ்வை அவர்கள் மேற்கொள்ள உதவி செய்யும் நிலைக்கு வந்திருக்கிறோம். எனக்குத் தெரிந்தவரை நாங்கள் இருவர் தாம் இந்தக் குறைபாட்டை நீக்கிக் காட்டியவர்கள் என்பதால் நாங்கள் தேர்ந்தெடுக்கப்பட்டிருக்கிறோம் என்று தோன்றுகிறது. ஒருவருக்கு இது முடியுமானால், வேறெவருக்கும் இது முடியும்.

பிளேரின் மனத்தில் புகுந்து, நானும் அவன் தாயும் அவனை நெறிப்படுத்தியிராவிட்டால், அவனும் ஒரு காது கேளாத, வாய் பேசாதவனாகவே இருந்திருப்பான் என்பதில் ஐயமில்லை. அவனைப் பிரசவம் பார்த்த டாக்டர், அவனுக்கு வாழ்நாள் முழுதும் கேட்கவோ பேசவோ வராது என்று என்னிடம் இரகசியமாகக் கூறினார். இப்போது சில வாரங்களுக்கு முன்பு அவனைப் பரிசோதித்த சிறப்பு மருத்துவரான டாக்டர் இர்விங்க் ஊர்ஹீஸ், பிளேரின் கேட்கும், பேசும் ஆற்றலைப் பார்த்து வியந்து போனார். எக்ஸ்ரே படத்தில் பார்த்தால் மண்டையோட்டில், காதிலிருந்து மூளைக்குச் செல்ல வேண்டிய துளை இல்லவே இல்லை. ''மருத்துவக் கொள்கைப்படி பார்த்தால், அவனால் காது கேட்கவே முடியாது'' என்றார். ஆனால் அவனால் கேட்க முடிகிறது.

கேட்கவும் பேசவும் முடிகிற சாதாரணமான மனிதனாக வாழ வேண்டும் என்னும் **ஆர்வத்தை** பிளேரின் மனதில் நான் விதைத்த போது, அந்த ஆர்வத்தின் ஆற்றலோடு அதிசயமான ஏதோ ஒரு செல்வாக்கும் அவன் மனதினுள் புகுந்து, அவனது மூளைக்கும் வெளியுலகத்திற்கும் இடையில் நிலவிய மௌனத்தின் மீது

பாலம் அமைத்து, மிகச் சிறந்த மருத்துவ அறிஞர்களாலும் புரிந்து கொள்ள முடியாத வகையில் அவனுக்குக் கேட்கும் சக்தியை உண்டாக்கியிருக்கிறது. இயற்கை இதை எப்படி நிகழ்த்தியது என்று ஊகிப்பதே அதன் புனிதத்தன்மையைக் குறைப்பதாக எனக்குப் படுகிறது. அதே சமயம் இந்த நிகழ்வில் என்னுடைய பணிவான பங்கும் உள்ளதைச் சொல்லாமல் விடுவதும் மன்னிக்க முடியாத குற்றமாகலாம். நீடித்த **நம்பிக்கையோடு** தனது **ஆர்வத்தைத்** தொடர்பவனால் முடியாதது என்று ஏதுமில்லை என்பதைச் சொல்வது எனது கடமை மட்டுமல்ல, உரிமையும் கூட.

தணியாத ஆர்வமானது, விசித்திரமான வழிகளில் தன்னை உருமாற்றிக்கொள்ள வல்லது என்பது உண்மையே. பிளேர் இயற்கையான வழியில் கேட்கும் சக்தியை விரும்பினான், அது கிடைத்துவிட்டது! அவனைப் போன்ற குறைபாடு கொண்ட யாரும், எழுதிக் காட்டுவதற்குச் சில பென்சில்களும் பிச்சை எடுப்பதற்கு ஒரு தகரக் குவளையுமாகத் தெருவில் அலைந்திருக்க வேண்டியவர்களே. ஆனால் பிளேருக்கோ, அவனைப் போன்ற லட்சக்கணக்கானவர்களுக்கு வேலை வாய்ப்பும் ஊதியமும் கிடைக்க வழி செய்வதற்கு அக்குறைபாடு ஒரு வாய்ப்பாக அமைந்துவிட்டது. அத்துடன் அவனுக்கும் வாழ்நாள் முழுவதற்குமான வேலைக்கும், வருமானத்திற்கும் ஆதாரமாகவும் அமைந்துவிட்டது.

குழந்தையாக இருக்கையில், அவனது ஊனமே ஒரு சொத்தாக மாறிவிடும் என்று அவன் மனதில் நான் விதைத்த ‘‘பச்சைப் பொய்களை’’ அவன் **நம்பியதால்** பயன்பெற்றான். ஆனால் **தணியாத ஆர்வமும் நம்பிக்கையும்** சேர்ந்தால் எதையும் நிஜமாக்க முடியும். அது சரியா தவறா என்பதில்லை. இக்குணங்கள் எல்லாருக்கும் இலவசமாகக் கிடைப்பவை. எவ்வளவோ மனிதர்களின் பிரச்சினைகளை ஆராய்ந்ததில் **ஆர்வத்தின்** ஆற்றலை இதைவிட அதிகமாக வெளிக்காட்டிய அனுபவம் வேறொன்றுமில்லை. நூலாசிரியர்கள் சில நேரம் போதுமான அடிப்படை அனுபவம் இல்லாமல் சில விஷயங்களைத் தவறாக எழுது நேர்வதுண்டு. நான் அதிர்ஷ்டசாலி. என் மகனுக்கு நேர்ந்த உண்மை அனுபவத்தின் மூலம் **ஆர்வத்தின் ஆற்றல்** நிரூபிக்கப்பட்ட பின்னரே இதை எழுதுகிறேன். அவனுக்கு இறையருளால் கிட்டிய அனுபவம் இது. இறையருளே ஆர்வத்திற்கு முன்னால் வளைந்து கொடுக்கும் என்றால், தர்க்கரீதியில் பார்த்தாலும் மனிதர்களால் அதை முறியடிக்க இயலுமா?

மனித மனம் இருக்கிறதே, அது அதிசயமானது, புரிந்து கொள்ள முடியாதது. தான் சந்தித்த மனிதர்களையும், சந்தர்ப்பங்களையும்,

பொருட்களையும் பயன்படுத்தி, **ஆர்வத்தைப்** பௌதிகப் பொருளாக அது எவ்வாறு மாற்றுகிறது என்று புரிவதேயில்லை. அறிவியல் இந்த இரகசியத்தை என்றாவது கண்டுபிடிக்கக்கூடும். என் மகனின் மனதில், சாதாரண மனிதர்களைப் போல் அவனும் கேட்க வேண்டும், பேச வேண்டும் என்ற **ஆர்வத்தை** உண்டாக்கினேன். அது நிஜமானது. அதற்கான செயல்முறை மூன்று படிகளைக் கொண்டது. முதல் படி, அவனுக்குக் காது சாதாரணமாகக் கேட்க வேண்டும் என்ற **ஆர்வத்தை நம்பிக்கையோடு கலந்து** என் மகனுக்குக் கொடுத்தது. இரண்டாவது படி, அந்த ஆர்வத்தை இடைவிடாது, பல வருடங்கள் நான் அவனுக்குச் சொல்லிக்கொண்டே இருந்தது. மூன்றாவது படி, **என்னை அவன் நம்பியது!**

இந்த அத்தியாயத்தை முடிக்கும் தருவாயில், திருமதி. ஷூமன் ஹெயிங்க் என்ற பெண்மணியின் மரணச்செய்தி கிடைத்தது. அதில் இருந்த சிறு பகுதியை இங்கே தருகிறேன். ஒரு பாடகியாக நம்பமுடியாத அளவுக்கு வெற்றிகண்ட அந்தப் பெண்மணியின் சாதனைக்கு அவளது **ஆர்வமே** காரணம்.

பாடகியாக வாழ்க்கையைத் தொடங்கும் முன்பு, அவள் வியன்னா நகரின் 'கோர்ட் ஓபெரா' வின் இயக்குனரிடம் சென்று தனக்குக் 'குரல் சோதனை' நடத்துமாறு கேட்டாள். அவர் மறுத்தார். அழகிய தோற்றமோ, நல்ல ஆடைகளோ அவளிடம் இல்லை. ''அதற்கான ஆளுமையோ, முக அழகோ உன்னிடம் இல்லையே, குழந்தாய்! நீ ஓபெராவில் எவ்வாறு வெற்றி பெறுவாய்? அந்த எண்ணத்தை விட்டுவிடு. ஒரு தையல் மெஷின் வாங்கி வேலையைத் தொடங்கு என்று அறிவுரை கூறினார் அவர். **நீயாவது, பாடகி ஆவதாவது**.''

வியன்னா நகரின் 'கோர்ட் ஓபெரா'வின் இயக்குநருக்குப் பாடுவதின் நுணுக்கங்கள் நன்கு தெரியும். ஆனால் பிடிவாதமான ஆர்வத்தின் ஆற்றலை அவர் சிறிதும் அறியமாட்டார். அறிந்திருந்தால், பரிசோதிக்காமலேயே ஒரு மேதையைப் புறக்கணித்திருப்பாரா? பல வருடங்களுக்கு முன்பு, என் தொழில் நண்பர் உடல்நலம் குன்றியிருந்தார். பல நாள் மருந்து கொடுத்தும் பயனில்லாததால், அறுவை சிகிச்சைக்கு அனுமதிக்கப்பட்டார். சக்கர நாற்காலியில் அறுவைமேடைக்கு அவரைக் கொண்டு போன போது நான் பார்த்தேன். இவ்வளவு பலம் குறைந்த ஒருவரால் பெரிய அறுவை சிகிச்சையைத் தாங்கமுடியுமா என்று எண்ணினேன். அதேபோல் அவர் பிழைப்பது அரிது என்றார் டாக்டர். ஆனால் அது **டாக்டரின் கருத்து,** நோயாளியின் கருத்தன்று. அறைக்குள் சக்கர நாற்காலி நுழையும் போது நோயாளி மெல்லிய குரலில் என்னிடம் சொன்னார்: 'தலைவா! வருந்தாதே! இன்னும் சில நாளில்

நான் வெளியே வந்துவிடுவேன்!' நர்ஸ் என்னை சோகத்தோடு பார்த்தார். ஆனால் நோயாளி குணமாகி, நல்லபடி வெளிவந்தார். டாக்டர் சொன்னார்: ''குணமாக வேண்டும் என்ற அவரது ஆர்வம் தான் அவரைக் குணப்படுத்தியிருக்க வேண்டும். தனக்கு மரணம் வேண்டாம் என்று உறுதியாக அவர் மறுத்ததால் தான் பிழைத்தார்.''

ஆர்வமும் நம்பிக்கையும் சேரும் போது உண்டாகும் ஆற்றலில் எனக்கு நம்பிக்கை உண்டு. அது மனிதர்களை எளிய நிலையில் இருந்து பணம், பதவிகளின் உச்சத்திற்குக் கொண்டு சென்றதை நான் அறிவேன். அது மரணத்திலிருந்து பலரைக் காப்பாற்றியிருக்கிறது. கடுமையான தோல்விகளுக்குப் பிறகும் பலருக்கு மறுவாழ்வு அளித்திருக்கிறது. என் மகனையே எடுத்துக் கொண்டால், இரண்டு காதுகளை இயற்கை வழங்கியிராத நிலையிலும் அவனுக்குக் கேட்கும் திறன் கிடைத்து வாழ்க்கை மகிழ்ச்சியானதாக மாறிவிட்டது.

ஆர்வத்தின் ஆற்றலை எவ்வாறு கையாண்டு பலன் பெறுவது? இந்த அத்தியாயத்தில் சொன்னோம். நூல் முழுவதும் சொல்லப்படும். அமெரிக்கா தனது துயரமிக்க, நீண்டகாலப் பொருளாதார வீழ்ச்சியின் இறுதிக் கட்டத்தில் இருக்கும் போது இந்த அறிவிப்பு வெளியாகிறது. பணத்தையும் பதவியையும் இழந்து, தம் வாழ்வை மறுசீரமைக்கத் துடித்துக் கொண்டிருக்கும் எண்ணற்றவர்களின் கவனத்தை இது கவரப் போகிறது. அவர்கள் அனைவருக்கும் வாழ்த்துக்களுடன் நான் சொல்ல விரும்புவது என்னவென்றால், நீங்கள் செய்ய விரும்பும் சாதனை எதுவாக இருந்தாலும், உங்கள் நோக்கம் எதுவாக இருந்தாலும், அதன் தொடக்கமாக ஒரு **தணியாத ஆர்வம்** இருந்தேயாக வேண்டும்.

அப்படிப்பட்ட **தணியாத ஆர்வத்தின்** ஆற்றலுக்குள், ''மன இரசாயனம்'' என்னும் அதிசயக் கோட்பாட்டைக் கலந்து, முடியாது என்பதையும் தோல்வி என்பதையும் நிராகரிக்கும் ''ஏதோ ஒன்றை'' அதில் சுற்றிக் கொடுக்கிறாள் இயற்கையானவள்.

3

நம்பிக்கை

ஆர்வத்தைக் கண்கூடாகக் காண்பதும், அது நிறைவேறுமென்று நம்பிக்கை கொள்வதும்

செல்வத்தை நோக்கிய இரண்டாவது அடி

மனதின் தலைமை ரசவாதி, **நம்பிக்கையாகும்**. எண்ணத்தின் அதிர்வோடு **நம்பிக்கை** கலந்துவிடும்போது, ஆழ்மனது அவ்வதிர்வை உள்வாங்கிக்கொண்டு, அதற்குச் சமமான சூட்சும அதிர்வாக அதை மாற்றி, அளவற்ற அறிவாற்றலுக்கு அதை அனுப்பி வைக்கிறது. நாம் பிரார்த்தனை செய்யும் போது நடக்கிறதே, அது மாதிரி.

நம்பிக்கை, அன்பு (காதல்), **பாலுணர்வு** (செக்ஸ்) இம்மூன்றும் நமது முக்கியமான நேர்மறை உணர்வுகளில் மிகவும் சக்திவாய்ந்தவையாகும். இம்மூன்றும் ஒன்று கலக்கும் போது, எண்ணத்தின் அதிர்வு 'வண்ணம் பெற்று', அதே கணத்தில் ஆழ்மனத்தை அடைந்து, தனக்குச் சமமான சூட்சும அதிர்வாக மாறும். அப்போது தான் அளவற்ற அறிவாற்றல் அதற்குப் பதிலளிப்பதற்குத் தூண்டப்படும்.

அன்பு (காதல்), நம்பிக்கை இரண்டும் சூட்சுமத்தோடு சம்பந்தப்பட்டவை. பாலுணர்வோ முற்றிலும் உடல் சம்பந்தப்பட்டது. இந்த மூன்று உணர்வுகளும் ஒன்றாய்க் கலந்தால், மனிதனின் அளவுக்குட்பட்ட மனித சிந்தனையிலிருந்து அளவற்ற அறிவாற்றலுக்கு நேரடித் தொடர்புக்கான பாதையாக அது அமைகின்றது.

நம்பிக்கையை மேம்படுத்துவது எப்படி

ஆர்வத்தை, அதற்குரிய பௌதிகப் பொருளாகவோ அல்லது பணமாகவோ மாற்றித் தருவதில், தன்னாலோசனை (ஆட்டோ சஜெஷன்) என்ற கோட்பாடு எந்த அளவு முக்கியத்துவம் வாய்ந்தது என்பதை விளக்கும் வாசகத்தை இப்போது கொண்டுவரப் போகிறோம். அதாவது, **நம்பிக்கை** என்பது, ஒரு மன நிலை ஆகும். தன்னாலோசனை மூலம், ஆழ்மனதிற்குத் திரும்பத் திரும்ப ஒரு விஷயத்தைச் சொல்லியோ, அல்லது அறிவுரைகள் கூறியோ, அந்த மன நிலையை உருவாக்க முடியும், தூண்டவும் முடியும்.

உதாரணத்திற்கு இந்த நூலை நீங்கள் என்ன காரணத்திற்காகப் படிக்கிறீர்கள் என்று பார்க்கலாம். அனேகமாக, உருவமில்லாத **ஆர்வத்தின்** உந்துசக்தியை அதற்குச் சமமான 'பணம்' என்னும் பௌதிகப் பொருளாக மாற்றுவதற்கான திறமையைப் பெறுவதே உங்கள் நோக்கமாக இருக்கலாம். தன்னாலோசனை, ஆழ்மனது ஆகிய அத்தியாயங்களில் வரும் அறிவுரைகளைப் பின்பற்றுவதன் மூலம், என்ன வேண்டினாலும் கிடைத்துவிடும் என்று நீங்கள் உறுதியாகக் கருதி, அதை உங்கள் ஆழ்மனதிடம் கூறி, **ஒப்புக்கொள்ள** வைக்கலாம். அப்படிச் செய்தால், ஆழ்மனது அதை நம்பிக்கையாக மாற்றி உங்களுக்குத் திருப்பித் தருவதுடன், உங்கள் ''**ஆர்வத்தை**'' நிறைவேற்றித் தருவதற்கான நிச்சயமானத் திட்டங்களையும் அனுப்பி வைக்கும்.

இதுவரையில் மனதில் **நம்பிக்கையே** இல்லாத ஒருவர், எந்தெந்த வழிகளில் அப்படியொரு நம்பிக்கையை வளர்த்துக் கொள்ளலாம் என்று கேட்டால், அது மிகவும் கடினமான கேள்வி. கண்பார்வையில்லாத ஒருவருக்குச் சிகப்பு நிறம் எப்படியிருக்கும் என்று புரிய வைப்பது போல மிகக் கடினமே. இன்னொன்றுடன் இதை ஒப்பிட்டுக் காட்டி இது அப்படியிருக்கும் என்று சொல்வதற்கும் வழியில்லை. நமது பதின்மூன்று கோட்பாடுகளையும் முழுமையாகக் கற்றுக்கொண்டு, வாழ்க்கையில் பயன்படுத்த ஆரம்பித்த பிறகு நீங்களாக விரும்பி வளர்த்துக் கொள்ளும் ஒரு மன நிலையே நம்பிக்கை என்பது.

நம்பிக்கை ***என்னும் உணர்வுநிலையை இயல்பாக நீங்கள் பெறவேண்டுமென்றால், அதற்கான சிறந்த வழி, 'இது நடந்துவிடும்', 'இது நடந்து விடும்' என்று அடிக்கடி உங்கள் ஆழ்மனதிற்கு உத்தரவு போடுவதே.*** ஆனால் இந்த வழிமுறையால் சிலர் குற்றவாளிகளாகவும் ஆகிவிடலாம் என்பதால், நாம் சொல்ல வருவதை இன்னும் தெளிவாக விளக்கியாக வேண்டும். குற்றவியல்

அறிஞர் ஒருவர் கூறுகிறார்: ''முதன்முதலாக ஒரு குற்றத்தைச் செய்பவர்கள், அதை வெறுக்கவே செய்வர். ஆனால் அதே குற்றங்களோடு சிறிது காலம் அவர்கள் தொடர்பில் இருந்தால், அதற்குப் பழகி விடுவார்கள். அதுவே நீண்ட காலமானால், அந்தக் குற்றங்களை மனதார விரும்ப ஆரம்பித்து விடுவார்கள். அவை சொல்வதற்கேற்ப வாழ ஆரம்பித்து விடுவார்கள்.''

வேறு வார்த்தைகளில் சொல்வதானால், எந்த ஒரு எண்ணத்தை ஆழ்மனதிற்கு மீண்டும் மீண்டும் உந்தித் தள்ளுகிறோமோ, அதை, ஒரு கட்டத்தில் ஆழ்மனது ஏற்றுக்கொண்டு, அதைத் தனக்குத் தெரிந்த மிகச் சிறந்த முறையில், அந்த எண்ணத்திற்கான பௌதிகப் பொருளாக மாற்றுவதற்குரிய செயல்பாட்டைத் தொடங்கிவிடும்.

இதையொட்டிய இன்னொரு வாசகத்தைப் பார்க்கலாமா? **எண்ணங்களுக்கு உணர்வை ஊட்டி, நம்பிக்கையோடு கலந்துவிட்டால்** அந்த எண்ணங்கள் எல்லாமே உடனடியாகத் தங்களை வெளிப்படுத்தவல்ல பௌதிகப் பொருளாக மாறத் தொடங்கிவிடும்.

உணர்வுகள் தாம் ''எண்ணங்களுக்கு'' உயிரையும், ஆற்றலையும், செயலையும் தருகின்றன. நம்பிக்கை, அன்பு(காதல்), பாலுணர்வு (செக்ஸ்) இந்த மூன்று உணர்வுகளும் தனித்தனியாகச் செயல்படும் போது கிடைப்பதைவிட, எந்த ஒரு எண்ணத்தின் சக்தியுடன் சேர்த்தாலும், அந்த எண்ணத்திற்கு உச்சபட்சமான செயலாற்றல் கிடைக்கும்.

நமது எண்ணத்தின் உந்துசக்தியை, **நம்பிக்கை** மட்டுமல்ல, வேறெந்த நேர்மறை அல்லது எதிர்மறை உணர்வுகளோடு கலந்தாலும் சரி, அது ஆழ்மனதை அடைந்து அதன்மீது செல்வாக்கு செலுத்தத் தொடங்கிவிடும்.

இதிலிருந்து நீங்கள் புரிந்து கொள்ளலாம். ஆழ்மனமானது, தன்னிடம் வந்து சேரும் நேர்மறை எண்ணங்களுக்குச் செய்வது போலவே, எதிர்மறையான அல்லது அழிக்கும் சக்திகொண்ட எண்ணங்களையும் அவற்றிற்கான பௌதிகப் பொருட்களாக மாற்றிக் கொடுத்துவிடும், என்று. ''துரதிர்ஷ்டம்'' அல்லது ''தீவினைப் பயன்'' என்று லட்சக்கணக்கான மக்கள் கூறுவது இதைதான். தங்களால் கட்டுப்படுத்த முடியாத ஏதோ ஒரு சக்தியால் தான் தாங்கள் வறுமையிலும் தோல்வியிலும் தள்ளப்பட்டிருப்பதாக லட்சக் கணக்கானவர்கள் **மூடநம்பிக்கை** (பிலீஃப்) கொண்டிருக்கிறார்கள். இந்த **மூடநம்பிக்கை** என்னும் எதிர்மறை எண்ணத்தை அவர்களின் ஆழ்மனது அங்கீகரித்துச் செயல்படுத்தியதன் மூலம் தங்களுக்குத் தாங்களே ''துரதிர்ஷ்டத்தை'' உருவாக்கிக் கொண்டார்கள்.

பௌதிகப் பொருளாகவோ, பணமாகவோ மாற்றப்பட வேண்டியதாக நீங்கள் கருதும் எந்த **ஆர்வத்தையும்** உங்கள் ஆழ்மனத்திற்குள் செலுத்தும் போது, அது நிச்சயம் நடந்துவிடும் என்ற திடமான **நம்பிக்கையோடு** செலுத்துங்கள் என்று இன்னொரு முறையும் சொல்லிவிடுகிறேன். உங்களுடைய திடமான **நம்பிக்கை** தான் எந்த அளவுக்கு ஆழ்மனது செயல்பட வேண்டும் என்று தீர்மானிக்கப் போகிறது. ஆழ்மனதை 'ஏமாற்று'ம் வகையிலும் இருக்கலாம் உங்கள் நம்பிக்கை, என் மகனின் ஆழ்மனதை நான் ஏமாற்றியதைப் போல.

இந்த 'ஏமாற்று'தலை இன்னும் நிஜம் போலக் காட்ட விரும்பினால், ஆழ்மனதோடு பேசும் போது, எந்தப் பொருளை நோக்கமாகக் கொண்டு செயல்படுகிறீர்களோ, **அந்தப் பொருளை இப்போதே அடைந்துவிட்டதாக நடந்து கொள்ளுங்கள்.**

அத்தகைய **நம்பிக்கையோடு** நீங்கள் இடும் உத்தரவை, ஆழ்மனம் உடனே ஏற்றுக்கொண்டு, எதிர்பார்க்கப்பட்ட பௌதிகப் பொருளையோ அல்லது பணத்தையோ, அதற்குரிய சிறந்த முறையில் உங்களுக்குக் கொடுத்துவிடும்.

ஆழ்மனத்திற்கு உத்தரவிடும் போது, எப்படி **நம்பிக்கையோடு** உத்தரவிடுவது என்று வேண்டிய மட்டும் சொல்லிவிட்டோம். இதைப் பரிசோதித்துப் பழக்கத்திற்குக் கொண்டுவர வேண்டியது அவரவர் முயற்சியாகும்.

பழகினால் சரியாக வந்துவிடும். படிப்பதால் மட்டும் வராது.

குற்றங்களோடு பழகுபவன் குற்றவாளியாக முடியும் என்பது உண்மையானால், நான் நம்பிக்கையோடு இருக்கிறேன் என்று ஆழ்மனத்திடம் சொல்வதன் மூலம் ஒருவன் நம்பிக்கையை வளர்த்துக் கொள்ள முடியும். (இது அறியப்பட்ட உண்மை) இவ்வாறு தனக்குள் வந்து ஆதிக்கம் செலுத்தும் சக்திகள் எவையோ, அவற்றின் வழியே தான் மனமானது செயல்பட முடியும். இதைத் தெளிவாகப் புரிந்து கொண்டால் தான், எப்போதும் நம் மனத்தை நேர்மறை உணர்வுகள் ஆதிக்கம் செலுத்தும்படி செய்ய வேண்டியதன் அவசியம் புலப்படும். எதிர்மறை உணர்வுகளை விலக்கி வைக்க வேண்டியதும் தெளிவாகும்.

நேர்மறை உணர்வுகளால் ஆதிக்கம் செலுத்தப்படும் மனத்தில் தான் நம்பிக்கை என்னும் மனநிலை நாடிவந்து குடியிருக்கும். அப்படிப்பட்ட மனத்திலிருந்து தனக்கு வரும் உத்தரவுகளை ஆழ்மனம் உடனடியாகச் செயல்படுத்தத் துவங்கும்.

நம்பிக்கை என்னும் மன நிலையைத் தன்னாலோசனை மூலம் தூண்டிவிட முடியும்

பண்டைக்காலம் தொடங்கி, மதவாதிகள், வாட்டத்தில் இருக்கும் மக்களை நோக்கி, இதன் மீது ''நம்பிக்கை வையுங்கள்,'' அதன் மீது ''நம்பிக்கை வையுங்கள்'' என்று கூவினார்கள். ஆனால் **எப்படி** நம்பிக்கை வைப்பது என்பதை யாரும் கற்றுத்தரவில்லை. ''நம்பிக்கை என்பது ஒரு மன நிலை, அதைத் தன்னாலோசனை மூலம் தூண்டிவிட முடியும்'' என்று அவர்கள் சொல்லவில்லை.

இதுவரையில் நம்பிக்கை என்பதை அறியாத எளிய மக்களுக்கும் புரியும் வகையில், **நம்பிக்கையை** வளர்த்துக்கொள்வது எப்படி என்று இப்போது சொல்வோம்: ***உன் மீது நம்பிக்கை வை; அளவற்றதன் (இன்ஃபினிட்) மீது நம்பிக்கை வை.***

நம்பிக்கை என்பது, எண்ணத்தின் உந்துவிசைக்கு ஆயுளையும், ஆற்றலையும், செயல்திறனையும் அளிக்கவல்ல ''அமுத மருந்து'' என்பதை முதலில் சொல்லிவிடுவோம்.

இதை இரண்டாவது முறை படியுங்கள். மூன்றாவது முறை படியுங்கள். நான்காவது முறையும் படிக்கலாம். ஆனால் சத்தமாகப் படியுங்கள்!

நம்பிக்கை என்பது, உங்களிடம் குவியப்போகிற செல்வத்தின் துவக்கப்புள்ளி!

நம்பிக்கை என்பது ''அதிசயங்கள்'' அனைத்திற்கும் அடிப்படை. அறிவியலால் புரிந்து கொள்ள முடியாத புதிர்களுக்கெல்லாம் அடிப்படை!

நம்பிக்கை என்பது, **தோல்விக்கான** ஒரே மாற்று மருந்து!

நம்பிக்கை என்பது, பிரார்த்தனையோடு சேர்ந்தால், அளவற்ற அறிவாற்றலோடு நேரடித் தொடர்பை ஏற்படுத்தித்தரும் ''இரசாயனம்.''

நம்பிக்கை என்பது, அளவுக்குட்பட்ட மனித எண்ணத்தின் சாதாரண அதிர்வுகளைக் கூட, அளவு கடந்த சூட்சும சக்திக்குச் சமமாக மாற்றவல்லது.

நம்பிக்கை என்பது, அளவற்ற அறிவாற்றலின் பேரண்ட சக்தியை மனிதனின் உதவிக்குக் கொண்டு வரும் ஒரே ஊடகமாகும்.

இப்போது சொல்லப்பட்ட ஒவ்வொரு வாசகத்தையும் நிரூபிக்க சாட்சியங்கள் உண்டு!

இந்த சாட்சியங்கள் எளிதானவை, சுருக்கமானவை. தன்னாலோசனைக்குள் மூடிவைக்கப்பட்டிருப்பவை. எனவே, தன்னாலோசனை என்றால் என்ன, அதனால் என்னென்ன சாதிக்க முடியும் என்பதைக் கவனிக்கலாம். ஒரு விஷயம் நிஜமோ, பொய்யோ, அதை அடிக்கடி ஒருவன் தனக்குள் சொல்லிக் கொண்டே இருந்தால், அவனே அதை **நம்பத்** தொடங்கிவிடுவான் என்பதை நாம் அறிவோம். பொய்யையே ஒருவன் திரும்பத் திரும்பச் சொல்லிக் கொண்டிருந்தால் முடிவில் அந்தப் பொய்யையே நிஜமென்று ஏற்றுக்கொண்டு விடுவான். அது மட்டுமல்ல, அதுவே நிஜம் என்று **நம்பிக்கை** கொள்வான். தன் மனதிற்குள் **ஆதிக்கம்** செலுத்துவதற்கு எந்தெந்த **எண்ணங்களை** ஒருவன் அனுமதிக்கிறானோ, அவற்றின் காரணமாகவே அவன் அவனாக இருக்கிறான். தானாக முயன்று எந்த எண்ணங்களைத் தன் மனதிற்குள் ஒருவன் இடுகிறானோ, அவற்றைப் பரிவோடு வளர்க்கிறானோ, அவற்றோடு தனது உணர்வுகள் ஏதேனும் ஒன்றிரண்டைக் கலக்கிறானோ, அந்த எண்ணங்களே அவனைச் செயலாற்றத் தூண்டும் சக்திகளாகும். அவையே அவனுடைய ஒவ்வொரு அசைவையும், செயலையும், சாதனையையும் வழிநடத்துவதுடன் கட்டுக்குள் வைத்திருக்கவும் செய்யும்!

ஆக, இப்போது ஒரு முக்கியமான உண்மையை நாம் நெருங்கப் போகிறோம்:

உணர்வுகளின் (எமொஷன்ஸ்) வெளிப்பாடாக இருக்கும் உணர்ச்சிகளோடு (ஃபீலிங்க்ஸ்) எண்ணங்களை ஒன்று சேர்த்தால் அது ஒரு ''காந்தசக்தியாக'' மாறுகிறது. மாறி, நம்மைச் சுற்றிலும் பரந்திருக்கும் ஆகாயத்தின் அதிர்வுகளில் இருந்து தன்னைப் போன்ற அல்லது தனக்குச் சம்பந்தமுடைய ஒரு சக்தியைக் கவர்ந்திழுக்கிறது.

இவ்வாறு உணர்வினால் ''காந்தமாக்கப்பட்ட'' எண்ணத்தை ஒரு விதைக்கு ஒப்பிடலாம். அதை வளமான மண்ணில் இட்டால், அது முளைக்கிறது, வளர்கிறது, தன்னைப் போலவே இன்னும் பல விதைகளை இனப்பெருக்கம் செய்கிறது. ஆரம்பத்தில் ஒரே ஒரு விதையாக இருந்தது, இப்போது **அதே ரகத்தில்,** எண்ணற்ற மில்லியன் கணக்கில் பெருகிவிட்டது!

ஆகாயமானது, அண்டவெளியின் அதிர்வுகளைக் கொண்ட, நிரந்தரமான, சக்திகளின் திரட்சியாகும். அந்த அதிர்வுகளில் ஆக்கபூர்வ மானவைகளும் உண்டு, அழிக்கும் தன்மையுள்ளவையும்

உண்டு. அச்சம், வறுமை, நோய், தோல்வி, துயரம் ஆகியவற்றை உண்டாக்கும் அதிர்வுகளும், செல்வம், ஆரோக்கியம், வெற்றி, மகிழ்ச்சி ஆகியவற்றை உண்டாக்கும் அதிர்வுகளும் ஈத்தரில் உண்டு. நூற்றுக்கணக்கான இசை நிகழ்ச்சிகளும், மனிதக் குரல்களும் தமக்கே உரிய தனித்தன்மையோடு, தனித்த அடையாளத்தோடு ஆகாயத்தில் பரவிக் கிடப்பதை நாம் ரேடியோ மூலம் அறிவோமல்லவா, அது போலவே.

இப்படிப்பட்ட மிகப் பெரிய சேமிப்புக் கிடங்கான ஆகாயத்திலிருந்து, நம் மனத்தை **ஆக்கிரமித்திருக்கும்** அதிர்வுகள், தம்மோடு இணக்கமான அதிர்வுகளை இடைவிடாது கவர்ந்திழுத்த வண்ணம் இருக்கின்றன. ஒருவனின் மனத்திலுள்ள எண்ணம், கருத்துரு, திட்டம், அல்லது நோக்கம் எதுவானாலும் சரி, அது, ஆகாயத்திலிருக்கும் அதிர்வுகளிலிருந்து தனக்கு சம்பந்தமுடைய ''உறவுகளை''ப் பற்றியிழுத்துக் கொண்டு, அவற்றைத் தன்னுடைய சக்தியோடு இணைத்து, வளர்ந்து பெரிதாகிக் கொண்டே போய், கடைசியாக அவனை **ஊக்குவிக்கும் எஜமானாக** மாறும்வரை இது நடந்து கொண்டே இருக்கும்.

மீண்டும் ஆரம்பித்த இடத்திற்கே வருவோம். அதாவது, ஒரு கருத்துருவை, திட்டத்தை, அல்லது நோக்கத்தை மனத்திற்குள் விதையாக விதைப்பது எப்படி என்று பார்ப்போம். மிகவும் சுலபம். எந்த கருத்துருவையும், திட்டத்தையும் அல்லது நோக்கத்தையும் திரும்பத் திரும்பச் சொல்லிக்கொண்டே இருப்பது. ஆகவே தான், ஒரு காகிதத்தில் உங்களது முக்கிய நோக்கத்தை, அதாவது நிச்சயமான, **தலையாய இலக்கை**, எழுதுங்கள் என்றும், எழுதியதை மனப்பாடம் செய்யுங்கள் என்றும், சத்தமாக ஒவ்வொரு நாளும் அதை உச்சரித்துக் கொண்டே இருங்கள் என்றும் உங்களுக்குச் சொல்லப்படுகிறது. அந்த உச்சரிப்பின் அதிர்வுகள் உங்களது ஆழ்மனதைச் சென்றடையும் வரையில் இப்படிச் செய்து கொண்டே இருக்க வேண்டும்.

அன்றாட வாழ்க்கையின் உந்துசக்திகளின் மூலம் நாம் பெறுகின்ற எண்ண அதிர்வுகளால் தான் நாம் நாமாக இருக்கிறோம்.

துரதிர்ஷ்டமான சூழ்நிலையிலிருந்து வரும் சக்திகளை உங்கள் மீது செல்வாக்கு செலுத்தாதபடிக்குத் தூக்கி எறியவும், உங்கள் வாழ்க்கையை **ஒழுங்கான** முறையில் அமைத்துக் கொள்ளவும் முடிவெடுங்கள். உங்கள் மனத்தின் பற்று வரவுகளைப் பட்டியலிட்டால், உங்களின் மிகப் பெரிய பலவீனம் தன்னம்பிக்கை இன்மையே என்று தெரியவரும். கவலைப்படாதீர்கள், இந்தக் குறைபாட்டைத் தன்னாலோசனை மூலம் எளிதாகக் குணப்படுத்தி

விடலாம். கோழையை வீரனாக்கலாம். இதற்கான பயிற்சி என்னவென்றால், உங்களை உந்தித்தள்ளவல்ல நேர்மறை எண்ணங்களைக் காகிதத்தில் எழுதி, மனப்பாடம் செய்து, மீண்டும் மீண்டும் உரக்கக் கூறி, அவை உங்கள் ஆழ்மனத்தில் நுழைந்து வேலை செய்யப் பழக்குவதாகும்.

தன்னம்பிக்கையின் சூத்திரம்

1. என் வாழ்வின் நிச்சயமான நோக்கம் எதுவோ அதை அடையும் திறன் எனக்கு உண்டு என்பதை நான் அறிவேன். ஆகவே, என்னிடம் நான் **வற்புறுத்திக்** கேட்பது என்னவென்றால், அதற்கான தொடர்ந்த, இடைவிடாத செயல்பாடு மட்டுமே. அந்தச் செயல்பாட்டை வழங்குவதாக இப்போதே, இங்கேயே நான் உறுதியளிக்கிறேன்.
2. என் மனத்தின் உள்ளே ஆதிக்கம் செலுத்தும் எண்ணங்கள் எவையோ, அவை ஒரு காலத்தில் தங்களை வெளிப்படையான, பௌதிகச் செயல்பாட்டின் மூலம் பலமடங்காகப் பெருக்கும் என்றும், படிப்படியாகத் தங்களை பௌதிகப் பொருளாக உருமாற்றித் தரும் என்பதையும் தன்னாலோசனை தத்துவத்தின் மூலம் நான் அறிவேன். ஆகவே, தினமும் முப்பது நிமிடமாவது நான் யாராக ஆக விரும்புகிறேனோ அவனைக் குறித்து சிந்திக்கப் போகிறேன். அதனால் என் மனதிற்குள் அவனது முழு உருவத்தையும் கொண்டு வந்துவிட முடியும்.
3. இடைவிடாது நான் பற்றிக்கொண்டிருக்கும் எந்த ஆர்வமும், இறுதியில் ஏதோ ஒரு செயல்பாட்டின் வழியாகத் தன்னை ஒரு பௌதிகப் பொருளாக வெளிப்படுத்தும் என்பதை, தன்னாலோசனை தத்துவத்தின் மூலம் நான் அறிவேன். ஆகவே, தினமும் பத்து நிமிடமாவது என்னுடைய **தன்னம்பிக்கையை** வளர்த்துக்கொள்ளச் செலவிடுவேன்.
4. வாழ்வில் எனது **நிச்சயமான, தலையாய நோக்கம்** எது என்பதை விவரமாக எழுதி வைத்திருக்கிறேன். அதை அடைவதற்குத் தேவையான தன்னம்பிக்கையை எனக்குள் வளர்த்துக் கொள்ள முயன்று கொண்டே இருப்பேன். விடமாட்டேன்.
5. உண்மை, நியாயம் இரண்டின் அடிப்படையில் கிட்டாத செல்வமும், பதவியும் நிலைக்காது என்பதை நான் அறிவேன். ஆகவே, சம்பந்தப்பட்ட அனைவருக்கும் நன்மையைத் தராத எந்த ஒரு செயலிலும் நான் ஈடுபடமாட்டேன். எனக்குத்

தேவையான சக்திகளை என்னை நோக்கி ஈர்ப்பதிலும், அதற்கு மற்றவர்களின் ஒத்துழைப்பைக் கோருவதிலும் நான் நிச்சயம் வெற்றி அடைவேன். பிறருக்கு சேவை செய்ய நான் தயராக இருப்பது போலவே அவர்களையும் எனக்கு சேவை செய்யுமாறு தூண்டுவேன். வெறுப்பு, கோபம், பொறாமை, சுயநலம், அவநம்பிக்கை போன்ற குணங்களை அகற்றி, மனிதகுலத்தின் மீது அன்பு செலுத்துவேன். ஏனெனில், மற்றவர்கள் பால் எதிர்மறை மனநிலையைக் கொண்டிருந்தால் அது எனக்கு வெற்றியைக் கொண்டு வராது என்பதை நான் அறிவேன். மற்றவர்கள் என்னை நம்பும்படி நடந்து கொள்வேன். ஏனெனில், நான் அவர்களை நம்புவேன், என் மீதும் நம்பிக்கை கொள்வேன்.

மேற்படி சூத்திரத்தை எழுதிக் கையெழுத்திடுவேன். அதை மனப்பாடம் செய்வேன். படிப்படியாக அது என்னுடைய **எண்ணங்களையும் செயல்களையும்** செழுமையாக்கி, என்னை சுயச்சார்புள்ள, வெற்றிகரமான மனிதனாக ஆக்கும் என்ற முழு **நம்பிக்கையோடு**, தினம் ஒருமுறையாவது அதை உரக்கப் படிப்பேன்.

இந்த சூத்திரத்தின் பின்னாலுள்ள இயற்கைச் சட்டம் என்னவென்று இதுவரை யாராலும் விளக்க முடியவில்லை. பல்லாண்டுகளாக அறிவியலாளர்களுக்கு இது புதிராகவே உள்ளது. உளவியலாளர்கள் மட்டும் இதற்கு ''தன்னாலோசனை'' என்று பெயர் வைத்துவிட்டு ஒதுங்கிக்கொண்டார்கள்.

இந்தச் சட்டத்திற்கு என்ன பெயர் என்பதைவிட, உருப்படியாகப் பயன்படுத்திக் கொண்டால், மனிதகுலத்திற்கு மேன்மையையும், வெற்றியையும் அது கொண்டு வருகிறது என்பதே முக்கியம். மாறாக, தீய வழியில் பயன்படுத்தினால் அழிவு நிச்சயம். எனவே, எவனொருவன் தோல்வியிலும், வறுமை, துன்பம், சோகத்திலும் ஆழ்ந்து கிடக்கிறானோ, அவன், தன்னாலோசனையை எதிர்மறையாகப் பயன்படுத்தியிருக்கிறான் என்பது தெளிவாகப் புரிந்து கொள்ளலாம்.

காரணம், **எந்த ஒரு எண்ணமும் தன்னை வெளிப்படுத்தவல்ல பௌதிகப் பொருளுக்குள் ஒளிந்து கொண்டிருப்பது தான்.**

ஆழ்மனம் என்பது, (எண்ணங்களின் உந்துசக்திகளை ஒன்றாகக் கலந்து, பௌதிகப் பொருளாக மாற்றுவதற்குத் தயாராக இருக்கும் இரசாயன ஆராய்ச்சி சாலையாகும்.) நல்ல உந்துசக்தி என்றோ, தீய உந்துசக்தி என்றோ அது பாகுபாடு பார்ப்பதில்லை. நாம் என்ன

கொடுக்கிறோமோ அதன்மீது வேலை செய்ய மட்டுமே அதற்குத் தெரியும். அதாவது, **தைரியம், நம்பிக்கை** போன்ற எண்ணங்களைப் போலவே **பயம்** என்னும் எண்ணத்தையும் அது ஏற்றுக்கொண்டு அதனுடைய பௌதிகப் பொருளாக மாற்றிக் கொடுத்து விடுகிறது.

''தன்னாலோசனை'' மூலம் தற்கொலைகள் கூட நடைபெற்றதை மருத்துவ வரலாற்றில் பல இடங்களில் காண முடியும். வேறு பல காரணங்களைப் போலவே, தன்னாலோசனையும் தற்கொலைக்கு ஒரு காரணமாகலாம். நடுமேற்கு நகரமொன்றில் ஜோசப் கிராண்ட் என்ற வங்கி அதிகாரி இருந்தான். மேலதிகாரிகளுக்குத் தெரியாமல் வங்கியின் பெரும் பணத்தை அவன் கையாண்டு விட்டான். அதைச் சூதாட்டத்தில் கோட்டை விட்டான். தணிக்கை அதிகாரிகள் விசாரிக்க வந்த போது அவன் வங்கியை விட்டு நழுவி, உள்ளூர் விடுதி ஒன்றில் அறை எடுத்துக் கொண்டான். மூன்று நாட்களுக்குப் பிறகு அவனைத் தேடிக் கண்டுபிடித்த போது, கட்டிலில் ஏதோ முனகியபடி, அழுது புலம்பியபடி, புரண்டு கொண்டிருந்தான். ''கடவுளே, இந்த அவமானத்தை நான் தாங்கமாட்டேன். எனக்கு மரணம் நிச்சயம்!'' என்று திரும்பத் திரும்ப உளறிக் கொண்டிருந்தான். சிறிது நேரத்தில் இறந்துவிட்டான். அவனது மரணத்தை ''மனத்தால் விளைந்த தற்கொலை'' என்று மருத்துவர்கள் குறிப்பிட்டார்கள்.

மின்சாரம் என்பது சரியான முறையில் பயன்படுத்தினால் தொழிற்சாலையை இயக்க உதவுகிறது. தவறாகப் பயன்படுத்தினால் உயிருக்கே ஆபத்தாக முடியலாம். அதுபோன்றதே தன்னாலோசனையும். அது அமைதியும் செல்வமும் தரும். ஆனால், உங்கள் புரிதலுக்கும் பயன்படுத்தலுக்கும் ஏற்ப, அது துன்பம், தோல்வி அல்லது மரணத்தையே கூட, கொடுக்கவல்லது.

மனமெல்லாம் **அச்சத்தினால்** நிரம்பி, சந்தேகமும் அவநம்பிக்கையும் சூழ்ந்திருக்கும் போது, அளவற்ற அறிவாற்றலை நீங்கள் தொடர்பு கொண்டால், தன்னாலோசனை தத்துவத்தின்படி, உங்கள் அவநம்பிக்கை உணர்வானது ஆழ்மனத்தில் செயல்பட்டு, தனக்குரிய பௌதிகப் பொருளாக வெளிப்படுவது நிச்சயம்.

இரண்டும் இரண்டும் நான்கு என்பது போல், இந்த வாசகமும் சத்தியமானது!

காற்று என்பது ஒன்றே. ஆனால் பாய்மரத்தை ஏற்றுவதைப் பொறுத்து ஒரு கப்பலை கிழக்கு நோக்கியும், இன்னொரு கப்பலை மேற்கு நோக்கியும் கொண்டு செல்கிறதல்லவா, தன்னாலோசனையும் அப்படியே. உங்களை மேலே உயர்த்தும் அல்லது கீழே தள்ளிவிடும்.

தன்னாலோசனை மூலம் ஒருவன் தன் சாதனையில் கற்பனைக் கெட்டாத உயரத்தை அடையலாம் என்பதைக் கீழ்வரும் கவிதை வரிகள் விளக்குகின்றன:

''வீழ்ந்துவிட்டதாக நீ நினைத்தால், ஆம், வீழ்ந்துதான் விட்டாய்,
அச்சமாக உணர்ந்தால், நீ முன்னேறமாட்டாய்தான்,
விரும்புவது வெற்றியை, நினைப்போ முடியாதென்கிறது,
எனில், நீ வெல்லப்போவதில்லை என்பது நிச்சயமே.

''தோற்றுவிடுவோம் என்று நினைத்தால், நீ தோற்பது உறுதி,
ஏனென்றால் நாம் பார்த்த வரையில்,
வெற்றி என்பது ஒருவனின் உறுதியைச் சார்ந்தது,
உறுதி என்பது மனத்தில் அன்றோ உள்ளது.

''மற்றவர்கள் உன்னைத் தாண்டிச் சென்றுவிட்டதாக நீ கருதினால்,
ஆம், நீ பின்தங்கித்தான் விட்டாய்,
பரிசுக் கோப்பையைப் பெறுவதற்கு முன்பு,
வெற்றி பெறுவோம் என்ற நம்பிக்கை உனக்கு வேண்டும்.

''வாழ்வெனும் யுத்தத்தில் ஜெயிப்பவர்கள் யாரும்,
வலிமையானவர்களோ, வேகமானவர்களோ அல்லர்,
என்னால் ஜெயிக்க முடியும் என்று நம்புகிறவனே,
இன்றில்லாவிடில் என்றாவது ஒருநாள் வெற்றி பெறுகிறான்.''

கொட்டை எழுத்தில் உள்ளதைக் கவனியுங்கள். கவிஞன் சொல்லவரும் ஆழமான கருத்து அதுவே.

உங்களுக்குள் (அதாவது உங்கள் மூளையின் செல்களுக்குள்) உங்கள் சாதனைகளுக்கான விதைகள் உறங்கிக் கிடக்கின்றன. அவற்றை உசுப்பிச் செயல்பட வைத்தால், நீங்கள் நினைத்துப் பார்க்காத உயரத்திற்கு உங்களை அவை கொண்டு செல்லும்.

ஒரு தேர்ந்த இசைக்கலைஞன், தன் வயலினிலிருந்து மிக மிக இனிமையான இசையை வெளிக் கொண்டு வருவது போல, உங்கள் மூளைக்குள் உறங்கிக் கிடக்கும் மேதைமையை எழுப்பினால் போதும், அது உங்களை உச்சத்தில் தூக்கி வைத்து நீங்கள் அடைய விரும்பும் இலக்கை அடைய வைக்கும்.

அபிரகாம் லின்கனுக்கு நாற்பது வயதாகிவிட்டது. அதுவரையில் அவர் தொட்டது எதுவுமே துலங்கவில்லை. அவர் பெயரோ முகவரியோ யாருக்கும் தெரியாது. ஆனால் ஒரு குறிப்பிட்ட நாளில்

ஒரு குறிப்பிட்ட அனுபவம் ஏற்பட்டு அவருக்குள் உறங்கிக்கிடந்த மேதைமை எழுப்பப்பட்டு, அதனால் உலகின் மிகச் சிறந்த மனிதர்களில் ஒருவராக ஆனார். அந்த ''அனுபவம்,'' துயரமும் **காதலும்** கலந்த அனுபவம். அந்த அனுபவத்தை அவருக்கு அளித்த பெண்மணியின் பெயர் ஆனி ரட்லெட்ஜ். அவர் வாழ்வில் இடம்பெற்ற ஒரே காதலி.

காதல் என்னும் உணர்வு, **நம்பிக்கை** என்னும் உணர்வுக்கு மிக அருகில் இருப்பதை நாம் அறிவோம். அதனால் தான், ஒருவரின் எண்ணத்தின் உந்துசக்தியை சூட்சுமசக்தியாக மாற்றித்தருவது, காதலாலும் முடிகிறது. இந்த நூலுக்காக நான் நூற்றுக்கணக்கானவர்களின் சாதனைகளை ஆராய்ச்சி செய்தபோது, **அவர்கள் ஒவ்வொருவரின்** பின்னாலும் யாரோ ஒரு பெண்ணின் காதல் அல்லது அன்பு, செல்வாக்கு செலுத்தியிருந்ததைக் கண்டேன். காதல் என்னும் உணர்வானது, ஆகாயத்திலிருந்து உயர்ந்த ஆற்றலின் அதிர்வுகளைக் காந்தம் போல் இழுப்பதற்குத் தேவையான பண்பட்ட களமாக அமைகிறது.

நம்பிக்கையின் ஆற்றலுக்கு நிரூபணம் வேண்டுமென்றால், அந்த நம்பிக்கையின் துணை கொண்டு சாதித்தவர்களின் பட்டியலைப் பாருங்கள். முதலில் வரும் பெயர், நாசரேன் என்னும் கிறிஸ்தவ இயக்கம். உலகில் மிகப்பலரின் மனங்களில் நிறைந்திருப்பது கிறிஸ்தவம். எத்தனையோ பெயர்களாலும் மூடக்கொள்கைகளாலும் அது திரிக்கப்பட்டிருந்தாலும், எத்தனையோ வழிகளில் மக்கள் அதனைத் தவறாகப் புரிந்து கொண்டிருந்தாலும், **நம்பிக்கையே** கிறிஸ்தவத்தின் அடிப்படை.

ஏசு கிறிஸ்துவானவர், நடத்திக்காட்டியதாகக் கருதப்படும் ''அதிசயங்கள்'' எல்லாமே, **நம்பிக்கையின்** வெளிப்பாடுகள் தான். வேறு வார்த்தைகளில் சொல்வதானால், ''அதிசயம்'' என்ற ஒன்று இருக்குமானால், அது நம்பிக்கை என்னும் மனநிலையிலிருந்தே தோன்றியிருக்க வேண்டும். பெரும்பாலான மதபோதகர்களும் சரி, தங்களைக் கிறிஸ்தவர்கள் என்று அழைத்துக் கொள்பவர்களும் சரி, **நம்பிக்கை** என்பதைத் தெரிந்தவர்களோ பயின்றவர்களோ அல்லர்.

நம்பிக்கையின் ஆற்றலை நிரூபித்து, மனித நாகரிகம் அனைத்திற்கும் நன்கு அறிமுகமானவர், மகாத்மா காந்தி. **நம்பிக்கையால்** என்னவெல்லாம் சாதிக்க முடியும் என்பதற்கான ஆச்சரியமான உதாரணம் இவரே. காந்தியிடம் அதிகார வர்க்கத்திற்கான எந்தப் பதவியும் இல்லை. பணமில்லை, போர்க்கப்பல்கள் இல்லை, போர்வீரர்கள் இல்லை, இராணுவத் தளவாடங்கள் இல்லை. என்றாலும் அவர் காலத்தின் வேறெந்த

மனிதரை விடவும் **அவருக்கு அதிக அதிகாரம் இருந்தது!** காசில்லை, சொந்த வீடில்லை, துணிமணிகள் இல்லை, ஆனால் அதிகாரம் மட்டும் இருந்தது என்றால் எப்படி வந்தது அந்த அதிகாரம்?

நம்பிக்கை என்ற கோட்பாட்டைப் புரிந்து கொண்டு, அதனைத் தன் திறமையால் இருபது கோடி இந்தியர்களின் மனத்திற்குள் நட்டுவைக்க முடிந்ததால், அந்த அதிகாரத்தை அவரால் உருவாக்க முடிந்தது.

நம்பிக்கையின் சக்தியால், மகாத்மா காந்தி சாதித்ததை உலகத்தின் சக்திவாய்ந்த இராணுவங்களால் கூட சாதித்திருக்க முடியாது. இராணுவத்தாலோ, போர்வீரர்களாலோ அதை நடத்திக்காட்ட முடியாது. இருபது கோடி மக்களின் **மனங்களை ஒன்றோடொன்று தழுவச் செய்து ஒரே மனதாக்கி** அதன்மீது **முழுச்செல்வாக்கு** செலுத்தும் சாதனையை அவரால் செய்ய முடிந்தது.

நம்பிக்கை என்ற ஒன்றைத்தவிர வேறெந்த சக்தியும் அதை நிகழ்த்தியிருக்க முடியுமா? முதலாளிகளும் தொழிலாளிகளும் **நம்பிக்கை** வழங்கப் போகும் வாய்ப்புகளை உணரும் நாள் விரைவில் வரும். **நம்பிக்கையின்மையால்** எத்தகைய இழப்பு ஏற்பட்டது என்பதை அண்மைக்கால வியாபார மந்தநிலையின் போது உலகம் நன்றாகத் தெரிந்து கொண்டது.

இந்த மாபெரும் பாடத்தைப் பயின்று பலன் பெற்ற புத்திசாலிகள் பலரை இந்த மந்தநிலை வெளிச்சத்திற்குக் கொண்டு வந்துள்ளதை நாம் அறிவோம். **அச்சம்** என்பது எல்லா இடங்களிலும் நிறைந்திருந்தால் எவ்வாறு தொழில் முடங்கிப் போய்விடும் என்பதை இம்மந்தநிலை சாட்சிபூர்வமாகக் காட்டிவிட்டது. இந்த அனுபவத்தினால் மாபெரும் தொழில் முனைவோர்கள் தோன்றி, மனித சரித்திரத்தில் முதல்முறையாக உலகின் மிகப்பெரிய மக்கள் தொகுதியை தன் பின்னால் வரச் செய்த மகாத்மா காந்தியின் உத்திகளைப் பின்பற்றிப் பலன் பெறப்போவது உறுதி. இந்தப் புதிய தலைவர்கள், இதுவரை யாராலும் அறியப்படாதவர்களாக இருப்பார்கள். இரும்புத் தொழிற்சாலைகள், கனிமச் சுரங்கங்கள், மோட்டார் வாகனத் தொழிற்சாலைகளிலிருந்து வருவார்கள். நகரங்கள் மட்டுமல்ல, சிற்றூர்களிலிருந்தும் வருவார்கள். பெரிய பதவியில் மட்டுமல்ல, சிறிய பணியில் இருப்பவர்களும் தலைவர்களாக வருவார்கள்.

வியாபாரம் ஒரு சீர்திருத்தத்திற்குத் தயாராக உள்ளது என்பதை மறவாதீர்கள்! **அதிகாரத்தைப்** பயன்படுத்தி, **அச்சத்தை** உண்டாக்கி வேலை வாங்கும் பழைய உத்திக்குப்பதிலாக, **நம்பிக்கை,**

ஒத்துழைப்பு என்ற மேலான இரண்டு கொள்கைகளால் வேலையைச் செய்விக்கும் நிலைமை வரும். உடல் உழைப்பாளிகள் அதிகச் சம்பளம் பெறுவர். மூலதனம் போட்டவர்களுக்குக் கிடைப்பது போலவே இவர்களுக்கும் இலாபத்தில் பங்கு கிடைக்கும். ஆனால் அதற்கு முன்னதாக அவர்கள், இதுவரை செய்ததைவிட அதிகம் வேலை செய்தாக வேண்டும். தமக்கு வேலை கொடுத்தவர்களை எதிர்த்து, பொதுமக்களுக்குத் தொல்லை கொடுக்கும் விதமாக, மிரட்டுவதும், பேரம் பேசுவதும் கூடாது. இலாபப் பங்கீடு பெறுவதற்குத் தங்களைத் தகுதி உள்ளவர்களாக்கிக் கொள்ள வேண்டும்!

அது மட்டுமல்ல, எல்லாவற்றையும் விட முக்கியமான விஷயம், **அவர்களை வழிநடத்தப் போகும் தலைவர்கள், மகாத்மா காந்தியின் கோட்பாடுகளைப் புரிந்து கொண்டவர்களாக இருப்பார்கள்.** அப்படிச் செய்தால் மட்டுமே தம் கீழிருப்போரின் **முழு** ஒத்துழைப்பையும் அவர்களால் பெற முடியும். அதுவே நீடித்த அதிகாரத்தை அவர்களுக்கு வழங்கும்.

நாம் வாழும் உலகம் மிகவும் இயந்திரமயமாகிவிட்டது. மனிதனின் ஆன்மாவைப் பறித்துவிட்டது. அதிலிருந்து நாம் இப்போது தான் ஓரளவு வெளியேறப் பார்க்கிறோம். குறைந்த வேலைக்கு அதிக ஊதியம் கேட்டுப் பேரம் பேசியதால் பணியாளர்களை இன்னொரு இயந்திரமாகவே தலைவர்கள் கருதினார்கள்.

எதிர்காலத்தில் கவனிக்க வேண்டிய தாரகமந்திரம் **மனிதகுலத்தின் மகிழ்ச்சியும் திருப்தியுமே.** இந்த மன நிலை அடையப்பட்டுவிட்டால், சுயநலத்தோடு **நம்பிக்கை** கலவாதிருந்த போது இருந்ததைவிட அதிகத் திறனோடு, அதிக எண்ணிக்கையில் உற்பத்தியானது மேற்பார்வையின்றித் தானே நடைபெறத் தொடங்கிவிடும்.

தொழில் மற்றும் வியாபாரத்தை நடத்துவதில் நம்பிக்கையும் ஒத்துழைப்பும் அவசியமாகிறது என்பதால், முதலாளிகள், தங்களுக்காகச் செல்வத்தைச் சேகரிக்கும் முன்பு அதை மற்றவர்களுக்குக் கொடுப்பது அவசியம் என்பதை விளக்கும் ஒரு நிகழ்வை ஆராய்ந்து பார்ப்பது சுவாரஸ்யமாகவும் இலாபகரமாகவும் இருக்கும்.

அது நிகழ்ந்தது 1900-ஆம் ஆண்டுக்கும் முன்பாக, யுனைட்டட் ஸ்டேட்ஸ் ஸ்டீல் கார்ப்பரேஷன் தொடங்கிய போது. எவ்வாறு **கருத்துருக்கள்** மாபெரும் செல்வமாக மாற்றப்பட்டன என்று இக்கட்டுரையில் படிக்கும் போது, முன்சொன்ன அடிப்படை

விஷயங்களை மறந்து போகாதீர்கள்.

முதலாவது, சார்லஸ் எம் ஷ்வாப் என்பவரின் **கற்பனையில்** உருவான **கருத்துருவே**, யுனைட்டட் ஸ்டேட்ஸ் ஸ்டீல் கார்ப்பரேஷன்.

இரண்டாவது, தன் **கருத்துருவுடன்**, **நம்பிக்கையை** அவர் கலந்தார்.

மூன்றாவது, தனது **கருத்துருவை**, பௌதிகமாகவும் பணமாகவும் உருமாற்றம் செய்வதற்கான **திட்டம்** அவரால் உருவாக்கப்பட்டது.

நான்காவது, தன் திட்டத்தை, யுனிவர்சிடி கிளப்பில், உரையாற்றியபடி அவர் எடுத்துரைத்தார். அந்தச் சொற்பொழிவு பின்னாளில் பெரும் புகழ் பெற்றது.

ஐந்தாவது, இடைவிடாது தன் **திட்டத்தை** அவர் மேற்பார்வையிட்டார். அது பூரணமாக நிறைவேறும் வரை அது பற்றிய **முடிவுகளைத்** தானே எடுத்தார்.

ஆறாவது, வெற்றி பெறவேண்டும் என்ற **தணியாத ஆர்வத்தைக்** கொண்டிருந்ததால் அது வெற்றியாகப் பரிணமித்தது.

உலகில், பல நிறுவனங்கள் எவ்வாறு மாபெரும் செல்வத்தைச் சேர்க்க முடிந்தது என்று வியப்படைபவர்களில் நீங்களும் ஒருவர் என்றால், யுனைட்டட் ஸ்டேட்ஸ் ஸ்டீல் கார்ப்பரேஷனின் கதை உங்களைப் பரவசப்படுத்தும். **சிந்தித்துப் பார்த்து செல்வந்தனாகுதல்** பற்றி உங்களுக்கு ஐயம் இருந்தால், இந்த கதை அந்த ஐயத்தை விரட்டிவிடும். காரணம் நமது பதின்மூன்று கோட்பாடுகளில் பெரும்பாலானவை இந்த நிறுவனத்தால் செயல்படுத்தப்பட்டிருந்ததே.

ஒரு **கருத்துரு** எத்தகைய அதிசய சக்தியைக் கொண்டிருந்தது என்று நியூயார்க் வொர்ல்ட் டெலிகிராம் பத்திரிகையில் ஜான் லாவெல் எழுதியதை அவருடைய அனுமதியின் பேரில் கீழே வெளியிடுகிறோம்.

டின்னருக்குப் பிந்தைய சொற்பொழிவுக்குக் கிடைத்தது பில்லியன் டாலர்கள்

''நியூயார்க் நகரின் ஃபிஃப்த் அவென்யுவில் இருந்த யுனிவர்சிடி கிளப்பின் விருந்து அரங்கத்தில் 1900-ஆம் வருடம் டிசம்பர் 12-ஆம் தேதி மாலை, நகரத்தின் பெருந்தனக்காரர்கள் சுமார் எண்பது பேர், அமெரிக்காவின் மேற்குப் பகுதியைச் சேர்ந்த ஓர் இளைஞரைக் கௌரவிப்பதற்காகக் கூடியிருந்தனர். அமெரிக்கத் தொழில் வரலாற்றின் மிகச் சிறப்பானதொரு நிகழ்வுக்குத் தாங்கள்

சாட்சியமாகப் போவதை அவர்களில் சிலரேனும் அறிந்தார்களில்லை.

''பிட்ஸ்பர்க்கில் சார்லஸ் எம். ஷ்வாப்பை -சந்திப்பதற்குச் சென்ற ஜே. எட்வர்டு சிம்மன்ஸ், சார்லஸ் ஸ்டூவர்ட் ஸ்மித் ஆகிய இருவரும் மிகவும் சிறப்பாக விருந்தோம்பல் செய்யப்பட்டதற்குப் பிரதியாக, அவ்விருவரும் அந்த முப்பத்தெட்டு வயதான இரும்புத்தொழில் இளைஞரை அமெரிக்காவின் கிழக்குப்பகுதியின் வங்கித் துறையினருக்கு அறிமுகப்படுத்தும் விதமாக இந்த விருந்தை ஏற்பாடு செய்திருந்தனர். ஆனால் விருந்தினர் கூட்டத்தை அவரால் கவர முடியும் என்று அவர்கள் எதிர்பார்க்கவில்லை. சொல்லப் போனால், அடர்த்தியான கோட்டுக்குள் கிடக்கும் வங்கியாளர்களின் இதயங்கள், அவரது சொற்பொழிவுத் திறனுக்கு உரிய பதிலை அளிக்குமா என்பது சந்தேகமே என்றும், அவரது பேச்சால் முக்கியமான விருந்தினர்கள் அலுப்படையக்கூடும் என்றும், ஆகவே, பதினைந்து அல்லது இருபது நிமிடங்களில் பட்டும் படாமலும் பேசி முடிப்பதே கௌரவமாகும் என்றும் தெரிவித்திருந்தார்கள்.

''ஷ்வாபின் வலதுபுறம் அமர்ந்திருந்த மரியாதைக்குரிய ஜே.பி.மோர்கன், விருந்துக்கூடத்தில் சிறிது நேரமே இருக்க எண்ணியிருந்தார். பொதுமக்களும் பத்திரிகையாளர்களும் அந்த நிகழ்ச்சியில் அதிக ஆர்வம் காட்டவில்லை. மறுநாள் செய்தித்தாள்களில் அதைப்பற்றி எந்தக் குறிப்பும் வெளியாகவில்லை.

''ஆக, விருந்தளித்த இருவரும், வந்திருந்த விருந்தினரும் வைக்கப்பட்டிருந்த ஏழெட்டு வகை உணவுகளை சாதாரணமாக உண்டனர். அதிகம் உரையாடவில்லை. குரலும் அடங்கியிருந்தது. வங்கியாளர்கள், புரோக்கர்கள் யாருமே ஷ்வாபை அதுவரையில் பார்த்ததில்லை. ஏனெனில் அவரது வர்த்தகம் மொனங்கஹேலா நதியின் ஓரமாகவே (மேற்கு வர்ஜீனியா) நடந்திருந்தது. ஆனால் என்ன ஆச்சரியம், மாலைப்பொழுது முடிவதற்குள் அவர்கள் அனைவரும்-ஏன், ஜே.பி.மோர்கனும் கூட-அசந்து போயினர். யுனைட்டட் ஸ்டேட்ஸ் ஸ்டீல் கார்ப்பரேஷன் என்னும் பில்லியன் டாலர் குழந்தை கருக்கொண்டது.

''சார்லஸ் ஷ்வாபின் அன்றைய பேச்சு ஆவணப்படுத்தப்படாதது வரலாற்றின் சோகமே. பின்னாளில் சிக்காகோவில் நடந்த வங்கியாளர் கூட்டத்தில் அதன் ஒரு பகுதியை ஷ்வாப் நினைவுகூர்ந்தார். அதற்கும் பிறகு இன்னொரு சமயம், அவரது ஸ்டீல் டிரஸ்ட்டைக் கலைத்துவிடுமாறு அரசாங்கம் வழக்குத் தொடுத்தபோது, சாட்சிக்கூண்டில் ஏறித் தமது வாதத்தை முன்வைத்த போது, மோர்கன் உள்ளிட்டவர்களை இரும்புத் தொழிலில் முதலீடு செய்யத் தூண்டிவிட்ட தனது சொற்பொழிவைப் புதிய

வார்த்தைகளில் திரும்பக் கூறினார்.

''அனேகமாக அது இலக்கண விதிகளைப் பற்றிக் கவலைப்படாத ஓர் 'எளிமையான' பேச்சாகவே இருந்திருக்கக் கூடும். (மொழியின் நயங்கள் ஷ்வாப்பை என்றும் பாதித்ததில்லை.) நகைச்சுவையும் கலந்திருக்கலாம். ஆனால் ஐந்து பில்லியனுக்கும் அதிகமான சொத்து மதிப்புடைய அந்த விருந்தினர்களை மின்சாரம் பாய்ச்சிய மாதிரி சென்று தொட்டது அந்தப் பேச்சு. தொண்ணூறு நிமிடம் பேசினார் ஷ்வாப். கூட்டத்தினர் இன்னும் அந்தப் பேச்சின் பிரமையிலிருந்து விடுபடாத நிலையில், மோர்கன் அவரைத் தனியாக அழைத்துச் சென்றார். சுவர் ஓரமாக இருந்த ஜன்னலொன்றின் அருகில், அதிக சௌகரியமில்லாத உயரமான இருக்கைகளில் அமர்ந்து காலாட்டியபடி மேலும் ஒரு மணி நேரம் உரையாடினார்கள்.

''ஒருபுறம் ஷ்வாபின் ஆளுமை, அனைவரையும் மந்திரத்தால் கட்டுண்டது போலாக்கியது என்றால், இன்னொருபுறம், எஃகு உற்பத்தியைப் பெருக்க அவர் எடுத்துரைத்த மிகத் தெளிவான திட்டம் முழுமையானதாகவும், நீண்டகாலத்திற்கு நினைக்கக்கூடியதாகவும் இருந்தது. பலபேர் உடனே ஓடிவந்து மோர்கனிடம் பேசினர். பிஸ்கட், இரும்புச் சுருள்கம்பிகள், சர்க்கரை, ரப்பர், விஸ்கி, பெட்ரோல், சூயிங்க் கம் போன்ற பல்வேறு பொருட்களுக்கான டிரஸ்ட்கள் அப்போது இயங்கிக்கொண்டிருந்தன. அதேபோல், இரும்பு எஃகுக்காக ஒரு டிரஸ்ட் அமைக்கலாம் என்று அவருக்கு ஆலோசனை கொடுத்தனர். அவர்களில் ஒருவர், ஜான் டபிள்யூ கேட்ஸ் என்ற சூதாட்டக்காரர். அவர் மீது மோர்கனுக்கு நம்பிக்கை இல்லை. அடுத்து வந்தவர்கள், பில் மூர், ஜிம் மூர் என்னும் சகோதரர்கள். சிகாகோவில் விளையாட்டுக்கான டிரஸ்ட் ஒன்றும் பிஸ்கட் கார்ப்பரேஷன் ஒன்றும் உண்டாக்கியவர்கள். மோர்கன் அவர்களையும் செவிமடுக்கவில்லை. எல்பர்ட் எச். கேரி என்ற வழக்கறிஞரும் முயன்றார். மோர்கனால் கவனிக்கப்படும் அளவுக்கு அவர் பெரிய ஆளில்லை. ஆனால், ஷ்வாபின் பேச்சுத் திறமை அவரை உயரத்தில் கொண்டு போய் நிறுத்தி, அவர் மேற்கொள்ளவிருக்கும் முதலீட்டின் நிச்சயமான பலன்களைக் கண்ணெதிரே கொண்டு வந்து நிறுத்தியது.

''ஒரு தலைமுறைக்கு முன்னால் நிதித்துறையில் காந்தம் போல ஒரு சக்தி கிளம்பியது. ஆயிரக்கணக்கான சிறு தொழில்களையும், இழப்பில் இயங்கிக் கொண்டிருந்த தொழில்களையும் ஒன்றாக்கி, போட்டியாளர்களை நசுக்கும் ராட்சத நிறுவனமாக்கும் அமைப்புமுறை, இரும்பு எஃகுத் தொழிலிலும் நுழைந்தது. அதற்குக் காரணமானவர் சிரிக்கப் பேசும் ஜான் டபிள்யூ. கேட்ஸ். அவருடைய

அமெரிக்கன் ஸ்டீல் அண்ட் ஒயர் கம்பெனி அப்படி உருவானது தான். பிறகு மோர்கனுடன் சேர்ந்து ஃபெடரல் ஸ்டீல் கம்பெனியை உருவாக்கினார்.

தி நேஷனல் டியூப் மற்றும் அமெரிக்கன் பிரிட்ஜ் ஆகியவையும் மோர்கனின் இன்னும் இரண்டு கம்பெனிகள். மூர் சகோதரர்கள் தங்களின் பழைய கம்பெனிகளை விற்றுவிட்டு இரும்புத் தொழிலுக்கு வந்தனர். அவர்களுடைய டின் பிளேட், ஸ்டீல் ஹூப், ஷீட் ஸ்டீல், மற்றும் நேஷனல் ஸ்டீல் கம்பெனி ஆகியவை மொத்தமாக 'அமெரிக்கன் க்ரூப்' என்று அழைக்கப்பட்டன.

''அந்த நாளில் ஆண்ட்ரு கார்னகி தலைமையில் இருந்த இரும்பு எஃகு டிரஸ்ட் மாபெரும் வலிமை கொண்டதாக இருந்தது. ஐம்பத்து மூன்று பங்குதாரர்கள் அவரிடம் இருந்தனர். அத்துடன் ஒப்பிடுகையில் இவர்களின் டிரஸ்ட்கள் மிகவும் அற்பமானவை எனலாம். ஒரு பெரிய முயற்சியை முன்னெடுத்துவிட்டதாக அவர்கள் திருப்தியடையலாம், ஆனால், கார்னேகியின் சாம்ராஜ்ஜியத்தை அசைத்துக் கூடப் பார்க்க முடியாது. இது மோர்கனுக்கும் தெரியும்.

''விந்தையான அந்த ஸ்காட்லாண்டுக்காரருக்கும் இது தெரியும். தனது உயரமான ஸ்கைபோ கேஸிலில் இருந்து மோர்கனுடைய ஆட்கள் நடத்தும் சிறுபிள்ளை விளையாட்டை முதலில் வேடிக்கையாகவும் பிறகு எரிச்சலோடும் பார்த்தார் கார்னகி. அவர்களின் விளையாட்டு சற்றே துணிச்சலோடு நடக்க ஆரம்பித்த போது, அவருக்கு ஆத்திரம் உண்டாயிற்று. அவர்கள் மீது எதிர்த்தாக்குதல் நடத்தத் தீர்மானித்தார். தனது எதிரிகள் எந்தெந்தத் தொழில்களில் இயங்கினார்களோ அதெல்லாவற்றிலும் தானும் தொழில் தொடங்க முடிவு செய்தார். அதுவரையில் அவருக்கு ஒயர், பைப், ஹூப்ஸ், ஷீட் ஆகியவற்றில் அக்கறை இருந்ததில்லை. பதிலாக, அந்தக் கம்பெனிகளுக்கு தனது இரும்பை மூலப்பொருளாக விற்பதே போதுமென்று இருந்தார். அதிலிருந்து எந்த வடிவத்தில் வேண்டுமானாலும் அவர்கள் தயாரித்துக் கொள்ளட்டும் என்று விட்டுவிட்டார். இப்போதோ, ஷ்வாப் அவர் பக்கம் இருந்ததால், அவரைக் கொண்டு தன் எதிரிகளை வீழ்த்த முடிவு செய்தார்.

''ஷ்வாப் நிகழ்த்திய சொற்பொழிவிலிருந்து தான் மோர்கனுக்கு யோசனையே உதித்தது. கூட்டணியாக ஒரு டிரஸ்ட்டை உருவாக்குவதென்று. ஆனால், இரும்பு உலகின் ராட்சஸரான கார்னகி இல்லாமல் ஒரு டிரஸ்ட்டா? தம் பருப்பு வேகாது என்று மோர்கனுக்குத் தெரிந்தது.

''1900 டிசம்பர் 12-ஆம் தேதி ஷ்வாப் நிகழ்த்திய பேச்சின் சாராம்சம் என்னவென்றால், கார்னகியின் மாபெரும் சாம்ராஜ்ஜியத்தை

மோர்கனின் கூடாரத்திற்குள் கொண்டு வந்துவிட முடியும் என்பது தான். அதற்கான உறுதிமொழியை யாரும் தரவில்லை என்றாலும். இரும்பு எஃகின் உலகளாவிய எதிர்காலத்தைப் பற்றி அவர் பேசினார். செயல்திறனுக்காகவும், சிறப்புத் தயாரிப்புகளுக்காகவும், ஆலைகளை மறுசீரமைப்பது; இழப்பில் ஓடும் தொழிற்சாலைகளை இழுத்து மூடுவது, அவைகளின் நிலங்களை அதிக விலைக்கு விற்பது; இரும்புத் தாதுவை சிக்கனமான முறையில் போக்குவரத்து செய்வது, நிலையான மற்றும் நிர்வாகச் செலவினங்களைச் சீரமைப்பது, வெளிநாட்டுச் சந்தைகளைப் பிடிப்பது பற்றியெல்லாம் அவர் பேசினார்.

''இன்னும் அவர் பேசியது ஒன்றுண்டு. கூட்டணி அமைத்து, ஏகபோக நிறுவனமாக இயங்கிக் கொள்ளை இலாபம் அடிப்பது தவறு என்றார் ஷ்வாப். எனெனில் அது உற்பத்தியைக் குறைத்து, சந்தையின் வளர்ச்சியைப் பாதிக்கும் என்றார். இரும்பு எஃகின் விலையைக் குறைப்பதன் மூலம், அதற்கான சந்தை நிரந்தரமாக வளர்ந்து கொண்டே இருக்கும் என்றார். இரும்பு எஃகிற்குப் புதுப்புதுப் பயன்கள் ஏற்பட்டுக் கொண்டே இருக்கும், அதனால் உலகச் சந்தையின் ஒரு பகுதியை நம் வசமாக்கலாம் என்றும் கூறினார். அதிக அளவுக்கு உற்பத்தி செய்யவல்ல இன்றைய நவீன உற்பத்திமுறைக்கு அவரே ஆதரவாளர் என்பது ஷ்வாபுக்கு அப்போது தெரியுமோ என்னவோ.

''ஒருவழியாக யுனிவர்சிடி கிளப் டின்னர் முடிந்தது. ஷ்வாப் கொடுத்த உற்சாகமான சித்திரத்துடன் அவருடைய திட்டத்தைப் பரிசீலனை செய்ய மோர்கன் தன் வீட்டிற்குக் கிளம்பினார். ஷ்வாப் பிட்ஸ்பர்க் திரும்பி, 'வீ ஆண்டிரா கார்னகி' யில் பணியைத் தொடர்ந்தார். கேரியும் மற்றவர்களும் மேற்கொண்டு நடக்கப்போவதை முன்னிட்டுப் பங்குச்சந்தையில் எவ்வாறு முதலீடு செய்வதென்று சிந்திக்க ஆரம்பித்தார்கள்.

''ஷ்வாப் தனக்கு முன்னால் வைத்துவிட்டுப் போன காரண காரியங்களாலான விருந்தை ஜீரணிக்க மோர்கனுக்கு ஒருவாரம் ஆயிற்று. ஷ்வாப் சொன்னபடி முதலீடு செய்தால் பிரச்சினை ஏதும் வராது என்று அவருக்கு உறுதியானவுடன், ஷ்வாபை அழைத்துப் பேசினார். அந்த இளைஞர் மிகவும் கூச்ச சுபாவம் உடையவராக இருந்ததைக் கண்டார். வால் ஸ்ட்ரீட் மகாராஜா என்று மோர்கனுக்குப் பெயர். கார்னகியோ அத்தெருவின் பக்கம் தலைவைத்துப் படுப்பதில்லை என்று சபதம் எடுத்தவர். தனது கம்பெனியின் நம்பிக்கைக்குரிய ப்ரெசிடெண்ட்(ஷ்வாப்), மோர்கனுடன் நெருக்கமாக இருப்பதை கார்னகி விரும்பமாட்டார்

என்று மோர்கனிடம் சொன்னார் ஷ்வாப்.

''ஆகவே மேற்கொண்டு பேச்சுவார்த்தை நடத்துவதற்கு ஒரு புதுவழி கண்டுபிடிக்கப்பட்டது. அதாவது, ஜான் டபிள்யூ. கேட்ஸ் இவர்கள் இருவருக்கும் இடையில் தூதுவராக இருப்பார் என்றும், பிலடெல்பியாவில் பெல்லா வூ ஹோட்டலில் ஷ்வாப் தங்க 'நேர்ந்தால்' ஜே.பி. மோர்கனும் அங்கு 'தற்செயலாக' இருப்பார் என்றும் முடிவானது. ஆனால் துரதிர்ஷ்டமாக, ஷ்வாப் அங்கு வந்த போது, மோர்கனுக்கு உடல்நிலை சரியில்லாமல் போகவே, ஷ்வாப் அவரை அவருடைய நியூயார்க் இல்லத்தில் சென்று சந்திக்கும்படி ஆயிற்று. மோர்கனின் நிதி சம்பந்தப்பட்ட நூல்கள் அடங்கிய அறையில் சந்திப்பு நடைபெற்றது.

''சில பொருளாதார வரலாற்று ஆய்வாளர்கள், இது எல்லாமே ஆண்ட்ரூ கார்னகி அமைத்துக் கொடுத்த நாடகம் என்று கூறுகிறார்கள். ஷ்வாபுக்குக் கொடுத்த டின்னர், ஷ்வாப் நிகழ்த்திய புகழ்பெற்ற சொற்பொழிவு, அந்த இரவில் மோர்கனுடன் நடத்திய உரையாடல், எல்லாமே தந்திரமிக்க ஸ்காட் நாட்டவரான கார்னகியின் திட்டமே என்கிறார்கள். ஆனால் உண்மையோ இதற்கு நேர் எதிரானது. திட்டத்தை முன்னெடுக்க ஷ்வாப் அழைக்கப்பட்ட போது 'லிட்டில் பாஸ்' (அதாவது கார்னகி) தன் கம்பெனியை விற்கத் தயாராக இருந்தாரா, அதுவும் அவரால் சற்றே அந்தஸ்து குறைந்தவர்களாகக் கருதப்பட்ட வால் ஸ்ட்ரீட் ஆசாமிகளுக்கு-என்று அவருக்குத் தெரியாது. ஆனாலும் ஷ்வாப் தன்னுடன் முக்கியமான ஆறு ஸ்டீல் கம்பெனிகளின் நிதிநிலைமை மற்றும் எதிர்கால வருவாய் ஈட்டும் திறன் ஆகியவற்றைக் கையோடு கொண்டு போயிருந்தார்.

''அந்தப் புள்ளிவிவரங்களை நான்குபேர் இரவு முழுவதும் சோதித்துப் பார்த்தார்கள். அவர்களில் தலையாயவர் மோர்கன் தான். பணத்தின் மீதான உரிமையைத் தனக்கு இறைவனே வழங்கியிருப்பதாகக் கருதியவர் அவர். அவருடன் இருந்தவர், ராபர்ட் பேக்கன். பெரிய செல்வந்தர், அறிஞர், நல்ல மனிதரும் கூட. மூன்றாவது நபர், ஜான் டபிள்யூ. கேட்ஸ். சூதாட்டக்காரரான இவரைத் தான் சொன்னபடி கேட்கும் கருவியாகப் பயன்படுத்தினார் மோர்கன். நான்காவது நபர் தான் ஷ்வாப். அந்த நாளில் இரும்பு எஃகு தயாரிப்பிலும், அதன் விற்பனையிலும் உலகில் வேறெந்த மனிதரை விடவும் அதிகம் தெரிந்தவர். ஆகவே அவர் கொடுத்த புள்ளிவிவரங்களை யாரும் ஆட்சேபிக்கவில்லை. இன்ன தொழிற்சாலைக்கு இன்ன விலை கொடுக்கலாம் என்று அவர் சொல்லிவிட்டால் அதற்கு மறுவார்த்தை கிடையாது. அதே சமயம், தான் சொல்லும் தொழிற்சாலைகளைத்தான் கூட்டணியில் சேர்க்க

வேண்டும் என்பதிலும், ஒரு தயாரிப்புக்கு ஒரு தொழிற்சாலை போதும், இரண்டாவது வேண்டாம் என்ற முடிவிலும் உறுதியாக இருந்தார். எப்படியாவது தங்கள் தொழிற்சாலையை மோர்கனிடம் தள்ளிவிட்டு இலாபமடையலாம் என்று காத்திருந்த நண்பர்களை அவர் ஆதரிக்கவில்லை. அதை எதிர்பார்த்துப் பங்குச்சந்தையில் முதலீடு செய்யக் காத்திருந்தவர்களை அவர் ஓரம் கட்டினார்.

''பொழுது விடியும் நேரம். மோர்கன் எழுந்து முதுகை நிமிர்த்திக் கொண்டார். கடைசியாக ஒரு கேள்வி தான் பாக்கியிருந்தது. ஷ்வாபிடம் கேட்டார்: '''தன்னுடைய (இரும்பு) தொழிற்சாலைகளை நமக்கு விற்குமாறு ஆண்ட்ரூ கார்னகியிடம் உங்களால் சொல்ல முடியுமா?'

'''முயன்று பார்க்கிறேன்,' என்றார் ஷ்வாப்.

'''அது நடந்துவிட்டால், மற்றதை நான் பார்த்துக்கொள்கிறேன்,' என்றார் மோர்கன்.

''அதுவரை எல்லாம் சரிதான். ஆனால் கார்னகி விற்கச் சம்மதிப்பாரா? என்ன விலை கேட்பார்? (320 மில்லியன் டாலர் என்பது ஷ்வாபின் கணக்கு). அதை எப்படிக் கேட்பார்? பொதுப் பங்குகளாகவா, முன்னுரிமைப் பங்குகளாகவா, அல்லது கடன் பத்திரமாகவா? ஒருவேளை, எல்லாமே பணமாக வேண்டும் என்று கேட்டால், அவ்வளவு தொகையைத் திரட்டுவதற்கு யாராலும் முடியாது. (ஆனால் கார்னகியுடன் இதைப்பற்றிப் பேசுவதற்கான சந்தர்ப்பம் ஷ்வாபுக்குக் கிட்டவில்லை.)

''ஜனவரி மாதம் வெஸ்ட்செஸ்டரிலுள்ள பனிபடர்ந்த செயிண்ட் ஆன்ட்ரூஸ் மலைமீது நடந்த கோல்ஃப் ஆட்டத்தின் போது இருவரும் சந்தித்தனர். கடுங்குளிரைத் தாங்கும் ஸ்வெட்டர்களுக்குள் இருந்தார் கார்னகி. ஷ்வாப் வழக்கம் போல் வளவளவென்று பேசிக் கொண்டிருந்தார். ஆனால் வியாபார விஷயமாக ஒரு வார்த்தை கூட கார்னகியிடமிருந்து வரவில்லை. ஆட்டம் முடிந்து கார்னகியின் கொட்டடிக்குள் அமர்ந்தனர். அதுதான் சமயம் என்று ஷ்வாப், எந்த வாதத் திறமையால் நியூயார்க்கின் எண்பது செல்வந்தர்களைத் தன் வசப்படுத்தினாரோ, அதே வாதத் திறமையைப் பயன்படுத்தி விஷயத்தைச் சொன்னார். நல்ல விலைக்குத் தொழிலை விற்றுவிட்டு அமைதியாக ஓய்வு கொள்ளலாம் என்று அவருக்கு ஆலோசனை சொன்னார். அவ்வளவு பணம் கையில் இருந்தால் அவர் எவ்வளவோ சமூகப்பணிகளைச் செய்யலாம், அதன் மூலம் மேலும் அந்தஸ்து பெருகும் என்பதையும் சுட்டிக்காட்டினார். கார்னகி மசிந்த மாதிரி தோன்றியது. ஒரு தாளில் ஒரு தொகையை எழுதி ஷ்வாபிடம் கொடுத்தார். 'நல்லது, இந்தத்

தொகை கிடைக்குமானால் நான் விற்கத் தயார்,' என்றார்.

''அவர் எழுதிய தொகை சுமார் 400 மில்லியன் டாலர்கள். ஷ்வாப் 320 மில்லியன் என்று நினைத்திருந்தார் அல்லவா, அது இரண்டு வருடத்திற்கு முந்தைய மதிப்பு. அத்துடன் இரண்டு வருட மூலதன வளர்ச்சி விகிதத்தைக் கணக்கிட்டு 80 மில்லியன் சேர்த்தால் 400 மில்லியன் என்பது சரிதான்.

'''எல்லாம் முடிந்தபிறகு, அட்லாண்டிக் கடல்மீது கப்பலில் அமர்ந்தபடி மோர்கனிடம் விரக்தியாகக் கூறினார் கார்னகி: 'இன்னும் 100 மில்லியன் அதிகம் கேட்டிருக்கலாமோ என்று தோன்றுகிறது.'

'''முகத்தில் உற்சாகம் பொங்க மோர்கன் பதிலளித்தார்: 'கேட்டிருந்தால் நிச்சயம் கிடைத்திருக்கும்.'

***

''தொழில் உலகம் கொந்தளித்தது. இந்த மாபெரும் இரும்பு எஃகுக் கூட்டணி அச்சமூட்டுவதாக இங்கிலாந்திலிருந்து கேபிள் அனுப்பினார் ஒரு நிருபர். இத்தகைய டிரஸ்ட்களை முறைப்படுத்திக் கட்டுக்குள் வைக்கவில்லையென்றால் இன்னும் இருபத்தைந்து வருடங்களுக்குள் இவர்கள் வாஷிங்டனில் சக்ரவர்த்தியாக அமர்ந்து விடுவார்கள்-என்று யேல் பல்கலைக்கழகத்தின் பிரெஸிடெண்ட் ஹேட்லி எச்சரித்தார். ஆனால், பங்குச் சந்தையின் தலையாய ஆட்டக்காரராக இருந்த கீன் மட்டும் தன் தொழிலில் சுறுசுறுப்பாக இருந்தார். கண் இமைக்கும் நேரத்திற்குள், பங்குச்சந்தையில் முதலீட்டுக்குக் காத்திருந்த 600 மில்லியன் பணமும் முதலீடாகிவிட்டது. கார்னகிக்கு வரவேண்டிய பணம் வந்துவிட்டது. அதை ஏற்பாடு செய்து கொடுத்ததற்குக் கட்டணமாக 62 மில்லியன் டாலர்கள் மோர்கனின் ஸிண்டிகேட்டிற்குக் கிடைத்தது. கேட்ஸ் முதல் கேரி வரையான எல்லாருக்கும் முதலீட்டுக்கு ஏற்றபடி இலாபம் கிட்டியது.

***

''முப்பத்தெட்டு வயதே ஆன ஷ்வாபுக்கும் இலாபத்தில் பங்கு கிடைத்தது. எப்படி? புதிதாக உருவான கம்பெனிக்கு அவர் தான் பிரெஸிடெண்ட். அந்தப் பதவியில் முப்பதாண்டுகள்-அதாவது 1930 வரையில்-அவர் இருந்தார்.''

இதுவரை நீங்கள் படித்த ''பெரிய வியாபாரிகள்'' கதையை இங்கு இணைத்ததன் நோக்கம், **ஆர்வம் என்பது எப்படி அதற்கான**

பௌதிகப் பொருளாக மாற்றப்படக் கூடியது என்பதைக் காட்டுவதே.

அதெப்படி கண்ணுக்குத் தெரியாத **ஆர்வம்**, பௌதிகப் பொருளாக மாற்றப்படும் என்று சில வாசகர்கள் கேட்கலாம். "**சூன்யத்தை** ஒரு **பொருளாக** மாற்றவே முடியாது!" என்றும் சிலர் கூறலாம். இதற்கான விடைதான் மேற்சொன்ன யுனைடெட் ஸ்டேட்ஸ் ஸ்டீல் நிறுவனம். இந்த ராட்சஸ நிறுவனம் முதலில் ஒரு மனிதனின் மனத்தில் தோன்றியது. அதற்கான இரும்பு எஃகுத் தொழிற்சாலைகளை அடையாளம் கண்டு, இணைத்து, வலிமையான நிதியாதாரத்தைச் சேர்க்கும் திட்டமும் அவர் மனத்தில் தான் தோன்றியது. அவருடைய **நம்பிக்கை**, அவரது **ஆர்வம்**, அவரது **கற்பனாசக்தி**, அவரது **விடாமுயற்சி**-ஆகியவையே யுனைடெட் ஸ்டேட்ஸ் ஸ்டீல் நிறுவனத்தின் ஆதாரமான உட்பொருள்கள். தொழிற்சாலைகளும் பிற உற்பத்தி சாதனங்களும் **அந்த நிறுவனம் சட்டபூர்வமாகப் பதிவான பிறகு தான் வாங்கப்பட்டன.** ஆனால், அந்த இடைப்பட்ட காலத்திற்குள்ளேயே அவற்றின் மதிப்பு, முன்பிருந்ததைவிட **600 மில்லியன் டாலர்** அளவுக்கு அதிகரித்துவிட்டது. காரணம் அவை அனைத்தும் ஒரே நிறுவனமாக இணைக்கப்பட்டதே.

வேறு வார்த்தைகளில் சொல்வதானால், சார்லஸ் எம் ஷ்வாபின் **கருத்துருவும்**, அதை ஜே.பி.மோர்கன் மற்றும் அவர் நண்பர்களுக்கு கொண்டு சென்ற **நம்பிக்கையும்** சந்தைப்படுத்தப்பட்டதால் கிடைத்த இலாபம் 600 மில்லியன் டாலர்கள்! ஒரு **கருத்துருவுக்கு** இவ்வளவு தொகையா!

அப்படிக் கிடைத்த மில்லியன் கணக்கான இலாபத்தை அவர்கள் என்ன செய்தார்கள் என்பது நமக்கு அவசியமில்லை. கவனிக்க வேண்டிய அம்சமானது, இந்த நூலில் கூறப்படும் தத்துவம் நடைமுறைப்படுத்தப்பட்டு வெற்றி பெற்றதற்கான அசைக்க முடியாத சாட்சியம் அது என்பதே. அப்படித் தோன்றிய நிறுவனமானது நாளுக்கு நாள் வளர்ச்சி கண்டு, நாட்டின் வலுவான, செல்வம் மிக்க நிறுவனங்களில் ஒன்றாகி, பல்லாயிரம் தொழிலாளர்களுக்கு வேலை கொடுத்து, இரும்பு எஃகிற்குப் புதுப்புதுப் பயன்பாடுகளைக் கண்டுபிடித்து, புதிய சந்தைகளைத் தோற்றுவித்து, ஷ்வாபின் **கருத்துருவால்** செலவான 600 மில்லியன் டாலர்களை சம்பாதித்துக் கொடுத்துவிட்டது.

பணத்தின் தொடக்கம் எண்ணமே!

பணத்தின் அளவு, யாருடைய மனத்திற்குள் அந்த **எண்ணம்** விதைக்கப்பட்டு செயலாகிறதோ, அவரைப் பொறுத்தது. ஆனால், **நம்பிக்கை**, பணத்தின் எல்லைகளை அகற்றுகிறது!

இந்த உலகிற்கு நீங்கள் அனுப்பப்பட்டிருக்கிறீர்கள். உங்களுக்குரிய விலையை வாழ்க்கையோடு பேரம் பேசி வாங்கத் தயங்காதீர்கள். மறந்துவிடாதீர்கள். யுனைடெட் ஸ்டேட்ஸ் ஸ்டீல் நிறுவனத்தை உருவாக்கிய மனிதன், அப்போது பெரிய ஆள் அல்ல. ஆண்ட்ரூ கார்னகியின் முக்கிய உதவியாள். அவ்வளவே. ஆனால் அந்தக் **கருத்துருவை** வெளியிடும் வரைதான். அதன் பிறகு மிகப் பெரிய பதவியும் அதிகாரமும் புகழும், பணமும் அவரை நாடி வந்தன.

மனதிற்கு எல்லைகள் கிடையாது. நாமாகக் கருதிக்கொள்வதே எல்லைகள்.

வறுமை, வளமை-இரண்டுமே எண்ணத்தின் குழந்தைகள்.

4

தன்னாலோசனை

ஆழ்மனதை ஆட்கொள்ளவல்ல ஊடகம்

செல்வத்தை நோக்கி மூன்றாவது அடி

தன்னாலோசனை என்ற சொல், தனக்குத் தானே சொல்லிக் கொள்ளும் ஆலோசனைகளையும், ஊக்கமூட்டும் செயல்களையும் குறிப்பதாகும். அவை ஐம்புலன்களின் வழியாகச் சென்று மனத்தை அடையும். மனத்தின் ஏதோ ஒரு பகுதியில் எண்ணங்கள் உணரப்படுகின்றன. ஆழ்மனதின் இன்னொரு பகுதியில் எண்ணங்களைச் செயல்புரிய வைக்கும் இடம் உள்ளது. இந்த இரண்டுக்கும் இடையே கருத்துப் பரிமாற்றத்திற்கான ஊடகமாக இருப்பது தான், தன்னாலோசனை. ஒருவன் மீது ஆதிக்கம் செலுத்தும் எண்ணங்கள் அவனுடைய உணர்வு மனத்தில் இடம் பெறுகின்றன. (அவை நல்லவையா, தீயவையா என்பது ஒரு பொருட்டல்ல.) தன்னாலோசனையானது, அந்த எண்ணங்களை ஆழ்மனதை அடையச் செய்து, செயல்புரிய வைக்கிறது.

எண்ணம் நல்லதோ கெட்டதோ எதுவாயினும், **தன்னாலோசனையின் துணையின்றி அது ஆழ்மனதிற்குள் புக முடியாது.** (விதிவிலக்கு: ஆகாசத்திலிருந்து நேரடியாக ஆழ்மனதிற்குள் நுழைபவை.) வேறு வார்த்தைகளில் சொல்வதானால், ஐம்புலன்களின் மூலமாக வரும் எல்லாப் பதிவுகளும் முதலில் உணர்வு மனதிற்கு வரும், அவற்றில் சில மட்டுமே **ஆழ்மனதிற்கு** அனுப்பப்படும், மற்றவை நிராகரிக்கப்படும். எனவே, ஆழ்மனதின் வாயிற்காவலன் என்று உணர்வு மனதை நாம் அழைக்கலாம்.

புலன்கள் வழியாக வருவனவற்றில், ஆழ்மனதிற்குச் செல்ல வேண்டிய எண்ணங்கள் எவையெவை என்று தேர்ந்தெடுத்து அனுப்பும் **முழுமையான அதிகாரம்** இயற்கையால் மனிதனுக்கு

வழங்கப்பட்டுள்ளது. ஆனால் எல்லா காலத்திலும் இந்த அதிகாரத்தை அவன் சரியாகப் பயன்படுத்துகிறான் என்று சொல்ல முடியாது. மிகப் பெரும்பாலானவர்களை எடுத்துக்கொண்டால், **பயன்படுத்துவதில்லை** என்று தான் சொல்ல வேண்டும். அதனால் தான் அவர்கள் வாழ்வில் வறுமையை அனுபவிக்கிறார்கள்.

ஆழ்மனம் என்பது நம் மனதிலுள்ள ஓர் வளமான, அழகான தோட்டம். அதில் சரியான விதைகளை நடாவிட்டால், களைகள் தான் முளைத்துப் பரவிவிடும். இதை நினைவில் கொள்ளுங்கள். **தன்னாலோசனை** என்பது, தேர்ந்தெடுத்த படைப்பாற்றல் மிக்க எண்ணங்களை மட்டும் ஆழ்மனதிற்குள் அனுப்புவதற்கான கட்டுப்பாட்டு கருவியாகும். அதைப் பயன்படுத்த மறந்தால், தீமையான, அழிவை உண்டாக்கும் எண்ணங்கள் உள்ளே நுழைந்துவிடும். ‘ஆர்வம்’ என்னும் பகுதியில், ஆறாவது கட்டளையில், **பணம் வேண்டுமென்னும் ஆர்வம்** பற்றி நீங்கள் **எழுதி** வைத்துள்ள வாசகத்தை ஒவ்வொரு நாளும் இரண்டு முறை **உரக்கப்** படிக்க வேண்டும் என்றும், அந்தப் பணம் உங்களுக்கு அப்போதே வந்துவிட்டதாக கண்ணால் **கண்டும்** மனதால் **உணர்ந்தும்** பார்க்க வேண்டுமென்று சொன்னோமே, அது இதற்காகத்தான். அதைப் பின்பற்றுவதன் மூலம் உங்களின் **ஆர்வத்தை** முழு **நம்பிக்கையோடு,** நேரடியாக, **ஆழ்மனதிற்குள்** செலுத்துவீர்கள்.

இந்தச் செயல்முறையை மீண்டும் மீண்டும் புரிவதன் மூலம், ஆர்வத்தைப் பணமாக மாற்றுவதில் உங்களுக்குத் துணை புரியக்கூடிய எண்ணப் பழக்கங்களை உருவாக்கிக் கொள்ள முடியும்.

இரண்டாம் அத்தியாயத்தில் சொன்ன ஆறு கட்டளைகளை மீண்டும் கவனமாகப் படியுங்கள். (பின்னால் வரப்போகும்) ‘ஆர்கனைஸ்டு பிளானிங்க்’ என்ற அத்தியாயத்தில் உங்களுக்கான ‘மாஸ்டர் மைண்ட்’ குழு அமைப்பது பற்றிய நாலு கட்டளைகளையும் கவனமாகப் படியுங்கள். இந்த இரண்டு பட்டியல்களையும் ஒப்பிட்டுப் பார்த்தால், அவை, தன்னாலோசனை தத்துவத்திலிருந்து எழுந்தவை என்பதை அறிவீர்கள்.

உரக்கப் படிக்கும் போது வெறுமனே உணர்ச்சியில்லாமல் படிக்கக்கூடாது. வார்த்தைகளில் உணர்ச்சியைக் கலந்து படிக்க வேண்டும். எமில் கூவின் சூத்திரத்தை (‘‘ஒவ்வொரு நாள் கழியும் போதும், எல்லா வகையிலும் நான் குணமாகிக் கொண்டே வருகிறேன்.’’) மில்லியன் கணக்கான முறைகள் படித்தாலும், உணர்ச்சியின்றியும், **நம்பிக்கை** கலக்காமலும் படித்தால் **எந்தப் பலனும்** கிடைக்கப் போவதில்லை. உணர்வுடனோ,

உணர்ச்சியுடனோ கலக்காமல் வரும் எண்ணங்களை ஆழ்மனம் அங்கீகரிப்பதில்லை.

இது, மீண்டும் மீண்டும் ஒவ்வொரு அத்தியாயத்திலும் சொல்லவேண்டிய உண்மையாகும். ஏனெனில், இதைப் புரிந்து கொள்ளாமல் செயல்பட்டால், உங்களுக்குத் தன்னாலோசனை எந்தப் பலனும் தராது. பெரும்பாலானவர்கள் அப்படித்தான் இருக்கிறார்கள்.

உணர்வுபூர்வமல்லாத சாதாரணமான வார்த்தைகள் ஆழ்மனதை ஆட்சி செய்ய முடியாது. **நம்பிக்கையோடும்** உணர்ச்சியோடும் ஆழ்மனதிற்கு எண்ணங்களையோ வார்த்தைகளையோ கலந்து அனுப்புவது எப்படி என்பதைப் பயிலும்வரை உங்களுக்குக் குறிப்பிடத்தக்க பலன் கிடைப்பதற்கில்லை.

இவ்வாறு, உணர்வுகளைக் கட்டுப்படுத்தி வழியனுப்புவது- முதல்முறையில் உங்களால் முடியவில்லையென்றால்-மனம் தளரவேண்டாம். விலை **கொடுக்காமல் எதுவும் கிடைக்காது.** ஆழ்மனதை அடைந்து செல்வாக்கு செலுத்தும் திறமைக்கு ஒரு விலையுண்டு. **அதை நீங்கள் கொடுத்தாக வேண்டும்.** கொடுக்காமல் ஏமாற்றவும் முடியாது. இங்கு சொல்லப்படும் கோட்பாடுகளை இடைவிடாமல் பின்பற்றுவது என்னும் விலை தான் அது. குறைந்த விலைக்கு அது கிடைக்காது. நீங்கள் பெறப்போகும் பொருளுக்கு (''பணம் என்னும் உணர்வு'') இந்த விலை கட்டுப்படியாகுமா என்பதைத் தீர்மானிக்க வேண்டியவர் **நீங்கள் ஒருவர் மாத்திரமே.**

அனுபவ அறிவும், ''புத்திசாலித்தனமும்'' மட்டுமே பணத்தை உங்களை நோக்கி இழுத்து வராது. இருக்கும் பணத்தைக் காப்பாற்றியும் கொடுக்காது. சராசரி சட்டத்தின்படி சில விதிவிலக்குகள் இருக்கலாம். நாம் கூறும் வழிமுறைக்கும் சராசரி சட்டத்திற்கும் சம்பந்தமில்லை. இது ஒருவருக்கு பலன் தந்தால் எல்லாருக்குமே பலன் தருவதாகும். ஆனால் இது தோல்வியடைந்தால், அது தனி மனிதனின் தோல்வி தானே தவிர, வழிமுறையின் தோல்வியாகாது. ஒருமுறை தோற்றால் வெற்றி கிட்டும்வரை மீண்டும் மீண்டும் முயற்சி செய்ய வேண்டும்.

நீங்கள் எடுத்துக்கொண்ட ஆர்வத்தின் பேரில் **மனதை ஒருமைப்படுத்தி**, அதைத் **தணியாத பிடிவாதமாக** ஆக்கும் **திறமை** இருந்தால் தான் தன்னாலோசனையால் நீங்கள் பலன் பெற முடியும்.

இரண்டாவது அத்தியாயத்தில் சொன்ன ஆறு கட்டளைகளை நீங்கள் பின்பற்ற ஆரம்பிக்கும் போது, **மனதை ஒருமைப்படுத்துதல்** என்னும் தத்துவம் உங்களுக்குத் தேவைப்படும்.

மன ஒருமைப்பாடு அதிகப் பலன் தருவதற்கு சில ஆலோசனைகளை இங்கே பார்க்கலாம். ஆறு கட்டளைகளில் முதல் கட்டளை, ''**எவ்வளவு** பணம் வேண்டும் என்று முதலில் முடிவு செய்து கொள்ளுதல்'' ஆகும். இதற்கு, உங்கள் கவனத்தைப் பணத்தின் மீது **ஒருமுகப்படுத்த** வேண்டும். அந்தப் பணம், நோட்டுக்களாக உங்கள் மனத்தில் **தெளிவாகத் தெரியும்** வரை கண்களை மூடிக் கொண்டிருங்கள். தினமும் ஒருமுறையாவது இதைச் செய்யுங்கள். சில நாட்கள் கழிந்த பிறகு, **நம்பிக்கை** என்னும் அத்தியாயத்தில் சொன்னது போலச் செய்யுங்கள். அந்தப் பணம் இப்போதே **உங்கள் கையில் வந்துவிட்டதாகக் காணுங்கள்!**

மிகவும் முக்கியமான உண்மை இது-ஆழ்மனது, முழு **நம்பிக்கையோடு** தனக்குத் தரப்படும் உத்தரவுகளைச் செயலாக்கத் தொடங்கிவிடும். ஆனால், சில நேரம், உத்தரவுகளை மீண்டும் மீண்டும் பிறப்பிக்க வேண்டி இருக்கலாம். அப்படி நேருமானால், நீங்கள் ஆழ்மனதைச் சற்றே ''ஏமாற்ற'' வேண்டி வரலாம். சட்டபூர்வமாகத்தான்! நான் நம்புகிறேன், நீயும் நம்பு, எனக்கு வரவேண்டிய ரூபாய் உன்னிடம் இருக்கிறது, இப்போது கேட்கிறேன், கொடுத்துவிடு-என்று அதை ஏமாற்றினால் போதும். உங்களுக்குச் சேரவேண்டிய தொகையைப் பெறுவதற்கான நடைமுறைத் திட்டத்தை ஆழ்மனது உங்களிடம் கொண்டு வந்து சேர்த்துவிடும்.

மேற்படி எண்ணத்தை உங்கள் **கற்பனாசக்தியிடம்** கொடுங்கள். அது, உங்கள் ஆர்வத்தைக் கொண்டு பணம் வந்து சேர்வதற்கான திட்டங்களை உருவாக்கித் தரும்.

பணம் தான் வரப்போகிறதே என்று அதைச் செலவழிப்பதற்கான வழிகளை இப்போதே **திட்டமிடாதீர்கள்**. கண்ணுக்குள் பணத்தைக் காணுங்கள். திட்டங்களை ஆழ்மனதிடம் கேளுங்கள். **எதிர்பார்த்திருங்கள்.** திட்டங்கள் உங்கள் முன்னால் தோன்றியதும் **உடனடியாகச் செயலில் இறங்குங்கள்.** திட்டங்கள் தோன்றும் போது அவை உங்கள் மனத்தில் ஒரு ''மின்னல்'' போலப் பளிச்சிடும். ஆறாம் அறிவில் உத்வேகமாகக் கிளம்பிவரும். அது, அளவற்ற அறிவாற்றல் உங்களுக்கு அனுப்பிவைத்த தந்திச் செய்தியாகும். அதை மரியாதையோடு அணுகுங்கள். அதன்படி உடனடியாகச் செயல்படுங்கள். **தவறினால்**, உங்கள் வெற்றி அடியோடு பாதிக்கப்படும்.

ஆறு கட்டளைகளில் நான்காவது ''அதற்கான திட்டத்தை வடிவமையுங்கள். ஆனால் செயலை இன்றே ஆரம்பித்து விடுங்கள்'' என்று சொல்லப்பட்டது. முந்தைய பாராவில் கூறியவாறு செயல்படுங்கள், உங்கள் ''பகுத்தறிவு'' சொல்வதை ஏற்கவேண்டாம்.

அது குறைபாடானது மட்டுமல்ல, சோம்பேறித்தனமானதும் கூட. அதை முற்றிலும் நம்பினால் ஏமாந்துபோவீர்கள்.

மூடிய கண்களுக்கு முன்னால் நீங்கள் எதிர்பார்த்த பணம் இருப்பதாக எண்ணிக் கொள்ளும் போதில், அந்தப் பணத்தைப் பெறுவதற்காக நீங்கள் என்ன செய்வதாகவோ, என்ன கொடுப்பதாகவோ கருதியிருந்தீர்களோ, அதைச் செய்வது போலவும் காட்சியில் காண வேண்டும். முக்கியம்!

அறிவுரைகளின் சுருக்கம்

இந்தப் புத்தகத்தைப் படிப்பதிலிருந்தே நீங்கள் அறிவை விரும்பித் தேடுபவர் என்று தெரிகிறது. அத்துடன் இந்தப் பாடத்தில் நீங்கள் ஒரு மாணவர் என்றும் தெரிகிறது. நீங்கள் மாணவர் மட்டுமே என்றால், இதன் மூலம் உங்களுக்குத் தெரியாததை அதிகம் தெரிந்து கொள்ளும் வாய்ப்பு உண்டு. ஆனால் அதற்கு பணிவு அவசியம். கொடுத்துள்ள விதிகளில் சிலவற்றை மட்டும் பின்பற்றி, இன்னும் சிலவற்றைத் தள்ளிவிட்டால்-தோல்விதான் கிட்டும்! வெற்றி வேண்டும் என்றால், **எல்லா** விதிகளையும் **நம்பிக்கையோடு** பின்பற்ற வேண்டும்.

இரண்டாவது அத்தியாயத்தில் சொன்ன ஆறு கட்டளைகளுடன் இந்த அத்தியாயத்தில் இதுவரை சொன்னதையும் சேர்த்து சுருக்கமாகக் கீழே தரப்படுகிறது.

1. யாரும் வந்து தொந்தரவு செய்யாத அமைதியான ஓரிடத்தில், (சிறப்பாக இரவுப் படுக்கையில்) அமர்ந்து கொண்டு, கண்களை மூடி, நீங்கள் எழுதி வைத்துள்ள வாசகங்களை உரக்கச் சொல்லுங்கள். பலமுறை சொல்லுங்கள். தேவைப்படுவதாகக் குறிப்பிட்ட தொகை, எந்த தேதிக்குள் அதை எதிர்பார்க்கிறீர்கள் என்பது, அந்தத் தொகைக்காக நீங்கள் செய்யப்போகும் சேவை அல்லது தரப்போகும் பொருள் ஆகிய விவரங்களைச் சொல்லுங்கள். இப்படிச் சொல்லிக் கொண்டிருக்கும் போதே **அந்தத் தொகை உங்கள் கைக்கு வந்துவிட்டதாக கற்பனை செய்துக் கொள்ளுங்கள்.**

   உதாரணமாக: இன்றிலிருந்து ஐந்தாவது வருடம், ஜனவரி முதல் தேதிக்குள் 50,000 டாலர்கள் சேர்த்தாக வேண்டும் என்பது உங்கள் குறிக்கோளாக இருக்கட்டும். இதற்குப் பிரதியாக ஒரு விற்பனையாளராக உங்கள் சேவையை வழங்கப் போகிறீர்கள் என்று வைத்துக் கொள்ளலாம். நீங்கள் எழுதப்

போகும் வாசகம் இப்படி இருக்கும்:

"19..ம் வருடம், ஜனவரி முதல் தேதி அன்று என்னிடம் 50,000 டாலர்கள் இருக்கும். இது சிறிது சிறிதாக இந்த ஐந்தாண்டுகளில் வந்து சேரும்.

"இந்தத் தொகைக்குப் பிரதியாக, எனது தொழிலில் (பெயரைக் குறிப்பிடவும்) மிகச் சிறந்த, முழுமையான, சேவையை உரிய எண்ணிக்கையிலும் சிறந்த தரத்திலும் வழங்குவேன்.

"இந்தத் தொகை என் கைக்கு வந்துவிடுமென்று நம்புகிறேன். என் நம்பிக்கையின் வலிமையால் அந்தப் பணத்தை இப்போதே என் கண்முன்னால் காண்கிறேன். என் கையால் அதைத் தொட முடிகிறது. நான் வழங்கப்போகும் சேவையைப் பொறுத்து இந்தத் தொகை எனக்கு மாற்றப்படும். இதைப் பெறுவதற்கான திட்டத்திற்காக நான் காத்திருக்கிறேன். அது கிடைத்தவுடன் அத்திட்டத்தின்படி உடனே செயல்படுவேன்."

2. இரவிலும் காலையிலும் இதைப் படியுங்கள், அந்தத் தொகை உங்கள் மனக்கண்ணில் காணும்வரை.
3. இந்த வாசகம் உங்களுக்கு மனப்பாடமாகும் வரையில், அட்டையில் எழுதி, காலையில் முதலாவதாகவும், இரவில் படுக்கும் முன்பு காணக் கூடியதாகவும் உள்ள ஓரிடத்தில் மாட்டி வையுங்கள்.

மேற்சொன்னவற்றை ஏன் செய்ய வேண்டும் என்று நினைவுபடுத்திக் கொள்ளுங்கள். தன்னாலோசனை தத்துவத்தின் மூலம் உங்கள் ஆழ்மனதிற்கு உத்தரவு போடும் விதமாக இதைச் செய்கிறீர்கள். உங்கள் உத்தரவுகள், உணர்ச்சியோடு இருந்தால் மட்டுமே ஆழ்மனது ஏற்றுச் செயல்படும் என்பதும் நினைவிருக்கட்டும். உணர்வுகளிலேயே மிகவும் வலிமை வாய்ந்தது, **நம்பிக்கை.** அதனால் '**நம்பிக்கை**' என்ற அத்தியாயத்தில் சொன்னபடி செய்யுங்கள்.

இந்த அறிவுரைகள் ஆரம்பத்தில் புரியாத மாதிரி தான் இருக்கும். இருக்கட்டும், பரவாயில்லை. சொல்வதைப் பின்பற்றுங்கள். அப்படிச் செய்தால், மனதாலும் செயலாலும் தவறாமல் செய்தால், விரைவில் உங்கள் முன்னால் சக்தி வாய்ந்ததோர் உலகம் விரியத் தொடங்கும்.

புதிய கருத்துக்கள் என்றாலே அவநம்பிக்கையோடு பார்ப்பது மனித இயல்பு. அப்படியின்றி, சொல்லப்பட்ட முறைப்படி நீங்கள் நடந்தால், அவநம்பிக்கை நம்பிக்கையாக மாறும். பின்னர் அதுவே

முழுமையான நம்பிக்கையாக மாறும். அப்போது நீங்கள் சொல்லத் தொடங்கலாம்: ''என் விதியின் தலைவன் நானே, என் ஆன்மாவின் கேப்டன் நானே.''

இந்த பூமியில், மனிதனே தனது விதியின் தலைவன் என்பதைப் பல தத்துவ மேதைகள் சொல்லியிருக்கிறார்கள். ஆனால் எப்படி அவன் தலைவன் ஆகிறான் என்பதை யாரும் சொல்லவில்லை. எப்படி மனிதன் இந்த உலகில் தனது உலகியல் அந்தஸ்துக்கும், நிதி நிலைமைக்கும் அவனே தலைவனாகிறான் என்பதை இந்த அத்தியாயத்தில் விரிவாகச் சொல்லியிருக்கிறோம். ஏனெனில், **தனது ஆழ்மனதின் மீது செல்வாக்கு செலுத்தி** அதன் மூலம் அளவற்ற அறிவாற்றலின் ஒத்துழைப்பை பெறும் சக்தி அவனிடம் இருக்கிறது.

இந்த தத்துவத்தின் ஆதாரமான உண்மையை எடுத்துக்காட்டும் அத்தியாயத்தை நீங்கள் இப்போது படித்துக் கொண்டிருக்கிறீர்கள். இதிலுள்ள அறிவுரைகளைப் புரிந்து கொண்டு **விடாமுயற்சியோடு நடைமுறைப்படுத்த வேண்டும்.** அப்போது தான் ஆர்வத்தைப் பணமாக உருமாற்றுவதில் வெற்றி கிடைக்கும்.

ஆர்வத்தைப் பணமாக உருமாற்றும் செயலில், ஆழ்மனதை அடைந்து, ஆதிக்கம் செலுத்தும் ஊடகமாகத் தன்னாலோசனை அமைகின்றது. மற்ற கொள்கைகள் இத்தன்னாலோசனையைப் பிரயோகிக்கும் சிறு கருவிகளே. இதை மறவாமல் மனத்தில் வைத்துக் கொண்டால், தன்னாலோசனை என்ற தத்துவம், இந்த நூலில் கூறியுள்ள முறைப்படி, உங்களுக்குப் பணம் திரட்டித்தரும் முயற்சியில் வகிக்கும் முக்கியமான பங்கு புலனாகும். ஒரு குழந்தை போல இங்கு சொல்லப்பட்டவைகள்ளைப் பின்பற்றுங்கள்.

குழந்தையின் **நம்பிக்கை**, உங்கள் முயற்சிகளில் இருக்கட்டும். வாசகர்களுக்கு உதவ வேண்டும் என்ற ஆர்வமிகுதியால் நடைமுறைக்கு ஒவ்வாத எதையும் சொல்லிவிடக்கூடாது என்று மிகுந்த கவனத்தோடு இதைச் சொல்கிறேன்.

புத்தகம் முழுவதையும் படித்த பின்னர், மீண்டும் இந்த அத்தியாயத்திற்கு வாருங்கள். வந்து, கீழ்க்கண்ட அறிவுரையை வரிமாறாமல் செயலில் பின்பற்றுங்கள்:

இந்த அத்தியாயம் முழுவதையும் ஒவ்வொரு இரவிலும் உரக்கப் படியுங்கள். தன்னாலோசனை என்னும் தத்துவம் உண்மையானது, சொல்லப்பட்ட நன்மைகளை நிச்சயம் கொடுக்கவல்லது என்று உங்களுக்கு நம்பிக்கை வரும்வரையில் படியுங்கள். படிக்கும்போதே உங்களைக் கவர்ந்த வாக்கியங்களை பென்சிலால் அடிக்கோடிடுங்கள்.

இந்த அறிவுரையை எழுத்து மாறாமல் பின்பற்றினால் வெற்றி என்ற தத்துவத்தை முழுமையாகப் புரிந்து கொள்வதோடு அதன் மீது ஆட்சி செலுத்தவும் வழி பிறக்கும்.

5

விசேஷ அறிவு

சுய அனுபவங்கள் அல்லது பார்வைகள்

செல்வத்தை நோக்கி நான்காவது அடி

அறிவில் இரண்டு வகை **உண்டு**. ஒன்று பொதுவானது, இன்னொன்று விசேஷமானது. பொது அறிவு எவ்வளவு தான் எண்ணிக்கையில் அதிகமாகவும், விதவிதமாகவும் இருந்தாலும் பணத்தைக் கொண்டு வந்து சேர்ப்பதற்குப் பயன்படாது. மொத்தமாகப் பார்த்தால், உலகின் மிகச் சிறந்த பல்கலைக்கழகங்களில் பணியாற்றும் பேராசிரியர்களிடம் மனித நாகரிகத்திற்குத் தெரிந்த எல்லாவிதமான பொது அறிவும் குவிந்து கிடக்கிறது. ஆனால் அந்தப் பேராசிரியர்களில் பெரும்பாலோரிடம் பணம் கிடையாது. அவர்கள் அறிவைப் போதிக்கிறார்கள், ஆனால் அதை அலசிப் பார்க்கவோ, பயன்படுத்திக் கொள்ளவோ அறிந்தார்களில்லை.

அறிவு மட்டுமே பணத்தை ஈர்க்காது. நடைமுறைக்கு ஏற்ற **செயல் திட்டங்கள்** மூலம் அறிவை ஒழுங்குபடுத்தியும், செல்வம் சேர வேண்டும் என்ற **உறுதியான இலக்கை** நோக்கி அதைப் புத்திசாலித்தனமாக நெறிபடுத்தியும் மட்டுமே செல்வத்தைச் சேர்க்க முடியும். இந்த உண்மையைப் புரிந்து கொள்ளாததால் ஏற்பட்ட குழப்பம் தான், ''அறிவே சக்தி'' என்று லட்சக்கணக்கான மக்களைத் தவறாக நம்ப வைத்திருக்கிறது. அப்படியெல்லாம் ஒன்றுமில்லை! அறிவு என்பது, மறைந்திருக்கும் சக்தி. உறுதியான செயல்திட்டங்கள் மூலம் அதை ஒழுங்குபடுத்தி, உறுதியான இலக்கை நோக்கி அதைச் செலுத்தினால் மட்டுமே அது சக்தியாக மாறும்.

நாகரிகம் தோன்றிய காலம் முதல் இன்றுவரை, எல்லா

வகையான கல்விமுறைகளின் வழியாகவும் கல்வி நிறுவனங்கள் அறிவை போதித்து வந்துள்ளன. ஆனால் அந்த **அறிவை ஒழுங்குபடுத்தி, அதிலிருந்து பயன்பெறுவது எப்படி** என்பதை மட்டும் அவை போதிக்கவில்லை. காரணம், அறிவு பெறுவதற்கும் அதைப் பெற்றபின் பயன்படுத்துவதற்கும் இடையில் ஒரு ''சங்கிலி'' தொலைந்து போனதே. இதுவே கல்வி நிறுவனங்களின் தோல்விக்குக் காரணமாக அமைந்துவிட்டது.

ஹென்றி ஃபோர்டு பள்ளிக்கூடத்தில் அதிகம் படிக்கவில்லை என்பதால் அவரை ''கல்வியறிவு இல்லாதவர்'' என்று தவறாக எண்ணி விடுகிறார்கள் பலர். இந்த தவற்றைச் செய்பவர்களுக்கு ஹென்றி ஃபோர்டையும் தெரியாது, ''கல்வி'' என்பதும் தெரியாது.

'எடுகேட்' (educate) என்ற ஆங்கில வார்த்தை, ''எடுகோ'' என்ற லத்தீன் சொல்லிலிருந்து பிறந்ததாகும். அதன் பொருள், உள்ளிருந்து வெளிக் கொணர்தல், ஆகும். ஆகவே, 'கல்வி கற்றல்' என்றால், ஏராளமான பொது அறிவை அல்லது சிறப்பான அறிவைத் தன்னிடம் தேக்கி வைத்திருப்பது என்று பொருளல்ல. தன் மனத்தின் திறமைகள் அனைத்தையும் வளர்த்துக் கொண்டவன் என்று தான் பொருள். அதன் மூலம் தனக்குத் தேவையான எதையும் மற்றவர்களுக்குப் பாதகமின்றிப் பெற்றுக்கொள்ளும் திறன் பெற்றவன் என்று தான் அர்த்தம். இந்த வரையறைப்படி பார்த்தால், ஹென்றி ஃபோர்டு கல்வி கற்றவரே.

உலகயுத்தம் நடைபெற்றுக் கொண்டிருந்த போது, சிகாகோ நகரத்துச் செய்தித்தாள் ஒன்றின் தலையங்கத்தில் ஹென்றி ஃபோர்டு, ''சமாதானத்தை விரும்பும் அறிவில்லாதவன்'' என்று எழுதிவிட்டது. இதை எதிர்த்து மானநஷ்ட வழக்கு தொடுத்தார் ஃபோர்டு. வழக்கு விசாரணைக்கு வந்த போது சாட்சிக்கூண்டில் ஏற்றப்பட்டார் ஃபோர்டு. பத்திரிகை சார்பில் வந்த வழக்கறிஞர்கள் இவரிடம் பல்வேறு வகைப்பட்ட கேள்விகளைக் கேட்டுத் துளைத்தெடுத்தார்கள். எப்படியாவது இவரை அறிவில்லாதவர் என்று நிரூபித்துவிடத் துடித்தார்கள். அவர் அளிக்கப்போகும் பதில்களில் இருந்தே அவரிடம் இருப்பது மோட்டார் தொழில் சம்பந்தப்பட்ட விசேஷ அறிவேயன்றி, பொது அறிவல்ல.

ஆகவே அவர் 'அறிவில்லாதவரே' என்று காட்ட விரும்பினார்கள்.

''பெனெடிக்ட் ஆர்னால்டு என்பவர் யார்?'' போன்ற கேள்விகள் கேட்கப்பட்டன. ''1776 கிளர்ச்சியின் போது அமெரிக்காவிற்கு எவ்வளவு படை வீரர்களை அனுப்பியது இங்கிலாந்து?'' என்ற கேள்விக்கு ஃபோர்டு சொன்ன பதில் இது: ''பிரிட்டிஷ் படைவீரர்களின் சரியான எண்ணிக்கை எனக்குத் தெரியாது.

ஆனால், எவ்வளவு பேர் கடைசியில் நாட்டிற்குத் திரும்பிப் போனார்களோ, அவர்களைவிட அதிகமான எண்ணிக்கையில் இங்கே வந்திருந்தார்கள் என்று கேள்விப்பட்டிருக்கிறேன்.''

இப்படிப் பல கேள்விகள் கேட்கப்பட்டதில் அலுத்துப்போனார் ஃபோர்டு. தன்னைச் சிறுமைப்படுத்துவது போல் இன்னொரு கேள்வி வந்த போது, கூண்டின் மீது சாய்ந்தபடி, கேள்வி கேட்ட வழக்கறிஞரை நோக்கித் தன் விரலை நீட்டியவாறு இப்படிச் சொன்னார்: ''நீங்கள் கேட்கும் கேள்விக்குச் சரியான பதில் சொல்லவேண்டுமென்றால், அல்லது இதுவரை கேட்ட எல்லாக் கேள்விகளுக்கும் பதில் சொல்லவேண்டுமென்றால், ஒன்றைத் தெரிந்து கொள்ளுங்கள். என் மேஜையின் மேல் வரிசையாகப் பல பொத்தான்கள் உள்ளன. உரிய பொத்தானை அழுத்தினால் நான் எந்த வியாபாரத்திற்காக என் முழு முயற்சியையும் அர்ப்பணித்திருக்கிறேனோ அதைப் பற்றிய **எந்தக்** கேள்வியானாலும் உடனே பதில் தருவதற்கு உரிய நபர் என் முன்னால் வந்து நிற்பார். ஆகவே, எந்தக் கேள்விக்கும் பதில் கொடுக்கச் சரியான ஆட்கள் என்னிடம் இருக்கும்போது, இம்மாதிரியான பொது அறிவை நான் **ஏன்** என் மனத்தில் போட்டுத் திணித்துக்கொள்ள வேண்டும்?''

எவ்வளவு தர்க்கரீதியான பதில்! வழக்கறிஞர் பதிலே பேச முடியவில்லை. அறிவில்லாதவரின் பதிலா அது? இல்லை, **கல்வியறிவுள்ள** ஒருவரின் பதிலே என்று அரங்கத்தில் இருந்த எல்லோருக்கும் புரிந்துவிட்டது. தேவைப்படும் பொழுது தனக்கு வேண்டிய அறிவை எங்கிருந்து பெறுவது என்றும், அதை எப்படி ஒழுங்குபடுத்தி, திட்டமிட்ட வகையில் பயன்படுத்துவது என்றும் தெரிந்தவர் எவரோ அவர் கல்வி கற்றவர் அல்லாமல் வேறென்ன? ''மாஸ்டர் மைண்ட்'' குழு என்ற திறமையாளர்கள் குழுவின் உதவியால் ஹென்றி ஃபோர்டுக்குத் தேவைப்பட்ட போதெல்லாம் அவருடைய தொழில் சம்பந்தமான விசேஷ அறிவு நொடிப்பொழுதில் கிடைத்த காரணத்தால் தான் அவர் அமெரிக்காவின் மிகப்பெரும் செல்வந்தர்களில் ஒருவராக உயர முடிந்தது. எனவே, அவ்வளவு அறிவையும் தன்னுடைய மனத்தில் வைத்திருக்க வேண்டிய அவசியம் அவருக்கு இருக்கவில்லை. இந்த நூலைப் படிக்கும் ஆர்வமும் புத்திசாலித்தனமும் கொண்ட யாரும் இந்த உதாரணத்தின் உட்பொருளைத் தவறவிடமாட்டார்கள் என்பது உறுதி.

உங்களது **ஆர்வத்தைப்** பணமாக உருமாற்றம் செய்வதற்குப் பிரதியாக நீங்கள் தரவேண்டிய சேவை, பொருள், அல்லது தொழில் எதுவானாலும் அதில் **விசேஷ அறிவை**

நீங்கள் பெறவேண்டியது அவசியம். ஒருவேளை, உங்கள் ஏற்புத்திறனைவிட அதிகமான அளவில் அந்த விசேஷ அறிவை நீங்கள் பெறவேண்டி நேரலாம். அப்படியானால் அந்த பலவீனத்தை உங்கள் ''மாஸ்டர் மைண்ட்'' குழுவின் உதவியால் ஈடுசெய்து கொள்ளலாம்.

தனக்கு இரும்பு எஃகு வியாபாரம் குறித்து ஒன்றுமே தெரியாது என்றார், ஆண்ட்ரூ கார்னகி. தெரிந்து கொள்ள வேண்டும் என்று கவலைப்படவுமில்லை என்றார். எஃகு தயாரிப்பதற்கும் சந்தைப்படுத்துவதற்கும் தேவைப்பட்ட விசேஷ அறிவு, அவருடைய **மாஸ்டர் மைண்ட் குழுவில்** இருந்து அவருக்குக் கிடைத்தது.

ஏராளமான செல்வத்தைச் சேர்ப்பதற்கு **பவர்** (ஆற்றல், சக்தி, திறமை, திறன், அதிகாரம்) தேவைப்படுகிறது. மிகவும் ஒழுங்குபடுத்தப்பட்ட, சாதுரியமாக நெறிப்படுத்தப்பட்ட, விசேஷ அறிவின் மூலம் அந்த பவர் பெறப்படுகிறது. ஆனால் அந்த அறிவு, செல்வத்தை யார் சேர்க்கிறாரோ அவருடைய மனத்தில் தான் இருக்க வேண்டும் என்பதில்லை.

போதுமான கல்வியறிவு இல்லாத ஒருவர் செல்வந்தராக விரும்பினால் மேற்சொன்ன பகுதியில் கூறிய விஷயங்கள் அவருக்கு நம்பிக்கையும் உற்சாகமும் தரும். அதாவது, தன் தொழிலுக்கு வேண்டிய விசேஷ அறிவை அவர் வெளியிலிருந்து பெறமுடியும். கல்வியறிவு இல்லாத பல பேர், ''தாழ்வு மனப்பான்மை''யால் தவிக்கிறார்கள். அவர்கள், தங்களுக்கான ''மாஸ்டர் மைண்ட்'' குழுவை ஏற்படுத்திக் கொண்டால், கல்வியறிவுள்ள ஒருவரைப் போலவே இயங்க முடியும். நீங்கள் கல்வியறிவில்லாத குறையால் வருந்தினால் இதை **நினைவில் கொள்ளுங்கள்**.

தன் வாழ்நாள் முழுவதிலும் மொத்தம் மூன்றே மாதங்கள் தான் ''பள்ளிக்குச்'' சென்றவர், தாமஸ் ஆல்வா எடிசன். அவர் கல்வியில் குறைந்துவிடவில்லை, வறுமையிலும் வாடவில்லை. ஹென்றி ஃபோர்டு ஆறாவது வகுப்புக்கும் கீழே தான் படித்தவர். ஆனால் தானாக முன்வந்து உழைத்துச் செல்வந்தரானவர்.

விசேஷ அறிவு என்பது, மிகக் குறைந்த விலையில் கிடைப்பது. எங்கு பார்த்தாலும் கிடைப்பது. ஐயமிருந்தால், எந்தப் பல்கலைக்கழகத்தின் சம்பளப் பட்டுவாடாவையாவது கவனித்தால் போதும்.

அறிவை எவ்வாறு விலைக்கு வாங்குவது என்று தெரிந்து கொண்டால் இலாபமே

உங்களுக்கு எந்த மாதிரியான விசேஷ அறிவு, எந்த நோக்கத்திற்காகத் தேவைப்படுகிறது என்று தீர்மானியுங்கள். எந்த இலக்கிற்காக உழைக்கிறீர்களோ, வாழ்வில் உங்களின் முக்கிய நோக்கம் எதுவோ, அது, உங்களுக்குத் தேவைப்படும் அறிவை நிர்ணயிக்கும்.

அடுத்து, அறிவைப் பெறுவதற்கான நம்பிக்கையான ஆதாரங்கள் எவை என்ற தகவல் உங்களிடம் இருக்க வேண்டும். முக்கியமான ஆதாரங்கள் இவையாக இருக்கலாம்:

(அ) உங்களுடைய கல்வி மற்றும் அனுபவம்.
(ஆ) மற்றவர்கள் ஒத்துழைப்பால் வரும் கல்வியும் அனுபவமும் (மாஸ்டர் மைண்ட் குழு)
(இ) கல்லூரிகளும், பல்கலைக்கழகங்களும்
(ஈ) பொது நூலகங்கள் (அங்கு கிடைக்கும் புத்தகங்கள், சஞ்சிகைகள் மூலம்)
(உ) விசேஷ பயிற்சி வகுப்புகள் (இரவுப் பள்ளிகள், வீட்டில் இருந்தே படிக்கும் வகுப்புகள்)

அறிவைப் பெறும் பொழுதே அதை ஒரு உறுதியான நோக்கத்திற்காக, ஒரு செயல்பாட்டுத் திட்டத்தின்படி, ஒழுங்குபடுத்திப் பயன்படுத்த வேண்டும். ஒரு பயனுள்ள விஷயத்திற்காக நடைமுறைப்படுத்தப்படாத அறிவு, எந்த மதிப்பும் இல்லாததாகும். இதனால் தான் கல்லூரிப் பட்டங்கள் அதிக மதிப்பைப் பெறுவதில்லை. அவற்றால் பெறப்படும் அறிவு மிகவும் அற்பமானதே.

நீங்கள் பள்ளிப்படிப்பைத் தொடர விரும்பினால், எந்த நோக்கத்திற்காக அந்த அறிவைப் பெற விரும்புகிறீர்கள் என்று தீர்மானித்தபின், அதை எங்குப் பெறலாம் என்று நம்பகமான விசாரிப்புகளுக்குப்பின் முடிவு செய்யுங்கள்.

வெற்றியாளர்கள், எந்த துறையில் இருந்தாலும், தங்கள் வியாபாரம், தொழில் அல்லது நோக்கத்திற்கேற்ப, விசேஷ அறிவைத் தெரிந்து கொள்வதை நிறுத்துவதில்லை. தோல்வியடைந்தவர்கள், வழக்கமாகச் செய்யும் தவறு என்னவென்றால், பள்ளிப்படிப்போடு தங்கள் கல்வி முடிந்துவிட்டதாக நம்புவதுதான். செய்முறை அறிவைப் பெறும் பாதைக்கு ஒருவனை அழைத்துச் செல்லும்

வேலை தான் உண்மையில், பள்ளிப்படிப்பு செய்வது.

பழைய பொருளாதார நிலைமை வீழ்ந்து, உலகம் மாறிவிட்ட நிலையில், கல்விக்கான தேவைகளும் அதிர்ச்சியூட்டும் அளவுக்கு மாற்றமடைந்துள்ளன. இன்றையத் தேவை **விசேஷமான** கல்வி! இதை வற்புறுத்திச் சொல்லியிருப்பவர், கொலம்பியா பல்கலைக்கழகத்தின் நியமனங்களுக்கான செயலாளர், ராபர்ட் பி. மூர்.

"சிறப்புக் கல்வியாளர்களுக்கே தேவை அதிகம்"

"வேலைக்கு ஆள் தேடும் கம்பெனிகள், ஏதேனும் ஒரு துறையில் சிறப்புக்கல்வி கற்றவர்களையே அதிகம் தேடுகிறார்கள். அக்கௌண்ட்டிங், புள்ளிவிவரயியல் படித்த மேலாண்மைப் பட்டதாரிகள், எந்தப் பிரிவையும் சார்ந்த பொறியாளர்கள், பத்திரிகையாளர்கள், கட்டிடக்கலைப் பொறியாளர்கள், கெமிஸ்ட்டுகள், விளையாட்டு மற்றும் பிற ஈடுபாடு கொண்டவர்கள் -ஆகியவர்களுக்கே அதிகம் தேவை உள்ளது.

"வெறும் ஏட்டுப்படிப்பில் மட்டும் கவனம் செலுத்திய மாணவனைவிட, கல்வி வளாகத்தில் சுறுசுறுப்பாக இயங்கியவர்களும், எல்லோரோடும் இசைந்து பணியாற்றும் தன்மை கொண்டவர்களும் அதிகமான வேலை வாய்ப்பைப் பெறுகிறார்கள். சிலருக்கு ஆறு கம்பெனிகளில் இருந்து வேலை அழைப்புக்கள் வந்ததுண்டு.

"எல்லாப் பாடங்களிலும் 'ஏ' பெற்றவர்களுக்கே முதல் தரமான வேலை கிடைக்கும் என்ற நிலை மாறிவிட்டது. பாட மதிப்பெண்களுடன், விளையாட்டு முதலிய செயல்பாடுகளையும், மாணவனின் ஆளுமையையும் கவனிக்கிறார்கள் இன்றைய வேலைதருவோர்.

"தனது துறையில் தலைமை வகிக்கும் தொழில் நிறுவனம் ஒன்று, தனக்கு எம்மாதிரியான மாணவர்கள் தேவை என்று இப்படி எழுதியதாம்:

"'மேலாண்மைப் பணிகளில் பிரமிக்கத்தக்க சாதனையை நிகழ்த்தும் திறமையுள்ள ஆட்கள் தேவை. எனவே, நன்னடத்தை, புத்தி சாதுரியம், ஆளுமை இவை, குறிப்பிட்ட கல்வித் தகுதியைவிட அதிகமாகக் கவனத்தில் கொள்ளப்படும்.'

"பயிற்சிப்பணி" என்ற திட்டம் அறிமுகம்

"கோடை விடுமுறையின் போது அலுவலகங்கள், கடைகள், தொழில் நிறுவனங்களில் மாணவர்களைப் பயிற்சிக்காக அனுப்பும் 'அப்ரெண்டிஸ்' திட்டத்தை மூர் பரிந்துரைத்தார். கல்லூரியில் இரண்டு அல்லது மூன்றாண்டுகள் செலவழித்த பிறகு, தனக்கென்று ஒரு எதிர்காலப் பாதையை அவர்கள் தேர்ந்தெடுக்க வேண்டுமென்றும், இயலாதவர்கள், இலக்கின்றி, பொதுக்கல்வியில் உழல்வதை விட்டு, படிப்பை நிறுத்திக்கொள்ள வேண்டுமென்றும் அவர் விளக்கினார்.'

"எல்லாத் தொழில்களும், பணிகளும் சிறப்புக்கல்வி யாளர்களையே தேடும் நிலை உள்ளதைக் கல்லூரிகளும் பல்கலைக்கழகங்களும் உணர வேண்டும்" என்றார் மூர். "எனவே, மாணவர்களின் தொழில் சார்ந்த சிறப்புக்கல்விக்கு அவை நேரடிப் பொறுப்பேற்க வேண்டும் என்றார். பெரும்பாலான நகரங்களில் நடைபெறும் இரவுப் பள்ளிகளில் அத்தகைய சிறப்பான தொழிற்கல்வி கிடைக்கிறது. விரிவாக்கக் கல்விமுறையில் வழங்கப்படும் பாடங்களில் அஞ்சல்வழிக் கல்வியிலும் நாடெங்கிலும் பயில வசதி இருக்கிறது. வீட்டிலிருந்தே படிக்கும் கல்விமுறையில் நேரம் கிடைக்கும் போது படிக்கும் வசதி உண்டு. அத்துடன், அந்த மாணவர்களுக்கு 'கன்ஸல்டன்சி' வாய்ப்புகள் ஏராளமாகக் கிடைக்கும். அம்மாதிரி சிறப்புக்கல்வி அனுபவம் அவர்களின் எதிர்காலத்திற்கு விலைமதிப்பில்லாத ஒன்றாகும். எங்கே வசித்தாலும் இந்த பலன் கிடைக்கும்.

முயற்சியில்லாமலும், விலையில்லாமலும் வரும் எதுவும் பாராட்டப்படுவதில்லை. மதிக்கப்படுவதில்லை. அதனால் தான் மாபெரும் வாய்ப்புகள் இருந்தும், அரசாங்கப் பள்ளிகளிலிருந்து நமக்கு மிகக் குறைந்த பலனே கிடைக்கிறது. அப்படி இலவசக் கல்வியால் இழந்த பலனை, சிறப்புக் கல்வியால் ஈடுகட்டலாம். அஞ்சல்வழிக் கல்விமுறை மிகவும் ஒழுங்காகச் செயல்படும் வணிக நோக்கம் கொண்ட அமைப்பாகும். அங்கு போதனைக் கட்டணம் மிகக் குறைவு என்பதால், குறித்த நேரத்தில் அதைக் கட்டுமாறு வற்புறுத்தப்படுகிறார்கள். நன்றாகப் படித்தாலும் இல்லையென்றாலும் ஒரே மாதிரி நடவடிக்கைதான். கட்டாமல் படிப்பை இழப்பதைவிட, கட்டிவிட்டுக் கல்வியைத் தொடரவே மாணவர்கள் விரும்புகிறார்கள். இவ்வாறு ஒழுங்காகக் கல்விக்கட்டணத்தை வசூல் செய்யும் சாதனையை அந்தப் பள்ளிகள் இன்னும் சரியாகப் புரிந்து கொண்டு விளம்பரப்படுத்தவில்லை. **முடிவெடுத்தல், உடனடித்தன்மை, செயல்புரிதல், ஆரம்பித்த**

ஒன்றை எப்படியாவது முடித்துவிடுதல்-போன்றவற்றில் அந்த மாணவர்களுக்குப் பயிற்சி கிடைக்கிறது.

எனக்கே இதில் நேரடி அனுபவம் உண்டு. இருபத்தைந்து வருடங்கள் முன்பு, விளம்பரத்துறை என்ற பாடத்தில், வீட்டிலிருந்து படிக்கும் வகுப்பில் சேர்ந்தேன். எட்டோ பத்தோ பாடங்கள் படித்திருப்பேன், பிறகு நின்றுவிட்டேன். ஆனால் பள்ளியிலிருந்து எனக்கு நோட்டீஸ் வருவது மட்டும் நிற்கவில்லை. படிக்கிறாயோ இல்லையோ, பணத்தைக் கட்டு என்றது. படிக்காமல் முழுப் பணத்தையும் செலுத்துவதைவிட, பணத்தைக் கட்டிவிட்டு, சட்டப்படி அதைச்செய்து விட்டு (அதற்குரிய பலனைப் பெற்றுவிடுவது என்று அப்போது தான் நான் முடிவெடுத்தேன்.) பள்ளியின் வசூல் முறை மிக ஒழுங்காக அமைக்கப்பட்டிருந்ததை உணர்ந்தேன். பிற்காலத்தில் அது எனக்கு மதிப்பு வாய்ந்த பயிற்சியாக அமைந்தது. ஆனால் அதற்காக என்னிடம் அவர்கள் கட்டணம் ஏதும் கேட்கவில்லை. ஆனால் கல்விக் கட்டணத்தை மட்டும் வற்புறுத்திக் கேட்டதால் தான் என் படிப்பை ஒழுங்காக முடித்தேன். பிற்காலத்தில் விளம்பரத்துறையில் பணியாற்றிய போது அந்தப் பள்ளியின் வசூல் அனுபவம் எனக்குப் பணத்தை சம்பாதித்துக் கொடுத்துவிட்டதாகத் தோன்றியது.

உலகின் மிகப்பெரிய அரசாங்கக் கல்விமுறை அமெரிக்காவில் இருப்பதாகச் சொல்லப்படுகிறது. ஏராளமான பணத்தைக் கட்டிடங்களுக்காக முதலீடு செய்திருக்கிறோம். கிராமத்து மாணவர்கள் மிகச் சிறந்தக்கல்வி பெற வேண்டும் என்பதற்காக வசதியானப் போக்குவரத்து ஏற்பாடுகளைச் செய்திருக்கிறோம். ஆனால் இந்த பிரமிக்கத்தக்க ஒழுங்குமுறையில் ஒரு அதிர்ச்சியூட்டும் பலவீனம் உள்ளது. அதுதான், இந்தக் கல்வி **இலவசமாக** வழங்கப்படுகிறது! மனிதர்களிடம் உள்ள விநோதமான பழக்கம், காசு கொடுத்து வாங்கும் பொருளுக்குத்தான் அவர்கள் மதிப்புக் கொடுப்பார்கள். இலவசப் பள்ளிகள், இலவச நூலகங்கள் மக்களை ஈர்ப்பதில்லை, ஏனெனில் அவை **இலவசம்** என்பதால். எனவே தான் பெரும்பாலானவர்கள், பள்ளியை விட்டு விலகியபின் மேற்கொண்டு பயிற்சி பெறவேண்டிய நிலையில் இருக்கிறார்கள். இதே காரணத்தால் தான், வேலை தருவோர், **அஞ்சல்வழியே கல்வியைத் தொடரும் ஊழியர்களுக்கு ஊக்கமளிக்கிறார்கள்**. எவனொருவன், தனது ஓய்வு நேரத்தை வீட்டில் கல்வி கற்கப் பயன்படுத்துகிறானோ, அவனிடம் தலைமைப்பண்புகள் உள்ளதாக அவர்கள் அனுபவத்தில் அறிந்திருக்கிறார்கள். இது கருணையினால் காட்டும் சலுகை அல்ல, சிறந்த வியாபார ரீதியிலான முடிவாகும்.

ஆனால் மனிதர்களிடம் இருக்கும் ஒரு குறைபாட்டிற்கு மட்டும் மருந்தே கிடையாது. அது, தான் உயர வேண்டுமென்ற **இலட்சியம் இல்லாமை**! உலகளாவிய பலவீனம் இது. வீட்டுக் கல்விக்கு நேரம் ஒதுக்கும் ஊழியர்கள், தாம் அப்போதுள்ள பணி நிலையில் அதிக காலம் நீடிப்பதில்லை. கல்வி அவர்களுக்கு மேலே போவதற்கான வாயில்களைத் திறக்கிறது, இடையூறுகளைக் களைகிறது, **புதிய வாய்ப்பை** அவர்களுக்கு வழங்கக்கூடியவர்களோடு தொடர்பை ஏற்படுத்திக் கொடுக்கிறது.

வீட்டில் படிக்கும் அஞ்சல்வழிக் கல்விமுறையானது, வேலையில் இருக்கும் ஊழியர்களுக்கு மிகவும் ஏற்றதாகும். சிறப்பான அறிவை அடைய வேண்டும் என்ற தேவை இருந்தும், மீண்டும் பள்ளியில் சேர்ந்து படிக்க நேரமில்லாதவர்கள் அவர்கள்.

பொருளாதார மந்தநிலைக்குப் பிறகு, மாறிவரும் சூழ்நிலையில், அதிகப்படியான வருவாய்க்கு வழி தேட வேண்டிய கட்டாயம் மிகப் பலருக்கு ஏற்பட்டிருக்கிறது. அவர்களில் பலருக்கு இதற்கான ஒரே வழி, புதிய, சிறப்பான அறிவைப் பெறுவதேயாகும். முற்றிலும் புதிய வேலைக்குப் போக வேண்டிய அவசியமும் பலருக்கு நேரலாம்.

வியாபாரியானவன், தன்னிடமுள்ள ஒரு பொருள் விற்காமல் நின்றுவிட்டால், அதிகம் வாங்கப்படும் இன்னொரு பொருளைக் கொண்டு வந்து வைக்கிறான். அதே போலவே, சுயதொழிலில் ஈடுபட்டுள்ள ஒருவன், தன் வேலையில் போதுமான வருவாய் கிடைக்கவில்லை என்றால், அதிக வருவாய் தரும் வாய்ப்புள்ள இன்னொரு வேலைக்குப் போக வேண்டியது அவசியம்.

ஸ்டூவர்ட் ஆஸ்டின் வியர் ஒரு கட்டிடப்பணிப் பொறியாளர். பொருளாதார மந்தநிலைக்கு முன் வரையில், அவரது தொழிலில் போதுமான வருவாய் இல்லை. தன் நிலைமையை அவர் ஆய்வு செய்தார். வக்கீல் தொழிலுக்கு மாறுவதென்று தீர்மானித்தார். மீண்டும் கல்வியைத் தொடர்ந்தார். சிறப்பான அறிவைப் பெறுவதற்காக அவர் கம்பெனிகள் சட்டத்தைப் பயின்றார். மந்தநிலை முடிவதற்கு முன்பே தன் படிப்பை முடித்துவிட்டார். பிறகு பயிற்சி பெற்றார். வக்கீல் தொழில் செய்வதற்கான தேர்வை எழுதித் தேர்ச்சி பெற்றார். உடனடியாக டல்லாஸ் (டெக்ஸாஸ்) நகரில் தனது தொழிலை ஆரம்பித்தார். இப்போது புதிய வழக்குகளை எடுத்துக்கொள்ள நேரமில்லாமல் வருபவர்களை விரட்டிக் கொண்டிருக்கிறார்.

''அதெல்லாம் எனக்கு சாத்தியப்படாது. குடும்பத்தைக் காப்பாற்ற வேண்டுமே!'' என்றோ, ''விடுங்கள், எனக்கு வயதாகிவிட்டது'' என்றோ தப்பித்துக் கொள்பவர்களுக்கு ஒரு வார்த்தை. ஸ்டூவர்ட்

ஆஸ்டின் வியர் மீண்டும் கல்வியைத் தொடர்ந்த போது அவருக்கு வயது நாற்பது. திருமணமாகி இருந்தது. அது மட்டுமல்ல, மிகக் கவனமாக தனது பள்ளியைத் தேர்ந்தெடுத்ததன் மூலம், நான்காண்டுகளில் முடிக்க வேண்டிய கல்வியை அவர் இரண்டே ஆண்டுகளில் முடித்துவிட்டார். **அறிவை எவ்வாறு விலைக்கு வாங்குவது என்று தெரிந்து கொண்டால் இலாபமே!**

நான் தான் படிப்பை முடித்துவிட்டேனே என்று மேற்கொண்டு படிக்க முயற்சியில்லாமல் இருப்பவர்கள், எந்தத் தொழிலில் இருந்தாலும் சரி, முன்னேறுவது சாத்தியமில்லை. விடாமல் அறிவைத் தேடிக் கொண்டிருப்பதே வெற்றியின் பாதையில் கொண்டு சேர்க்கும்.

ஓர் உதாரணத்தைப் பார்க்கலாம். மந்தநிலையின் போது, மளிகைக்கடை ஊழியர் ஒருவருக்கு வேலை போயிற்று. கடையின் கணக்குகளை எழுதிப் பழகியவர் என்பதால், அக்கௌண்டிங்கில் சிறப்புக்கல்வி கற்றார். அத்துறையில் நவீன விஷயங்களைத் தெரிந்து கொண்டார். அலுவலகக் கருவிகளைப் பரிச்சயப்படுத்திக் கொண்டார். சுயமாகத் தொழிலில் இறங்கினார். தான் பணியாற்றிய கடையையே முதல் வாடிக்கையாளராகக் கொண்டு, அப்பகுதியில் இருந்த சுமார் நூறு சிறு வியாபாரிகளுக்குக் குறைவான மாதக் கட்டணத்தில் கணக்குகளை எழுதித்தரும் வேலையைத் தொடங்கினார். தொழில் சூடு பிடித்துவிட்டது. விரைவில் ஒரு சிறு வேனில் இயந்திரங்களோடு கடைகடையாகப் போய் அங்கேயே கணக்கெழுதித்தரும் ''நடமாடும்'' கணக்காளராக ஆனார். இப்போது அதுபோன்ற பல லாரிகள் அவரிடம் நடமாடிக் கொண்டிருக்கின்றன. ஏராளமான உதவியாளர்கள் இருக்கிறார்கள். குறைந்த செலவில் சிறப்பான கணக்கீட்டு சேவையை வழங்கி வருகிறார் அவர்.

சிறப்பான அறிவும், கற்பனாசக்தியும் தான் இந்தப் புதுமையான வெற்றிகரமான வியாபாரத்தின் உட்பொருட்கள். எந்த வியாபாரியின் கீழ் அவர் முன்பு பணியில் இருந்தாரோ, அவர் செலுத்தியதைப் போலப் பத்து மடங்கு வருமானவரியை இவர் இந்த வருடம் செலுத்தினார். அன்று அவர் வேலையை இழந்தது மறைமுகமாக நல்லதாயிற்று.

இந்த வெற்றிகரமான வியாபாரத்திற்கு ஆரம்பம் ஒரு **கருத்துரு** தான்! அந்தக் கருத்துருவை அவருக்குக் கொடுத்த பெருமைக்குரியவன் நானே தான்! இனி, அதைவிடவும் அதிக வருவாய் தரக்கூடிய இன்னொரு கருத்துருவை வெளியிடப் போகிறேன். இது வழங்கப் போகும் சேவை, பல்லாயிரக்கணக்கானவர்களுக்குப் பயன்படப் போகிறது.

இந்தக் கருத்துருவை எனக்குச் சொன்னவர், விற்பனைப் பணியை விட்டுவிட்டு, பெரிய வணிகர்களுக்குக் கணக்கெழுதித்தரும் தொழிலை மேற்கொண்ட ஒருவர். சிறிது காலம் வேலையில்லாமல் இருந்த போது அவரிடம் இந்தக் கருத்துருவைக் கைக்கொண்டு தொழில் ஆரம்பிக்கலாமே என்று சொன்ன போது, ''நல்ல கருத்துரு தான். ஆனால், அதிலிருந்து எப்படிப் பணம் பார்ப்பதென்று புரியவில்லையே'' என்றார். அதாவது, அக்கௌண்ட்டிங் அறிவு அவரிடம் இருந்தது, ஆனால் அதை எப்படிச் சந்தைப்படுத்துவதென்று தெரியவில்லை.

இது தீர்க்கப்பட வேண்டிய இன்னொரு பிரச்சினை ஆயிற்று. ஓர் இளம் டைப்பிஸ்ட் பெண்மணியின் உதவியால் இப்படிப்பட்ட கணக்கீட்டு சேவையை மேற்கொள்வதன் பயன்களைப் பற்றி ஓர் அழகான புத்தகம் தயாரிக்கப்பட்டு வியாபாரிகளுக்கு விநியோகிக்கப்பட்டது.

பக்கங்கள் அழகாக டைப் செய்யப்பட்டு, சாதாரணமான நோட்டுப்புத்தகத்தில் ஒட்டப்பட்டன. இது அவரின் புதிய தொழிலுக்கு மௌனமான விற்பனையாளனாக அமைந்துவிட்டது. சேவையின் தன்மையை மிக வலிமையாக இந்தப் புத்தகம் எடுத்துரைத்தது. அவ்வளவு தான், அவரால் கையாள முடிந்ததைவிடக் கூடுதலான வாடிக்கையாளர்கள் கிடைத்துவிட்டனர்.

நாட்டில் ஆயிரக்கணக்கான பேர்கள் சுயதொழில் செய்பவர்கள். இவர்களுக்கு தங்கள் பணியைப் பற்றிய சுருக்கமான குறிப்புப் புத்தகம் வேண்டியிருக்கிறது. இதைத் தயாரித்துக் கொடுக்கக்கூடிய விசேஷ அறிவுள்ள யாராவது முன்வந்தால் அவர்களுடைய ஆண்டு வருமானம் மிக எளிதாக நாட்டின் மிகப் பெரிய வேலை வாய்ப்பு நிறுவனத்தின் வருமானத்தைவிட அதிகமாக இருக்கும். மேலும் இந்தச் சேவைஸ்யைப் பெற்றுக்கொள்ளும் நபர்களுக்கோ அதன் பயன் வேலை வாய்ப்பு நிறுவனத்திலிருந்து பெறுவதைவிடப் பலமடங்காகத் தெரியும்.

இங்கு விவரிக்கப்பட்ட **கருத்துரு**, ஒரு நபரின் அவசரத் தேவையை முன்னிட்டுத் தோன்றியதாகும். ஆனால் அதன் பயன் அந்த ஒருவரோடு மட்டும் நின்றுவிடவில்லை. அதை உருவாக்கிய பெண்மணியின் **கற்பனாசக்தி** அதீதமானது. தன் சிந்தனையில் உருவான அக்குழந்தை, ஒரு புதிய தொழிலையே தோற்றுவித்திருப்பதை அவர் கண்டார். சுயமாகத் தொழில்புரியும் ஆயிரக்கணக்கானவர்களுக்கு நடைமுறைக்கேற்ற ஆலோசனை கூறி, அவர்கள் செய்யும் தொழிலைச் சந்தைப்படுத்துவதற்குப் பயனுள்ள சேவை செய்யும் தொழில் அது.

‘‘**சுயதொழில் சேவையைச் சந்தைபடுத்துவதற்காகத் தயாரிக்கப்பட்ட திட்டம்**’’ என்ற தனது முதல் புத்தகம் வெற்றி பெற்றதைத் தொடர்ந்து, நெஞ்சுறுதி கொண்ட இப்பெண்மணி, அப்போது தான் கல்லூரிப் படிப்பை முடித்திருந்த தன் மகனுக்காக இதே போன்ற இன்னொரு முயற்சியில் ஈடுபட்டார். அவன் கல்லூரிப் படிப்பை முடித்திருந்தான். ஆனால் தான் செய்யவிருக்கும் தொழிலுக்கான சந்தையை எப்படிப் பிடிப்பது என்று தெரியாமல் இருந்தான். அவனுக்காக அவர் தயாரித்துக் கொடுத்த திட்டம், நான் பார்த்த சுயதொழில் சேவையைச் சந்தைப்படுத்தும் திட்டங்களிலேயே மிகவும் அருமையானதாகும்.

தயாரித்து முடித்த போது அந்தப் புத்தகம் சுமார் ஐம்பது பக்கங்களைக் கொண்டிருந்தது. அழகான டைப்பிங். சீராக அமைந்த தகவல்கள். மகனின் இயற்கையான திறமைகள், படித்த பள்ளிகள், அவனுடைய அனுபவங்கள் போன்றவையும் விதவிதமான இன்னும் பல தகவல்களும் அதில் இடம் பெற்றிருந்ததை விவரித்தால் நீளமாகும். அவளுடைய மகன் எம்மாதிரியான பதவியை எதிர்பார்க்கிறான் என்ற முழுமையான விளக்கமும், அப்பதவிக்கு வந்தால் அவன் எப்படியான திட்டத்தோடு செயல்படுவான் என்பதும் அற்புதமாகச் சித்திரிக்கப்பட்டிருந்தது அந்தப் புத்தகத்தில்.

அப்படியொரு திட்டப் புத்தகத்தைத் தயாரிக்கப் பல வாரங்கள் தேவைப்பட்டன. அதற்கான புள்ளிவிவரங்களைச் சேகரிப்பதற்காகத் தன் மகனை ஒவ்வொரு நாளும் அவர் நூலகத்திற்கு அனுப்பினார். அவன் யாருக்கு வேலை கேட்டு விண்ணப்பிக்கவிருந்தானோ அவர்களின் போட்டியாளர்களையும் அவனைச் சந்திக்க வைத்தார். அதிலிருந்து அவனுக்குப் பதவி கிடைத்தால் எவ்வாறு திட்டமிட்டுச் செயல்படுவான் என்று ஆலோசிக்க முடிந்தது. புத்தகத்தின் முடிவில், வேலை தரப்போகும் நிறுவனத்திற்குப் பயன்படக்கூடிய ஐந்தாறு ஆலோசனைகளும் இடம் பெற்றன. (அவை பின்னாளில் அந்நிறுவனத்தால் நடைமுறைபடுத்தப்பட்டன.)

‘‘வேலை கிடைப்பதற்காக இவ்வளவு சிரமப்பட வேண்டுமா?’’ என்று நீங்கள் கேட்கக்கூடும். விடை கீழே தரப்பட்டுள்ளது. நேரடியான விடை. சற்றே ஆச்சரியமானதும் கூட. ஏனெனில், சுயதொழில் வருமானத்தையே நம்பியிருக்கும் லட்சக்கணக்கான ஆண்களும் பெண்களும் வாழ்வில் சந்திக்கும் மிகப்பெரிய சோகத்தைப் பற்றியதாகும் அது.

அந்த விடை இதுதான்: **‘‘எந்த ஒரு காரியத்தையும் சிரமமாகப் பார்க்க வேண்டாம்! தன் மகனுக்காக இந்தப் பெண்மணி தயாரித்துக் கொடுத்த திட்டத்தினால், அவன்**

கேட்ட வேலை, முதல் நேர்காணலிலேயே அவனுக்குக் கிடைத்துவிட்டது, அதுவும் அவன் கேட்ட சம்பளத்திலேயே!''

இதையும் கவனியுங்கள், இதுவும் முக்கியம் தான்: **அவனுக்குக் கிடைத்த பதவி, அந்த வேலையின் தொடக்கநிலை ஊழியனாக அல்ல! ஒரு ஜூனியர் எக்ஸிக்யூட்டிவ் என்று அவன் பணியமர்த்தப்பட்டான், அதற்குரிய சம்பளத்துடன்.**

இப்போது கேட்பீர்களா, ''எதற்கு அவ்வளவு சிரமப்பட்டார்கள்'' என்று?

இன்னொரு விஷயமும் உண்டு. அந்த இளைஞன் மட்டும் தொடக்கநிலை ஊழியனாகச் சேர்ந்திருந்தால், ஜூனியர் எக்ஸிக்யூட்டிவ் பதவிக்கு வரக் குறைந்தது பத்து வருடங்கள் ஆகியிருக்கும். அவனது விண்ணப்பத்தில் இருந்த திட்டமானது, அந்தப் பத்து வருடங்களைக் கத்தரித்துவிட்டது.

பதவியில் கீழிருந்து மேலே போவது தான் வசதி என்று தோன்றலாம். ஆனால் அதை ஆட்சேபிக்க மிகப்பெரிய காரணம் உண்டு: அடிமட்டத்திலிருந்து ஆரம்பிக்கும் நபர்களின் எண்ணிக்கை அதிகமாக இருக்கும். வாய்ப்பு, இவர்களைப் பார்க்கக்கூடிய உயரத்திற்கு இவர்களால் தங்கள் தலைகளை நிமிர்த்த முடிவதில்லை. அதனால் அவர்கள் கீழே இருந்துவிடுகிறார்கள். அதுமட்டுமல்ல, அடிமட்டத்தில் இருப்பவர்களின் கண்ணோட்டம், முன்னேற வேண்டும் என்ற ஆர்வத்தை ஆதரிப்பதில்லை. அது, முன்னேற்றத்தைக் கிள்ளியெறிந்துவிடும் தன்மை கொண்டது. இதையே நாம் ''படுகுழியில் கிடப்பது'' என்கிறோம். ஒரே மாதிரியான அன்றாட வாழ்க்கை முறைக்கு அவர்கள் **பழக்கப்பட்டு** விடுவதால், நாளாவட்டத்தில் அதிலிருந்து வெளியேற முடியாமல், விதியே என்று அதை ஏற்றுக்கொண்டு விடுகிறார்கள். ஆகவே தான், வேலையில் சேரும் போது (அதிகாரத்தின்) ஒன்றிரண்டு படிகள் மேலிருந்து ஆரம்பிப்பது சிறந்தது. அப்போது தான் சுற்றுமுற்றும் பார்க்கவும், மற்றவர்கள் எப்படி முன்னேறுகிறார்கள் என்று கவனிக்கவும், புதிய **'வாய்ப்பை'க்** கண்டுபிடிக்கவும், தயங்காமல் அதைப் பயன்படுத்திக் கொள்ளவும் பழக்கமாக்கிக் கொள்ள முடியும்.

இதற்கு அருமையான உதாரணம், டான் ஹால்பின். அவர், தனது கல்லூரிப் பருவத்தில் 1930 நேஷனல் சாம்பியன்ஷிப் நாட்டர்டேம் கால்பந்துக் குழுவில் மேலாளராக இருந்தார். அப்போது பயிற்சியாளராக (கோச்) இருந்தவர் காலஞ்சென்ற நாட் ருக்னெ.

தற்காலிகத் தோல்வியை நிரந்தரமான தோல்வியாகக் கருதும் தவறைச் செய்துவிடாதே என்றும், எப்போதும்

வெற்றியையே எதிர்நோக்க வேண்டும் என்றும் புகழ்பெற்ற அந்தப் பயிற்சியாளரிடமிருந்து கற்றிருக்க வேண்டும், ஹால்பின். மாபெரும் தொழில்தலைவரான ஆன்ட்ரூ கார்னகியும் அப்படித்தான். பெரிய இலக்குகளை நோக்கி உழைக்க வேண்டும் என்று தன் அதிகாரிகளை அவர் ஊக்குவிப்பார். பொருளாதார மந்தநிலையால் வேலை வாய்ப்புகள் இல்லாமல் போன மோசமான காலக்கட்டத்தில் அவர் கல்லூரியிலிருந்து வெளிவந்தார். முதலீட்டு வங்கித்துறையில் ஒருகை பார்த்துவிட்டு, சினிமாத்துறையிலும் இருந்துவிட்டு, மின்சாரத்தால் இயங்கும் காதுக்கருவிகளை கமிஷன் அடிப்படையில் விற்கும் தொழிலுக்கு வந்தார். **அந்த வேலையை எவர் வேண்டுமானாலும் செய்ய முடியும். அது ஹால்பின்னுக்கும் தெரியும்**. தனக்கு ஒரு வாய்ப்பு அங்கு காத்திருக்கிறது என்று அவர் வந்தார்.

அடுத்த இரண்டாண்டுகள் அந்த வேலையில் வேண்டா வெறுப்பாக அவர் இருந்தார். அந்த வெறுப்பில் அவர் மட்டும் அந்தக் காரியத்தைச் செய்திராவிட்டால் அவரால் முன்னுக்கு வந்திருக்கவே முடியாது. முதலில் தன் கம்பெனியில் உதவி விற்பனை மேலாளர் பதவிக்குக் குறி வைத்தார். கிடைத்தது. அந்த ஓரடி, அவரைக் கூட்டத்திலிருந்து மேலே தூக்கி நிறுத்தி, இன்னும் எவ்வளவோ வாய்ப்புகள் உள்ளதைக் காட்டியது. அந்த உயரமானது, **அந்த வாய்ப்புகளும் அவரைக் கவனிக்கும் படியான இடத்தில் வைத்தது.**

காதுக்கருவிகளை அதிக எண்ணிக்கையில் விற்பனை செய்து சாதனையை நிகழ்த்திக் காட்டினார் ஹால்பின். அந்நாளில் அவருடைய கம்பெனிக்குப் போட்டியாக இருந்தது, டிக்டோகிராப் பிராடக்ட்ஸ் கம்பெனி. அதன் தலைவராக இருந்தவர் ஏ.எம். ஆன்ட்ரூஸ். பல்லாண்டுகளாக இயங்கிவரும் தன் கம்பெனிக்கு வரவேண்டிய வியாபாரத்தை ஹால்பின் தள்ளிக்கொண்டு போவதை அவர் கவனித்தார். ஹால்பின்னை அழைத்துப் பேசினார். நேர்காணல் முடிந்தபோது அந்தக் கம்பெனியின் அகூஸ்டிகான் டிவிஷன் என்னும் பிரிவுக்கு புதிய விற்பனை மேலாளராக நியமிக்கப்பட்டு விட்டார் ஹால்பின்.

ஹால்பின் எவ்வளவு திறமையாக வேலை செய்வார் என்று பார்க்க விரும்பிய ஆன்ட்ரூஸ், மூன்று மாதம் ஃப்ளோரிடாவிற்குச் சென்றுவிட்டார். நீந்தினால் நீந்து, மூழ்கினால் மூழ்கு என்று ஹால்பின்னைத் தனியாக இயங்கவிட்டார். ஹால்பின் மூழ்கவில்லை! ‘‘ஜெயிப்பவனையே உலகம் விரும்புகிறது, தோற்றவனுடன் பேச அதற்கு நேரமில்லை’’ என்று நாட் ருக்னே ஆன்மசக்தி அவரிடம் பேசி உற்சாகம் அளித்தது. அதனால்

அண்மையில் அந்தக் கம்பெனியின் அகூஸ்டிகான் மற்றும் சைலண்ட் ரேடியோ டிவிஷனுக்குப் பொது மேலாளராகவும், கம்பெனியின் வைஸ்-பிரெசிடென்ட்டாகவும் ஆனார். சாதாரணமாகப் பத்தாண்டுக் கடின உழைப்பிற்குப் பிறகே கிடைக்கும் அத்தகைய பதவியை இவர் ஆறிலிருந்து ஏழு மாதங்களில் பெற முடிந்தது.

ஆன்ட்ரூஸா, அல்லது ஹால்பினா, யாரை நாம் பாராட்டுவதென்று தெரியவில்லை. ஏனெனில் இருவருமே '**கற்பனாசக்தி**' என்னும் அபூர்வமான ஆற்றலை அபரிமிதமாகப் பெற்றிருந்தார்கள் என்பது நிரூபணமாகிவிட்டது. ஹால்பின்னிடம் இருந்த ''அனைவருடனும் இசைந்து செயல்படும்'' தன்மையைக் கண்டுபிடித்ததற்காக ஆன்ட்ரூஸுக்குப் பாராட்டு. **தனக்குப் பிடிக்காத வேலையில் சமரசம் செய்து கொண்டு தொடர மாட்டேன் என்று மறுத்ததால்** ஹால்பின்னுக்குப் பாராட்டு. நான் வலியுறுத்த விரும்பும் முக்கியமான கருத்து இதுதான்: நாம் குறிப்பிட்ட பதவி நிலையில் தொடர்ந்து இருப்பதோ, அல்லது மேலும் உயரத்திற்குப் போவதோ, சில சூழ்நிலைகளால் தான். **நாம் விரும்பினால் அந்தச் சூழ்நிலைகளைக் கட்டுப்படுத்த முடியும்.**

இன்னொரு கருத்தையும் நான் வலியுறுத்த விரும்புகிறேன்: வெற்றி, தோல்வி இரண்டுமே **பழக்கத்தின்** விளைவால் வருபவையே! எந்த வகை ஆர்வத்தால் நாட்டர்டேம் கால்பந்துக் குழுவை உலகம் புகழும் குழுவாக ஆக்கினாரோ நாட் ருக்னெ, அமெரிக்காவின் தலைச்சிறந்த பயிற்சியாளர், அவரோடு நெருங்கிப் பழகியதால் அதே வகை **ஆர்வத்தை** தன் மனதிலும் வளர்த்துக்கொண்டார் ஹால்பின் என்பதில் எனக்கு எள்ளளவும் ஐயமில்லை. காவியத்தலைவனைக் கடவுளாக வழிபடுவதும் சில சமயம் பலனளிக்கிறது என்று கூறலாம். ஆனால் அவன் **வெற்றி பெற்றவனாக** இருக்க வேண்டும். நாட் ருக்னெ உலக வரலாற்றில் மிகச்சிறந்த தலைவர்களில் ஒருவர் என்று ஹால்பின் என்னிடம் கூறினார்.

அண்மையில், என் மகன் பிளேர், டான் ஹால்பின்னுடைய கம்பெனியில் ஒரு வேலைக்கு நேர்காணப்பட்ட போது, சரியான தொழில் தொடர்புகளும் ஒருவனின் வெற்றி தோல்விக்கு முக்கியக் காரணிகளாக அமையும் என்ற எனது கொள்கையின் எடுத்துக்காட்டாக அது அமைந்தது.

ஹால்பின் கொடுக்க விரும்பிய சம்பளம், வேறெந்தப் போட்டிக் கம்பெனியிடமிருந்தும் கிடைத்திருக்கக் கூடியதில் பாதி தான். ஆனால் தந்தை என்ற செல்வாக்கைப் பயன்படுத்தி பிளேரை ஹால்பின்னுடன் சேருமாறு ஒப்புக்கொள்ள வைத்தேன். அதற்குக்

காரணம், **எவரொருவர் தனக்குப் பிடிக்காத சூழ்நிலைகளுடன் சமரசம் செய்து கொள்ள விரும்பாதவரோ, அவருடன் நெருங்கிய தொடர்பில் இருப்பது விலைமதிப்பில்லாத சொத்தாகும் என்று நான் நம்புகிறேன்.**

பணி அந்தஸ்தில் அடித்தட்டு, திரும்பத் திரும்ப ஒன்றையே செய்கின்ற, சாரமில்லாத, இலாபமில்லாத இடமாகும். அதனால் தான் நான் நிறைய நேரம் எடுத்துக்கொண்டு சரியான திட்டமிடல் மூலம் அங்கிருந்து எப்படி மேலே போவது என்று கூறினேன். அதே காரணத்தால் தான், தன் மகனுக்கு ஒரு நல்ல வேலை ''வாய்ப்பு'' கிடைப்பதற்காக எப்படி ஒரு பெண்மணி புதியதொரு தொழிலையே **தோற்றுவித்தார்** என்பதை விரிவாகக் கூறியிருக்கிறேன்.

உலகப் பொருளாதார மந்தநிலை மாறிய பிறகு, **தனிநபர் சேவைகளைச்** சந்தைப்படுத்துவதற்குப் புதிய, மேம்பட்ட வழிகள் தேவைப்படுகின்றன. வேறெந்த வியாபாரத்தை விடவும், தனிநபர் சேவையின் போது அதிகப் பணம் கைமாறுகிறது. ஆனால் இதுவரை ஏன் யாருமே இந்தத் தேவையை உணரவில்லை என்று தெரியவில்லை. கூலி, சம்பளம் போன்ற பெயர்களில் மாதந்தோறும் பல மில்லியன் டாலர்கள் செலவழிக்கப்படுகிறது. ஆண்டுதோறும் பல பில்லியன்கள்.

இங்குச் சுருக்கமாகச் சொல்லப்படும் **கருத்துருவில்** தான், அவர்கள் **ஆர்வம்** கொண்டிருந்த செல்வம் கருக்கொண்டிருந்தது என்பதைச் சிலராவது அறிந்துகொள்வர். ஆனால், அதிக கவனம் பெறாத கருத்துருவில் இருந்தும் பெரிய செல்வம் உண்டாகியிருக்கிறது.

வுல்வொர்த்தின் 'ஃபைவ் அண்ட் டென் சென்ட் ஸ்டோர்' என்னும் கருத்துரு, மிகவும் குறைவாக மதிக்கப்பட்ட ஒன்றாகும். ஆனால் அதை உருவாக்கிய மனிதருக்குப் பெரும் செல்வத்தைத் திரட்டிக் கொடுத்தது. இந்த வாசகத்தில் ஒரு **வாய்ப்பு** உறங்கிக் கிடப்பதைக் காணும் எவரும் அதற்கான உதவியை ஒழுங்கமைந்த திட்டமிடல் (ஆர்கனைஸ்டு பிளானிங்க்) என்ற அத்தியாயத்தில் பெறலாம்.

'தனிநபர் சேவை' என்பதைச் சந்தைப்படுத்தும் ஒருவர், எங்கெல்லாம் ஆண்களும் பெண்களும் மேம்பட்ட சந்தைகளை வேண்டுகிறார்களோ அங்கெல்லாம் தனக்கு அதிகம் வேலை இருக்கும் என்று தெரிந்து கொள்கிறார். மாஸ்டர் மைண்ட் தத்துவத்தைப் பயன்படுத்தி, சிறப்பான திறமையுடைய சிலர், ஒரு கூட்டணியை அமைக்கலாம். மிக விரைவில் அது பணம் ஈட்டத் தொடங்கிவிடும். விளம்பரம், விற்பனை இரண்டிலும் சாதுரியமாக எழுதத் தெரிந்தவரும், டைப்பிங் தெரிந்த, அழகிய

கையெழுத்துடையவரும், இப்படியொரு சேவை இருப்பதை எடுத்துச் சொல்வதற்கான வணிகத் திறமையுள்ளவர் ஒருவரும் சேர்ந்து கொள்ளலாம். இம்மூன்று திறமைகளும் ஒருவரிடமே இருந்தால் அவர் தனியொருவராகவே இந்த சேவையைத் தொடங்கி நடத்தலாம், அது பெரிதாகும் வரை.

''தனிநபர் சேவைக்கான விற்பனைத் திட்டம்'' தயாரித்த பெண்மணிக்கு நாடு முழுவதிலிருந்தும் வேண்டுகோள் வருகிறது, தங்களுக்கும் அதுபோன்ற ஒன்றைத் தயாரித்துத் தருமாறு. அதற்கு அதிகவிலை கொடுக்கவும் அவர்கள் தயார். அவரிடம் இப்போது தேர்ச்சிமிக்க டைப்பிஸ்டுகள், ஓவியர்கள், எழுத்தாளர்கள் பல பேர் பணியில் இருக்கிறார்கள். எந்த ஒரு விஷயத்தையும் அற்புதமாகச் சித்திரித்துக் கொடுக்க அவர்களால் முடியும். அதனால், தான் வழங்கும் தனிநபர் சேவையை முன்பைவிட அதிக விலைக்கு விற்க எவராலும் முடியும். தன் திறமையில் அந்தப் பெண்மணிக்கு நம்பிக்கை இருப்பதால், தன் கட்டணமாக முன்பணம் கேட்காமல், வாடிக்கையாளருக்குக் கிடைக்கக்கூடிய அதிகத்தின் ஒரு குறிப்பிட்ட சதவீதத்தை தன் பங்காகப் பெற்றுக்கொள்கிறார்.

இப்படிச் சொல்வதால், சாதுரியமான 'விற்பனைத் திறமையால் தனது வாடிக்கையாளர்களை முன்பைவிட அதிக விலைக்கு விற்குமாறு செய்வது தான் அவருடைய சாதனை என்று அர்த்தமல்ல. தனிநபர் சேவையை விற்பவருக்கு மட்டுமின்றி, வாங்குபவரின் லாபத்திற்கும் அவர் துணை செய்கிறார். அந்த இரகசியத்தை அவர்கள் இருவருக்கு மட்டுமே அவர் தெரிவிக்கிறார்.

உங்களுக்கு **கற்பனைத்திறன்** இருந்தால், நீங்கள் விற்கும் தனிநபர் சேவைக்கு அதிக விலையைப் பெற விரும்பினால், இந்த ஆலோசனை உங்களுக்கு ஊக்கத்தை வழங்கும். பல ஆண்டுக் கல்லூரிப் படிப்பை முடித்த ஒரு டாக்டரோ, வக்கீலோ, இன்ஜினியரோ ''சராசரியாக''ப் பெறும் வருமானத்தைவிட அதிக வருவாய் தரும் சக்தி கொண்டது இந்தக் **கருத்துரு.** புதிய பதவியைத் தேடிக் கொண்டிருக்கும் எவருக்கும், ஏன், தனக்கு அதிக வருமானம் வேண்டும் என்று முயற்சிப்பவர் எந்தப் பதவியில் இருந்தாலும் அவருக்கும் கூட, இந்தக் கருத்துருவை நீங்கள் விற்க முடியும்.

வலிமையான **கருத்துருவிற்கு** *இதுதான் விலை என்பதில்லை!*

எல்லாக் **கருத்துருவிற்கும்** அடிப்படையாக இருப்பது விசேஷ அறிவு. **கருத்துருவைப்** பெறுவதைவிட, விசேஷ அறிவைப் பெறுவது எளிது. ஏராளமாகப் பொது அறிவைச்

சேர்த்து வைத்துக்கொண்டும் செல்வந்தராக முடியாதவர்கள் இதைக் கவனிக்க வேண்டும். இந்த உண்மை காரணமாகவே, தனிநபர் சேவைக்கு உலகளாவிய தேவை ஏற்பட்டுள்ளது. செயல்திறமை என்பது **கற்பனாசக்தியன்றி** வேறில்லை. விசேஷ அறிவைக் **கருத்துருவோடு** சேர்த்து, செல்வத்தைக் கொண்டுவரும் **ஒழுங்குபடுத்தப்பட்ட திட்டங்களாக** ஆக்கித்தருவது அதுவே.

உங்களிடம் **கற்பனாசக்தி** இருக்குமானால், நீங்கள் எதிர்பார்க்கும் செல்வத்தைத் தருவதற்கான ஆரம்பகட்டக் கருத்துரு இந்த அத்தியாயத்தில் கிடைக்கும். மறந்துவிடாதீர்கள், **கருத்துருதான்** முக்கியமான விஷயம். விசேஷ அறிவு எங்கிருந்து வேண்டுமானாலும் கிடைக்கும்!

6

கற்பனாசக்தி

மனதின் பயிற்சிக்கூடம்

செல்வத்தை நோக்கி ஐந்தாவது அடி

மனிதன் உருவாக்கும் திட்டங்கள் அனைத்திற்கும் பயிற்சியளிக்கும் பயிலரங்கம், கற்பனாசக்தியே. **ஆர்வம்** என்ற உந்துசக்திக்கு வடிவமும் அளவும் கொடுத்து, **செயல்திறனையும்** கொடுப்பது, மனத்தின் கற்பனைத்திறனே.

மனிதன் என்னவெல்லாம் கற்பனை செய்கிறானோ அதையெல்லாம் உருவாக்கும் திறமையுள்ளவன் என்று சொல்லப்படுகிறது.

மனித நாகரிகத்திலேயே கற்பனாசக்திக்கு மிகவும் உகந்த காலம் தற்காலமே. காரணம் அன்றாடம் மாறுதல்கள் ஏற்பட்டுக் கொண்டிருக்கும் காலம் இது. எந்தப்பக்கம் திரும்பினாலும் கற்பனையைத் தூண்டுகின்ற ஊக்கிகளைக் காணலாம்.

கடந்த ஐம்பது ஆண்டுகளில், மனிதன், தன் கற்பனாசக்தியால், இயற்கையின் பல ஆற்றல்களைக் கண்டுபிடித்துப் பயன்படுத்திக் கொண்டிருக்கிறான். இது, மனிதகுலம் தோன்றிய நாள் முதல் இந்த ஐம்பதாண்டுகள் தொடங்கும் வரை கண்டுபிடித்ததைவிட அதிகமாகும். வானத்தை அவன் முழுவதுமாக வெற்றி கொண்டுவிட்டான். எந்தப் பறவையும் அவனுக்கு இணையாக முடியாது. ஈத்தரை அவன் கட்டுப்படுத்திவிட்டான். அதனால் உலகில் எங்கிருப்பவர்களுடனும் உடனே பேச முடிகிறது. தன் **கற்பனாசக்தியால்**, பல லட்சம் மைல்களுக்கு அப்பால் இருக்கும் சூரியனின் எடையையும் அதன் உட்பொருள்களையும் அலசி ஆராய்ந்து கண்டுபிடித்திருக்கிறான். தன் மூளையானது, எண்ணங்களின் அதிர்வுகளை உள்வாங்கவும், வெளியனுப்பவும்

செய்யும் நிலையம் என்று கண்டுபிடித்திருக்கிறான். அந்தக் கண்டுபிடிப்பை நடைமுறையில் எவ்வாறு பயன்படுத்திக் கொள்வது என்று யோசிக்கத் தொடங்கியிருக்கிறான். மணிக்கு முன்னூறு மைல் வரை போகும் அளவுக்கு மோட்டார் வண்டிகளின் வேகத்தை அதிகப்படுத்தியிருக்கிறான்.

நியூயார்க்கில் காலை உணவும், ஸான் ஃப்ரான்சிஸ்கோவில் பகலுணவும் சாப்பிடும் காலம் விரைவில் வரலாம்.

பகுத்தறிவுக்கு உட்பட்டு, **மனிதனின் எல்லையை நிர்ணயிப்பது அவனுடைய கற்பனாசக்தியின் வளர்ச்சியும் பயன்பாடும் தான்.** ஆனால் அந்த வளர்ச்சியின் உச்சக்கட்டத்தை இன்னும் அவன் எட்டவில்லை. தன்னிடம் கற்பனாசக்தி இருப்பதை அவன் கண்டுபிடித்தானே ஒழிய, அதை மிகவும் அற்பமான முறையில் தான் பயன்படுத்தி வருகிறான்.

கற்பனையின் இரண்டு வடிவங்கள்

கற்பனைத் திறனானது இரண்டு வகைப்படும். ஒன்று ''தொகுத்தளிக்கும் கற்பனாசக்தி,'' இன்னொன்று, ''புதியன படைக்கும் கற்பனாசக்தி.''

தொகுத்தளிக்கும் கற்பனாசக்தி: இதன் மூலம் ஏற்கனவே உள்ள கொள்கைகள், கருத்துருக்கள், திட்டங்கள் ஆகியவற்றை ஒன்றாகத் தொகுக்கலாம். ஆனால் புதிய பொருள் எதுவும் படைக்கப்பட மாட்டாது. தன்னிடம் தரப்படும் அனுபவம், கல்வி, கவனித்தல் ஆகியவற்றைக் கொண்டு அது வேலை செய்கிறது. அவ்வகையில் புதியன கண்டுபிடிப்போர் இதனைப் பயன்படுத்துவர். இதன் மூலம் பயனில்லாத போது, படைக்கும் கற்பனாசக்தியை நாடுவர்.

புதியன படைக்கும் கற்பனாசக்தி: புதியன படைக்கும் கற்பனா சக்தியின் மூலம், அளவுக்குட்பட்ட மனித மனம், அளவற்ற அறிவாற்றலுடன் நேரடித் தொடர்பு கொள்கிறது. இதன் வழியாகத்தான் படைப்பாற்றலுக்கு வேண்டிய ''விழிப்பும்,'' ''உற்சாகமும்'' வந்து சேர்கின்றன. படைப்புக்குத் தேவையான அடிப்படையான கருத்துருவும், புதிய படைப்புக்கான கருத்துருவும் இதன் மூலமே மனிதனுக்கு வழங்கப்படுகிறது.

இந்த சக்தி தான் மற்றவர்களின் மன அதிர்வுகளை நமக்குப் பெற்றுத் தருகிறது. மற்றவர்களின் ஆழ்மனதிற்கு இதன் மூலமே நாம் செய்திகளை அனுப்பவும் பெறவும் முடியும்.

படைப்பாற்றலுக்கான கற்பனாசக்தி செயல்படும் விதத்தைப் பின்வரும் பக்கங்களில் விவரித்திருக்கிறோம். ஆனால் உணர்வு

மனம் அதிவேகத்தில் அதிரும் போது **தான்** இது செயல்படும். உதாரணமாக, **ஒரு** பலமான ஆர்வம் என்னும் உணர்வு தாக்கும்போது.

பயன்படுத்துவதைப் பொறுத்து, இனி சொல்லப்படும் ஆதாரங்களில் இருந்து படைப்பாற்றல், சுறுசுறுப்பாகவும் கவனத்தோடும் செயல்படும். இது மிக முக்கியமான அறிவிப்பு. நன்றாகப் படியுங்கள்.

அதேசமயம், **ஆர்வம்** என்பதைப் பணமாக மாற்றும் கதையை ஒரே ஒரு அறிக்கை மூலம் சொல்லிவிட முடியாது என்பதை நீங்கள் நினைவில் கொள்ள வேண்டும். நமது கோட்பாடுகள் எல்லாவற்றையும் நீங்கள் **நன்றாகக் கற்றுத் தேர்ந்து, மனதிற்குள் உள்வாங்கிக் கொண்டு பயன்படுத்த ஆரம்பித்தால்** மட்டுமே இக்கதை முழுமை அடையும்.

வியாபாரம், தொழில்துறை, நிதித்துறை ஆகியவற்றில் சிறந்த தலைவர்களாக இருப்பவர்களும், பெரிய கலைஞர்களும், இசையமைப்பாளர்களும், கவிஞர்களும், எழுத்தாளர்களும் எப்படிச் சிறப்படைந்தார்கள் என்றால் இந்தப் படைப்பாற்றலுக்கான கற்பனாசக்தியால் தான்.

தொகுத்தளிக்கும் கற்பனாசக்தியாகட்டும், புதியன படைக்கும் கற்பனாசக்தியாகட்டும், பயன்படுத்துவதைப் பொறுத்து மேலும் விழிப்போடிருக்கும், பயன்படுத்துவதால் பலம் பெறும் உடல் உறுப்புக்களும் தசைகளும் போல.

ஆர்வம் என்பது ஓர் எண்ணம், ஓர் உந்துசக்தி. அது தற்காலிகமானது, தெளிவில்லாதது. அது தன்னுடைய பௌதிகப் பொருளாக உருமாற்றம் பெறும் வரையில், எந்த மதிப்பும் இல்லாதது, புலனாகாதது. **ஆர்வத்தைப்** பணமாக மாற்றும் செயல்முறையில், தொகுத்தளிக்கும் கற்பனா சக்தியையே மிகுதியாகப் பயன்படுத்தப் போகிறோம். ஆனால் சில சந்தர்ப்ப சூழ்நிலைகளின் போது புதியன படைக்கும் கற்பனாசக்தியும் தேவைப்படலாம்.

இதுவரை வேலையற்றுக் கிடந்ததால் பலவீனமாகியிருக்கும் உங்கள் புதியன படைக்கும் கற்பனாசக்தியைத் தூண்டியெழுப்பு வதற்கு அதைப் **பயன்படுத்த** ஆரம்பித்தாலே போதும். அதற்கு மரணமே கிடையாது. உறக்கம் மட்டுமே உண்டு. ஆகவே அதை விடுங்கள். தொகுத்தளிக்கும் கற்பனாசக்தியிடம் வாருங்கள். அதை வளர்ப்பது எப்படி என்று கவனம் செலுத்துங்கள். இதைத்தான் நாம் அடிக்கடிப் பயன்படுத்தப் போகிறோம்.

கண்ணுக்குத் தெரியாத **ஆர்வம்** என்னும் உந்துசக்தியை, கண்ணுக்குப் புலனாகும் **பணமாக** உருமாற்றுவதற்கு ஒரு திட்டமோ,

பல திட்டங்களோ தேவை. இத்திட்டங்கள், கற்பனாசக்தியின் -முக்கியமாக, தொகுத்தளிக்கும் கற்பனாசக்தியின்-உதவியோடு தான் உருவாக்கப்பட வேண்டும்.

முழுவதுமாக இந்தப் புத்தகத்தைப் படித்துவிடுங்கள். பிறகு இந்த அத்தியாயத்திற்கு மீண்டும் வாருங்கள். வந்து, **ஆர்வத்தைப்** பணமாக மாற்றுவதற்கான திட்டங்களை உண்டாக்கத் தொடங்குங்கள். எப்படி உண்டாக்குவது என்பதை அநேகமாக ஒவ்வொரு அத்தியாயத்திலும் விளக்கி வருகிறோம். உங்கள் தேவைக்கேற்ற அறிவுரைகளைப் பின்பற்றி, திட்டங்களை வகுத்துக் காகிதத்தில் எழுதுங்கள். (இதுவரை செய்திருக்கவில்லை என்றால்). இதைச் செய்துவிட்டால், கண்ணுக்குப் புலனாகாத **ஆர்வத்திற்கு** நீங்கள் **உறுதியான** வடிவம் கொடுத்துவிட்டதாக அர்த்தம். இந்த வாக்கியத்தை இன்னொருமுறை படியுங்கள். உரக்கப் படியுங்கள், மெதுவாகப் படியுங்கள், படிக்கும்போதே, எண்ணத்தை அதன் பௌதிகப் பொருளாக மாற்றித்தரும் பாதைக்கான **முதல் அடியை** நீங்கள் எடுத்து வைத்துவிட்டதாக அர்த்தம்.

நாம் வசிக்கும் பூமியும், இதிலுள்ள பிற பொருட்களும் பரிணாம வளர்ச்சியின் காரணமாக ஏற்பட்டவை. கண்ணுக்குத் தெரியாத மிகச் சிறிய மூலக்கூறுகள் ஏதோ ஒரு ஒழுங்குமுறைப்படி சேர்ந்து இந்த அமைப்பு ஏற்பட்டுள்ளது.

மேலும்-இந்த அறிவிப்பு மாபெரும் முக்கியத்துவம் உடையது-இந்த பூமியும் உங்கள் உடலில் உள்ள நூறு கோடி செல்களும், பொருள்களிலுள்ள ஒவ்வொரு அணுவும்-எல்லாமே தொடக்கத்தில் கண்ணுக்குத் தெரியாத ஆற்றலாக இருந்தவை தான். **ஆர்வம்** என்பது எண்ணத்தின் உந்துசக்தி! எண்ணங்களின் உந்துசக்தியானது ஆற்றலின் வடிவமே. **ஆர்வம்** என்னும் எண்ணத்தின் உந்துசக்தியைக் கொண்டு நீங்கள் ஆரம்பிக்கும்போது, எந்த ஒன்றைக் கொண்டு இயற்கையானது இந்த பூமியையும் அதிலுள்ள எல்லாப் பொருட்களையும், ஏன், இந்த உடலையும் அதிலுள்ள மூளையையும் படைத்ததோ அதே ஒன்றை நீங்களும் பயன்படுத்துகிறீர்கள் என்று பொருள்.

இந்தப் பிரபஞ்சம் முழுவதும் இரண்டே இரண்டு மூலப்பொருட்களால் ஆனது-ஜடப்பொருள், மற்றும் சக்தி என்று அறிவியல் தீர்மானித்துள்ளது. சக்தியோடு ஜடப்பொருளை இணைத்து விண்வெளியில் மிதக்கும் நட்சத்திரங்கள் முதல் மண்ணுலகில் உள்ள மனிதன் வரை எல்லாம் படைக்கப்பட்டுள்ளன.

இயற்கையின் வழிமுறையைப் பின்பற்றி நீங்களும் லாபம் அடையப்போகும் தருணம் இது. இயற்கை விதிப்படிதான் நீங்கள்

ஆர்வம் என்னும் எண்ணத்தை அதற்குரிய பௌதிகப் பொருளாக அல்லது அதற்குச் சமமான பணமாக மாற்றிட முயற்சி செய்கிறீர்கள் என்று மனப்பூர்வமாக நாங்கள் நம்புகிறோம். **உங்களால் முடியும்! இதேபோல் முன்னரே செய்யப்பட்டுள்ளது!**

என்றென்றும் மாறாத சட்டங்களின் வழியாக நீங்கள் மிகுந்த செல்வத்தைக் குவிக்க முடியும். ஆனால் முதலில் அந்த சட்டங்களை நீங்கள் அறிந்து கொள்ள வேண்டும், பயன்படுத்தத் தெரிந்து கொள்ள வேண்டும். மீண்டும் மீண்டும் சொல்வதன் மூலமும், தமது கோட்பாடுகளை வெவ்வேறு கோணங்களில் இருந்து அணுகுவதன் மூலமும், எந்த இரகசியத்தின் மூலம் பெரும் செல்வம் பலரால் குவிக்கப்பட்டுள்ளதோ, அந்த ''*இரகசியத்தை*'' உங்களுக்கு அறிவிக்க விரும்புகிறார் இந்நூலாசிரியர். உண்மையில் ***அது* இரகசியமே அல்ல!** இது அதிசயமாகவும், முரண்பாடாகவும் தோன்றலாம். இயற்கையே இந்த பூமிக்கு அதை விளம்பரப்படுத்துகிறது. நட்சத்திரங்களில், நம் கண்ணெதிரே தொங்கும் கிரகங்களில், நம்மைச் சுற்றியுள்ளதும் நமக்கு மேலும் கீழும் உள்ளதுமான மூலப்பொருட்களில், புல்லின் ஒவ்வொரு இதழ்களில், மற்றும் கண்ணெதிரே காணும் எல்லா உயிரினங்களிலும் -அந்த இரகசியத்தை வெளியிட்டுள்ளது இயற்கை.

ஒரு குண்டூசிமுனை அளவிலான செல்லை, இந்தப் புத்தகத்தைப் படித்துக்கொண்டிருக்கும் **மனிதனாக** மாற்றித் தருவதன் மூலம், உயிரியலில் இந்த ''இரகசியத்தை'' இயற்கை விளம்பரப்படுத்தியுள்ளது. எனவே, ஆர்வத்தை அதன் பௌதிகப் பொருளாக மாற்றுவதில் அதிசயம் ஒன்றுமில்லை!

இங்கு சொல்லப்படுவது எல்லாமே உங்களுக்கு விளங்கவில்லை யென்றாலும் கவலைப்படாதீர்கள். நீங்கள் உளவியல் மாணவரில்லை என்றால் இந்த அத்தியாயத்தில் சொல்லப்படுவதையெல்லாம் முதல் வாசிப்பிலேயே உள்வாங்கிக் கொண்டு விடுவீர்கள் என்று யாரும் எதிர்பார்க்கப் போவதில்லை.

ஆனால், போகப் போக நீங்கள் முன்னேற்றமடைவீர்கள். இனி சொல்லப்போகும் கோட்பாடுகள் கற்பனாசக்தியைப் புரிந்து கொள்ள உதவும். எது புரிகிறதோ அதை உள்வாங்கிக் கொள்ளுங்கள். மீண்டும் கவனத்தோடு படிக்கும் போது இன்னும் அதிகமாகப் புரிய ஆரம்பிக்கும். ஆனால் படிப்பதை **நிறுத்திவிடாதீர்கள்.** குறைந்தது **மூன்று** முறையாவது இந்தப் புத்தகத்தைப் படியுங்கள். இந்தக் கோட்பாடுகளை நன்கு புரிந்து கொள்ளுங்கள். அதன் பிறகு நிறுத்த வேண்டுமென்று நினைக்கமாட்டீர்கள்.

கற்பனாசக்தியை நடைமுறையில் பயன்படுத்துவது எப்படி

எல்லாச் செல்வத்திற்கும் ஆரம்பம் கருத்துருக்களே. அவை கற்பனாசக்தியின் தயாரிப்புகள். அதிக செல்வத்தைப் பெற்றுக்கொடுத்த, நன்கு பரிச்சயமான சில கருத்துருக்களை இப்போது பரிசோதிக்கலாம். அதன் மூலம் எவ்வாறான வழிமுறைகளில் கற்பனாசக்தியைப் பயன்படுத்தினால் ஒருவன் செல்வந்தனாகலாம் என்று தெரிந்து கொள்ளலாம்.

வசீகர குடுவை

ஐம்பது வருடங்களுக்கு முன்பு கிராமத்து டாக்டர் ஒருவர் நகரத்திலிருந்த மருந்துக்கடைக்கு தன் குதிரைவண்டியில் வந்தார். குதிரையைக் கட்டிவிட்டுக் கடைக்குள் நுழைந்தார், பின்புற வழியாக. அவரும் மருந்துக்கடை ஊழியரும் இரகசியமாக ஏதோ **பேச்சுவார்த்தை** நடத்தினர். அவர் வருகை, ஏராளமான பேர்களைச் செல்வந்தர்களாக்கியது. உள்நாட்டுப் போருக்குப் பிந்திய நாட்களில், அமெரிக்காவின் தெற்கு பகுதிக்கு மிகப்பெரிய செல்வ வளத்தை அது கொண்டு வருவதாகவும் அமைந்தது.

ஒருமணி நேரத்திற்கும் மேலாக அவரும் அந்த ஊழியரும் குசுகுசுவென்று பேசிக்கொண்டனர். பின்னர் டாக்டர் வெளியே சென்று தன் வண்டியிலிருந்து புராதனமான பெரிய குடுவை ஒன்றையும் அதனுள் விட்டுக் கலக்குவதற்கான மரக்கரண்டி ஒன்றையும் எடுத்து வந்து கடையின் உட்புறத்தில் வைத்தார்.

ஊழியர் அந்தக் குடவையைச் சரியாக இருக்கிறதா என்று பார்த்த பின்னால் தன் பாக்கெட்டிலிருந்து ஐநூறு டாலர் எடுத்து அவரிடம் கொடுத்தார். அதுதான் அவரது வாழ்நாள் சேமிப்பாகும்! ஏதோ ஒரு சூத்திரம் எழுதிய துண்டுக் காகிதத்தை டாக்டர் அவரிடம் கொடுத்தார். அதன் மதிப்பு, ஒரு அரசனிடம் இருக்கும் செல்வத்தைப் போன்றது! ஆனால் டாக்டருக்கு அதனால் பயனில்லை. அந்த மந்திர சூத்திரம் இருந்தால் தான் குடுவையைச் சூடேற்ற முடியும். ஆனால் அந்தக் குடுவைக்குள்ளிருந்து எவ்வளவு செல்வம் வெளியே ஓடிவரப் போகிறது என்று அந்த டாக்டரோ ஊழியரோ அறிந்திருக்கவில்லை.

ஐநூறு டாலருக்கு தன் குடுவையை விற்க முடிந்ததில் டாக்டருக்குத் திருப்தி. அவருடைய கடன்கள் எல்லாம் தீர்ந்துவிடும். மன அமைதி கிடைக்கும். ஆனால் அந்த ஊழியரோ ஒரு பழைய குடுவைக்காகவும் ஒரு துண்டுக் காகிதத்திற்காகவும் தன்

ஆயுட்கால சேமிப்பை பணயம் வைக்கத் துணிந்தார்! அந்தக் குடுவைக்குள்ளிருந்து அல்லாவுதீன் விளக்கு கொடுப்பதைவிட அதிகமான அளவில் தங்கமாகப் பொங்கி வழியப் போவதை அவர் கனவிலும் நினைக்கவில்லை. ஆனால் அவர் வாங்கியது உண்மையில் ஒரு **கருத்துருவே!** பழைய குடுவையும் மரக்கரண்டியும் துண்டுக் காகிதமும் இலவச இணைப்புகள் தான். துண்டுக் காகிதத்தில் இருந்த சூத்திரத்தோடு அந்த ஊழியர், தனக்கு மட்டுமே தெரிந்த ஓர் உட்பொருளையும் அந்த குடுவைக்குள் போட்ட பிறகு தான், குடுவையின் செயல்திறன் அதிசயம் விளைவிக்கத் தொடங்கியது.

இப்போது கவனமாகப் படியுங்கள். உங்கள் கற்பனாசக்திக்கு ஒரு சோதனை வையுங்கள். குடுவையிலிருந்து இருந்து தங்கமாகப் பொங்கிவரும் வகையில், அந்த ஊழியர் சேர்த்த உட்பொருள் என்ன என்று ஊகியுங்கள் பார்க்கலாம். இது 'அரேபியாவின் ஆயிரத்தொரு இரவுகள்' கதையல்ல என்பதை நினைவில் கொள்ளவும். ஆனால் கதையை விடவும் அதிசயமானது. உண்மையில் நடந்தது. ஒரு **கருத்துருவின்** வடிவில் தோன்றியது.

இந்த கருத்துரு, எவ்வளவு பெரிய அதிர்ஷ்டத்தை உருவாக்கியது என்று பார்க்கலாம். அந்த குடுவைக்குள் இருப்பதை மக்களுக்கு விநியோகித்ததன் மூலம் லட்சக்கணக்கானவர்கள் அளவிடமுடியாத அதிர்ஷ்டத்தை அடைந்திருக்கிறார்கள்.

உலகிலேயே அதிக அளவு சர்க்கரையை அந்த குடுவை வாங்கிச் செலவழிக்கிறது. அதனால், கரும்பு பயிரிடுவதிலும், அதிலிருந்து சர்க்கரை எடுப்பதிலும், அதைச் சந்தைப்படுத்துவதிலும் ஈடுபட்டுள்ள ஆயிரக்கணக்கான பேர்களுக்கு நிரந்தர வேலை வாய்ப்பை அந்த குடுவை வழங்கியிருக்கிறது.

ஆண்டுதோறும் லட்சக்கணக்கான கண்ணாடி பாட்டில்களை அந்த குடுவை பயன்படுத்துகிறது. அதனால், கண்ணாடித் தயாரிப்பில் ஈடுபட்டுள்ள ஆயிரக்கணக்கான பேர்களுக்கு அது வேலை வாய்ப்பை வழங்குகிறது. அது மட்டுமல்ல, நாடெங்கிலும் உள்ள ஆயிரக்கணக்கான எழுத்தர்கள், ஸ்டெனோகிராபர்கள், டைப்பிஸ்ட்கள் மற்றும் விளம்பரத்துறை வல்லுநர்களுக்கும் வேலை கொடுக்கிறது. குடுவையின் உட்பொருளைச் சித்திரங்களாகத் தீட்டி ஏராளமான கலைஞர்கள் புகழும் பணமும் பெற்றிருக்கிறார்கள்.

ஒரு சிறிய நகரமாக இருந்ததை, அமெரிக்காவின் தெற்கு பகுதியின் தலைநகரமாக ஆக்கியது அந்த பழைய குடுவை. நகரத்திலுள்ள எல்லா வர்த்தகத்திற்கும், நகரில் குடியிருப்போருக்கும் நேரடியாகவோ மறைமுகமாகவோ அது பயனளித்து வருகிறது.

இந்த கருத்துருவானது, தன்னைத் தொட்ட எல்லாருக்கும்

தங்கமாகப் பொழிந்துள்ளது. நாகரிகமடைந்த நாடுகள் எல்லாவற்றிலும் செல்வாக்கு செலுத்துகிறது. தென் அமெரிக்காவின் முக்கியமான கல்லூரி ஒன்றை நிர்வகித்தும் வருகிறது. ஆயிரக்கணக்கான இளைஞர்கள் வாழ்வியல் வெற்றிக்கான பயிற்சியை அங்கு பெறுகிறார்கள்.

வேறு பிரமிக்கத்தக்க செயல்களையும் புரிந்துள்ளது இந்த பழைய குடுவை. உலகமெங்கும் பொருளாதார மந்தநிலையால் தொழிற்சாலைகளும், வங்கிகளும், வணிக நிறுவனங்களும் மூடிக்கொண்டிருக்கையில், இந்த வசீகர குடுவை மட்டும் தொடர்ந்து ஆயிரக்கணக்கானவர்களுக்கு-உலகம் முழுதும்-வேலை கொடுத்தது மட்டுமன்றி, நீண்டநாள் ஆதரவாளர்களுக்கு அதிகப்படியாகவும் பலனை வழங்கியது. அந்த பழைய பித்தளைக் குடுவைக்கு மட்டும் வாயிருந்தால், உலகமொழிகள் ஒவ்வொன்றிலும் ஒரு சிருங்காரக் கதையைச் சொல்லும். குடுவையின் உட்பொருளால் கவரப்பட்ட காதலர்கள், வர்த்தகங்கள், சுயதொழில் புரிபவர்கள் பற்றிய கதைகளாக இருக்கும்.

இந்த நூலாசிரியருக்கு அவற்றில் ஒரு கதை நன்றாகத் தெரியும். ஏனெனில் அதன் கதாநாயகனே அவர் தான். கதை நிகழ்ந்த இடமும் அந்த மருந்துக்கடை ஊழியர் குடவையை வாங்கினாரே அதற்கு அருகில் தான். தனக்கு மனைவியாகப் போகும் பெண்ணை அவர் சந்தித்ததும் அங்கு தான். வசீகர குடுவையைப் பற்றி அவருக்குக் கூறியவளும் அவள் தான்.

அந்த குடுவையில் இருந்து வெளியாகியிருந்த பொருளைக் குடித்தபடிதான், அவர் அவளிடம் கேட்டார்: ''என்னை உன் வாழ்க்கைத் துணையாக ஏற்றுக் கொள்வாயா?'' என்று.

இப்போது உங்களுக்குத் தெரிந்துவிட்டிருக்கும், அந்த வசீகர குடுவையில் இருந்தது உலகப் புகழ்பெற்ற ஒரு பானம் என்று. அத்துடன் இந்த ஆசிரியர் இன்னொன்றையும் சொல்லக் கடமைப்பட்டிருக்கிறார். அந்தப் பானத்தை உலகுக்குக் கொடுத்த அதே நகரம் தான் அவருக்கு ஒரு மனைவியையும் கொடுத்தது என்பதையும், விரும்பிய போதெல்லாம் போதையில்லாத உற்சாகத்தை அவருக்கு அது வழங்குகிறது என்பதையும், அதனால் ஒரு எழுத்தாளனிடமிருந்து சிறந்த படைப்பை வெளிக்கொண்டுவரத் தேவையான மன மலர்ச்சியை அது தருவதையும் சொல்லியாக வேண்டும்.

நீங்கள் யாராக இருந்தாலும், எந்த ஊரில் இருந்தாலும், எந்தத் தொழிலில் இருந்தாலும், இனிமேல் எங்காவது ''கோக-கோலா'' என்ற வார்த்தைகளைப் பார்க்க நேர்ந்தால், அந்த மாபெரும் வர்த்தக

சாம்ராஜ்ஜியம் ஒரே ஒரு **கருத்துருவில்** இருந்து தான் பிறந்தது என்பதையும், அந்த மருந்துக்கடை ஊழியர் அதில் கலந்த இரகசியமான பொருளின் பெயர்... **கற்பனாசக்தி** என்பதையும் நினைவில் கொள்ளுங்கள்.

ஒரு நிமிடம் நின்று எண்ணிப் பாருங்கள்.

கோக கோலாவின் ஆதிக்கம் பெரு நகரங்கள், சிறு நகரங்கள், கிராமங்கள், மற்றும் எல்லா சாலை சந்திப்புகளிலும் விரிவடைந்ததற்கு காரணம், இந்நூலில் தரப்படும், செல்வத்தைக் கொண்டு வரும் பதின்மூன்று படிகளையும் அது கடந்து வந்ததால் தான். ஆகவே, கோக-கோலா மாதிரியான உறுதியான, தகுதியான **கருத்துரு ஏதாவது** உங்களிடம் இருந்தால், நீங்களும் கோக-கோலா மாதிரி சாதிக்க எல்லா வாய்ப்புகளும் உண்டு.

சத்தியமாக, எண்ணங்கள் என்பவை பொருட்களே, அவை உலகம் முழுவதும் செயல்படும் சக்தியானவை.

மில்லியன் டாலர்கள் என்னிடம் இருந்தால், என்ன செய்யப்போகிறேன்

''மனம் இருந்தால் மார்க்கம் உண்டு'' என்ற பழமொழியை நிரூபிக்கும் கதை இது. தெற்கு சிகாகோவின் ஸ்டாக்யார்டு பகுதியில் மதப்பிரச்சாரமும் கல்வி போதிப்பும் செய்து வந்த என் அன்பிற்குரிய ஃப்ராங்க் டபிள்யூ. கன்ஸாலஸ் என்னிடம் கூறிய கதை.

டாக்டர் கன்ஸாலஸ் கல்லூரியில் படிக்கும் போது, கல்வித்துறையில் இருக்கும் பல குறைபாடுகளைக் கண்டார். தான் மட்டும் ஒரு கல்லூரியின் தலைவராகும் வாய்ப்பு கிடைக்குமானால் அந்தக் குறைபாடுகளைத் தன்னால் களையமுடியும் என்று கருதினார். அவருடைய ஆழ்ந்த ஆர்வம் என்னவென்றால் இளைஞர்களுக்குச் ''செய்முறைக்கல்வியின் வழியாகக் கற்பிக்கும்'' திட்டத்தை அமல்படுத்துவது.

பாரம்பரியமான கல்வி நிறுவனங்களில் இது சாத்தியமில்லை என்பதால், தனது கருத்துருவைச் செயல்படுத்தப் புதியதொரு கல்லூரியைத் தொடங்க முடிவு செய்தார் அவர்.

அதற்கு ஒரு மில்லியன் டாலர்கள் தேவைப்பட்டது. அவ்வளவு பணத்திற்கு அவர் எங்கே போவார்? அந்த இளம் மதபோதகரின் மனமெல்லாம் அதே எண்ணம் ஆக்கிரமித்திருந்தது.

ஆனால் பலனேதும் இல்லை. தூங்கும்போதும் அந்த எண்ணத்துடனே தான் தூங்குவார். எழும்போதும் அதே எண்ணத்துடன் தான் எழுவார். போகுமிடமெல்லாம் அதுவும் கூட

வரும். அந்த எண்ணத்தை மனதிற்குள்ளேயே புரட்டிப்போட்டு அதை ஒரு பிடிவாதமான ஆர்வமாக மாற்றினார். மில்லியன் டாலர் என்பது மிகப்பெரிய தொகை தான் என்று அவருக்குத் தெரியும். ஆனால், முடியும் முடியாது என்பது ஒருவன் தன் மனதில், தானே இடும் எல்லைக்கோடு தான் என்று அவர் கருதினார்.

வாழ்வில் வெற்றி பெறும் எவருக்கும் இருப்பது போல, தனக்கும் ஓர் **உறுதியான நோக்கம்** இருந்தாக வேண்டும் என்று போதகராகவும் தத்துவ அறிஞராகவும் இருந்த டாக்டர் கன்ஸாலஸுக்குப் புரிந்தது. அதுதான் தொடக்கப்புள்ளி. அந்த நோக்கத்திற்கு ஆதரவாகத் **தணியாத ஆர்வம்** இருக்குமானால், அது உயிரையும் ஆற்றலையும், ஏன், ஒவ்வொரு அசைவவையும் ஆக்கிரமித்து அந்த நோக்கத்திற்குச் சமமான பௌதிகப் பொருளாக வெளிப்படுத்தும் என்பதும் அவருக்குப் புரிந்தது.

இந்த உண்மைகள் அவருக்குப் புரிந்திருந்தாலும், எங்கிருந்து பணம் வரும் என்று மட்டும் புரியவில்லை. இன்னொருவராய் இருந்தால், ''போங்கள்! என்னுடைய கருத்துரு சிறப்பானதே, ஆனால் அதற்கு தேவையான மில்லியன் டாலர்களை என்னால் கொண்டுவர முடியவில்லையே!'' என்று திட்டத்தைக் கைவிட்டுப் போயிருப்பார்கள். அதுதான் இயற்கை. ஆனால் டாக்டர் கன்ஸாலஸ் அப்படிச் சொல்லவில்லை. வேறு என்னதான் சொன்னார், என்னதான் செய்தார் என்பதை அவருடைய வார்த்தைகளிலேயே கேளுங்கள்:

''ஒரு சனிக்கிழமை பகல் நேரத்தில் எனது அறையில் அமர்ந்து சிந்தித்துக் கொண்டிருந்தேன், எப்படி இந்த மில்லியன் டாலர்களைச் சேகரிப்பது என்று. கடந்த இரண்டாண்டுகளாக நான் செய்ததெல்லாம் சிந்தனை மட்டுமே, வேறெதுவுமில்லை!

''இன்று **செயல்புரிவதற்கான** நேரம் வந்துவிட்டது!

''எப்படியாவது இன்னும் ஒரு வாரத்தில் அந்த மில்லியன் டாலரைச் சேகரித்தாக வேண்டும் என்று மனதிற்குள் தீர்மானித்தேன். எந்த வழியில்? அதைப்பற்றி நான் கவலைப்படவில்லை. அப்படி ஒரு திடமான முடிவுக்கு நான் வந்த தருணமே, எனக்குள் ஓர் அதிசயமான உணர்வு தோன்றி நினைத்தது நடந்துவிடும் என்ற உத்தரவாதத்தை உண்டாக்கியது என்பதைச் சொல்லியாக வேண்டும். அம்மாதிரி நான் அதற்கு முன்பு உணர்ந்தது கிடையாது. 'இந்த முடிவை முன்பே எடுத்திருக்கலாமே! உனக்கான மில்லியன் டாலர் எவ்வளவு நாளாகக் காத்திருக்கிறது தெரியுமா?' என்று எனக்குள் ஏதோ ஒன்று கேட்பது போல் இருந்தது.

''அவசரம் அவசரமாக எல்லாம் நடக்க ஆரம்பித்தன. பத்திரிகையாளர்களை அழைத்து நான் மறுநாள் காலை ஓர் போதனை

செய்யவிருப்பதாகவும், அதன் தலைப்பு, 'என்னிடம் மில்லியன் டாலர்கள் இருந்தால் நான் என்ன செய்வேன்' என்பதாகும் என்றும் தெரிவித்தேன்.

''உடனே அந்தப் போதனைக்கான தயாரிப்புகளில் ஈடுபட்டேன். ஆனால் உண்மையில் எந்த தயாரிப்பும் வேண்டியிருக்கவில்லை. அதுதான் என்னில் சூட்சுமமாக இரண்டு வருடங்களாகக் குடியிருக்கிறதே!

''போதனையை எழுதி முடிக்க வெகுநேரம் ஆகவில்லை. மனத்தில் நம்பிக்கையோடு நான் உறங்கப் போனேன். அந்த மில்லியன் டாலர்கள் அப்போதே என் கைக்கு வந்துவிட்டதாக உணர்ந்தேன்.

''மறுநாள், விடியற்காலையில் எழுந்தேன். குளியலறைக்குச் சென்று, போதனையை ஒருமுறை படித்தேன். முழந்தாளிட்டு அமர்ந்தேன். எனக்குத் தேவையான பணத்தைக் கொடுக்கப் போகும் அந்த யாரோ ஒருவரின் காதுகளில் என் போதனை விழவேண்டும் என்று பிரார்த்தித்தேன்.

''பிரார்த்தித்துக் கொண்டிருக்கும்போதே, பணம் கிடைத்துவிடும் என்ற உத்தரவாதமான உணர்வு மீண்டும் எனக்கு ஏற்பட்டது. அந்த உற்சாகத்தில், கவனக்குறைவாக அந்தக் காகிதத்தை அங்கேயே விட்டுவிட்டு வந்துவிட்டேன் என்பது, போதனா மேடையில் ஏறி, அதைப் படிக்கலாம் என்று தேடிய போது தான் தெரிந்தது.

''வீட்டிற்குப் போய் அதைக்கொண்டு வருவதற்கு நேரமில்லை. ஆனால் அதுதான் எவ்வளவு நல்லதாகப் போயிற்று! என் ஆழ்மனது, அந்த உரையை எடுத்துக் கொடுத்தது. போதனையைத் தொடங்கும் முன்பு கண்களை மூடிக்கொண்டேன். இதயத்திலும் ஆன்மாவிலும் நிறைந்திருந்த என் கனவுகளைப் பேச்சாகக் கொண்டு வந்தேன். அவையினருக்காக மட்டும் அல்லாமல், என் ஆண்டவருக்காகவும் பேசிய மாதிரியே இருந்தது. அந்த மில்லியன் டாலர்கள் கிடைத்துவிட்டால் என்ன செய்யப்போகிறேன் என்பதை எடுத்துச் சொன்னேன். ஒரு மிகச் சிறந்த கல்விக்கூடத்தை நான் உருவாக்குவேன், அங்கே செயல்முறைக் கல்வியுடன் தங்கள் மனங்களையும் இளைஞர்களால் வளர்த்துக் கொள்ள முடியும் என்று தெரிவித்தேன்.

''போதனையை முடித்து நான் உட்கார்ந்தேன். அப்போது கடைசிக்கு மூன்று இருக்கைகள் முன்னாலிருந்து ஒருவர் மெல்ல எழுந்து என்னை நோக்கி நடந்துவந்தார். என்ன செய்யப்போகிறார் என்று வியப்போடு பார்த்தேன். மேடையில் ஏறி என்னிடம் கைகொடுத்தார். 'ரெவரண்ட் அவர்களே! உங்கள் உரை எனக்கு

மிகவும் பிடித்தது. ஒரு மில்லியன் டாலர் மட்டும் இருந்தால் நீங்கள் சொன்னதையெல்லாம் செய்வீர்கள் என்ற நம்பிக்கை எனக்கு ஏற்பட்டிருக்கிறது. அதை நிரூபிக்கும் விதமாக, நாளை காலை என்னுடைய அலுவலகத்திற்கு நீங்கள் வரமுடியுமானால் அந்த மில்லியன் டாலரை நான் தருவேன். என் பெயர் பிலிப் டி. ஆர்மர்.'''

இளைஞரான கன்ஸாலஸ், ஆர்ம்ரின் அலுவலகத்திற்குப் போனார். மில்லியன் டாலர் கிடைத்தது. அதன் பயனாக அவர் பெயரிலேயே ஆர்மர் இன்ஸ்டிட்டியூட் ஆஃப் டெக்னாலஜியை நிறுவினார்.

எந்த மதபோதகரும் தன் வாழ்நாள் முழுதும் காணமுடியாத தொகை அது. ஆனால் அதைக் கொண்டு வந்து சேர்த்த எண்ணத்தின் உந்துசக்தி கணநேரத்தில் உதித்ததாகும். மில்லியன் டாலர்கள் கிடைத்தது ஒரு கருத்துருவின் காரணமாகவே. அதற்கு அடிப்படையாக இருந்தது ஒரு **ஆர்வமே.** இளைஞரான கன்ஸாலஸின் உள்ளத்தில் இரண்டு வருடங்களாக வளர்ந்து கொண்டிருந்த நாற்று அது.

இதை கவனியுங்கள்... **தன் மனதிற்குள் அந்த பணம் வேண்டும் என்று உறுதியாக முடிவெடுத்து, அதற்கான திட்டத்தையும் அவர் தீர்மானித்த முப்பத்தாறு மணி நேரத்திற்குள் அவருக்கு அது கிடைத்துவிட்டது!**

இளைஞரான கன்ஸாலஸ்' தனக்கு மில்லியன் டாலர்கள் வேண்டும் என்று தெளிவில்லாமல் எண்ணிக் கொண்டிருந்ததும், அது கிடைக்குமா என்று எதிர்பார்த்துக் கொண்டிருந்ததும் சாதாரணமாக நடக்கக்கூடியவையே. அவருக்கு முன்பும் பலபேர் அதேமாதிரி எண்ணம் கொண்டிருந்தார்கள். ஆனல் அந்த சனிக்கிழமையன்று, தனது தெளிவின்மையை மூட்டைகட்டி வைத்துவிட்டு, ''இன்னும் ஒரு வாரத்தில் **எப்படியும்** பணத்தை அடைந்துவிடுவேன்!'' என்று உறுதியான முடிவை எடுத்தாரே, அதுதான் தனியானது, வித்தியாசமானது.

தனக்கு எவ்வளவு வேண்டும் என்று சரியாகத் தெரிந்து கொண்டு, **அதை எப்படியும்** அடைந்துவிடும் முடிவில் இருக்கும் ஒருவனுக்கு, ஆண்டவனே அவன் பக்கம் இருந்து உதவி செய்ய வந்துவிடுகிறான் என்று தோன்றுகிறது. டாக்டர். கன்ஸாலஸ் எந்தக் கோட்பாட்டின் உதவியால் மில்லியன் டாலர்களைப் பெற்றாரோ அது இன்னும் உயிரோடு தான் இருக்கிறது! உங்களுக்கும் அது வேலை செய்யக் காத்திருக்கிறது! அன்று இளம் மதபோதகருக்கு வெற்றிகரமாக உதவியதைப் போலவே இன்றும் அது செயல்படக்கூடியதே. பதின்மூன்று படிகளாக இந்தச்

சட்டத்தை விளக்கிக்கூறி, அதைப் பயன்படுத்தத் தூண்டுவதே இந்த நூலின் நோக்கமாகும்.

ஆசா கேண்ட்லருக்கும், டாக்டர். ஃப்ராங்க் கன்ஸாலஸுக்கும் ஓர் ஒற்றுமை இருந்தது. **கருத்துருக்களை, உறுதியான நோக்கம், மற்றும் உறுதியான திட்டம் இரண்டினாலும் பணமாக மாற்ற முடியும் என்ற அதிரவைக்கும் உண்மையை** அவர்கள் அறிந்திருந்தார்கள்.

நேர்மையும் கடின உழைப்பும் மட்டுமே பணத்தைக் கொண்டுவரும் என்று நீங்கள் நம்பினால், அந்த நம்பிக்கையைத் தூக்கி உடைப்பில் போடுங்கள்! அது உண்மையில்லை!

மிக அதிகமான செல்வம், எப்போதுமே **கடின** உழைப்பால் வந்ததில்லை! அப்படி வருமானால், அது, உறுதியான தேவையை முன்னிட்டும், உறுதியான கோட்பாடுகளைப் பின்பற்றுவதாலும் தான் வரமுடியும். அதிர்ஷ்டத்தாலோ, திடீர் வாய்ப்பினாலோ அல்ல. சாதாரணமாகச் சொன்னால், கருத்துரு என்பது, கற்பனாசக்திக்கு வேண்டுகோள் விடுப்பதன் மூலம் செயலைத் தூண்டக்கூடிய எண்ணத்தின் உந்துசக்தியாகும். பொருள்களை விற்க முடியாத போதும், கருத்துருக்களை விற்க முடியும் என்பதை மிகச் சிறந்த விற்பனையாளர்கள் அறிவர். சாதாரண விற்பனையாளர்கள் இதை அறியமாட்டார்கள். அதனால் தான் அவர்கள் ''சாதாரணமாக'' இருக்கிறார்கள்.

குறைந்த விலையில் புத்தகங்களை வெளியிடும் ஒரு பதிப்பாளர், ஒரு விஷயத்தைக் கண்டுபிடித்தார். அது எல்லாப் பதிப்பாளர்களுக்குமே பயன்படும். மக்கள் ஒரு புத்தகத்தை வாங்கும் போது, அதன் தலைப்பைப் பார்த்துத்தான் வாங்குகிறார்களே ஒழிய, அதன் உட்பொருளைப் பார்த்து அல்ல என்று அவர் கண்டார். விற்பனையாகாமல் தேங்கிக்கிடந்த ஒரு புத்தகத்தின் தலைப்பை மக்களைக் கவரும் விதமாக மாற்றியதில், அது மில்லியன் பிரதிகள் விற்றது! புத்தகத்தின் உட்புறத்தில் எந்த மாற்றமும் செய்யவில்லை. பழைய அட்டையைக் கிழித்துவிட்டுப் ''புதிய அட்டையை'' ஒட்டினார் அவர். அவ்வளவே.

எளிமையானதாகத் தோன்றினாலும், அது ஒரு **கருத்துரு!** அது ஒரு **கற்பனாசக்தி.**

கருத்துருக்களுக்கு இன்ன விலை தான் கிடைக்கும் என்றில்லை. படைப்பாளன், தன் கருத்துருவுக்குத் தானே விலை வைக்கிறான், திறமையோடு செயல்பட்டு அதைப் பெற்றும் விடுகிறான். சினிமா உலகம் ஏராளமான கோடீஸ்வரர்களை உற்பத்தி செய்திருக்கிறது. அவர்களில் பலர், கருத்துருவின் படைப்பாளர்கள் இல்லை. **ஆனால்,**

கருத்துரு எங்கே இருக்கிறது என்று கண்டுபிடிக்கும் கற்பனாசக்தி அவர்களுக்கு இருந்தது. இனி, அடுத்த கோடீஸ்வரர்களின் கூட்டம் ரேடியோ ஒலிபரப்புத் தொழிலில் இருப்பவர்கள் மூலம் உருவாகக்கூடும். புதிய தொழில் என்பதால், சிறந்த கற்பனாசக்தி உடையவர்கள் நிறையப் பேர் அதில் இல்லை. புதிய, தரமான, நிகழ்ச்சிகளைப் படைக்கின்றவர்களும், கற்பனாசக்தி உடையவர்களைக் கண்டுபிடிக்கும் திறன் உள்ளவர்களும், ரேடியோ கேட்கும் நேயர்களுக்கு நல்ல பலனை அளிப்பவர்களும் அந்த தொழிலில் பணம் பண்ணப் போகிறார்கள்.

ஸ்பான்சர்! செய்பவர்களும் இனிமேல் நல்ல கருத்துருவையே ஆதரிப்பார்கள். கொடுக்கிற பணத்திற்குத் ''தகுதியான நிகழ்ச்சி களை''ப் படைப்பாளர்கள் தரவேண்டுமென்று எதிர்பார்ப்பார்கள். அவர்களின் எதிர்பார்ப்பை விஞ்சும் வகையில் நிகழ்ச்சிகளை அமைக்கப் போகும் படைப்பாளர்கள் நிறையப் பணம் பண்ணப் போகிறார்கள் என்பது உறுதி.

வெற்று நையாண்டி செய்பவர்களும், வீண் அரட்டை அடிப்பவர்களும் நடத்தும் நிகழ்ச்சிகள் ஒதுக்கப்பட்டு, உண்மையிலேயே தரமான கலைஞர்களால் கவனத்தோடு தயாரிக்கப்படும் நிகழ்ச்சிகளே இனி முக்கியத்துவம் பெறும். அவை மக்களுக்குப் பயன்படுவதாகவும், அதே சமயம் நல்ல பொழுதுபோக்காகவும் இருக்கும்.

இன்றைக்கு இந்த ரேடியோ என்பது நல்ல வாய்ப்புக்கான திறந்தவெளி. தன்னை ஏன் இப்படிக் கொலை செய்கிறார்கள் என்று ஓலமிடுகிறது ரேடியோ. கற்பனாசக்தி இல்லாத படைப்பாளர்களிடமிருந்து எப்படியாவது தன்னைக் காப்பாற்றச் சொல்லிக் கதறுகிறது. ரேடியோவுக்கு இப்போதைய தேவை, புதிய **கருத்துருக்கள்!**

ரேடியோவில் அப்படி என்ன வாய்ப்பு இருந்துவிடும் என்று திகைப்பீர்களேயானால், சொல்கிறேன்: எதிர்காலத்தில் ரேடியோ நிகழ்ச்சிகள், ''கேட்பவர்களுக்கான'' நிகழ்ச்சிகளாய் இல்லாமல், ஏதேனும் ஒன்றை ''வாங்குபவர்களுக்கான'' நிகழ்ச்சிகளாக இருக்கும். இன்னும் தெளிவாகச் சொல்வதானால், வெற்றிகரமான ரேடியோ நிகழ்ச்சி. வேறு வார்த்தையில் சொல்வதானால் நிகழ்ச்சிகளைக் ''கேட்பவர்களை,'' ''வாங்குபவர்களாக'' மாற்றக் கூடியவர் எவரோ அவரே வெற்றிகரமான ரேடியோ நிகழ்ச்சித் தயாரிப்பாளர் ஆவார்.

கேட்பவர்கள் மீது குறிப்பிட்ட விளைவை உண்டாக்கும் சிறப்பான நிகழ்ச்சிகளாகவே தம்முடைய நிகழ்ச்சிகளைத்

தயாரிப்பாளர்கள் எதிர்காலத்தில் அமைக்க வேண்டும். அவர்களே வெற்றிகரமான தயாரிப்பாளர்கள்.

ரேடியோ நிகழ்ச்சிகளை ஸ்பான்சர் செய்பவர்கள் மிகவும் தயக்கத்தோடு நிகழ்ச்சிகளை வாங்குகிறார்கள். வெறும் பேச்சுக்களை அவர்கள் விரும்புவதில்லை. நகைச்சுவை நிகழ்ச்சிகளை ஸ்பான்சர் செய்பவர்கள், அவற்றை கேட்பவர்கள், உண்மையிலேயே சிரிக்கிறார்களா என்பதற்கு நிரூபணம் கேட்பார்கள். அதுமட்டுமல்ல. அந்தச் சிரிப்பின் மூலம் தங்களது பொருள் விற்பனை ஆக வேண்டும் என்று எதிர்பார்ப்பார்கள்!

இந்த ரேடியோ விளம்பரதாரர்கள் வழக்கமான பத்திரிக்கை மற்றும் சஞ்சிகைகளில் விளம்பரம் கொடுப்பவர்கள் போல அல்லாமல் விசேஷமான விளம்பர நிபுணர்களாக இருப்பார்கள். பழைய விளம்பர ஏஜென்ஸிகள் இக்காலத்திய ரேடியோவுக்கான கட்டுரைகளை அல்லது கதைகளைப் படிக்கத் தெரியாதவர்கள். ஏனெனில் அவர்கள் எதையும் **பார்த்தே** பழகிவிட்டார்கள். ரேடியோவின் புதிய தொழில் நுட்பமானது. எழுத்திலிருந்து **ஓசையைப்** படிக்கும் திறமையை எதிர்பார்க்கிறது. இந்த ஆசிரியர் அந்தக் கலையை கற்றுக்கொள்ள ஆயிரக்கணக்கான டாலர்களும் ஒரு வருட காலமும் செலவழிக்க நேர்ந்தது.

கருத்துருக்களைப் படைக்கவோ, அல்லது அவற்றைக் கண்டு கொள்ளவோ முடிந்தவர்களுக்கு ரேடியோவில் நிறைய இடம் காத்திருக்கிறது. இதுவரை சொன்ன ரேடியோ வாய்ப்புகளை கேட்டு நீங்களும் ரேடியோவுக்கு வர இன்னும் உரிய கருத்துருவை பெறமுடியவில்லை என்றால் நீங்கள் அந்த வாய்ப்பை மறந்துவிடுங்கள். உங்களுடைய வாய்ப்பு வேறு ஏதோ ஒரு துறையில் தான் உள்ளது. ஆனால் நான் சொன்னது உங்களை ஓரளவாவது திகைப்படையச் செய்தது என்றால் அதற்குள் மேலும் செல்லுங்கள். உங்களுக்குத் தொழில் வாய்ப்பை உண்டாக்கித் தரப்போகும் **கருத்துருவை** நீங்கள் கண்டுபிடிக்க முடியும்.

ரேடியோவில் உங்களுக்கு அனுபவம் இல்லையே என்று பின்வாங்க வேண்டியதில்லை. ஆண்ட்ரூ கார்னகிக்கு இரும்பு எஃகு தயாரிப்பது பற்றி எதுவும் தெரிந்திருக்கவில்லை. இதை கார்னகியே என்னிடம் நேரில் சொல்லி இருக்கிறார். ஆனால் இந்த நூலில் சொல்லப்படும் இரண்டு கோட்பாடுகளை அவர் செயல்படுத்தியதால் தான் அத்துறையில் அவருக்குப் பெருத்த செல்வம் சேர்க்க முடிந்தது.

ஒரு கருத்துருவைப் படைப்பவனும் அதை விற்கப் போகிறவனும் ஒன்றாக இணைந்து இணக்கமாகச் செயல்படும் போது தான் மிகப்பெரிய செல்வம் சேரும் கதை தொடங்குகிறது. கார்னகி, தன்னைச்

சுற்றிலும் தன்னால் செய்ய முடியாதவற்றைச் செய்து கொடுக்கும் திறமையுள்ளவர்களை வைத்திருந்தார். அவர்களில் சிலர் கருத்துருக்களைப் படைப்பவர்கள். சிலர் அவற்றை நடைமுறைக்குக் கொண்டு வருபவர்கள். அதன் காரணமாகவே அவர் தனக்கும் தன்னைச் சேர்ந்தவர்களுக்கும் ஏராளமான செல்வத்தை உண்டாக்கினார்.

மில்லியன் கணக்கான மக்கள் தங்களுக்கு ஏதாவது நல்லது திடீரென்று நடக்காதா என்று ஆசைப்படுகிறார்கள். அதுபோல அவர்களுக்கு நல்லதைக் கொண்டு வரும் ''வாய்ப்பு'' நிச்சயம் வரும். ஆனால் அதிர்ஷ்டத்தை நம்புவது அவ்வளவு பாதுகாப்பானது அல்ல. எனக்கும் ஒரு நல்ல திடீர் ''வாய்ப்பு'' ஒருமுறை கிட்டியது ஆனால் அதற்காக 25 வருடங்கள் உறுதியோடு உழைத்து பிறகே அது எனக்கு ஒரு சொத்தாக அமைந்தது.

எனக்குக் கிடைத்த ''வாய்ப்பு'' என்னவென்றால் அன்று கார்னகியை சந்தித்து, அவரது ஒத்துழைப்பைப் பெற்றதாகும். அன்றைய தினம் சாதனைகளுக்கரன கோட்பாடுகளை வெற்றியின் தத்துவமாக ஒழுங்குபடுத்தித் தருமாறு ஒரு கருவை என் மனதில் விதைத்தார். எனது இருபத்தைந்து வருட ஆராய்ச்சியின் விளைவாக ஆயிரக்கணக்கான மக்களுக்கு லாபம் விளைந்திருக்கிறது. அந்தத் தத்துவத்தைப் பயன்படுத்தியதால் ஏராளமான செல்வங்கள் சேர்க்கப்பட்டுள்ளன. எல்லாவற்றுக்கும் ஆரம்பம் மிக எளிமையானது. இந்த **கருத்துருவை** யார் வேண்டுமானாலும் வெளியிட்டிருக்க முடியும்.

எனக்கான நல்வாய்ப்பு கார்னகி மூலம் வந்தது. ஆனால் எனது **மன உறுதி, திடமான நோக்கம், அந்த லட்சியத்தை அடையவேண்டுமென்ற ஆர்வம் அதையடுத்து** 25 **வருடம் இடைவிடாத உழைப்பு இவையெல்லாம் எப்படி வந்தது?** எனது அந்த ஆர்வம் சாதாரண **ஆர்வம்** அல்ல. அது ஏமாற்றங்களைத் தாண்டி யாரும் ஆதரிக்காத போதும் தற்காலிகத் தோல்வி, விமர்சனம், மற்றும் ''நேரத்தை வீணாக்குகிறாய்'' என்ற சொல்-இவற்றையெல்லாம் அது தாங்கிக்கொண்டு முன்னேறியது, அத்தகைய **தணியாத பிடிவாதமான ஆர்வம்** அது!

கார்னகியிடம் எனக்குக் கிடைத்த கருத்துருவைக் கெஞ்சியும் கொஞ்சியும் வளர்த்து வசப்படுத்தி உயிரோடு வைத்திருந்தேன். படிப்படியாக அது சக்திமிக்க ராட்சஸன் ஆக உருப்பெற்றது. அதன்பிறகு அது என்னை வழிநடத்தியது. கருத்துருக்கள் எப்போதுமே அப்படித்தான். முதலில் நீங்கள் அதற்கு உயிரையும் செயலையும் வழிகாட்டலையும் கொடுக்கிறீர்கள் அதன்பிறகு

தங்களுடைய ஆற்றலின் மூலம் எல்லா எதிர்ப்புகளையும் ஒரே வீச்சில் தூக்கி எறிந்துவிடும்.

கருத்துருக்கள் கண்ணுக்குத் தெரியாத சக்திகள். ஆனால் தங்களுக்கு உயிர் கொடுத்த மனித மூளையைவிட அவற்றுக்கு ஆற்றல் அதிகம். தங்களைப் படைத்த மூளை மரணமடைந்துவிட்ட பிறகும் கருத்துருக்கள் உயிரோடு இருக்கும். உதாரணத்திற்கு கிறிஸ்தவ மதத்தை எடுத்துக் கொள்வோம். இயேசுவின் மூளையில் உருவான ஒரு சிறிய கருத்து தான் கிறிஸ்தவம். அதனுடைய முக்கிய போதனை ''உனக்கு மற்றவர்கள் என்ன செய்ய வேண்டும் என்று விரும்புவாயோ, அதையே நீ மற்றவர்களுக்குச் செய்வாயாக'' என்பது தான். கிறிஸ்து வந்த இடத்திற்கே திரும்பிப் போய் விட்டார். ஆனால் அவருடைய **கருத்தான** கிறிஸ்தவ மதம் இன்றும் நீடிக்கிறது

என்றாவது ஒருநாள் கிறிஸ்தவம் நன்கு வளர்ச்சியடைந்து உலகம் முழுவதும் பரவி இயேசுவின் ஆழமான **ஆர்வத்தை** நிறைவேற்றக்கூடும். அவருடைய **கருத்து** வெறும் 2000 வருடங்களாகத் தானே செயல்படுகிறது! இன்னும் கொஞ்சம் காலம் அதற்கு வேண்டாமா?

வெற்றிக்கு விளக்கங்கள் தேவையில்லை
தோல்விக்கு வேறு எந்த சாக்கும் வேண்டாம்

7

ஒழுங்கமைந்த திட்டமிடல்

ஆர்வத்தைச் செயலாக உருவாக்குதல்

செல்வத்தை நோக்கி ஆறாவது அடி

மனிதன் படைப்பது அல்லது பெற்றுக் கொள்வது எதுவானாலும் அது ஏதோ ஒரு **ஆர்வம்** என்று ஆரம்பிக்கிறது. அது கற்பனா சக்தியின் மூலம் கண்ணுக்குப் புலனாகாமல் இருந்து, திடமான ஒன்றாக உருவாகிறது. அது **கற்பனாசக்தி** என்ற பயிற்சிக்கூடத்தின் மூலம் திடமான உருவம் பெற்று, மேற்கொண்டு பயணிப்பதற்கான **திட்டங்களாகப்** படைக்கப்பட்டு ஒழுங்கமைக்கப்படுகிறது.

இரண்டாவது அத்தியாயத்தில், ஆர்வத்தைப் பணமாக உருமாற்றுவதற்கு ஆறு நிச்சயமான நடைமுறைக்கேற்ற படிகளை நீங்கள் மேற்கொள்ள வேண்டும் என்று அறிவுறுத்தப்பட்டீர்கள். அந்த ஆறில் ஒன்று, **உறுதியான**, நடைமுறைக்கேற்ற திட்டத்தை வடிவமைத்தல். அதன் மூலம் தான் அந்த உருமாற்றம் நடைபெறும். இப்போது எவ்வாறு நடைமுறைக்கேற்ற திட்டங்களை ஏற்படுத்துவது என்று சொல்லப் போகிறோம்:

(அ) பின்னால் சொல்லப் போகின்ற ''மாஸ்டர் மைண்ட்'' என்ற தத்துவத்தைப் பயன்படுத்தி, உங்களுடைய திட்டத்தை உருவாக்குவதற்கும், செயலாக்குவதற்கும் தேவைப்படும் மனிதர்களோடு ஒரு குழு அமையுங்கள். (இது முக்கியம். அலட்சியப்படுத்தாதீர்கள்.)

(ஆ) அவர்கள் உங்களோடு ஒத்துழைப்பதற்கு நீங்கள் தரப்போகும் லாபமும் நன்மையும் என்ன என்று முதலிலேயே தீர்மானிக்க வேண்டும். ஊதியம் இல்லாமல் யாரும் உங்களுக்கு உழைக்க மாட்டார்கள். அப்படி ஊதியம் வாங்காமல் தனக்கு ஒருவர்

உழைக்க வேண்டும் என்று அறிவுள்ள எவரும் கேட்கவும், எதிர்பார்க்கவும் மாட்டார்கள். ஆனால் அந்த ஊதியம் என்பது பணமாகத்தான் இருக்க வேண்டும் என்பதில்லை.

(இ) உங்களுடைய ''மாஸ்டர் மைண்ட்'' குழுவை வாரம் இரண்டு முறையாவது சந்தியுங்கள். இன்னும் அடிக்கடி சந்தித்தாலும் நல்லதே. பணம் பண்ணுவதற்கான திட்டங்களை முழுமையாக வடிவமைக்கும் வரை அப்படிச் செய்யுங்கள்.

(ஈ) உங்கள் ''மாஸ்டர் மைண்ட்'' குழுவுக்கும் உங்களுக்கும் இடையே முழுமையான **நல்லிணக்கம்** நிலவட்டும். இதில் நீங்கள் தோற்றுவிட்டால் உங்கள் திட்டமே தோற்றுவிடும். **முழுமையான இணக்கம்** இல்லாத இடத்தில் ''மாஸ்டர் மைண்ட்'' குழு தத்துவம் செயல்படாது.

கீழ்கண்ட விஷயங்களை நினைவில் கொள்ளுங்கள்:-

1. நீங்கள் மேற்கொள்ளப் போகும் செயல்பாடு உங்களுக்கு மிக முக்கியமானதாகும். எனவே அதில் வெற்றி பெறுவதற்கு பிழையற்ற திட்டங்கள் அவசியமாகும்.
2. குழு உறுப்பினர்கள் மனதில் இருக்கும் அனுபவம், கல்வி, இயற்கையான திறமை, கற்பனாசக்தி இவைகளை நீங்கள் பெற்றுப் பயன்படுத்திக் கொள்ள வேண்டும். மிகப்பெரிய செல்வத்தைத் திரட்டிய யாரும் இப்படிப்பட்ட இணக்கமான வழிகளையே பின்பற்றி இருக்கிறார்கள்.

மற்றவர்களின் ஒத்துழைப்பு இல்லாமல் எந்த ஒரு தனிமனிதனும் செல்வத்தை வெகுவாகத் திரட்டும் பணியில், போதுமான அனுபவம், கல்வி, இயற்கையான திறமை மற்றும் அறிவு கொண்டவனாக இருப்பதில்லை. எனவே செல்வம் சேர்க்கும் முயற்சிகள் எல்லாமே நீங்களும் உங்கள் ''மாஸ்டர் மைண்ட்'' குழுவும் இணைந்து உருவாக்கும் முயற்சிகளாக இருக்க வேண்டும். நீங்கள் சுயமாகவே திட்டங்களை முழுமையாகவோ அல்லது சிறு பகுதிகளாகவோ உருவாக்கலாம். ஆனால் **அவற்றை உங்கள் ''மாஸ்டர் மைண்ட்'' குழு பரிசோதித்து சரி என்று ஏற்றுக்கொள்ள வேண்டும்.**

உங்கள் முதல் திட்டம் வெற்றி அடையவில்லை என்றால் இன்னொரு புதிய திட்டத்தைக் கையாள வேண்டும். அதுவும் தோல்வியடைந்தால் வேறொன்றை மேற்கொள்ள வேண்டும். அதுவும் தோற்றால் இன்னொன்று. இப்படி உங்களுக்கு **வெற்றி கிடைக்கும்** வரை செய்து கொண்டே இருக்க வேண்டும். இங்கு

தான் பெரும்பாலானவர்கள் தோற்றுப் போகிறார்கள். அதற்குக் காரணம், அவர்களிடம் தோற்றுப்போன திட்டங்களுக்குப் பதிலாகப் புதிய ஒன்றை உருவாக்கும் **விடாமுயற்சி** இல்லாமல் போவதே.

பணம் சேர்ப்பதாகட்டும் அல்லது வேறெந்த நோக்கமாக இருக்கட்டும், நடைமுறைக்கு ஏற்ற, செயல்படத்தக்க திட்டங்கள் இல்லாமல் எப்படிப்பட்ட புத்திசாலியும் வெற்றி பெற முடியாது. இதை மனதில் வையுங்கள். உங்களுடைய திட்டங்கள் தோற்குமானால் அப்போது இதை நினைத்துப் பாருங்கள். ஆனால் தற்காலிகமான தோல்வி நிரந்தரமான தோல்வி ஆகாது. உங்களுடைய திட்டங்கள் வலிமையாக இல்லை என்பது தான் அதன் அர்த்தம். வேறு திட்டங்களை உருவாக்குங்கள். முதலில் இருந்து ஆரம்பியுங்கள்.

தாமஸ் ஆல்வா எடிசன் மின்சார வெள்ளொளி பல்பைக் கண்டுபிடிக்கும் முன்பு பத்தாயிரம் தடவை ''தோல்வியடைந்ததாகக்'' கூறுவார்கள். அதாவது வெற்றி என்னும் மகுடத்தை சூடு முன்பாக அவர் பத்தாயிரம் முறைகள் தோல்வியைச் சந்தித்தார் என்றுதான் அர்த்தம்.

தோல்வி ஏன் ஏற்படுகிறது என்றால் உங்கள் திட்டத்தில் ஏதோ ஒரு குறைபாடு உள்ளது என்பதால் தான் லட்சக்கணக்கான மக்கள் வாழ்க்கையில் துயரமும் வறுமையுமாக இருப்பதன் காரணம், செல்வம் சேர்ப்பதற்கான பிழையற்ற திட்டம் அவர்களிடம் இல்லாமையே.

ஹென்றி ஃபோர்டு மிகப்பெரிய செல்வத்தை அடைந்தார் என்றால் அவரது மூளையின் சிறப்பால் அல்ல, அவர் மேற்கொண்ட பிழையற்ற **திட்டத்தினால்** தான். ஃபோர்டை விடக் கல்வி அறிவு அதிகம் உள்ள ஆயிரம் பேரைக் காணலாம். ஆனால் அவர்கள் ஒவ்வொருவரும் வறுமையில் வாடுகிறார்கள். காரணம் அவர்கள் பணம் திரட்டுவதற்குச் **சரியான** திட்டம் இல்லாமல் இருப்பவர்கள்.

உங்கள் **திட்டங்கள்** எவ்வளவு உறுதியானவையோ அதற்கேற்பவே உங்களது சாதனைகளும் இருக்கும். இது அனுபவ உண்மை. சாமுவேல் இன்ஸல் ஒருமுறை 100 மில்லியன் டாலர்கள் இழந்தார்.

உறுதியான திட்டங்களின் மீதுதான் இன்ஸல் தனது செல்வத்தை உண்டாக்கினார். ஆனால் பொருளாதார மந்தநிலை **அவரது திட்டங்களை மாற்றும்படி** செய்தது. அந்த **மாற்றத்தால்** அவருக்குத் ''தற்காலிகத் தோல்வி'' ஏற்பட்டது. காரணம் அப்படி மாற்றப்பட்ட திட்டங்கள் **உறுதியானவை அல்ல.** இப்போது திரு. இன்ஸல் மிகவும் வயதானவர். ஆகையால் ''தற்காலிகத் தோல்வியைவிட''

நிரந்தரமான ''தோல்வியையே'' அவர் ஏற்றுக்கொள்ளவும் கூடும். ஆனால் அந்தத் **தோல்வியானது** தனது திட்டங்களை மீண்டும் உருவாக்கக்கூடிய **விடாமுயற்சி** அவரிடமில்லை என்பதையே காட்டும்.

எடுத்த வேலையை **கைவிடச்** சொல்லி யாரும் அடிப்பதில்லை, தன் மனதில் அவ்வேலையைக் கைவிட அவன் முடிவு செய்தால் ஒழிய இதை நாம் அடிக்கடி சொல்லப் போகிறோம். ஏனென்றால் முதல் முதலில் வரும் தோல்வியை நாம் உடனே ''கண்டுகொண்டு'' சரிசெய்ய வேண்டும் என்பதால்.

ஜேம்ஸ் ஜே. ஹில், அமெரிக்காவின் கிழக்கிலிருந்து மேற்கு நோக்கி முதல் ரயில் பாதையைக் கட்டமைக்கும் போது அவருக்குத் தேவையான மூலதனத்தைத் திரட்டுவதில் தற்காலிகமான தோல்வி ஏற்பட்டது. ஆனால் புதிய திட்டத்தின் மூலம் அதை அவர் வெற்றியாக மாற்றிக் கொண்டார்.

ஹென்றி ஃபோர்டு பலமுறை தற்காலிகத் தோல்வியைச் சந்தித்திருக்கிறார். தொழிலின் ஆரம்பத்தில் மட்டுமல்ல, வெகு உயரத்திற்குச் சென்ற பிறகும் கூட. ஆனால் புதுப்புது திட்டங்களை உருவாக்கியதன் மூலம் வெற்றியடைந்து லாபம் பெற்றார்.

மிகுந்த செல்வம் சேர்த்தவர்களைப் பார்க்கும் பொழுது நாம் அவர்களின் வெற்றியை மட்டுமே பார்க்கிறோம். ஆனால் அந்த வெற்றியை ''அடையும் முன்பு'' அவர்கள் சந்தித்த தற்காலிகத் தோல்விகளை நாம் மறந்துவிடுகிறோம்.

நமது கோட்பாடுகளைப் பின்பற்றிச் செல்வம் திரட்ட முயலும் எவரும் ''தற்காலிகத் தோல்விகளைச்'' சந்திக்காமல் வெற்றி அடைந்துவிட முடியாது. அப்படித் தற்காலிகத் தோல்வி ஏற்பட்டால், உங்கள் திட்டம் உறுதியானது அல்ல என்று உணர்ந்து திட்டத்தை மாற்ற வேண்டும். மாற்றி மீண்டும் உங்கள் இலக்கை நோக்கிப் பயணிக்க வேண்டும். வெற்றிக் கோட்டை எட்டும் முன்பு நீங்கள் விலகிவிட்டால் நீங்கள் ''விலகி ஓடுபவர்'' ஆகிவிடுவீர்கள்.

விலகி ஓடுபவன் வெற்றி பெறுவதில்லை-வெற்றி பெறுபவன் விலகி ஓடுவதில்லை

இந்த வாக்கியத்தை ஒரு தாளில் பெரிய எழுத்துக்களில் எழுதி, குறைந்தது ஓர் அங்குல உயரம் உள்ள எழுத்துக்களில் எழுதி, ஒவ்வொரு இரவும் ஒவ்வொரு காலையும் உங்கள் கண்ணில் படும்படி மாட்டி வையுங்கள்.

உங்கள் ''மாஸ்டர் மைண்ட்'' குழுவை அமைக்கும் பொழுது, தோல்வியைக் கண்டு துவண்டு போகாதவர்களாகப் பார்த்து உறுப்பினராகச் சேருங்கள். **பணத்தைக்** கொண்டு தான் பணத்தை உருவாக்க முடியும் என்று சிலர் முட்டாள்தனமாக நம்புவதுண்டு. அதில் உண்மையில்லை. **ஆர்வத்தை** இங்கு சொல்லப்படும் கோட்பாடுகளின் மூலம் பௌதிகப் பொருளாக மாற்றுவதன் மூலமே பணத்தை ''உண்டாக்க'' முடியும். மற்றபடி பணம் என்பது வெறும் ஜடப்பொருளே. அது நகராது, சிந்திக்காது, பேசாது. ஆனால் ஒருவன் பணம் வேண்டுமென்று **ஆர்வம்** கொள்ளும் போது அதைக் ''கேட்பதற்கு'' அதனிடம் காது மட்டும் உண்டு.

சேவையை விற்பனை செய்ய திட்டமிடுதல்

இந்த அத்தியாயத்தில் இனிவரும் பகுதியில், தனிநபர் சேவையைச் சந்தைப்படுத்துவதற்கான வழிவகைகளை விவரிக்கப் போகிறோம். இங்கு தரப்படும் தகவல், தனிநபர் சேவையை வழங்கப்போகும் எவருக்கும் நடைமுறைக்கேற்ற உதவியாக இருக்கும் என்றாலும் தங்களது தொழிலில் தலைமைப் பதவிக்குச் செல்ல ஆசைப்படுவோருக்கு இது விலைமதிப்பில்லாத ஒன்றாக இருக்கும்.

செல்வம் சேர்க்க நினைக்கும் எந்த நிறுவனத்திற்கும் சாதுரியமான திட்டமிடல் அவசியமாகும். இங்கு தனிநபர் சேவையை விற்பனை செய்வதன் மூலம் செல்வந்தராக விரும்புவோருக்கு வேண்டிய ஆலோசனைகள் தரப்படுகின்றன.

இந்த உலகில் மிகப்பெரிய செல்வந்தர்கள் எல்லோரும் தனிநபர் சேவையை விற்பதன் மூலமோ அல்லது **கருத்துக்களை** விற்பனை செய்வதன் மூலமோ உருவானவர்களே. தனக்குச் செல்வம் வேண்டுமென்றால் அதற்குப் பதிலாக தன்னால் முடிந்த சேவையையும் கருத்துக்களையும் தருவதன்றோ வேறு எந்த சொத்தும் இல்லாதவன் செய்யக்கூடியது?

உலக மக்களை இரண்டு பெரும் பிரிவுகளாகப் பிரிக்கலாம். ஒரு பிரிவு **தலைவர்கள்**; இன்னொரு பிரிவு **பின்பற்றுபவர்கள்.** உங்கள் முயற்சியை ஆரம்பிக்கும் முன்பே நீங்கள் தலைவனாக விரும்புகிறீர்களா அல்லது பின்பற்றுபவனாக இருந்துவிடப் போகிறீர்களா என்பதை முடிவு செய்து கொள்ளவும். இருவருக்குமிடையே கிடைக்கப் போகும் ஊதியத்தில் பெரும் வித்தியாசம் உண்டு. பின்பற்றுபவனாக இருந்து கொண்டு

தலைவனுக்கு உரிய ஊதியம் தனக்கு வேண்டுமென்று எதிர்பார்க்க முடியாது. ஆனால் பலர் அந்த தவறைச் செய்கிறார்கள்.

பின்பற்றுபவனாக இருப்பது அவமானமல்ல, ஆனால் பின்பற்றுபவனாக இருப்பது எந்தவிதத்திலும் மதிப்புடையது அல்ல. எவ்வளவோ தலைவர்கள் ஆரம்பத்தில் பின்பற்றுபவர்களாகவே தொடங்கினார்கள். ஆனால் அவர்கள் **புத்திசாலித்தனம் உள்ள பின்பற்றுபவர்களாக** இருந்ததால் பெரும் தலைவர்களாக முடிந்தது. ஒரு தலைவனை புத்திசாலித்தனமாகப் பின்பற்றாத எவனும் திறமை வாய்ந்த தலைவனாக உயர முடியாது. வேகமாகத் தலைமைப்பண்புகளைப் பெற்றாலொழிய யாரும் ஒரு தலைவனைத் திறமையாகப் பின்பற்ற முடியாது. பின்பற்றுபவன் புத்திசாலியாக இருந்தால் பல நன்மைகள் உண்டு. அவற்றில் முக்கியமானது, **தலைவரிடமிருந்து தலைமைக்கான அறிவை நேரடியாகப் பெறும் வாய்ப்பாகும்.**

தலைமையின் முக்கியக் குணாதிசயங்கள்

தலைமையின் முக்கியமான குணங்கள் பின்வருமாறு:-

1. **ஊசலாடாத துணிச்சல்**: ஊசலாடாத துணிச்சல் என்பது, தன்னையும் தன் தொழிலையும் நன்கு தெரிந்து கொள்வதால் வருவது. நம்பிக்கையும் துணிச்சலும் இல்லாத தலைவனின் ஆதிக்கத்தை, பின்பற்றுபவன் விரும்பமாட்டான். விரும்பினாலும் அது நீண்ட நாட்களுக்கு நிலைக்காது.
2. **சுய கட்டுப்பாடு**: தன்னைக் கட்டுப்படுத்திக் கொள்ளாதவன் மற்றவர்களைக் கட்டுப்படுத்த முடியாது. தலைவனின் சுயகட்டுப்பாடு, பின்பற்றுபவர்களுக்கு உதாரணமாகிறது. புத்திசாலித்தனம் உள்ளவர்கள் தாங்களும் அதைப் பின்பற்றுவார்கள்.
3. **கூர்மையான நடுநிலைமை**: எல்லோரையும் சமமாகவும் நீதி உணர்வோடும் அணுகாத தலைவனால் தன்னைப் பின்பற்றுவோரிடமிருந்து மரியாதையை எதிர்பார்க்க முடியாது.
4. **உறுதியான முடிவு**: தன்னுடைய முடிவுகளில் உறுதியாக இல்லாதவனால் பிறருக்கு தலைவனாக இருக்க முடியாது
5. **உறுதியானத் திட்டங்கள்**: வெற்றிகரமான தலைவன் தனது வேலைகளைத் திட்டமிட வேண்டும். திட்டமிட்டவற்றைச் செயலாக்க வேண்டும். ஊகத்தின் அடிப்படையில்

நடைமுறைக்குச் சாத்தியமில்லாத திட்டங்களை மேற்கொள்ளும் தலைவன், சுக்கான் இல்லாத கப்பலுக்கு ஒப்பாவான். என்றாவது ஒருநாள் அக்கப்பல் பாறையில் மோதிவிடும்.

6. **வாங்கிய சம்பளத்தைவிட அதிகம் வேலை செய்தல்**: தன்னைப் பின்பற்றுபவர்கள் செய்யும் வேலையைவிட அதிகமான வேலையைச் செய்வதற்கு எப்பொழுதும் தயாராக இருக்க வேண்டியது தான், தலைவனாக இருப்பதற்கான தண்டனை ஆகும்.
7. **இனிமையான ஆளுமை**: சுறுசுறுப்பு இல்லாத, அலட்சியமான, எவனும் வெற்றிகரமான தலைவன் ஆக முடியாது. தலைமை என்பது மரியாதையை பெறக் கூடியதாக இருக்க வேண்டும். ஆளுமைக்குரிய எல்லா அம்சங்களிலும் உயர்வாக இருந்தாலொழிய, பின்பற்றுபவர்களால் மரியாதை கிடைக்காது.
8. **அனுதாபமும் புரிந்து கொள்ளலும்**: வெற்றிகரமான தலைவன் தன்னைப் பின்பற்றுவோர் மீது அனுதாபத்தோடு இருக்க வேண்டும். மேலும் அவர்களின் பிரச்சினைகளைப் புரிந்து கொள்ளவும் வேண்டும்.
9. **விரல் நுனியில் விவரங்கள்**: வெற்றிகரமான தலைவன், தனக்குத் தேவையான விவரங்களை எப்போதும் விரல் நுனியில் வைத்திருப்பான்.
10. **முழுப்பொறுப்பையும் ஏற்க சம்மதம்**: வெற்றிகரமான தலைவன் தன்னைப் பின்பற்றுபவர்களின் குறைகளுக்குத் தானே முழுப்பொறுப்பும் ஏற்றுக்கொள்ளத் தயாராக இருப்பான். இந்த பொறுப்பைத் தட்டிக் கழிப்பானேயானால், தலைவனாக நீடிக்க முடியாது. பின்பற்றுபவர்களில் ஒருவன் தகுதியற்றவனாக இருந்து, தவறு செய்வானேயானால், தானே தவறு செய்ததாகத் தலைவன் எடுத்துக்கொள்ள வேண்டும்
11. **ஒத்துழைப்பு**: ஒத்துழைப்பு என்ற தத்துவத்தைப் புரிந்து கொண்டு தலைவன் பணியாற்ற வேண்டும். தன்னைப் பின்பற்றுபவர்களும் அப்படியே ஒத்துழைப்போடு இருக்க வேண்டும் என்று வலியுறுத்த வேண்டும். தலைவனாக இருப்பதற்கு **அதிகாரம்** தேவை. அதிகாரத்திற்கு **ஒத்துழைப்பு** தேவை.

தலைமையில் இரண்டு வகை உண்டு. மிகவும் சக்தி வாய்ந்த **தலைமை** எதுவென்றால், தன்னைப் பின்பற்றுபவர்களின் **ஒப்புதலோடும்,** அனுதாபத்தோடும் ஆட்சி செய்வது. இது முதல் வகை. இரண்டாவது வகையான **தலைவர்கள், அதிகாரத்தைப்**

பயன்படுத்தி ஆட்சி செய்வர்.

அதிகாரத்தைப் பயன்படுத்தித் தலைவர் ஆனவர்கள் நீண்ட காலம் நீடிக்க முடியாது என்று வரலாறு காட்டுகிறது. ''சர்வாதிகாரிகளும்'' அரசர்களும் வீழ்ச்சியடைந்து மறைந்து போனார்கள். மக்கள் தங்கள் மீது திணிக்கப்படும் தலைமையை நீண்ட காலம் பொறுத்துக் கொள்ள மாட்டார்கள் என்பது தெளிவு.

இன்றைய உலகம் தலைவர்களுக்கும் தொண்டர்களுக்கும் இடையே புதியதொரு உறவு உருவாகியிருப்பதைத் தெளிவாகக் காட்டுகிறது. உதாரணமாக, தொழிலிலும் வியாபாரத்திலும் புதிய தலைவர்கள் தேவை, புதிய தொண்டர்கள் தேவை. அதிகாரத்தின் மூலம் ஆட்சி செய்து வந்த பழைய தலைமுறை ஆசாமிகள் இந்தப் புதிய தலைமையின் பண்புகளைப் புரிந்து கொண்டு மாற வேண்டும். இல்லாவிடில் அவர்கள் தலைவர் பதவியிலிருந்து தொண்டர் பதவிக்குத் தள்ளப்படுவார்கள். வேறு வழியில்லை.

எதிர்காலத்தில் வேலை கொடுப்பவருக்கும், வேலை செய்பவருக்கும் உள்ள உறவும், அதேபோல் தலைவருக்கும் தொண்டர்களுக்கும் உள்ள உறவும் ஒருவருக்கொருவர் ஒத்துழைப்பு கொடுப்பதைப் பொறுத்தே அமையும். ஒவ்வொருவருக்கும் நியாமான பங்கு கொடுக்க வேண்டியது இலாபத்தில் இருக்கும், அதாவது இருவரும் தொழிலில் பங்குதாரர்கள் மாதிரி இருப்பார்கள்.

நெப்போலியன், ஜெர்மனியின் கெய்சர் வில்ஹெம், ரஷ்யாவின் ஜார் சக்கரவர்த்தி, ஸ்பெயின் நாட்டு அரசர் இவர்களெல்லாம் அதிகாரத்தின் மூலம் ஆண்டவர்கள். அமெரிக்கப் பொருளாதாரத்திலும் இதே போன்றவர்கள் இருந்திருக்கிறார்கள். வியாபாரத்தில், நிதித்துறையில், மற்றும் தொழிற்சங்கங்களில் இவர்கள் இருந்தார்கள். ஆனால் தொண்டர்கள் இவர்களைத் தூக்கி எறிந்துவிட்டார்கள். தொண்டர்கள் ஒப்புதலோடு ஆட்சி செய்யும் தலைமை மட்டுமே நீடிக்க முடியும்.

அதிகாரத் தலைமையை சிறிது காலத்துக்கு மக்கள் ஏற்கலாம், ஆனால் விருப்பத்தோடு அல்ல.

இனி வரும் புதிய **தலைமுறையானது**, நாம் சொன்ன பதினோரு காரணிகளையும் உள்ளடக்கிய தலைமையாக இருக்கும். இவற்றின் அடிப்படையில் தனது தலைமையை அமைத்துக் கொள்ளும். ஒருவன் வாழ்வின் எந்த துறையில் இருந்தாலும் முன்னேறுவதற்கு ஏராளமான வாய்ப்புகள் கிடைக்கும். பொருளாதார மந்தநிலைக்குப் பிறகு இப்படிப்பட்ட புதிய **தலைவர்களுக்கு** ஏராளமான தேவை ஏற்பட்டுள்ளது. ஆனால் ஆட்கள் கிடைப்பது தான் கடினமாக உள்ளது. பழைய தலைவர்களில் சிலர் தங்களைப் புதுப்பித்துக்

கொண்டு புதிய தலைவர்கள் ஆகலாம். ஆனால் புதிய உலகம் தனக்கான புதிய தலைவர்களை தேடுவதே உண்மை. இது உங்களுக்கான **வாய்ப்பாகவும்** இருக்கலாம்!

தலைவர்கள் தோல்வி அடைவதற்கான 10 முக்கியக் காரணங்கள்

இப்போது, தலைவர்கள் ஏன் தோல்வி அடைகிறார்கள் என்று பார்ப்போம். என்ன செய்ய வேண்டும் என்பதைப் போலவே **என்ன செய்யக்கூடாது** என்பதையும் அவர்கள் தெரிந்து கொள்ள வேண்டும்.

1. **சின்னச் சின்ன விஷயங்களில் கவனம் இல்லாமை**: சின்னச் சின்ன விஷயங்களையும் ஒழுங்குபடுத்திக் கையாளும் திறமை தலைமைக்கு இருக்க வேண்டும். அதற்கு ''நேரமில்லாத'' எவரும் உண்மையான தலைவராக இருக்க முடியாது. தலைவனோ தொண்டனோ யாராயிருந்தாலும், தேவைப்படும் போது திட்டங்களை மாற்றிக் கொடுக்கவும், அவசர நடவடிக்கைகள் எடுக்கவும் தனக்கு ''நேரமில்லை'' என்று கூறினால் அது திறமையின்மையைக் காட்டுவதாகும். தன் தலைமையை ஒட்டிய எல்லா விவரங்களையும் கரைத்துக் குடித்தவன் தான் தலைவனாக இருக்க முடியும். அதன் பொருள் என்னவென்றால், சின்னச் சின்ன விஷயங்களைத் தனக்குக் கீழ் இருக்கும் நம்பிக்கையான நபர்களிடம் கொடுக்க வேண்டும் என்பதாகும்.
2. **பணிவோடு சேவை செய்ய முன்வராமை**: இன்னொருவர் செய்யும் உடல் உழைப்பு வேலையை ஏதாவது காரணத்தால் தான் செய்ய வேண்டி வந்தால் அதைத் தயங்காது செய்பவரே மிகச் சிறந்த தலைவராவார். ''உங்களில் உயர்ந்தவர் யாரோ அவரே மற்ற எல்லாருக்கும் ஊழியனாக இருப்பார்'' என்ற வசனத்திற்கேற்ப சிறந்த தலைவர்கள் செயல்படுவார்கள்.
3. **தங்களுக்கு என்ன ''தெரியுமோ'' அதற்காகச் சம்பளம் கேட்டல், அதைக்கொண்டு என்ன செய்கிறோமோ அதற்காக அல்ல**: உங்களுக்குத் ''தெரிந்திருக்கும்'' ஒன்றுக்காக இந்த உலகம் ஊதியம் வழங்குவதில்லை. நீங்கள் என்ன செய்கிறீர்களோ அல்லது மற்றவர்களைச் **செய்யத்** தூண்டுகிறீர்களோ அதற்காகவே ஊதியம் தரப்படும்.
4. **தொண்டன் தலைவனாகி விடுவானோ என்ற அச்சம்**:

தன்னுடைய தொண்டன் தனக்குப் போட்டியாக வந்துவிடுவான் என்று ஒரு தலைவன் அஞ்சினால் நிச்சயம் அதுபோலவே நடக்கும். திறமையுள்ள தலைவன் எந்த அச்சமுமின்றி, தனக்குத் தெரிந்ததை எல்லாம் தன் தொண்டனுக்கு கற்பித்து உயர்த்துவான். இப்படித் தன்னிலிருந்து பல தலைவர்களை அவன் உற்பத்தி செய்து அதன் மூலம் ஒரே சமயத்தில் பல இடங்களில் இருந்து பல செயல்களைச் செய்ய முடியும். தானே உழைத்து சம்பாதிப்பதைவிட **பல பேரை உழைக்க வைக்கும் திறமையின்** மூலம் அதிகம் சம்பாதிக்கலாம் என்பது நிரந்தரமான உண்மை. திறமையான ஒரு தலைவன் தன்னுடைய அறிவின் மூலமும் தனது ஆளுமையின் காந்தசக்தி மூலமும் மற்றவர்களின் திறனை மிகவும் அதிகப்படுத்தி, அதனால் அவர்கள் அதிக அளவில், உயர்ந்த சேவையை தனது உதவியின்றியே செய்வதற்கு வழிகாட்டுகிறான்.

5. **கற்பனைத் திறன்யின்மை**: கற்பனைத் திறன் இல்லாத தலைவனால் திடீர் அவசரங்களை சமாளிக்க முடியாது. அப்படி சமாளிக்கத் தொண்டர்களுக்கு வழிகாட்டவும் முடியாது.
6. **சுயநலம்**: தொண்டர்கள் செய்யும் பணிக்கும் தனக்கே புகழ் வரவேண்டுமென்று எதிர்பார்க்கும் தலைவன் இகழப்படுவான். உண்மையான தலைவன் **புகழை எதிர்பார்ப்பதில்லை.** எல்லாப் புகழும் தொண்டர்களுக்குச் சேர வேண்டும் என்பான். ஏனெனில் புகழுக்காக கடுமையாக உழைப்பவர்கள் பலர் உண்டு. அவர்கள் வெறும் ஊதியத்துக்காக உழைப்பதில்லை.
7. **முன்கோபம்**: முன்கோபம் உடையவனை அல்லது பொறுமை யில்லாமல் இருப்பவனை மரியாதைக்குரிய தலைவனாகத் தொண்டர்கள் மதிப்பதில்லை. அது அவர்களுடைய உயிர்ப்பண்புகளைச் சிதைத்துவிடும்.
8. **நேர்மையின்மை அல்லது துரோகம்**: இது, இந்தப் பட்டியலில் முதல் அம்சமாக இருந்திருக்க வேண்டும். தன்மேல் வைக்கப்பட்ட நம்பிக்கைக்கும், தன் தொண்டர்களுக்கும், மேலதிகாரிகளுக்கும், மற்றும் தன் கீழே உள்ளவர்களுக்கும் நேர்மையில்லாமல் இருப்பவனால் அதிக நாட்கள் தலைவனாக இருக்க முடியாது. துரோகியை தூசாகவே மதிப்பர். வாழ்க்கையின் எந்த துறையிலும் நேர்மையின்மை என்பது வீழ்ச்சிக்கு முக்கியமான காரணமாகும்.
9. **அதிகார "தோரணை"**: தொண்டர்களை ஊக்குவித்து வேலை வாங்குபவனே திறமையான தலைவன். மாறாக அவர்களை

அச்சப்படுத்தி வேலை வாங்குபவன், **அதிகாரத்தைப்** பயன்படுத்தி **ஆளுமை** செய்பவன் ஆகிறான். **உண்மையான தலைவன்,** தன்னைத் தலைவன் என்று வெளிப்படுத்திக் கொள்ள வேண்டியதே இல்லை. அவனது அனுதாபம், புரிந்துகொள்ளல், நடுநிலைமை, மற்றும் தொழில் அறிவு ஆகியவற்றால் அவனது தலைமைப்பண்பு வெளிப்படும்.

10. **பெயருக்கு முன் பட்டம்**: திறமையுள்ள தலைவன் தன்னைத் தொண்டர்கள் பெயருக்கு முன்னால் ஒரு ''பட்டத்தை'' வைத்து அழைக்க வேண்டும் என்று வலியுறுத்த மாட்டான். பட்டங்களை விரும்பும் தலைவனிடம் வேறெந்தத் தகுதியும் இல்லை என்று பொருள். உண்மையான தலைவனின் அலுவலகக் கதவுகள் எப்போதும் திறந்திருக்கும். அங்கே வீண் பகட்டு இருக்காது.

தலைவர்கள் தோற்றுப்போவதற்கு முக்கியக் காரணங்கள் இவையே. இவற்றில் ஒரே ஒரு காரணம் கூட தோல்விக்குப் போதுமானதாகும். இந்தப் பட்டியலை கவனமாகப் படியுங்கள். தலைமைப்பதவிக்கு நீங்கள் ஆசைப்பட்டால் இந்தக் குறைகள் உங்களிடம் இல்லாதபடிக்கு முயலுங்கள்.

''புதிய தலைமை'' தேவைப்படும் சில வளமான துறைகள்

அத்தியாயத்தை முடிக்கும் முன்பு எந்தெந்தத் துறைகளில் சரியான தலைமை இல்லை என்பதைக் குறிப்பிட விரும்புகிறோம். இந்தத் துறைகளில் நீங்கள் விரும்பினால் தலைமை ஏற்பதற்கு ஏராளமான **வாய்ப்பு** உண்டு என்பதைத் தெரிந்து கொள்ளுங்கள்

1. அரசியலில் மிக மிக அதிகமாக புதிய தலைமைக்குத் தேவை உள்ளது. இது அவசரநிலை மாதிரி மிகவும் உடனடியான தேவையாகும். அரசியல்வாதிகள் மக்களிடமிருந்து விலகி, சட்டபூர்வமாகக் கொள்ளை அடிப்பவர்களாக தோன்றுகிறார்கள். வரிகளை ஏராளமாக அதிகரித்து விட்டார்கள். தொழில் வியாபாரம் நிமிர முடியாத அளவுக்குச் செய்துவிட்டார்கள்.
2. வங்கித் துறையானது ஒரு சீர்திருத்தத்திற்கு உள்ளாகியிருக்கிறது. இதில் உள்ள தலைவர்கள் எல்லாருமே மக்களின் நன்மதிப்பை இழந்துவிட்டார்கள். ஆனால் அவர்களே ஒரு சீர்திருத்தம் தேவை என்று உணர்ந்து அதற்கான முயற்சியில் ஈடுபட்டிருக்கிறார்கள்.

3. தொழில்துறைக்குப் புதிய தலைவர்கள் தேவை. பழைய தலைவர்கள் இலாபப் பங்கீடு பற்றி மட்டுமே கருதினார்கள். மனிதர்களைப் பற்றி அவர்கள் கவலைப்படவில்லை. எதிர்காலத் தலைவர்கள் தங்களைப் பாதி அளவுக்கு பொதுநல ஊழியர்களாக கருதிக்கொண்டு, எந்தத் தனிமனிதர் மீதும் அல்லது அவர்களின் குழு மீதும் தீங்கு விளைவிக்காதபடி தங்கள் நிறுவனங்களை நிர்வகித்து வரவேண்டும். உழைக்கும் மக்களைச் சுரண்டுவது பழங்காலத்திய செயல். தொழிலில், வியாபாரத்தில், தொழிற்சங்கங்களில் தலைமை ஏற்க வேண்டும் என்று முயல்பவர்கள் இதை நினைவில் கொள்ள வேண்டும்.
4. எதிர்கால மதத்தலைவர்கள் தங்களைப் பின்பற்றுவோருக்கு இவ்வுலகத் தேவைகளை, பொருளாதார மற்றும் தனிப்பட்ட பிரச்சினைகளை தீர்த்து வைக்கும்படி வலியுறுத்தப்படுவார்கள். இறந்தகால, எதிர்கால விஷயங்களை விட நிகழ்காலத்திற்கு அதிக கவனம் அவர்கள் செலுத்த வேண்டும்.
5. சட்டம், மருத்துவம், கல்வித்துறை ஆகியவற்றில் புது மாதிரியான தலைமையும், ஓரளவுக்குப் புதிய தலைவர்களுமே தேவை. கல்வித்துறையில் இது மிக மிக உண்மை. அத்துறையில் தலைமை ஏற்கும் புதியவர்கள், கல்வியை **எவ்வாறு** வாழ்வில் **பயன்படுத்துவது** என்று கற்றுதர வேண்டும். **ஏட்டுப்** படிப்பைவிட, **செய்முறைப்** படிப்பை அதிகம் வலியுறுத்த வேண்டும்.
6. பத்திரிக்கை துறையில் புதிய தலைவர்கள் தேவை. எதிர்காலத்தில் பத்திரிகைகள் வெற்றிகரமாக் நடைபெற அவற்றின் ''முன்னுரிமைகள்'' நீக்கப்பட வேண்டும். விளம்பர வருமானத்தை நம்பித் தொழில் செய்வது தகாது. விளம்பரம் கொடுப்பதன் மூலம் தங்களது பிரச்சாரத்திற்குப் பத்திரிகைகளைப் பயன்படுத்திக்கொள்வது நிறுத்தப்பட வேண்டும். மோசமான செய்திகளையும், அருவருத்த படங்களையும் வெளியிடுவதன் மூலம் மனித மனத்தைக் களங்கப்படுத்தும் பத்திரிகைகள் விரைவில் அழிந்து போகும்.

மேற்சொன்ன சில துறைகளில் புதிய தலைமைக்கும் புதிய தலைவர்களுக்கும் நிறைய வாய்ப்பு உண்டு. உலகம் மகத்தான மாறுதலுக்கு ஆளாகிக் கொண்டிருக்கிறது. ஆகவே இந்த மாற்றத்தை மக்களுக்குக் கொண்டு செல்லும் பத்திரிகைகளும் மாற்றத்திற்கு உள்ளாக வேண்டும். வேறெந்த சக்தியைவிடவும் இந்த ஊடகங்கள் நாகரிகத்தின் போக்கை நிர்ணயிக்க வல்லவை.

தலைமைப்பதவிக்கு விண்ணப்பிப்பது எப்போது, எப்படி?

இங்கு தரப்படும் தகவல், பல்லாண்டுகள், ஆயிரக்கணக்கான ஆண்களுக்கும் பெண்களுக்கும் அவர்களின் தனிநபர் சேவையைச் சந்தைப்படுத்த உதவி செய்த அனுபவத்தின் அடிப்படையில், கிடைத்ததாகும். ஆகவே, இது நடைமுறைக்கு ஏற்றது என்று கொள்ளலாம்.

எந்த சேவையை எந்த ஊடகத்தின் வழியாக சந்தைப்படுத்தலாம்

தனிநபர் சேவையை விற்பவரையும், அதை வாங்குபவரையும் இணைக்கும் பாலமாகச் செயல்படும் ஊடகங்கள் இவை:

1. **வேலை வாய்ப்பு நிறுவனங்கள்**: இவற்றுள் கௌரவமானவற்றையே தேர்ந்தெடுக்க வேண்டும். அவற்றின் நிர்வாகிகள் திருப்திகரமாக செயல் புரிந்ததற்கான ஆதாரங்களை வைத்திருக்கிறார்களா என்று பார்க்க வேண்டும். அத்தகைய நிறுவனங்கள் ஒரு சிலவே உண்டு.
2. **விளம்பரம் செய்தல்**: பத்திரிகைகள், இதழ்கள், சஞ்சிகைகள் மற்றும் ரேடியோ மூலம் விளம்பரம் செய்யலாம். வரி விளம்பரங்களைவிட, டிஸ்ப்ளே வகை விளம்பரம் சிறப்பானது. அந்த விளம்பரம் பத்திரிகையின் எந்தப் பக்கம் சம்பந்தப்பட்ட துறையினரால் அதிகம் படிக்கப்படுமோ அந்தப் பக்கத்தில் இடம் பெற வேண்டும். விளம்பரமானது அதற்குரிய நிபுணர்களால் உருவாக்கப்பட வேண்டும் அப்போது தான் அந்த விளம்பரங்களுக்குச் சரியான பதில் கிடைக்கும்.
3. **வேலைக்கான தனிநபரின் விண்ணப்பம்**: வேலைக்கு ஆள் வேண்டியிருக்கும் நிறுவனங்களுக்கு தனிநபரின் சார்பில் விண்ணப்பம் தயாரித்து அளித்தல். இந்தக் கடிதங்கள் மிகவும் அழகாக **டைப் செய்யப்பட்டு** ஆனால் கையால் கையொப்பமிடப்பட்டு இருக்க வேண்டும். அத்துடன் விண்ணப்பதாரரின் கல்வித்தகுதி பற்றிய சுருக்கம் இணைக்கப்பட வேண்டும். இவை இரண்டும் ஒரு நிபுணரின் மேற்பார்வையில் தயாரிக்கப்பட வேண்டும். (என்னென்ன தகவல் தரப்பட வேண்டும் என்பதைப் பின்னால் பார்க்கலாம்.)
4. **தனக்குத் தெரிந்தவர்கள் மூலம் விண்ணப்பம் அனுப்புதல்**:

கூடுமான வரை வேலை தரப்போகிறவரை ஏதாவது ஒரு நலம் விரும்பி மூலம் சந்திப்பதே வரவேற்கத்தக்கது. உயர்மட்ட அதிகாரிகளாகப் பதவி தேடும் நபர்களுக்கு இது மிகவும் உகந்தது. இல்லையெனில் தங்களைத் தாங்களே ''விற்பனை'' செய்து கொள்வதாகப் பிறர் எண்ணக்கூடும்.

5. **நேரடியாகச் சென்று விண்ணப்பித்தல்**: சில வேலைகளுக்கு விண்ணப்பதாரரே நேரடியாகச் சென்று சந்திப்பது உகந்ததாய் இருக்கும். அப்போது கல்வித்தகுதி பற்றிய எழுத்துமூலமான சுருக்கம் ஒன்று கையோடு கொண்டு போக வேண்டும். ஏனெனில் வேலை தருபவர் அதைப்பற்றி விவாதிக்க விரும்புவார்.

எழுத்துமூலமான ''சுருக்கத்தில்'' தெரிவிக்க வேண்டிய தகவல்கள்

நீதிமன்றத்தில் வழக்கு தாக்கல் செய்யும் வழக்கறிஞர் எவ்வளவு கவனத்தோடு தன்னுடைய விண்ணப்பத்தைத் தயாரிப்பாரோ, அதேபோன்ற கவனத்தோடு இதையும் தயாரிக்க வேண்டும். இதற்கு ஒரு நிபுணரின் உதவியைப் பெற்றுக் கொள்வது நல்லது. எப்படி வியாபாரிகள் தங்கள் பொருட்களை விற்பனை செய்ய, கலை மற்றும் உளவியல் தெரிந்தவர்களை பயன்படுத்துகிறார்களோ அதேபோல, தனிநபர் சேவையை விற்பனை செய்பவர் தன்னை விளம்பரப்படுத்திக் கொள்ள வேண்டும். கீழ்க்கண்ட விவரங்கள் அதில் இடம் பெற வேண்டும்.

1. கல்வித் தகுதி: எந்தப் பள்ளியில் படித்தீர்கள், எந்தப் பாடங்களை விசேஷப் பாடங்களாக எடுத்துக் கொண்டீர்கள், அதற்கு என்ன காரணம் என்பதை எழுத வேண்டும்.
2. அனுபவம்: இப்போது விண்ணப்பிக்கும் பதவியைப் போல ஏற்கனவே நீங்கள் பணியாற்றியிருந்தால் அந்த அனுபவத்தை முழுமையாக எழுதுங்கள். இதற்கு முன்னால் யாரிடம் பணியாற்றினீர்களோ அவர்களைப் பற்றிய பெயர் மற்றும் விவரம் எழுத வேண்டும். இப்போது விண்ணப்பிக்கும் பதவிக்கு மிகவும் இன்றியமையாத அனுபவம் உங்களிடம் இருக்குமானால் அதை மிகச்சரியாக வெளிப்படுத்துங்கள்.
3. பரிந்துரைப்பவர்கள்: விண்ணப்பதாரருக்கு வேலை கொடுக்கும் முன் அவரைப் பற்றிய பழைய பதிவுகளை இப்போதைய வேலை கொடுப்போர் தெரிந்து கொள்ள விரும்புவார்கள்.

எனவே கீழ்க்கண்டவர்களிடமிருந்து பெற்ற கடிதங்களை-அவற்றின் ஒளி நகல்களை-இணைக்க வேண்டும்:

அ. முன்னாள் முதலாளி

ஆ. உங்களுக்கு பாடம் எடுத்த ஆசிரியர்கள்

இ. முன்னணிப் பிரமுகர்கள்

4. உங்களது போட்டோ: கல்வித் தகுதி டைப் செய்யப்பட்ட பக்கத்தில் இந்த போட்டோவை இணைக்கவும்.
5. ஒரு **குறிப்பிட்ட** பதவிக்கு என்று விண்ணப்பிக்கவும். அப்படி இல்லாமல் ஏதேனும் ''தகுதியுள்ள பதவிக்கு'' என்று விண்ணப்பிக்கக் கூடாது. அப்படி செய்தால் உங்களிடம் விசேஷ தகுதிகள் இல்லை என்று எண்ணுவார்கள்.
6. நீங்கள் **விண்ணப்பிக்கும்** பதவிக்கான சிறப்புத் தகுதிகள் உங்களிடம் உள்ளது என்பதை முழுமையாக விவரிக்க வேண்டும். இதை வைத்துத் தான் உங்களுடைய சம்பளம் நிர்ணயிக்கப்படும்.
7. சிறிது காலம் பயிற்சி, பிறகு வேலை என்றாலும் ஏற்றுக்கொள்வதாகத் தெரிவியுங்கள். ஒரு குறிப்பிட்ட வேலை தான் உங்களுக்கு வேண்டும் என்று உறுதியாக இருந்தால், சேர்ந்து சில காலம் பயிற்சி பெற்று உங்கள் திறமையை நிரூபித்து பிறகு பணியில் சேருவது சிறப்பானதாக இருக்கும். அதற்குச் **சம்பளம் வேண்டாம்** என்றும் தெரிவியுங்கள். அதிர்ச்சியாக இருந்தாலும் இப்படிச் சொல்பவர்களுக்கு நிச்சயமாக வேலை கிடைப்பது உறுதி. வேலைக்கு **உரிய தகுதி உங்களுக்கு** இருப்பதாக நீங்கள் நம்பினால் இதை தாராளமாகச் செய்யலாம்.

இப்படி ஒரு வாய்ப்பை நீங்கள் தருவது உங்களுடைய தன்னம்பிக்கையைக் காட்டுவதாக எடுத்துக்கொள்ளப்படும். அது உங்கள் மீது அவர்களுக்கு நம்பிக்கையை ஊட்டும். பயிற்சி காலம் முடிந்து உங்களுக்கு வேலை கிடைத்துவிட்டால் பெரும்பாலும் நீங்கள் வேண்டாம் என்று சொன்ன ''பயிற்சி காலத்திற்கும்'' அவர்கள் சம்பளம் கொடுத்து விடுவார்கள். சம்பளம் வேண்டாம் என்று சொன்னதற்குக் கீழ்கண்ட காரணங்களை நீங்கள் கூறலாம்:

அ. பதவிக்குரிய வேலையை உங்களால் செய்ய முடியும் என்ற **தன்னம்பிக்கை.**

ஆ. பயிற்சி காலம் முடிந்த பிறகு நிச்சயம் அவர்கள் வேலை தருவார்கள் என்று அவர்கள் மீது கொண்ட நம்பிக்கை.

இ. எப்படியாவது அந்த பதவியைப் பெற்றாக வேண்டும் என்ற திடமான உறுதி.

8. உங்களுக்கு வேலை தரப்போகும் நிறுவனத்தின் வியாபாரம் பற்றித் தெரிந்து கொள்ளுங்கள்: அந்த நிறுவனத்தைப் பற்றி நன்கு ஆராய்ந்து அத்தகவல்களை கையோடு வைத்திருங்கள். அதிலிருந்து கிடைக்கும் சில விஷயங்களை வைத்து அவற்றில் உங்களுக்கு உள்ள சிறப்பு தகுதியை இங்கு குறிப்பிடலாம்.

இது அவர்களை மிகவும் கவர்ந்துவிடும். ஏனெனில் உங்களிடம் கற்பனாசக்தியும், வேலை பெற வேண்டும் என்ற உண்மையான அக்கறையும் இருப்பதை அது காட்டும். சட்டத்தை மிக நன்றாகத் தெரிந்த வழக்கறிஞரை விட, அந்த வழக்கைக் கோர்வையாக எழுதிக் கொடுக்கும் நபரே வழக்கின் வெற்றிக்கு காரணமாகிறார் என்பதை மறக்க வேண்டாம். உங்களுடைய ''வழக்கையும்'' அதேபோல முழுமையாக, சரியாக, தயாரித்து அவர்களிடம் வழங்கினால் பின்பு வெற்றியில் ஒரு பாதியை ஆரம்பகட்டத்திலேயே எட்டி விட்டீர்கள் எனலாம்.

பக்கங்கள் அதிகமாகிறதே என்று கவலைப்பட வேண்டாம். வேலை பெற வேண்டுமென்று நீங்கள் எவ்வளவு கவலைப்படுகிறீர்களா அதேபோல சரியான வேலையாளைப் பெற வேண்டும் என்று அவர்களும் கவலைப்படுகிறார்கள். ஆகவே எவ்வளவு அதிகமானாலும் அவ்வளவு தகவல்களை கொடுங்கள்.

உங்களுடைய சுருக்கம் மிக ஒழுங்காகத் தயாரிக்கப்பட்டிருக்க வேண்டும். அது உங்களை மிகவும் கவனம் உள்ளவர் என்று காட்டும். நான் சிலருக்கு அம்மாதிரி சுருக்கங்கள் தயாரித்து கொடுத்திருக்கிறேன் அவர்களுக்கு நேர்காணல் இல்லாமலேயே வேலை கிடைத்துவிட்டது.

உங்களுடைய சுருக்கத்தின் எல்லாப் பக்கங்களும் தயாராகிவிட்ட பிறகு அதை ஒரு நல்ல பைண்டரிடம் கொடுத்து அழகாக பைண்டு செய்து ஒரு ஓவியரைக் கொண்டு உங்கள் பெயரை அதன்மீது எழுதச் சொல்லுங்கள்.

ராபர்ட் கே. ஸ்மித் அவர்களுடைய கல்வித் தகுதி பற்றிய குறிப்பு விண்ணப்பிக்கும் பதவி: தி ப்ளாங்க் கம்பெனியின் தனிமை செயலாளர் பதவிக்கு (கம்பெனிக்கும் பதவிக்கும் ஏற்ற மாதிரி திருத்திக் கொள்ளவும்)

இவ்வாறு தனிப்பட்ட கவனம் செலுத்தி உங்கள் விண்ணபத்தை அனுப்பினால் அது தனிப்பட்ட கவனம் பெறும். இவ்வாறு உங்கள் சுருக்கத்தை மிக அழகான தாளில் அடித்து கனமான பைண்டிங் செய்து அட்டையின் மீது எந்த கம்பெனிக்கு அனுப்புகிறோமோ அந்த கம்பெனியின் பெயரை எழுதி உள்ளே உங்களது போட்டோ ஒன்றை ஒட்டி வைத்துக் கொள்ளவும் எந்தெந்த இடத்தில் இன்னும் மேம்படுத்தலாம் என்று தோன்றுகிறதோ அதையெல்லாம் செய்யுங்கள்.

வெற்றிகரமான விற்பனையாளர்கள் தங்கள் தோற்றத்தை அழகுபடுத்திக் கொள்கிறார்கள். ஏனென்றால் முதல் பார்வையிலேயே கவனம் பெற்றால் அது நீடித்திருக்கும். உங்களது சுருக்கமே உங்களது விற்பனையாளன். அதற்கு அழகான சட்டை அணிவியுங்கள். உங்களுக்கு வேலை தரப் போகிறவர் இதைவிட அழகான சுருக்கத்தை இதுவரை பார்த்ததில்லை என்னும் வண்ணம் அது இருக்கட்டும். நீங்கள் தேடும் பதவி சிறந்தது என்றால் அதற்கான உங்கள் முயற்சியும் சிறப்பாகவே இருக்க வேண்டும். உங்களுக்கு வேலை தருபவரை உங்களது ஆளுமையால் உடனடியாகக் கவர முடியும் என்றால், ஆரம்பத்திலிருந்தே உங்களுக்கு அதிகச் சம்பளம் கிடைக்கக்கூடும். வழக்கமான முறைப்படி விண்ணப்பித்தால் இது சாத்தியமில்லை.

ஒரு வேலை வாய்ப்பு நிறுவனம் அல்லது விளம்பர ஏஜென்சி மூலம் நீங்கள் வேலை தேடினால், அவர்களிடம் நீங்கள் தயாரித்த சுருக்கத்தைக் கொடுங்கள். அவர்களுக்கு உங்களைப் பற்றிய உயர்வான எண்ணத்தை அது ஏற்படுத்தும். வேலை தர போகிறவர்களுக்கும் அப்படியே.

நீங்கள் விரும்பிய அதே பதவியை அடைவது எப்படி?

தனக்கு மிகவும் ஏற்ற பணி எதுவோ அதைச் செய்வதில் தான் யாருக்கும் மகிழ்ச்சி ஏற்படும். ஒரு ஓவியன் வண்ணங்களோடு வேலை செய்ய விரும்புகிறான். கைத்தொழில் தெரிந்தவன் கை வேலை செய்ய விரும்புகிறான். ஒரு எழுத்தாளன் எழுதுவதில்

மகிழ்ச்சி அடைகிறான். இம்மாதிரி சிறப்பான திறமைகள் இல்லாதவர்கள்கூட தங்களுக்கென்று தொழிலிலும் வியாபாரத்திலும் சில துறைகளை விரும்புகிறார்கள். அவர்களுக்காக அமெரிக்காவில் ஏராளமான துறைகள் உள்ளன. நிலத்தை உழுவது முதல், தயாரிப்பு, சந்தைப்படுத்துதல் மற்றும் பிற சுய தொழில்கள்.

1. உங்களுக்கு எந்த **மாதிரியான** வேலை வேண்டும் என்பதைத் தீர்மானித்துக் கொள்ளுங்கள். அப்படி ஒரு பதவி இதுவரை இல்லை என்றால் நீங்களே ஒருவேளை அதை உருவாக்க முடியும்.
2. யாருக்காக அல்லது எந்த கம்பெனிக்காக வேலை செய்யப் போகிறீர்கள் என்பதைத் தேர்ந்தெடுங்கள்.
3. உங்களுக்கு வேலை தரப்போகும் கம்பெனியின் இப்போதைய ஊழியர்கள், மனிதவளக் கொள்கைகள், மற்றும் வேலையில் சேர்ந்தால் முன்னேறுவதற்கான வாய்ப்புகள் முதலியவற்றைத் தெரிந்து கொள்ளுங்கள்.
4. உங்கள் திறமைகளையும் உங்களால் செய்ய முடிந்தவைகளையும் அலசிப்பார்த்து, வேலையில் சேர்ந்தபின் உங்களால் **எந்த அளவுக்குச் சிறப்பாகப் பணியாற்ற முடியும்** என்று புரிந்து கொள்ளுங்கள். எந்தெந்த வழிகளில் கம்பெனிக்கு லாபகரமான சேவையை மற்றும் வளர்ச்சியை வழங்க முடியும் என்றும், அதற்கான கருத்துக்களை எடுத்துக்கூற முடியும் என்றும் திட்டமிடுங்கள்.
5. உங்களுக்கு ஒரு ''வேலை'' வேண்டும் என்பதை மறந்துவிடுங்கள். அந்த கம்பெனியில் உங்களுக்கு வேலை தருவார்களா என்பதையும் மறந்துவிடுங்கள். ''வேலை இருக்கிறதா'' என்று கேட்காதீர்கள். வேலை கொடுத்தால் நீங்கள் என்னென்ன செய்வீர்கள் என்பதில் மட்டும் கவனமாக இருங்கள்.
6. இவ்வாறு உங்கள் மனதிற்குள் தயாரித்துக் கொண்ட பிறகு அனுபவமுள்ள ஒரு எழுத்தரிடம் கொடுத்து அதைத் துல்லியமாக எழுதச் சொல்லுங்கள்.
7. இதை நீங்கள் வேலை தேடும் கம்பெனியில் அதற்கான பொறுப்புள்ள நபரிடம் ஒப்படையுங்கள். மற்றவை தானே நடக்கும். ஒவ்வொரு கம்பெனியும் தனக்கு, கருத்துருக்களாலோ, சேவைகளாலோ, அல்லது புதிய ''அறிமுகங்களாலோ'' லாபத்தைக் கொண்டு வரும் ஊழியர்களுக்காக எப்போதும் காத்திருக்கின்றன. உறுதியான திட்டத்தோடு கம்பெனிக்கு

நன்மை தரக்கூடிய நபருக்கு நிச்சயமாக இடமுண்டு.

இப்போது சொன்ன முறைப்படி செயல்படுவதற்கு சில நாட்களோ சில வாரங்களோ உங்களது நேரம் அதிகப்படியாக செலவாகும். ஆனால் அதனால் கிடைக்கப்போகும் அங்கீகரிப்பும், முன்னேற்றமும், சம்பளமும் அதிகம் என்பதைக் கருத்தில் கொள்ளுங்கள்.

பதவி ஏணியில் எடுத்த எடுப்பிலேயே பாதி அளவுக்கு ஏறிவிடுபவன் யாராயிருந்தாலும் அதற்கென்றே திட்டமிட்டவனாகத் தான் இருக்க வேண்டும். (முதலாளியின் மகனாக இருப்பது விதிவிலக்கு.)

சேவைகளைப் புது மாதிரியாகச் சந்தைப்படுத்துதல் ''பணியாளர்கள்'' இப்போது ''பங்குதாரர்கள்''

தங்களுடைய சேவையைச் சிறப்பாகச் சந்தைப்படுத்த வேண்டும் என்று கருதும் எந்த ஆணும் பெண்ணும், முதலாளி தொழிலாளி உறவுமுறையில் பிரமிக்கத்தக்க மாறுதல்கள் ஏற்பட்டிருப்பதை கவனத்தில் கொள்ள வேண்டும்.

முன்பெல்லாம் ''தங்கம் உடையவனுக்கு''-அதாவது-வசதி படைத்தவனுக்கு வேலை கிடைத்தது. இப்போதோ ''தங்கம் போலப் பணியாற்றுபவனுக்கே'' வேலை. எதிர்காலத்தில் வேலை கொடுப்பவனுக்கும் வேலை செய்பவனுக்கும் அவர்கள் வழங்கும் சேவையை பெற்றுக் கொள்ளும் பொதுமக்களுக்கும் நடுவில் பங்குதாரர்களுக்கு உள்ள உறவுமுறை:

1. வேலை கொடுப்பவன்
2. வேலை செய்பவன்
3. சேவையை பெற்றுக் கொள்ளும் பொதுமக்கள்

தனிநபர் சேவையை வழங்கும் இந்தப் புதிய முறையில், முதலாளியும் தொழிலாளியும் ஒன்றாக இணைந்து ஊழியம் செய்து **பொதுமக்களுக்குச் சிறப்பான சேவையைத் தருவார்கள்.** முன்பெல்லாம் தொழிலாளியும் முதலாளியும் **பேரம் பேசி ஒருவருக்கொருவர்** தனக்கு லாபகரமானதைக் கேட்டு வாங்குவர். **இதில் யாருக்கு இழப்பு என்று ஆராய்ந்து பார்த்தால் அந்த சேவையைப் பெற்ற பொதுமக்களுக்குத் தான்.**

இவ்வாறு தொடர்ந்து பாதிக்கப்பட்ட பொதுமக்கள் ஏற்படுத்திய

எதிர்ப்பே பொருளாதார மனநிலையாக ஆயிற்று. மந்தநிலையின் பாதிப்புகள் பெரும்பாலும் அகன்றுவிட்ட நிலையில் இனிமேல் வணிகங்கள் தமது பழைய சமநிலைக்கு வந்தாக வேண்டும். பொதுமக்களுக்கு **பாதகம் ஏற்படுத்தும் வகையில் தாங்கள் இயங்குவதற்கு முன்னுரிமை கிடையாது** என்பதை தொழிலாளர்களும் முதலாளிகளும் புரிந்து கொள்ள வேண்டும். அதாவது உண்மையான முதலாளி இனிமேல் பொதுமக்களே. தனிநபர் சேவையை விற்பனை செய்யும் எவரும் இதை கவனத்தில் கொள்ள வேண்டும்.

இன்று அமெரிக்காவில் உள்ள ரயில் கம்பெனிகள் எல்லாமே இழப்பில் இயங்குகின்றன ஆள் பஞ்சம் நிலவுகிறது. டிக்கெட் கொடுப்பவரிடம் எப்போது ரயில் வரும் என்று கேட்டால் பதில் கிடைக்காது. சுவரில் உள்ள அட்டவணையைப் பாருங்கள் என்று கை காட்டுவார். இது நமக்கெல்லாம் அனுபவம் தானே!

தரையில் ஓடும் டிராம்களும் ''காலம் மாறிவிட்டதை'' அனுபவிக்கின்றன. கண்டக்டர்கள் பயணிகளோடு பேசுவதில் ஆர்வம் காட்டிய காலமும் ஒன்று இருந்தது. இன்று ஒவ்வொன்றாக டிராம் தண்டவாளங்கள் அகற்றப்படுகின்றன. எனவே மக்கள் பஸ்சில் பயணிக்க வேண்டியிருக்கிறது. பஸ்களுக்கும் ''கனிவான சொற்களுக்கும் வெகுதூரம்.''

கைவிடப்பட்ட டிராம் தண்டவாளங்கள் துருப்பிடித்துக் கொண்டிருக்கின்றன. அல்லது தோண்டி எடுக்கப்பட்டு விட்டன. ஓடிக்கொண்டிருக்கும் ஒன்றிரண்டு டிராம்களில் பயணிகள் பேச்சு மூச்சு இன்றிப் பயணிக்கிறார்கள். ஓடிக்கொண்டிருக்கும் வண்டியை நடுவில் **அழைத்தாலும்** நிறுத்தி ஏற்றிக்கொள்கிறார்கள்.

காலம்தான் எப்படி மாறிவிட்டது! நான் சொல்ல வருவது இதைத்தான். **காலம் மாறிவிட்டது!** இந்த மாற்றத்தை டிராம்களும் ரயில்களும் மட்டுமன்றி வாழ்க்கையின் எல்லாத் துறைகளும் பிரதிபலிக்கின்றன. அதனால் ''பொதுமக்களுக்கு ஆதரவு இல்லாத'' போக்கு மாறி, ''உங்களுக்காகவே நாங்கள்'' என்று சேவை நிறுவனங்கள் கூவி அழைக்கின்றன.

கடந்த சில வருடங்களில் ஏற்பட்ட மாற்றங்களில் இருந்து வங்கிகள் ஒன்றிரண்டு பாடங்களைக் கற்றிருக்கின்றன. வங்கி அதிகாரியோ அல்லது ஊழியரோ பணிவின்றி நடப்பது மிகவும் குறைந்திருக்கிறது. சில ஆண்டுகளுக்கு முன்பு வங்கி அதிகாரிகள் கடன் கேட்டு வருவோரை சந்திக்கவே மறுப்பார்கள். அந்த நிலை இன்று மாறி இருக்கிறது

ஆயிரக்கணக்கான வங்கிகள் திவாலானது, விலை உயர்ந்த

மரக்கதவுகளுக்குப் பின்னால் தங்களை மறைத்துக் கொண்டு அமர்ந்திருந்த வங்கியாளர்களை இப்போது வெளிச்சத்துக்குக் கொண்டு வந்துள்ளது. இப்போது திறந்த அரங்கில் அவர்கள் அமர்கிறார்கள். வங்கிக்கு வரும் யாரும் அவர்களை எளிதாகப் பார்க்கலாம். பிரச்சினையைக் கனிவோடு புரிந்து கொண்டு அவர்கள் பதிலளிக்கிறார்கள்.

முன்பெல்லாம் மளிகைக்கடைக்குப் போனால் அந்த ஊழியர்கள் தங்கள் நண்பர்களோடு பேசிக் கொண்டிருப்பதில் காலம் கழிப்பார்கள். அதுவரையில் நாம் ஒரு மூலையில் நின்று கொண்டிருப்போம். கடை முதலாளியும் நம்மை கவனிக்க மாட்டார். பணத்தைக் கணக்கிட்டு வங்கிக்கு அனுப்புவதில் மட்டுமே கவனமாக இருப்பார். இப்போதோ, சங்கிலித் தொடர் போல பெரிய கடைகள், சேவை மனப்பான்மை உள்ள **கனிவான நபர்களால்** நிர்வகிக்கப்பட்டு, வாடிக்கையாளரின் செருப்புகளைத் துடைப்பதைத் தவிர மற்ற எல்லா வகையிலும் அவர்களுக்கு சேவை புரிய வழி ஏற்பட்டுள்ளது. **அந்த நாள் வியாபாரிகள் இப்போது இல்லாமல் போயினர். காலம் மாறிக்கொண்டே இருக்கிறது.** ''கனிவு,'' ''சேவை'' இந்த இரண்டும் தான் இப்போது வியாபாரிகளின் தாரக மந்திரம். தனிநபர் சேவையை சந்தைப்படுத்துவோருக்கும் இதுவே வழிகாட்டி. ஏனெனில் **சேவையைப் பெறும் வாடிக்கையாளரே இன்றைய முதலாளி** ஆவார்.

முன்பெல்லாம் வீடுகளில் சமையல் கேஸ் எவ்வளவு செலவழிந்து உள்ளது என்பதை மீட்டரில் பார்த்துக் குறிக்கும் பணியாளர்கள் (மீட்டர்மேன்), பொறுமையின்றிக் கதவைத் தடதடவென்று தட்டுவார்கள். ''என்னை ஏன் காக்க வைக்கிறீர்கள்'' என்ற கோபம் முகத்தில் தெரியும். இந்த நிலை மாறிவிட்டது. இப்போது வருபவர்கள், ''மகிழ்ச்சி அடைகிறோம்-உங்களுக்கு சேவை செய்வதில்'' என்று கூறியபடியே வருகிறார்கள். மீட்டர் பார்க்கும் ஆசாமிகளால் தங்கள் தொழிலுக்கு மிகப்பெரிய பாதகம் ஏற்பட்டதை கேஸ் கம்பெனிகள் உணரும் முன்பே, எண்ணெய் வியாபாரிகள் தங்கள் கனிவான ஊழியர்களை அனுப்பி அந்த வியாபாரத்தைக் கவர்ந்து கொண்டு விட்டார்கள். இப்போது அவர்களின் வியாபாரம் சூடுபிடித்துள்ளது.

பென்சில்வேனியாவில் ஆந்த்ரசைட் நிலக்கரி விளையும் பகுதிகளில் பொருளாதார மந்தநிலையின் போது நான் பல மாதங்கள் செலவழித்தேன். என்ன காரணத்தினால் அந்த நிலக்கரித் தொழிலானது அழிந்து போனது என்று கண்டுபிடிப்பது என் நோக்கம். மிக முக்கியமான காரணமாக நான் கண்டுபிடித்தது, நிலக்கரிச் சுரங்க

ஒப்பந்ததாரர்கள், தங்களுக்குள் பேராசை காரணமாகப் போட்டி போட்டுக் கொண்டு செயல்பட்டதே. ஊழியர்களும் இதற்கு ஒத்து ஊதினர். அதனால் சுரங்கத் தொழிலாளர்களுக்கு வேலை போயிற்று.

அதிகச் சம்பளம் கேட்டு அழுத்தம் கொடுத்த சுரங்கத் தொழிலாளர்களின் தலைவர்களாலும், அதிக லாபம் எதிர்பார்த்த சுரங்க ஒப்பந்ததாரர்களாலும் நிலக்கரி வியாபாரம் திடீரென்று குறைந்து போயிற்று. ''பேரம்'' பேசித் தங்களுக்கு லாபம் தேடிக்கொண்ட இவர்களால் நிலக்கரியின் விலை உயர்ந்தது. அதனால் நிலக்கரியிடமிருந்து **க்ரூட் ஆயில் உற்பத்தியாளர்களுக்கு இந்த வியாபாரம் போய்ச் சேர்ந்தது.** தங்கள் வியாபாரத்தை இவர்களாகவே அவர்களுக்கு விட்டுக் கொடுத்து விட்டார்கள்.

''பாவத்தின் சம்பளம் மரணம்!'' என்ற பைபிள் வாசகத்தை பலர் கேட்டிருப்பார்கள். ஆனால் ஒரு சிலருக்கு மட்டுமே அதன் அர்த்தம் புரிந்திருக்கும். இன்று உலகில் உள்ள எல்லோருக்கும் பைபிளின் இன்னொரு வாசகத்தின் அர்த்தம் மிக எளிதாக விளங்குகிறது: **''எதை விதைக்கிறாயோ அதையே நீ அறுப்பாய்.''**

பொருளாதார மந்தநிலை போன்ற மிகப்பெரிய நிகழ்ச்சி ''தற்செயலாக'' நடந்ததாகக் கொள்ள முடியாது. இதன் பின்னணியில் ஒரு **காரணம்** இருந்தது. **காரணமில்லாமல்** காரியமில்லை. அந்தக் காரணம் என்னவென்றால், உலகம் முழுவதுமே ''**விதைக்காமல் அறுவடை செய்ய**'' முற்பட்டது தான்.

இப்படிச் சொல்வதனால், மந்தநிலை என்பது ஒரு பயிர் என்றும், அதை அறுவடை செய்ய உலகிற்கு **அழுத்தம்** தரப்பட்டது என்றும் அர்த்தமில்லை. தவறான பயிரை **விதைத்தது** தான் அடிப்படையான தவறு. கள்ளிச் செடியை விதைத்துவிட்டு நெல்லை அறுவடை செய்ய முடியாது என்பது எல்லா விவசாயிகளுக்கும் தெரியும். உலக யுத்தம் தொடங்கிய போது மக்கள் ஒருவர் மற்றவருக்கு, தரமில்லாததும் போதுமானதாக இல்லாததுமான சேவையை வழங்கி ஆரம்பித்தார்கள். அதாவது **எதையுமே கொடுக்காமல்** மற்றவர்களிடமிருந்து எடுத்துக் கொண்டிருந்தார்கள்.

தனிநபர் சேவையை விற்பனை செய்யும் அனைவருக்கும் இந்த உதாரணங்கள் பயன்படும் நாம் யார் என்பதும் நாம் எங்கிருக்கிறோம் என்பதும் நமது நடவடிக்கைகளால் மட்டுமே தீர்மானிக்கப்படுகிறது. காரண காரிய தத்துவம் வியாபாரம், நிதி, போக்குவரத்து போன்ற துறைகளுக்குச் செயல்படுமானால் தனிநபர் சேவையை வழங்குவோரையும் அதே தத்துவம் கட்டுப்படுத்தி அவர்களது பொருளாதார அந்தஸ்தைத் தீர்மானிக்கிறது.

உங்களுடைய "QQS" மதிப்பீடு எவ்வளவு?

சேவைகளைத் **திறமையாகவும்** தொடர்ந்தும் விற்பனை செய்பவர்களின் வெற்றிக்குக் காரணங்கள் எவை என்று விரிவாகப் பார்த்தோம். அக்காரணங்களை அலசி ஆராய்ந்து நன்கு புரிந்து கொண்டு அதற்கேற்ப **செயல்பட்டால்** அல்லாமல் சேவைகளைச் சந்தைப்படுத்துவதில் திறமையாகவும் நிரந்தரமாகவும் இயங்க முடியாது. **தரம்** (QUALITY), **அளவு** (QUANTITY), மற்றும் எந்த **உணர்வோடு** (SPIRIT) செய்யப்படுகிறது என்பதைப் பொறுத்து சேவைக்கு, உரிய விலையும் எவ்வளவு காலத்திற்கு அச்சேவை வேண்டும் என்பதும் தீர்மானிக்கப்படுகிறது. ஆகவே நிரந்தரமான சந்தையைப் பிடிக்க வேண்டுமென்றால் உங்களிடம் "QQS" இருக்க வேண்டும். அதாவது **தரம், அளவு, உணர்வு** ஆகிய மூன்றும் இருக்க வேண்டும். இதை உங்கள் **பழக்கமாக மேற்கொள்ளுங்கள்!**

சரி, இந்த சூத்திரத்தை விரிவாக பார்ப்போம்.

1. **தரம்**: சேவையின் தரம் என்பது, உங்களின் தகுதிக்கு ஏற்ப, மிகவும் திறமையோடு, எல்லா விவரங்களும் துல்லியமாக இருக்கும்படி சேவை செய்தல் ஆகும்.
2. **அளவு**: அளவு அல்லது எண்ணிக்கை என்பது, உங்கள் சேவையை எப்பொழுதெல்லாம் தேவைப்படுகிறதோ அப்பொழுதெல்லாம் தருவதாகும். அப்படிப்பட்ட சேவையை வாடிக்கையாளருக்குப் **பழக்கப்படுத்துவதாகும்.**
3. **உணர்வு**: சேவையின் உணர்வு என்பது, ஒப்புக்கொண்டபடி இணக்கமான முறையில் உங்கள் ஊழியர்களுடனும், தொழில் கூட்டாளிகளுடன் நடந்து கொள்ளுதல்.

தரம், அளவு இரண்டும் போதுமான அளவில் இருந்தாலும் அதனால் உங்களுக்கு நிரந்தரமான சந்தையை ஏற்படுத்த முடியாது. எம்மாதிரி **உணர்வுடன்**-சேவையை நீங்கள் வழங்குகிறீர்களோ அதைப் பொறுத்து தான் சேவைக்கு நல்ல விலை கிடைக்கும். வேலையும் நீண்டகாலத்திற்கு கிடைக்கும்.

ஆன்ட்ரூ கார்னகி, தனிநபர் சேவையை வெற்றிகரமாகச் சந்தைப்படுத்துவதில் இந்த மூன்றாவது குறிப்பை பெரிதும் வலியுறுத்தினார். சேவையை வழங்குபவன் **இணக்கமான நடவடிக்கை** உடையவனாக இருத்தல் வேண்டும் என்று மீண்டும் மீண்டும் கூறுவார். ஓர் ஊழியனிடம் மிகவும் **தரமாகவும், அளவில்** அதிகமாகவும் சேவையை வழங்கும் திறமை இருந்தாலும்,

இணக்கமான உணர்வோடு அவன் பணியாற்றவில்லை என்றால் அவனைத் தொடர்ந்து பணியில் வைத்திருக்க மாட்டேன் என்று கூறுவார். நம்மோடு **ஒத்துப் போகிறவர்களாக** இருக்க வேண்டும் என்பார்.

இந்த குணத்தை உடையவர்களாக இருந்த ஊழியர்களுக்கு அதிக வருமானம் கிடைக்கும்படி அவர் பார்த்துக் கொண்டார். அப்படி இல்லாதவர்கள் வெளியேற வேண்டியது தான்.

இனிமையான தோற்றம் இருக்க வேண்டும் என்று முன்பு சொன்னோம். இணக்கமாகப் பணியாற்றுவதற்கு அதுவும் ஒரு காரணமாகும். ஒருவன் இனிமையான ஆளுமையும், இணக்கமான சேவையும் உள்ளவனாக இருந்தால் அவனுடைய **தரம், அளவு** ஏறக்குறைய இருந்தாலும் அதை மற்றவர்கள் பொருட்படுத்த மாட்டார்கள். ஆனால் **இணக்கமான சேவை இல்லை என்றால் அதனை வேறு எதனாலும் ஈடுகட்ட முடியாது.**

உங்கள் சேவையின் மூலதன மதிப்பு

தனிநபர் சேவையை விற்பனை செய்யும் ஒருவர், பொருட்களை விற்பனை செய்யும் ஒருவரைப் போலவே வியாபாரிதான். எனவே பொருட்களை விற்கும் வியாபாரிக்கு என்னென்ன விதிகள் உண்டோ **அதே விதிகளுக்கு** உட்பட்டுத்தான் இவரும் தன் சேவையை விற்பனை செய்தாக வேண்டும்.

இதை வலியுறுத்திச் சொல்ல வேண்டி இருக்கிறது ஏனென்றால் தனிநபர் சேவையை விற்கும் பலர், பொதுவான வியாபார விதிகளைக் கடைபிடிப்பதில்லை. அதற்குரிய பொறுப்புணர்ச்சியோடு நடப்பதில்லை.

சேவைகளுக்கான புதிய சந்தையானது, முதலாளியும் தொழிலாளியும் பொது மக்களின் சேவையில் பங்குதாரர்களாக இருந்தாக வேண்டும் என்று விதித்துள்ளது. முன்பெல்லாம், நிறைய பேரைச் சந்திப்பவனே சிறந்த விற்பனையாளன் என்று இருந்தது. அந்த நிலை மாறி, **நிறைய பேருக்கு (சேவையை) கொடுப்பவனே சிறந்தவன்** என்ற நிலைமை வந்துள்ளது.

மூடு திரைக்குள் நடைபெற்று வந்த வியாபாரம், போட்டியின் காரணமாக அழுத்தம் பெற்று திரைக்குள்ளிருந்து வெளியே வந்துவிட்டது. இனி திரை போட்டு மூட வேண்டிய அவசியமில்லை. ''வாங்குவோர்'' மீது அழுத்தம் தராத வகையில் தான் இனி வியாபாரம் நடந்தாக வேண்டும்.

உங்கள் சேவையை விற்பதன் மூலம் நீங்கள் பெரும் வருவாய்

தான் உங்களுடைய மூளையின் மூலதன மதிப்பாகும். கடன் வாங்கும் பணத்திற்கு 6 சதவிகிதம் வட்டி என்று வைத்துக் கொண்டால் உங்கள் வருவாய் உங்கள் மூளையின் மூலதனத்தில் 6% என்று எடுத்துக் கொள்ளலாம். அதன்படி உங்கள் வருவாயை 6 ஆல் வகுத்து 100 ஆல் பெருக்கினால், அதுதான் உங்கள் மூளையின் மூலதன மதிப்பாகும்.

மூளையை விடப் பணம் அதிக மதிப்பு உடையது அல்ல. உண்மையில் மிகவும் குறைவானதே. ''மூளை'' என்னும் மூலதனத்தைப் பொருளாதார மந்தநிலை கீழிறக்க முடியாது, அதை யாரும் திருடிக்கொள்ள முடியாது என்பதால், பொருள்களை வாங்கி விற்று வியாபாரம் செய்யும் தொழிலுக்குப் பயன்படும் மூலதனத்தைவிட, திறமையுள்ள ''மூளைகள்,'' மூலதனத்தின் மிகவும் விரும்பத் தகுந்த வடிவங்களாகும்.

அதுமட்டுமல்ல. வியாபாரத்திற்கு பயன்படும் பணம், திறமையான ''மூளைகளோடு'' கலந்தால் ஒழிய, வெறும் மண்ணுக்கு சமமே.

தோல்விக்கான 30 முக்கிய காரணங்கள் இவற்றில் உங்களை பாதிப்பவை எத்தனை?

வாழ்க்கையின் மிகப்பெரிய சோகம் என்னவென்றால் உண்மையாக முயற்சி செய்து தோற்றுப் போகிறவர்கள் பெருமளவில் இருக்கிறார்கள் என்பதே. வெற்றி பெறுபவர்கள் ஒரு சிலரே. அவ்வாறு ''தோல்வி'' அடைந்த பலரில் 98 சதவிகிதம் பேரை நான் அலசி ஆராய்ந்து இருக்கிறேன். ஒரு சமுதாயத்தில் 98 சதவிகிதம் பேர் தோல்வி அடைய வேண்டுமென்றால் அந்த நாகரிகத்திலும், கல்வி முறையிலும் அடிப்படையிலேயே ஏதோ குறைபாடு உள்ளது என்று தான் அர்த்தம். ஆனால், இந்த நூலை எழுதுவதின் நோக்கம், சமுதாயத்தின் நல்லதையும் கெட்டதையும் பார்த்து நீதி போதனை செய்வது அல்ல. அதற்கு இதைப்போல நூறுமடங்கு பெரிய புத்தகம் எழுத வேண்டும்.

என்னுடைய ஆராய்ச்சியில் நான் கண்டுபிடித்த விஷயம், தோல்விக்கு முப்பது காரணங்கள் உள்ளன; வெற்றி பெற்று செல்வந்தன் ஆவதற்கு பதிமூன்று காரணங்கள் உள்ளன. இந்த அத்தியாயத்தில் தோல்விக்கான 30 காரணங்கள் விளக்கப்படும். இந்தப் பட்டியலைப் படித்துக் கொண்டே போகும் போது, அதில் எந்தெந்த காரணங்கள் உங்களுக்கும் வெற்றிக்கும் இடையே தடைக்கற்களாக நிற்கின்றன என்று குறித்துக் கொள்ளுங்கள்.

1. **பரம்பரை பின்னணியால் உதவியின்மை**: பிறக்கும் போதே மூளைத்திறன் குறைவாக உள்ளவர்களுக்கு நாம் செய்யக்கூடியது ஒன்றுமில்லை. ஒரே ஒரு வழி உண்டு. அது மாஸ்டர் மைண்ட் குழு மூலம் உதவி பெறுவது. ஆனால் 30 காரணங்களில் இது **ஒன்று** தான் அந்த நபரால் தானாகவே திருத்திக் கொள்ள முடியாத குறைபாடு ஆகும்.
2. **வாழ்க்கையில் தீர்மானமான இலக்கு இல்லாமை**: ஒரு முக்கியமான இலக்கு இல்லாமல் வாழ்க்கை நடத்துபவனுக்கு வெற்றி கிடைக்க வாய்ப்பில்லை. நான் ஆராய்ந்த 100 மனிதர்களில் 98 பேரிடம் எந்த இலக்கும் இருக்கவில்லை. அதற்குக் காரணம் அடுத்த குறிப்பில் இருக்கலாம்.
3. **சாதாரணமானவர்களிடமிருந்து மேலே உயர வேண்டும் என்ற ஆர்வமின்மை**: வாழ்க்கையில் மேலே உயர வேண்டும் என்ற ஆர்வமே இல்லாமலும், அதற்காக உழைக்கத் தயாராக இல்லாமலும் இருப்பவர்களுக்கு நம்மிடம் மருந்து கிடையாது.
4. **போதுமான கல்வியின்மை**: இந்த குறைபாட்டை ஓரளவு எளிதாகத் திருத்திவிடலாம். மிகச் சிறந்த கல்வியை உடையவர்கள், தாமாகவே கற்றவர்கள் என்பதை நான் அனுபவத்தில் அறிவேன். கல்லூரிப் படிப்பை விடவும் அதிகமான ஏதோ ஒன்று தான் ஒருவனைக் கல்வி உடையவனாக ஆக்குகிறது. தான் விரும்பும் எதையும் மற்றவர்களைப் பாதிக்காத வகையில் எவனால் பெறமுடிகிறதோ அவனே கல்வி கற்றவன் ஆகிறான். ஏராளமான அறிவு பெற்றால் அது கல்வி ஆகாது. தன்னுடைய அறிவைத் திறமையாகவும் தொடர்ந்தும் **பயன்படுத்த** முடிந்தால் அதுதான் கல்வி. எவ்வளவு தெரிந்து இருக்கிறது என்பதற்காக சம்பளம் தருவதில்லை. **தெரிந்ததை எவ்வளவு தூரம் பயன்படுத்துகிறீர்கள்** என்பதற்காகவே சம்பளம் தரப்படுகிறது.
5. **சுயஒழுக்கமின்மை**: ஒழுக்கம் என்பது சுயகட்டுப்பாட்டினால் வருவது. இதன் பொருள் தனது எதிர்மறைப் பண்புகளை ஒருவன் கட்டுப்படுத்த வேண்டும் என்பதாகும். சூழ்நிலைகளை கட்டுப்படுத்தும் முன்பு தன்னைக் கட்டுப்படுத்திக் கொள்வது அவசியம். தன்னை வெல்வதே உலகில் கடினமான காரியமாகும். உங்களை நீங்கள் ஜெயிக்கவில்லை என்றால் உங்களுக்கு உள்ளிருப்பது உங்களை ஜெயித்துவிடும். உங்கள் உயிர் நண்பனையும், பரம எதிரியையும் ஒரே சமயத்தில் பார்க்க வேண்டுமா? கண்ணாடி முன் நில்லுங்கள்.

6. **ஆரோக்கியமின்மை**: நல்ல ஆரோக்கியம் இல்லாதவர்கள் சிறப்பான வெற்றியை அடைய முடியாது. நோய்க்கான காரணங்கள் பலவற்றை நம்மால் கட்டுப்படுத்தவும் இல்லாமலாக்கவும் முடியும். கவனியுங்கள்:

அ. ஆரோக்கியத்தை பாதிக்கும் உணவுகளை அதிகம் உட்கொள்ளுதல்

ஆ. தவறான எதிர்மறையான சிந்தனைகளுக்குப் பழக்கப்படுதல்

இ. உடலுறவில் தவறாகவும் அதிகமாகவும் ஈடுபடுதல்

ஈ. சரியான உடற்பயிற்சியின்மை

உ. தூய்மையான காற்றுயின்மை; சரியில்லாத மூச்சுப்பயிற்சி.

7. **இளம் வயதில் தவறான சூழலின் பாதிப்பு**: ''ஐந்தில் வளையாதது, ஐம்பதில் வளையாது.'' பிற்காலத்தில் குற்றவாளிகளான பலர், தங்கள் இளம் வயதில் குற்றம் நிலவிய சூழ்நிலையில் இருந்து, சரியில்லாத நண்பர்கள் மூலம் குற்றங்களைக் கற்றுக்கொண்டவர்களே.

8. **காலதாமதம் செய்தல்**: தோல்விக்கு மிக பொதுவான காரணம் இது. உனது வெற்றியை தடுப்பதற்கு, ''காலதாமதம் என்னும் கிழவன்'' உனது நிழலுக்குள் ஒளிந்திருக்கிறான். நம்மில் பலர் தோற்றுப் போனதற்கு காரணம், ''சரியான நேரம்'' இன்னும் வரவில்லை என்று எதுவும் செய்யாமல் காத்துக்கொண்டிருந்தது ஆகும். எனவே காத்திருக்க வேண்டாம். ''சரியான நேரம்'' என்பது வராது. இப்போது எங்கே இருக்கிறீர்களோ அங்கிருந்தே ஆரம்பியுங்கள். எந்தக் கருவி கையில் கிடைக்கிறதோ அதில் இருந்து ஆரம்பியுங்கள். போகப்போக நல்ல கருவிகள் கிடைக்கும்.

9. **விடாமுயற்சியின்மை**: ''தொடங்குவதில்'' நாம் கில்லாடிகள். ஆனால் ''முடிப்பதில்'' திறமை இல்லாதவர்கள். பலபேர் முதல் முறை தோல்வி அடையும் போதே விட்டு விட்டு ஓடிவிடுவார்கள். **விடாமுயற்சிக்கு** ஈடு இணை இல்லை. விடாமுயற்சியைத் தாரக மந்திரமாகக் கொண்டவன், தோல்வி என்னும் ''கிழவன் தன்னிடம் களைப்படைந்து'' ஓடிப்போவதைக் காண்பான். **விடாமுயற்சிக்கு** முன்பு தோல்வி நிற்க முடியாது.

10. **எதிர்மறையான ஆளுமை**: தனது எதிர்மறை ஆளுமையால், தான் சந்திப்பவர்களை விலகிப்போகச் செய்பவன் என்றுமே வெற்றி காண முடியாது. வெற்றி காண்பதற்கு **ஆற்றல்** தேவை. ஆற்றல் என்பது பல பேரின் ஒத்துழைப்பால்

வருவது. எதிர்மறை ஆளுமை கொண்டவன் யாரிடமிருந்தும் ஒத்துழைப்பைக் கோர முடியாது.

11. **பாலுணர்வு கட்டுக்குள் இல்லாமை**: மனிதனைச் **செயல்** புரியத் தூண்டும் சக்திகளில் பாலுணர்வு மிக அதிக சக்தி வாய்ந்ததாகும். அதிக சக்தி உடையது என்பதாலேயே அதனைக் கட்டுக்குள் வைத்து நல்வழிப்படுத்த வேண்டும்.
12. **வெறும் கையால் முழம் போடுதல்**: சூதாட்டத்தால் பணம் சம்பாதித்து விடலாம் என்ற வெறி கோடிக்கணக்கான மக்களை பிடித்து ஆட்டுகிறது. 1929ல் பங்குச்சந்தையில் கோடிக்கணக்கான மக்கள் முதலீடு செய்து அனைத்தையும் இழந்தது இதற்கான சாட்சியாகும்.
13. **முடிவெடுக்கும் திறனின்மை**: வெற்றி பெறும் மனிதர்கள், முடிவெடுப்பதில் தாமதம் செய்வதில்லை. ஆனால் முடிவுகளை மாற்றுவதில் வேகம் காட்டுவதில்லை. தோல்வி அடைந்தவர்களோ முடிவெடுப்பதில் தாமதமாகவும், எடுத்த முடிவை மாற்றிக் கொள்வதில் வேகமாகவும், அடிக்கடி மாற்றிக் கொண்டும் இருப்பார்கள். முடிவு எடுக்காமல் இருப்பதும், கால தாமதம் செய்வதும் இரட்டையர்கள். ஒன்று உள்ள இடத்தில் இன்னொன்றும் வந்து சேரும். இந்த இரட்டையர்களை உடனே உதைத்துத் தள்ளுங்கள். இல்லையேல் அவை உங்களைத் **தோல்வி** என்னும் ஆலையில் ''இறுக்கிப் பூட்டிவிடும்.''
14. **ஆறு அடிப்படை அச்சங்கள்**: இதைப்பற்றிப் பின்னால் வரும் ஒரு அத்தியாயத்தில் கூறப் போகிறோம். அந்த ஆறு அச்சங்களையும் நீங்கள் வெற்றி கொள்ள வேண்டும்.
15. **தவறான வாழ்க்கை துணை**: வாழ்க்கையில் தோல்விக்கு இதுவும் ஒரு முக்கிய காரணம். திருமணம் என்பது அந்தரங்கத்தை உண்டாக்கும் உறவுமுறை. அது இணக்கமாக இல்லையென்றால் தோல்வியே மிஞ்சும். துயரமும் சோகமும் ஏற்பட்டு வாழ்க்கையில் உயர வேண்டும் என்ற **ஆர்வத்தை** அது அழித்துவிடும்.
16. **தேவைக்கு அதிகமான முன்னெச்சரிக்கை**: தேவைக்கு அதிகமான எச்சரிக்கை கொண்டவனுக்கு, மற்றவர்கள் எடுத்தது போக மீதி இருப்பது தான் கிடைக்கும். எச்சரிக்கையின்மையைப் போலவே அதீத எச்சரிக்கையும் தீமையானதாகும். இந்த இரண்டுக்கும் இடையில் வாழ்க்கை நடத்தினால் அதிர்ஷ்டத்திற்கு வாய்ப்பு உண்டு..
17. **தவறான தொழில் துணைவர்களைச் சேர்த்துக் கொள்ளுதல்**: வியாபாரத்தில் ஏற்படும் தோல்விகளுக்குப் பெரிய காரணம்

இதுவே. தனிநபர் சேவையை மேற்கொள்ளும் முன்பு தனது முதலாளி தனக்கு உற்சாகம் தருபவனாகவும், புத்திக்கூர்மை உடையவனாகவும் தொழிலில் வெற்றி அடைந்தவனாகவும் இருக்கிறானா என்று பார்த்து அதன் பிறகு வேலையில் சேர வேண்டும்.

18. **மூடநம்பிக்கையும் பாரபட்சமும்**: மூடநம்பிக்கை அறியாமையால் வருவது, அச்சத்தை உண்டாக்குவது. வெற்றியாளர்கள் தங்கள் மனதை அச்சமின்றியும் திறந்தும் வைத்திருப்பார்கள்.

19. **தவறான வேலையைத் தேர்ந்தெடுத்தல்**: தனக்குப் பிடிக்காத எந்த வேலையிலும் ஒருவன் வெற்றி காண முடியாது. குறிப்பாக, தனக்குப் பிடிக்காத சேவைத்துறையில் தனிநபர் சேவையை ஒருவர் மேற்கொண்டால் அதில் முழுமனதாக அவரால் ஈடுபட முடியாது.

20. **மன ஒருமைப்பாடு இல்லாத முயற்சி**: ''பலதரப்பட்ட வேலைகளைச்'' செய்து கொண்டிருப்பதில் பயனில்லை. ஏதாவது ஒன்றை தனது **முக்கிய லட்சியமாகக்** கொண்டு அதில் ஈடுபட வேண்டும்.

21. **கண்டபடி செலவு செய்தல்**: வீண் செலவு செய்பவன் வெற்றி அடைய மாட்டான். **வறுமை** அவனை எப்போது வேண்டுமானாலும் தீண்டலாம். இப்படிப்பட்டவர்கள் தங்கள் சம்பளத்தில் ஒரு பகுதியைத் தவறாமல் தொடர்ந்து சேமிக்க வேண்டும். வங்கியில் இருக்கும் பணம் **தைரியத்தைக்** கொடுக்கும். பணம் இல்லாதவன் தனக்கு இவ்வளவு சம்பளம் வேண்டும் என்று கேட்டுப் பெற முடியாது. கொடுத்ததை வாங்கிக் கொள்ள வேண்டியது தான்.

22. **உற்சாகமின்மை**: உற்சாகம் இல்லாத ஒருவனால் அவனுக்கு நம்பிக்கை ஊட்ட முடியாது. மேலும் உற்சாகம் என்பது ஒருவரிடமிருந்து இன்னொருவருக்குத் தொற்றிக்கொள்ளும் இயல்புடையது. உற்சாகம் உள்ள ஒருவனை எந்தக் குழுவிலும் வரவேற்பார்கள்.

23. **சகிப்புத்தன்மை இல்லாமை**: எதிர்க்கருத்தை வரவேற்காமல் தன் மனத்தை ''மூடிவைத்து'' இருப்பவனுக்கு முன்னேறும் வாய்ப்பேயில்லை. சகிப்புத்தன்மை இல்லை என்றால் அறிவைப் பெற வாய்ப்பே இல்லை. மதம், இனம், அரசியல் ஆகிய விஷயங்களில் சகிப்புத்தன்மை இல்லை என்றால் ஆபத்து விளையும்.

24. **அளவுக்கு மீறிய தன்மை**: அளவுக்கு அதிகமாக உண்ணுதல்,

அளவுக்கு மீறிய குடிப்பழக்கம், கட்டுப்பாடு இல்லாத பாலுணர்வு இவையெல்லாம் வெற்றியை அழித்துவிடும்.

25. **மற்றவர்களோடு ஒத்துழைக்க முடியாமை**: இந்த ஒரு காரணத்தால் பதவியை இழந்தவர்களின் எண்ணிக்கை, மற்ற எல்லாக் காரணங்களையும் ஒன்று சேர்த்தால் நடந்ததைவிட அதிகமாகும். எந்தவொரு தலைவனும் விபரமறிந்த வியாபாரியும் இந்தத் தவறை அனுமதிக்க மாட்டான்.

26. **தன் முயற்சியின்றி பெறப்பட்ட அதிகாரம்**: (பணக்காரர்களுக்குக் குழந்தைகளாகப் பிறந்ததால் பெறப்படும் சொத்து மற்றும் அதிகாரம்). படிப்படியாக பெறப்படாத பதவியும் பணமும் ஆபத்தானவை. **திடீர் செல்வம்** திடீர் வறுமையைவிட ஆபத்தானது.

27. **வேண்டுமென்றே நேர்மை தவறி நடப்பது:** நேர்மைக்கு இணையான பொருள் இன்னொன்று இல்லை. சூழ்நிலைகளின் காரணமாக, தன் கட்டுப்பாட்டுக்கு மீறிய நிலையில் தற்காலிகமாக சிலர் நேர்மை தவறக்கூடும். ஆனால் வேண்டுமென்றே நேர்மை தவறுபவனுக்கு **வெற்றி கிட்டாது**. என்றாவது ஒருநாள் அவன் பிடிபடுவான். பேர் கெடுவது மட்டுமின்றி, அவனது சுதந்திரமும் இல்லாமல் போகலாம்.

28. **பகட்டும் அகம்பாவமும்**: இந்தக் குணங்கள், மற்றவர்களை இவனிடம் வராதே என்று எச்சரிக்கை செய்யும் சிகப்பு விளக்குகளாகும். **அவைகள் வெற்றிக்கு தடையாகும்**.

29. **சிந்தனைக்கு பதில் ஊகித்தல்**: எந்த விஷயத்தைப் பற்றியும் போதுமான **விவரங்களைச்** சேகரித்து, **சிந்தித்து**, முடிவெடுக்காமல், பிறருடைய ''கருத்துக்களை'' கேட்டும் ஊகத்தின் அடிப்படையிலும் முடிவெடுப்பது தோல்வியைத் தரும்.

30. **மூலதனம் இல்லாமை**: இந்த காரணத்தால் தான் மிகப் பலர் தோல்வி அடைகிறார்கள். தொழிலை ஆரம்பிக்கும் போதே, தங்கள் தவறுகளால் கஷ்டம் வருமானால் அதை ஈடுகட்டப் போதுமான 'ரிசர்வ்' நிதியை ஒதுக்கி வைக்காமல் தொழில் நடத்துவோர் தோல்விடைவர். தொழிலுக்கு என்று ஒரு **மரியாதை** அல்லது நாணயம் சந்தையில் உண்டாகும் முன்பு அகலக்கால் வைப்போரும் இப்படியே.

31. இதுவரை சொன்ன 30 காரணங்களிலும் வராத ஏதோவொரு காரணத்தால் நீங்கள் தோல்வியடைந்திருந்தால், அந்தக் காரணத்தை இங்கே எழுதிக்கொள்ளுங்கள்.

வாழ்க்கையில் முயற்சி செய்து தோற்கும் எந்த ஒருவனும் சந்திக்கும் காரணங்களில் முப்பது பெரும்பாலான காரணங்களை இதுவரை விவரித்தோம். நீங்கள் தோல்வியடைந்தவர், ஆனால், உங்கள் மீது நல்லெண்ணம் கொண்ட ஒருவரை இந்த முப்பது காரணங்களையும் ஆராய்ந்து அதில் எந்த காரணங்களால் உங்களுக்கு தோல்வி ஏற்பட்டது என்று கூறும்படி கேளுங்கள். நீங்கள் தனியாகவே இதை ஆராய்வது தான் சரி. ஆனால் எல்லோராலும் அது முடியாது.

''உன்னையே நீ அறிவாய்'' என்ற பழம்பெரும் வாசகத்தைக் கேட்டிருப்பீர்கள். ஒரு பொருளை நீங்கள் விற்பதானால் அந்தப் பொருளைப் பற்றி அறிந்திருக்க வேண்டும். தனிநபர் சேவையை விற்பவருக்கும் இது பொருந்தும். உங்களுடைய பலவீனங்கள் அனைத்தையும் நீங்கள் தெரிந்திருக்க வேண்டும். அப்போது தான் அவற்றை நீக்கவும் விட்டு விலகவும் முடியும். அதேபோல விற்பனையில் ஈடுபடும் போது, உங்களது வலிமைகள் எது என்றும் நீங்கள் தெரிந்திருக்க வேண்டும். சரியான மதிப்பீட்டின் மூலமே உங்களைப் பற்றி நீங்கள் தெரிந்து கொள்ள முடியும்.

பிரபலமான ஒரு நிறுவனத்தில் வேலைக்கு விண்ணப்பித்திருந்த ஒருவன் தன்னைப் பற்றிய அறியாமையால் எவ்வாறு நடந்து கொண்டான் என்ற உதாரணம் இது. கேட்கப்பட்ட பல கேள்விகளுக்கு அவன் சரியாக விடை சொன்னான். கடைசியாக எவ்வளவு சம்பளம் எதிர்பார்க்கிறாய் என்று கேட்டதற்கு, குறிப்பாக என் மனதில் ஒன்றுமில்லை என்று பதில் சொன்னான். உடனே அந்த மேலாளர், ''நல்லது, ஒரு வாரம் வேலை செய்யுங்கள், பார்த்துவிட்டு சம்பளத்தை முடிவு செய்யலாம்'' என்றார்.

''நான் ஒப்புக்கொள்ள மாட்டேன்'' என்றான் இவன். ''இப்போது **நான் செய்யும் வேலையில் அதைவிட அதிகம் கிடைக்கிறது**'' என்றான்.

உங்களுடைய இப்போதைய முதலாளியிடம் சம்பள உயர்வு கேட்டாலும் அல்லது புதிய வேலையில் சேரும் போது சம்பளம் பற்றிப் பேரம் பேசினாலும் ஒன்றை கவனியுங்கள்: **அங்கு சம்பளத்தைவிட உங்கள் உழைப்பு அதிகமாக இருக்க வேண்டும்**.

அதிக சம்பளம் **வேண்டும்** என்று கேட்பது ஒரு விஷயம். ஆனால் அதிக சம்பளம் பெறுவதற்குரிய **தகுதியைப்** பெற்றிருப்பது முக்கியமான விஷயம். **தேவை** அதிகம் இருப்பதால், அதிக சம்பளம் கேட்க வேண்டுமென்று பலர் நினைக்கிறார்கள். உங்கள் உழைப்பின் **மதிப்புக்கும்**, உங்களின் தேவைக்கும் எந்த சம்பந்தமும்

இல்லை. நிறுவனத்திற்கு எவ்வளவு தூரம் பயனுள்ள சேவையை நீங்கள் வழங்குகறீர்களோ அல்லது மற்றவர்களை அத்தகைய சேவை செய்யுமாறு நீங்கள் தூண்டுகிறீர்களோ அதைப் பொறுத்தே உங்களது **மதிப்பு** நிர்ணயிக்கப்படும்.

உங்களை நீங்களே உணர்ந்து கொள்ளுங்கள் அதற்கான 28 கேள்விகள்

பொருட்களை விற்கும் வியாபாரி, ஆண்டுக்கு ஒருமுறை தன் பொருட்களைக் கணக்கெடுக்கிறார். அதுபோல, தனிநபர் சேவையை விற்பனை செய்யும் ஒருவர் ஆண்டுக்கு ஒருமுறையாவது தன்னை சுய அலசல் செய்து கொள்ள வேண்டும். அதன் விளைவாக அடுத்தடுத்த ஆண்டுகளில், **குறைபாடுகளின் எண்ணிக்கை குறைந்து** கொண்டே வரவேண்டும். நல்ல **குணங்களின்** எண்ணிக்கை அதிகரித்துக் கொண்டே செல்ல வேண்டும். வாழ்க்கையில் சிலர் முன்னே செல்கிறார்கள், சிலர் பின்னே செல்கிறார்கள், சிலர் அதே இடத்தில் நிற்கிறார்கள். முன்னே செல்ல வேண்டும் என்பதே நோக்கமாக இருக்க வேண்டும். ஆண்டுதோறும் சுய அலசல் செய்து கொண்டால் எவ்வளவு தூரம் முன்னேறுகிறோம் என்று தெரியும். அதேசமயம் பின்நோக்கிச் சென்றோமா என்பதும் தெரியும். முன்னேற்றம் குறைவாக இருந்தாலும் மேலேறிக் கொண்டே இருக்க வேண்டும் என்பது தான் தனிநபர் சேவையை விற்பனை செய்பவர் கவனிக்க வேண்டிய விஷயம்.

ஆண்டு இறுதியில் உங்கள் சுய அலசல் மேற்கொண்டால் அதில் உள்ள குறைபாடுகளை அடுத்த ஆண்டு களைவதாக புதுவருடத் தீர்மானம் போடுவதற்கு உதவியாக இருக்கும். சுய அலசலுக்காகக் கீழ்க்கண்ட கேள்விகளைப் படித்து பதில் கூறுங்கள். அவை உண்மையான பதிலாக இருக்கட்டும். நீங்கள் எழுதிய பதில்களை நடுநிலையான ஒருவர் பரிசோதித்துக் கொடுக்கட்டும்.

தனிநபருக்கான சுய அலசல் கேள்வி பட்டியல்

1. இந்த ஆண்டுக்கான இலக்காக நான் நிர்ணயித்ததை அடைந்தேனா? (உங்கள் வாழ்நாள் லட்சியத்தை ஆண்டு தோறும் குறிப்பிட்ட அளவு அடைவதாக நீங்கள் தீர்மானித்துக் கொள்ள வேண்டும்.)
2. இந்த ஆண்டு நான் வழங்கிய சேவை என்னால் முடிந்த அளவுக்குத் **தரமானதா** அல்லது இன்னும் தரமாக செய்ய

வேண்டிய பகுதி அதில் ஏதாவது உண்டா?

3. நான் வழங்கிய சேவையின் எண்ணிக்கை அல்லது **அளவு** என்னால் முடிந்த உச்சக்கட்ட அளவு தானா?
4. என்னுடைய நடத்தை இணக்கமாகவும் ஒத்துழைப்பு தரக்கூடியதாகவும் இருந்ததா?
5. **காலதாமதம்** என்னுடைய திறமையைக் குறைப்பதற்கு எப்போதாவது அனுமதித்தேனா? அப்படி இருந்தால் எந்த அளவுக்கு?
6. எனது **ஆளுமையை** நான் சிறப்பாக வளர்த்துக் கொண்டேனா? ஆம் எனில் எந்தெந்த வழிகளில்?
7. எடுத்துக்கொண்ட திட்டங்களை முடிக்கும் வரை நான் **விடாமுயற்சியோடு** இருந்தேனா?
8. தேவைப்பட்ட போது, **முடிவெடுப்பதில் உடனடியாகவும் உறுதியாகவும்** நான் செயல்பட்டேனா?
9. ஆறு அடிப்படையான அச்சங்களில் ஏதேனும் ஒன்றை எனது திறமையைப் பாதிக்கும்படி நடந்து கொண்டேனா?
10. ''**அதிகமான எச்சரிக்கை**''**யோடு** அல்லது ''**போதுமான எச்சரிக்கை**'' இல்லாமல் நான் நடந்து கொண்டிருக்கிறேனா?
11. எனது தொழில் துணைவருடன் என்னுடைய உறவு, இனிமையாக இருந்ததா, அல்லது கசப்பாக இருந்ததா? கசப்பாக இருந்திருப்பின் அதற்கு முழுமையாக நான் தான் காரணமா, அல்லது ஓரளவா?
12. செயலில் **மன ஒருமைப்பாடு** இல்லாமல் எனது ஆற்றல்களைச் சிதறவிட்டேனா?
13. எல்லா விஷயங்களிலும் திறந்த மனதோடும் சகிப்புத் தன்மையோடும் நான் நடந்து கொண்டேனா?
14. சேவை செய்வதில் கடந்த ஆண்டில் நான் எந்த வகையில் முன்னேறி இருக்கிறேன்?
15. எந்தப் பழக்கத்தினாலாவது நான் அளவுக்கு மீறி நடந்து கொண்டேனா?
16. தனியாகவோ நாலு பேருடன் இருக்கும் போதோ நான் **அகம்பாவத்துடன்** நடந்து கொண்டேனா?
17. என் துணைவர்கள் எனக்கு **மரியாதை** வழங்கும் வகையில் நடந்து கொண்டேனா?
18. எனது **முடிவுகள் சிந்தித்து** எடுக்கப்பட்டவையா, அல்லது பிறருடைய கருத்தின் அடிப்படையில் அல்லது ஊகத்தின் பேரில் எடுக்கப்பட்டவையா?
19. என்னுடைய நேரம், செலவுகள், வருமானம் ஆகியவற்றை

முறையாக பட்ஜெட் செய்தேனா? அதில் ஊதாரித்தனம் இல்லாமல் இருந்தேனா?

20. **லாபம் தராத** விஷயங்களுக்கு எவ்வளவு நேரம் நான் செலவழித்தேன்? அதை வேறு (நல்ல) செயல்களுக்குச் செலவழித்திருக்க முடியுமா?
21. எனது நேரத்தையும் பழக்கங்களையும் எந்த மாதிரி **மாற்றிக்** கொண்டால் அடுத்த ஆண்டு இன்னும் திறமையாக நான் பணியாற்ற முடியும்?
22. என் மனசாட்சிக்கு விரோதமாக எப்பொழுதாவது நடந்து கொண்டேனா?
23. நான் வாங்கிய சம்பளத்தைவிட **அதிக அளவு அல்லது உயர்வான சேவையைச்** செய்திருக்கிறேனா?
24. யாருக்காவது நான் பாரபட்சமாக நடந்து கொண்டேனா? எந்த வகையில்?
25. என்னுடைய சேவையை நானே (விலைக்கு) வாங்கும்படி இருந்திருந்தால், எனக்கு திருப்தியான சேவையாக இருந்திருக்குமா?
26. நான் சரியான, எனக்குப் பொருத்தமான வேலையில் தான் இருக்கிறேனா? இல்லையென்றால் அதற்கான காரணம்?
27. என்னிடம் சேவையை வாங்கியவர்கள் திருப்தியாக இருக்கிறார்களா? இல்லை என்றால் என்ன காரணம்?
28. வெற்றியின் அடிப்படை கோட்பாடுகளில் எனக்கான மதிப்பீடு எவ்வளவு? (இந்த மதிப்பீட்டை நேர்மையாகவே கணக்கிட்டு, அதைத் துணிச்சல் உள்ள ஒருவர் மூலம் பரிசோதித்துக் கொள்ளுங்கள்.)

இந்த அத்தியாயத்தில் இதுவரை சொன்ன தகவல்களைப் படித்து உள்வாங்கிக் கொண்டதால், நீங்கள் தனிநபர் சேவையை சந்தைப்படுத்துவதற்கான நடைமுறை திட்டத்தை உருவாக்கத் தயாராகி விட்டீர்கள். அதற்கான கோட்பாடுகள் ஒவ்வொன்றையும் நாம் விளக்கி இருக்கிறோம். முக்கியமான தலைமைப்பண்புகள், தோல்வியை தரும் பொதுவான காரணங்கள், தலைமைக்கு இருக்கும் நல்வாய்ப்புகள், வாழ்க்கையின் எந்தத் துறையிலும் தோல்விக்கான காரணங்கள், மற்றும் சுய அலசல் கேள்விப் பட்டியல்-ஆகியவை, மிகச் சரியான தகவல்கள் கொடுக்கப்பட்டுள்ளன. அவை, தனிநபர் சேவையை விற்பனை செய்து செல்வம் சேர்க்க விரும்பும் எவருக்கும் பயன்படுவதாகும். ஏற்கனவே இருந்த செல்வத்தை எல்லாம் இழந்து விட்டவர்களும், இப்போது தான் முதன்முதலாகத்

தொழிலில் இறங்குபவர்களும், தனிநபர் சேவையைத் தவிர வேறு எதிலும் இறங்குவதற்கு வாய்ப்பில்லை. ஆகவே அதற்கான சந்தை பற்றிய முழுமையான நடைமுறைக்கேற்ற தகவல்கள் அவர்கள் கையில் இருப்பது அவசியம்.

இந்த அத்தியாயத்தில் குறிப்பிட்டுள்ள தகவல்கள் எந்தத் துறையில் தலைமைப் பதவியை அடைய விரும்பினாலும் அவர்களுக்கு உதவும். குறிப்பாக வியாபாரத்திலோ, தொழிலிலோ, உயர்பதவியில் இருப்பவர்களுக்கு தங்கள் சேவையை வழங்க விரும்புவோருக்கு மிகவும் பயன்படும்.

இத்தகவல்களை உள்வாங்கிக் கொண்டு, புரிந்து கொண்டு, செயல்பட்டால் அது அவர்களின் சந்தைப்படுத்துதலில் பயன்படுவதோடு, மனிதர்களைச் சரியாக எடை போடவும் உதவி செய்யும். மனிதவள இயக்குனர்கள், வேலை வாய்ப்பு தேடித்தரும் மேலாளர்கள், வேலைக்கு ஆட்களை எடுக்கும் பொறுப்பிலுள்ள மற்ற அதிகாரிகள், பிற நிர்வாகிகள் ஆகிய அனைவருக்கும் இது விலைமதிப்பில்லாத தகவலாகும். இதில் உங்களுக்கு ஐயம் இருந்தால், சுய அலசலுக்கான 28 கேள்விகளுக்கும் பதில் அளித்துப் பாருங்கள். ஐயமே இல்லை என்றாலும் கூட, பதில் அளித்துப் பார்ப்பது சுவையானதாகவும் பயனளிப்பதாகவும் இருக்கும்.

செல்வம் சேர்ப்பதற்கான வாய்ப்புகளை எங்கே எப்படி தேடிப்பிடிப்பது

செல்வத்தைத் திரட்டுவது எப்படி என்ற கோட்பாடுகளை நாம் அலசி ஆராய்ந்து விட்டோம் எனவே ''இந்தக் கோட்பாடுகளைப் பயன்படுத்துவதற்கான சாதகமான வாய்ப்புகள் எங்கே இருக்கின்றன, அதை எப்படிக் கண்டுபிடிப்பது?'' என்ற கேள்வி எழுகிறது. சரி, அமெரிக்காவை எடுத்துக் கொள்வோம். இங்கு செல்வம் பெருகுவதற்கு என்னென்ன வழிகளை அமெரிக்கா தருகிறது என்று பார்க்கலாம்.

இந்த நாட்டில் சட்டத்தை மதித்து வாழும் ஒவ்வொருவருக்கும் கருத்து சுதந்திரமும், செயல் சுதந்திரமும் வேறு எந்த நாட்டிலும் இல்லாத அளவுக்கு வழங்கப்பட்டிருக்கிறது என்பதை நினைவில் கொள்வோம். இந்த சுதந்திரத்தின் நல்ல அம்சங்களை நாம் இதுவரையில் கண்டு கொள்ளவே இல்லை. இம்மாதிரித் தடைகளற்ற சுதந்திரத்தைப் பிற நாடுகளில் உள்ள கட்டுப்படுத்தப்பட்ட சுதந்திரத்தோடு நாம் ஒப்பிட்டுப் பார்க்கவே இல்லை.

ஆமாம், இந்த நாட்டில் கருத்து சுதந்திரம், கல்வியைத்

தேர்ந்தெடுக்கவும் பயிலவும் சுதந்திரம், மத சுதந்திரம், அரசியல் சுதந்திரம், வியாபாரத்தை அல்லது தொழிலை அல்லது வேலையைத் தேர்ந்தெடுத்து நடத்துவதற்கான சுதந்திரம், **எந்த சொத்தை விரும்புகிறோமோ** அதை சுதந்திரமாக வாங்கவும் வைத்திருக்கவும் அனுபவிக்கவும் சுதந்திரம், **விரும்பிய இடத்தில் வசிக்கும்** சுதந்திரம், திருமணத்தில் சுதந்திரம், எல்லா இனங்களுக்கும் சமவாய்ப்பு வழங்கும் சுதந்திரம், ஒரு மாநிலத்திலிருந்து இன்னொரு மாநிலத்துக்கு பயணம் செய்வதற்கு சுதந்திரம், விரும்பிய உணவை உண்பதற்கு சுதந்திரம், ஜனாதிபதி பதவி உள்பட நாட்டின் எந்தப் பதவிக்கும் ஆசைப்படும் சுதந்திரம்-இப்படிப் பல சுதந்திரங்கள் நமக்கு உள்ளன.

இதை தவிரவும் வேறு பல சுதந்திரங்கள் உண்டு ஆனால் இது போதும் இந்த நாட்டில் எவ்வளவு **வாய்ப்புகள்** உள்ளன என்று காட்டுவதற்கு. இந்த நாட்டில் பிறந்தவர்கள் ஆனாலும் சரி அல்லது குடியுரிமை பெற்றவர்கள் ஆனாலும் சரி அனைவருக்கும் மிக விரிவான பலதரப்பட்ட சுதந்திரங்களை அமெரிக்கா வழங்கி இருப்பது தெளிவு.

இந்த விரிவான சுதந்திரத்தினால் நாம் அடைந்திருக்கும் சில நன்மைகளை எண்ணிப் பார்க்கலாம். சராசரி வருமானம் உள்ள ஓர் அமெரிக்கக் குடும்பத்தை எடுத்துக் கொண்டு, அவர்கள் அனுபவிக்கும் **வசதிகளை** கணக்கிட்டால் அவை ஏராளம்!

(அ) **உணவு**. கருத்து சுதந்திரத்திற்கு அடுத்தபடியாக வருவது, **உணவு உடை, உறைவிடம்** இந்த மூன்று அடிப்படை தேவைகள். அமெரிக்காவின் விலக்கில்லாத சுதந்திரத்தின் காரணமாக சராசரி அமெரிக்கக் குடும்பத்திற்கு அது விரும்பும் உணவு அதற்குக் கட்டுப்படியாகும் விலையில் கிடைக்கிறது. நியூயார்க் நகரின் டைம் ஸ்கொயர் மாவட்டத்தின் முக்கியப் பகுதியில் வசிக்கும் இரண்டு பேர் கொண்ட குடும்பத்திற்கு காலை உணவிற்கு ஆகும் செலவைக் கணக்கிட்டுப் பார்த்தால் கீழ்க்கண்ட ஆச்சரியமான உண்மை வெளியாகிறது:

உணவுப்பொருள்:	***விலை (டாலர்)***
திராட்சை ரசம் (புளோரிடா)	.02
பிரேக்ஃபாஸ்ட் கோதுமை துண்டு (கன்சாஸ்)	.02
தேனீர் (சீனா)	.02
வாழைப்பழம் (தென் அமெரிக்கா)	.02½
பிரெட் டோஸ்ட் (கன்சாஸ்)	.01
நாட்டுக்கோழி முட்டைகள் (ஊட்டா)	.07

சர்க்கரை (கியூபா / ஊட்டா)	.00½
பட்டர் மற்றும் கிரீம் (நியூ இங்கிலாந்து)	.03
மொத்தம்	**.20**

இரண்டு பேர் கொண்ட குடும்பம் இருபதே டாலர்களில் காலை **உணவை** முடித்துவிட முடியும் அதுவும் ஒவ்வொரு பொருளும் வெவ்வேறு இடத்தில் உற்பத்தியாகி வருபவை! சீனா, தென் அமெரிக்கா, ஊட்டா, கன்சாஸ், நியூ இங்கிலாந்து போன்ற பல இடங்களிலிருந்து, அமெரிக்காவின் மக்கள் தொகை மிகுந்த நகரத்தில் ஒரு எளிய தொழிலாளியின் வீட்டில் இவ்வளவு குறைந்த விலைக்கு (மாயமா?) வந்து இறங்கி இருக்கிறது.

மேற்சொன்ன விலையில் மத்திய மாநில அரசுகளின் வரிகளும் அடக்கம். (வரிச்சுமையால் மக்கள் சாகும் நிலைக்குத் தள்ளப்பட்டிருப்பதாக சில அரசியல்வாதிகள் கூறுகிறார்கள். நல்ல வேளை, அவர்கள் கண்ணில் இது படவில்லை.)

(ஆ) **உறைவிடம்**. இந்த குடும்பம் வசிக்கும் அடுக்குமாடி வீட்டின் வாடகை மாதத்திற்கு 65 டாலர். வெப்பம், மின்சாரம், சமையல் எரிவாயு எல்லாமே இதற்குள் அடக்கம். சிறிய நகரங்களில் அல்லது நியூயார்க் நகரிலேயே கூட மக்கள் தொகை நெருக்கம் இல்லாத ஊர்களில் வீடு, 20 டாலருக்குக் கிடைக்கும்.

காலை உணவிற்கு அவர்கள் உட்கொண்ட ரொட்டி மின்சார டோஸ்டரில் வாட்டப்பட்டது. அதன் விலை இரண்டு டாலர் இருக்கலாம். சுத்தப்படுத்துவதற்கு வாக்குவம் கிளீனர் மின்சாரத்தினால் இயக்கப்படுகிறது. எல்லா நேரத்திலும் வெந்நீரும், குளிர்நீரும் சமையலறையிலும் குளியலறையிலும் கிடைக்கிறது. உணவு, மின்சாரத்தால் இயங்கும் குளிர்சாதனப் பெட்டியில் வைக்கப்படுகிறது. மனைவி கூந்தலைச் சுருளாக்கிக் கொள்வதற்கும், துணி துவைப்பதற்கும், இஸ்திரி போடுவதற்கும் மின்சாரக் கருவிகள் உள்ளன. கணவன் எலக்ட்ரிக் ஷேவரில் ஷேவ் செய்து கொள்கிறார். பொழுதுபோக்கு வேண்டுமென்றால் ரேடியோவைத் திருப்பினால் போதும் இருபத்திநாலு மணி நேரமும் நிகழ்ச்சிகள் கேட்கலாம். இந்த அப்பார்ட்மெண்ட்டில் இன்னும் பல வசதிகள் உண்டு. இதுவரை சொன்னதே இங்கு வசிப்பவர்கள் எந்த அளவுக்கு சுதந்திரத்தை அனுபவிக்கிறார்கள் என்று காட்டுவதற்குப் போதுமானதாகும்.

(இ) **உடை**. ஆண்டுக்கு 200 டாலருக்கும் குறைவான செலவில் சராசரி அமெரிக்கப் பெண்மணி அழகாகவும் வசதியாகவும் உடை உடுத்திக்கொள்ள முடியும். ஆண்களுக்கும் அதே செலவு தான்.

இங்கு நாம் மூன்று அடிப்படை வசதிகளைப் பற்றி மட்டுமே

குறிப்பிட்டோம். இங்கு வேலை நேரம் ஒரு நாளைக்கு வெறும் 8 மணி தான். அந்த உழைப்புக்கே இன்னும் ஏராளமான வசதிகளை அவர்கள் அனுபவிக்கலாம். குறைந்த செலவில் போக்குவரத்து வசதிகள் உள்ளதைக் குறிப்பிட வேண்டும்.

சொத்துக்களை வாங்கவும், அனுபவிக்கவும் சராசரி அமெரிக்கனுக்கு உரிமை உண்டு. பல நாடுகளில் இது இல்லை. தன்னிடமுள்ள உபரி நிதியை வங்கிகளில் போடலாம். வங்கிகள் திவாலாகுமானால் அந்தப் பணத்தை அரசாங்கம் தரும் என்ற உத்தரவாதம் உண்டு. மாநிலங்களுக்கு இடையே பயணம் செய்ய பாஸ்போர்ட் வேண்டாம். யாருடைய அனுமதியும் வேண்டாம். விரும்பியவாறு பயணம் செய்யலாம். தன் வசதியைப் பொறுத்து ரயிலிலோ, கார், பஸ், விமானம் என்று எதில் வேண்டுமானாலும் பயணம் செய்யலாம். ஜெர்மனி, ரஷ்யா, இத்தாலி மற்றும் பல ஐரோப்பிய நாடுகளில் இவ்வளவு சுதந்திரமாக இவ்வளவு குறைந்த கட்டணத்தில் பயணம் செய்ய முடியாது.

இவ்வளவு வாய்ப்புகளை வழங்கிய ‘‘அதிசயம்’’ எது

ஓட்டு கேட்க வரும் போது அரசியல்வாதிகள் அமெரிக்காவின் சுதந்திரத்தை பெருமையாகப் பேசுவதைக் கேட்கிறோம் ஆனால் வேறெந்த நாட்டிலும் இல்லாத அந்த ‘‘சுதந்திரம்’’ நமக்கு மட்டும் எப்படி எங்கிருந்து வந்தது என்று அவர்கள் முயன்று ஆராய்வதில்லை. நான் அதை இப்போது ஆராயப் போகிறேன். எனக்கு யார் மீதும் அல்லது எதன் மீதும் விருப்போ வெறுப்போ இல்லை.

கண்ணுக்குத் **தெரியாத** இந்த **சக்தியை** இருபத்தைந்து ஆண்டுகளாக எனக்குத் தெரியும். இதைக் கொண்டு தான் பெரிய அதிகாரங்களை உண்டாக்கி அதைப் பாதுகாத்து வருகிறார்கள். இந்த ரகசியமான நல்லவனுக்குப் பெயர் தான் **மூலதனம்**!

மூலதனம் என்பது வெறும் பணம் மட்டும் அல்ல. மிகவும் ஒழுங்காக அமைக்கப்பட்ட புத்திசாலித்தனம் மிக்க மனித குழுக்களையும் குறிக்கும். இவர்கள் அந்தப் பணத்தை மக்களின் நன்மைக்காகவும் தங்களின் லாபத்திற்காகவும் திறமையாகப் பயன்படுத்தத் தெரிந்தவர்கள். இந்தக் குழுவில் அறிவியல் அறிஞர்கள், கல்வியாளர்கள், மருத்துவ இயலாளர்கள், புதிய கண்டு பிடிப்பாளர்கள், வணிக ஆய்வாளர்கள், விளம்பரம் செய்வோர், போக்குவரத்து நிபுணர்கள், கணக்கீட்டாளர்கள், வழக்கறிஞர்கள்,

மருத்துவர்கள் மற்றும் தொழில் அல்லது வியாபாரத்தில் எந்த ஒரு துறையிலும் சிறப்பான அறிவு பெற்ற ஆண்களும் பெண்களும் இருக்கிறார்கள்.

இவர்கள் புதிய துறைகளில் நுழைந்து பரிசோதனை செய்து முன்னோடிகளாகத் திகழ்கிறார்கள். கல்லூரிகள், ஆஸ்பத்திரிகள், பள்ளிகள், சாலைகள் போன்றவற்றை அமைப்பவர்கள் இவர்களே. பத்திரிகைகளை வெளியிடுகிறார்கள். அரசாங்கச் செலவில் பாதிப் பணம் இவர்கள் கொடுப்பதே. மனித நாகரிகத்தின் முன்னேற்றத்திற்கு காரணமான எண்ணற்ற பல அம்சங்களை இவர்கள் கவனித்துக் கொள்கிறார்கள்.

சுருக்கமாகச் சொன்னால், மூலதனம் படைத்தவர்கள் தான் நாகரிகத்தின் மூளை. ஏனென்றால், கல்வி, பொழுதுபோக்கு, மனித முன்னேற்றம் எல்லாவற்றிற்கும் அடித்தளம் அமைப்பவர்கள் இவர்களே.

மூளை இல்லாதவன் கையில் இருக்கும் பணம் ஆபத்தானது. பணத்தைச் சரியாகப் பயன்படுத்தினால் அதுவே நாகரிகத்தின் முக்கிய அம்சமாகும். இந்த நியூயார்க் குடும்பத்திற்கான விலை குறைந்த காலை உணவு, இங்கு வந்து சேருவதற்கு எந்திரங்கள், கப்பல்கள், ரயில்கள் மற்றும் இவற்றை இயக்குவதற்கு பயிற்சி பெற்ற ஆட்கள் ஆகிய எல்லாவற்றையும் வழங்கியிருப்பது மூலதனமே.

யாரும் **மூலதனம் போடாமல்** இருந்தால் காலை உணவுக்கான இந்தப் பொருட்கள் எப்படி இவரிடம் வந்து சேரும் என்று ஒரு கணம் எண்ணிப் பாருங்கள்.

தேநீருக்காக நீங்கள் சீனாவுக்கு அல்லது இந்தியாவுக்குச் செல்ல வேண்டும். இரண்டுமே அமெரிக்காவில் இருந்து வெகுதூரத்தில் உள்ள நாடுகள். மிகத் திறமையான நீச்சல்காரனாக நீங்கள் இல்லாவிடில் இந்த சுற்றுப்பயணத்தை மேற்கொள்வதில் களைத்துப் போய் விடுவீர்கள். அப்படியும் இன்னொரு பிரச்சினை உண்டாகும். நீந்தி வருவதற்கான உடல் வலிமை இருக்கிறது, ஆனால் பணத்திற்கு எங்கே போவது?

சர்க்கரைக்காக கியூபாவை நோக்கி இன்னொரு சுற்று நீச்சல் அடிக்க வேண்டி வரும் அல்லது ஊட்டாவிற்குக் கால்நடையாகப் போய்வர வேண்டும். ஆனாலும் நீங்கள் வெறுங்கையோடு திரும்ப வேண்டி இருக்கும். ஏனெனில், சர்க்கரையைத் தயாரிக்கவும் அதைத் தூய்மைப்படுத்தி உரிய போக்குவரத்தில் கொண்டு வந்து அமெரிக்காவின் எல்லா வீடுகளுக்கும் வழங்கவும் மிகப்பெரிய ஒழுங்கமைப்பு தேவைப்படுகிறது.

கோழி முட்டைகள் நியூயார்க் நகரத்திற்கு அருகில் கிடைத்துவிடும்.

ஆனால் இரண்டு தம்ளர் கிரேப் ஜூஸ் பெறுவதற்கு நீங்கள் ஃப்ளோரிடாவுக்கு நடந்து போய்வர வேண்டியிருக்கும். கோதுமை ரொட்டித் துண்டுகளைப் பெறுவதற்கு நீங்கள் கான்சாஸ் அல்லது கோதுமை விளையும் வேறொரு மாநிலத்திற்கு நடந்து போக வேண்டியிருக்கும்.

காலை உணவுக்கான ரிப்பிள்ட் வீட் பிஸ்கட்டுகள் (Rippled Wheat Biscuits) தயாரிப்பதற்கு எந்திரங்களும் பயிற்சி பெற்ற நிறுவனமும், ஊழியர்களும் தேவை. **இவை அனைத்திற்கும் மூலதனம் வேண்டும்.**

கொஞ்சம் ஓய்வெடுத்த பிறகு தென் அமெரிக்காவை நோக்கி நீச்சல் அடித்தால் உங்களுக்கு வாழைப்பழம் கிடைக்கும். திரும்பி வரும் போது சற்று நடந்தால் வெண்ணையும் கிரீமும் மற்ற பால் பொருட்களும் வாங்கிவிடலாம். அதன் பிறகு தான் அந்த நியூயார்க் குடும்பம் உங்கள் முயற்சிகளுக்கு 20 டாலர் கொடுக்கும்.

அபத்தமாக இருக்கிறது என்கிறீர்களா? ஆம் மூலதனம் மட்டும் இல்லையென்றால் இதுவரை சொன்ன வழிகளில் தான் காலை உணவை நியூயார்க்கில் நீங்கள் பெற முடியும்.

அந்த எளிமையான காலை உணவை வழங்குவதற்குத் தேவையான ரயில் ரோடுகளும், நீராவிக் கப்பல்களும் தயாரித்துப் பராமரிப்பதற்குத் தேவையான பணம் எவ்வளவு என்று பார்த்தால் தலைச்சுற்றும். அது மிகப் பெரிய தொகையாகும். அவற்றை இயக்குவதற்குத் தேவைப்படும் பயிற்சி பெற்ற ஊழியர்களுக்கு ஆகும் செலவு-அதுவும் பெரிய தொகையாகும். ஆனால் போக்குவரத்து என்பது அமெரிக்க நாகரிகத்தின் ஒரு பகுதி தான். விவசாயம் செய்து விளைச்சல் கிடைத்தால் தானே போக்குவரத்துக்கு வாய்ப்பு ஏற்படும். அதற்கான செலவு மில்லியன் கணக்கில் ஆகும். கருவிகள், எந்திரங்கள், சேமிப்பதற்கு பெட்டிகள், சந்தைப்படுத்துவதற்கு மற்றும் ஊழியர்களுக்காக என்று செலவாகும்.

ரயில்களும் கப்பல்களும் மண்ணிலிருந்து தாங்களாகவே கிளம்பி வந்து விடுவதில்லை. நாகரிகத்தின் தேவையை முன்னிட்டு அவை வந்தன. **கற்பனாசக்தி, நம்பிக்கை, உற்சாகம், முடிவெடுக்கும் திறன், விடாமுயற்சி** இவற்றைக் கொண்ட நிர்வாகத் திறன் மிக்க மனிதர்களால் அவை உருவாக்கப்பட்டுள்ளன. அதன் மூலம் சாதிக்க வேண்டும் என்ற தங்கள் ஆர்வத்தை அவர்கள் நிறைவேற்றிக் கொண்டார்கள். இவர்களுக்கு முதலாளித்துவ வர்க்கம் என்று பெயர். இவர்களின் **சேவை இல்லாமல் மனித நாகரிகம் நிலைக்க முடியாது.** ஆகவே இவர்கள் தங்கள் சேவைக்காக மிகப்பெரிய ஊதியம் பெறுகிறார்கள்.

உழைத்து முன்னுக்கு வந்தவர்கள் என்று பல பேச்சாளர்கள் பெருமிதத்தோடு குறிப்பிடுவது இவர்களைத்தான். அதேசமயம் இடது சாரிகளும், கொள்ளையடிப்பவர்களும், நேர்மையற்ற அரசியல்வாதிகளும் லஞ்சம் வாங்கும் தொழிற்சங்கத் தலைவர்களும் ''மக்களைச் சுரண்டுபவர்கள்'' என்றும் ''வால் ஸ்ட்ரீட்''-''பங்குச் சந்தை ஆசாமிகள்'' என்றும் குறிப்பிடுவது இவர்களைத்தான்.

பொருளாதாரத்தின் இரண்டு பிரிவுகளில் எந்த ஒன்றுக்கும் நான் ஆதரவோ எதிர்ப்போ தெரிவிக்கவில்லை. ''லஞ்சம் வாங்கும் தொழிற்சங்கத் தலைவர்கள்'' என்று நான் குறிப்பிடும் போது ஒட்டுமொத்தமாக அவர்கள் தொழிலாளர்களின் சம்பளத்திற்கு பேரம் பேசுவதை குறை சொல்லவில்லை. அதேபோல எல்லா முதலாளிகளுக்கும் அவர்கள் தூய்மையானவர்கள் என்று நான் சான்றிதழ் வழங்கவும் இல்லை.

25 ஆண்டுகாலமாக நான் உழைத்து எழுதிக் கொண்டிருக்கும் இந்தப் புத்தகத்தின் நோக்கம், யார் வேண்டுமானாலும் எந்த அளவுக்கு செல்வம் வேண்டும் என்று விரும்புகிறார்களோ அந்த அளவு செல்வத்தைப் பெறுவதற்கான நம்பகமான தத்துவத்தை அவர்களுக்கு எடுத்துச் சொல்வது மட்டுமே.

முதலாளித்துவ பொருளாதாரத்தின் நன்மையை நான் இங்கு விரிவாக அலசுவதன் காரணங்கள் இரண்டு:

1. செல்வம், சிறியதோ பெரியதோ எதுவானாலும், அதை தன் கட்டுப்பாட்டில் வைத்திருக்கும் ஒழுங்குமுறையைத் தெரிந்து கொண்டு அதற்கேற்ப தங்களை மாற்றிக்கொள்ள வேண்டும் என்பது.

2. மூலதனம் என்பதே ஏதோ விஷத்தன்மை வாய்ந்தது போல உருவகப்படுத்தும் அரசியல்வாதிகளும் எதிர்ப்பாளர்களும் கூறும் கருத்துகளுக்கு எதிர்க் கருத்தை உங்கள் முன் வைப்பது.

இந்த நாடு, முதலாளிகளின் நாடு. மூலதனத்தால் வளர்ந்த நாடு. இந்த நாடு வழங்கும் சுதந்திரத்தையும், எல்லையற்ற வாய்ப்புகளையும் அனுபவிக்க விரும்பும் நாம், செல்வந்தர்களாக விரும்பும் நாம், **ஒழுங்கமைக்கப்பட்ட மூலதனம்** மட்டும் இத்தகைய நன்மைகளை நமக்கு வழங்கியிராவிட்டால், நமக்கு வாய்ப்புகளோ செல்வமோ ஏற்பட்டிருக்க முடியாது என்பதைப் புரிந்து கொள்ள வேண்டும்.

கடந்த 20 ஆண்டுகளாக, இடதுசாரிகளும், சுயநல அரசியல்வாதிகளும், கொள்ளை லாபம் அடிக்கும், நேர்மையில்லாத தொழிற்சங்கத் தலைவர்களும், சில நேரங்களில் மதத் தலைவர்களும் கூட, **''வால் ஸ்ட்ரீட்-பங்குச்சந்தை முதலீட்டாளர்கள், பணம்**

மாற்றித் தருவோர், பெரிய வியாபாரிகள்'' என்று பல பெயர்களில் இவர்களை எதிர்த்துப் பேசுவதையும் நையாண்டி செய்வதையும் பொழுதுபோக்காக வைத்துக்கொண்டிருக்கிறார்கள்.

பொருளாதார மந்தநிலையின் போது இந்தப் பழக்கம் வெகு சாதாரணமாக நிலவியது. அரசாங்கத்தின் உயரதிகாரிகள் பலர், கேவலமான சில அரசியல்வாதிகளோடும், தொழிற்சங்கத் தலைவர்களோடும் கூட்டு சேர்ந்து கொண்டு, எந்த ஒழுங்குமுறை யானது தொழில்களால் வளர்ந்து உலகின் மிகப்பெரிய பணக்கார நாடாக அமெரிக்காவை உயர்த்தியதோ, அந்த ஒழுங்குமுறையை சிதைக்கும் வண்ணம் இயங்கியதை நாம் பார்த்தோம்.

வழக்கத்திற்கு மாறான அரசு அதிகாரிகளும் சுயநலம் உள்ள அரசியல்வாதிகளும் இணைந்த இந்த கூட்டணி இயங்கிக் கொண்டிருந்த போது, திடீரென்று ஓர் தொழிற் சங்கத்தலைவர் கிளம்பினார். தன்னால் அவர்களுக்கு ஓட்டுக்களை வாங்கித் தரமுடியும் என்றார். பதிலுக்கு, **தன்னிடமிருந்த தொழிலாளர்களின் எண்ணிக்கையை பலமாகக் கொண்டு, சரியான வேலைக்குச் சரியான சம்பளம் என்று இல்லாமல், அவர்களுக்கு அதிகப்படியான வருமானத்தை பலவந்தமாகப் பறித்துக் கொடுக்க வேண்டினார்.**

இந்த நாட்டிலுள்ள மில்லியன் கணக்கான மக்கள் இன்னமும் இதேபோல, தாங்கள் எதையும் **கொடுக்காமல்**, தங்களுக்கு வருமானம் வந்து சேர வேண்டுமென்று விரும்பும் இந்தப் பொழுதுபோக்கில் ஈடுபட்டுக் கொண்டிருக்கிறார்கள். அவர்களில் சிலர், தொழிற்சங்கங்களோடு சேர்ந்து கொண்டு **குறைந்த நேர வேலைக்கு அதிக சம்பளம் கேட்கிறார்கள்!** மற்றவர்களோ வேலை செய்வதையே நிறுத்திவிட்டார்கள். **பதிலுக்கு அரசாங்கத்திடமிருந்து சலுகைகளை கேட்கிறார்கள், பெற்றும் விடுகிறார்கள்.** அரசாங்கம் அந்தச் சலுகைகளை செக் மூலம் அவர்களுக்கு அனுப்பியது. அவற்றை தபால்காரர்கள் காலை ஏழரை மணிக்கு டெலிவரி செய்தார்கள். அதை எதிர்த்து நியூயார்க் அஞ்சலகத்தின் முன்பு அவர்கள் ஆர்ப்பாட்டம் நடத்தினார்கள், காசோலைகளை காலை 10 மணிக்கு தான் டெலிவரி செய்ய வேண்டும் என்று! தங்களுக்கு நாடு வழங்கியுள்ள ''சுதந்திரத்திற்காகப் போராடும் உரிமையை'' அவர்கள் இவ்வாறு வெளிப்படுத்தினார்கள்.

கூட்டமாகச் சேர்ந்து கொண்டு, **குறைந்த வேலைக்கு அதிக சம்பளம்** கேட்டுப் போராடுவதன் மூலம் செல்வந்தர் ஆகலாம் என்று நீங்கள் நம்பினால், அரசாங்க சலுகைகள் உங்கள் காலை நேரத் தூக்கத்திற்கு இடையூறு செய்யாமல் வந்து சேர வேண்டும் என்று

நீங்கள் எதிர்பார்த்தால், அரசாங்கப் பணத்தைச் சூறையாடுவதற்கு அனுமதி அளித்தால் தான் உங்களுக்கு ஓட்டுப் போடுவேன் என்று அரசியல்வாதிகளிடம் நீங்கள் கூறினால், நல்லது, நீங்கள் அதே நம்பிக்கையோடு இருங்கள். உங்களை யாரும் தொந்தரவு செய்ய மாட்டார்கள். **இது சுதந்திர நாடு. யாரும் எப்படி வேண்டுமானாலும் நினைத்துக் கொள்ள உரிமை உண்டு.** சிறிதளவு வேலை செய்தே சிலர் வாழ்க்கை நடத்தலாம். எந்த வேலையும் செய்யாமலேயே சிலர் வாழ்க்கை நடத்தலாம்.

ஆனால் **சுதந்திரம்** என்று உரக்கப் பேசுகிறார்களே, அதன் உண்மையான அர்த்தம் என்னவென்று நீங்கள் தெரிந்து கொள்ள வேண்டும். சுதந்திரம் உயர்வானது, அனைவருக்கும் கிடைப்பது, ஏராளமான நன்மைகளை வழங்குவது என்பது உண்மையே. **ஆனால் முயற்சியே செய்யாமல் பணக்காரன் ஆகிவிட முடியும்** என்று அது சொல்லவில்லை. சொல்லவும் முடியாது.

மற்றவர்களுக்குப் பயனுள்ள சேவையை வழங்குவதன் மூலமே சட்டபூர்வமாக நீங்கள் பணத்தைச் சேர்க்க முடியும். இது ஒன்றே நம்பகமான வழி. தங்கள் எண்ணிக்கையைக் கொண்டு, பலவந்தப்படுத்தி பணக்காரன் ஆகவும், அல்லது, வேலையாகவோ வேறு வழியிலோ சமமான எதையாவது கொடுக்காமல் பணத்தை எடுத்துக்கொண்டு விடவோ வசதி செய்யும் ஒழுங்கமைப்பு இங்கே கிடையாது.

பொருளாதாரச் சட்டம் என்று ஒரு தத்துவம் உண்டு. அது வெறும் கற்பனை அல்ல. எந்த மனிதனாலும் மீற முடியாத சட்டம். இதை நினைவில் கொள்ளுங்கள். ஏனென்றால் எல்லா அரசியல்வாதிகளை விடவும், அரசு எந்திரங்களை விடவும் அது வலிமையானது. எந்த தொழிற்சங்கத்தை விடவும் அது வலிமையானது. அவற்றால் கட்டுப்படுத்த முடியாதது. கொள்ளையடிப்பவர்கள், சுயநலம் உள்ள தலைவர்களும் அதை வசப்படுத்த முடியாது, திசை திருப்ப முடியாது, லஞ்சம் கொடுத்துவிட முடியாது. முக்கியமாக **எல்லாவற்றையும் கண்காணித்துக் கொண்டிருக்கும் கண் அதனிடம் உண்டு.** யார் யார் தானாக எதையும் கொடுக்காமல் தனக்கு மட்டும் செல்வம் வேண்டும் என்று கருதுகிறார்களோ அவர்களுடைய நடவடிக்கைகளைத் **துல்லியமாகப் பதிவு செய்யும் கணக்குப் புத்தகம்** அதனிடம் இருக்கிறது. அதனுடைய ஆடிட்டர்கள் ஒரு நாள் உங்களைத் தேடிவந்து உங்கள் கணக்குப் புத்தகங்களை ஆராய்வார்கள், அது எவ்வளவு சிறியதாக இருந்தாலும் கூட.

''வால் ஸ்ட்ரீட்-பங்குச்சந்தை முதலீட்டாளர்கள், பெரிய வியாபாரிகள், கொள்ளையடிக்கும் முதலாளித்துவக் கொள்கைகள்''

என்று எந்தப் பெயரில் நீங்கள் அழைத்தாலும், நமக்கு **அமெரிக்க சுதந்திரத்தை** வழங்கியுள்ள இந்தக் குழுவில் இருப்பவர்கள் ஒவ்வொருவரும் சக்திவாய்ந்த **பொருளாதாரத்தின் சட்டத்தை** அறிந்தவர்கள், மதிப்பவர்கள், அதற்கேற்பத் தங்களை மாற்றிக் கொண்டவர்கள். சட்டத்தை மதிப்பதன் மூலமே அவர்கள் பணக்காரர்களாகத் தொடர முடிகிறது. அமெரிக்காவில் வசிக்கும் பெரும்பாலானவர்கள் அதனுடைய முதலாளித்துவ முறையையும் அத்துடன் சம்பந்தமுள்ள அனைத்தையும் விரும்புகிறார்கள். பணத்தை திரட்டுவதற்கு ஏராளமான வாய்ப்புகளை வழங்கும் நாடு இன்னொன்று இருப்பதாக எனக்குத் தெரியவில்லை. ஆனால் இதை விரும்பாதவர்களும் சிலர் இருக்கிறார்கள். அது அவர்களின் உரிமை. இந்த நாட்டின் முதலாளித்துவ முறையை, அது வழங்கும் எல்லை இல்லாத வாய்ப்புகளை விரும்பாதவர்களுக்கு **இங்கிருந்து வெளியேறும் உரிமை எப்போதும் உண்டு!** ஜெர்மனி, ரஷ்யா, இத்தாலி போன்ற ஏதாவது ஒரு நாட்டிற்கு அவர்கள் சென்று அங்கு பணக்காரராக முயற்சித்துப் பார்க்கலாம்.

நாணயமான மனிதனுக்குத் தேவையான சுதந்திரத்தையும் செல்வந்தன் ஆவதற்கு உரிய வாய்ப்புகளையும் அமெரிக்கா வழங்குகிறது. வேட்டைக்குப் போகும் ஒருவன், வேட்டை யாடுவதற்கு அதிக மிருகங்கள் உள்ள இடத்தையே தேர்ந்தெடுப்பான். அதுபோலவே, செல்வம் சேர்ப்பதற்கும் அதற்குரிய இடத்தைத் தான் தேர்ந்தெடுக்க வேண்டும்.

பணத்தைக் குவிப்பது தான் உங்களுடைய நோக்கம் என்றால் இந்த நாட்டை கவனத்தில் கொள்ளுங்கள். ஏனென்றால் இங்கு தான் பெண்கள் ஆண்டுதோறும் உதட்டுச்சாயம் மற்றும் முகப்பூச்சுக்காக 200 மில்லியன் டாலர்கள் செலவழிக்கிறார்கள். முதலாளித்துவ முறையை ஒழிக்க வேண்டும் என்று எண்ணும் முன்பு, இந்த நாட்டு மக்கள் ஆண்டுதோறும் **சுதந்திரத்** திருநாளின் போது **வாழ்த்து அட்டைகளுக்காகவே** 50 மில்லியன் டாலர்களைச் செலவழிப்பதை மறந்துவிடாதீர்கள்.

பணம் தான் உங்களுக்கு முக்கியம் என்றால், சிகரெட்டுக்காக மட்டும் ஆண்டுதோறும் நூற்றுக்கணக்கான மில்லியன்களைச் செலவழிக்கும் நாட்டை மறந்துவிடாதீர்கள். அவ்வளவு பணமும் ''நரம்புகளை அமைதிப்படுத்தும்,'' ''மன உறுதியை உண்டாக்கும்'' சிகரெட்டுகளைத் தயாரிக்கும் நான்கே நான்கு பெரிய கம்பெனிகளுக்குப் போகிறது என்பதை எண்ணிப்பாருங்கள். சினிமா பார்ப்பதற்கு 15 மில்லியன் டாலர்களும், மது மற்றும் போதை மருந்துக்காக மேலும் சில மில்லியன் டாலர்களும், மற்ற

மது அல்லாத பானங்களில் இன்னும் சில மில்லியன் டாலர்களும் செலவழிக்கும் இந்த நாட்டைப் பற்றிக் கவலைப்படாமல் இருந்துவிடாதீர்கள்.

எந்த நாடு ஆண்டுதோறும் முழுமனதோடு ஆர்வத்தோடு பல மில்லியன் டாலர்களை கால்பந்து, பேஸ்பால், மற்றும் போட்டிப் பந்தயங்களுக்குச் செலவிடுகிறதோ அந்த நாட்டை விட்டு அவ்வளவு வேகமாக வெளியேறி விடாதீர்கள். வெறும் சூயிங்கம் மட்டுமே ஆண்டுதோறும் ஒரு மில்லியன் டாலரை செலவழிக்க வைக்கிறது. ஷேவிங் பிளேடுகளுக்காகச் செலவாவது இன்னொரு மில்லியன் டாலர்.

இதுவரை சொன்னதெல்லாம் உங்களுக்குச் செல்வத்தைக் குவித்துக் கொடுக்கும் ஒரு சில வாய்ப்புகளைப் பற்றித்தான். ஒரு சில பொருள்களைப் பற்றித்தான். ஆனால் இந்த சில பொருள்களே கூட, இவற்றைத் தயாரிக்கவும், இடம் விட்டு இடம் அனுப்பி வைக்கவும், சந்தைப்படுத்தவும், **மில்லியன் கணக்கான மக்களுக்குத்** தொடர்ந்து வேலை வாய்ப்பை வழங்கி, அதற்காக **மாதந்தோறும் மில்லியன் கணக்கான டாலர்கள்** சம்பளமாக அவர்களுக்குக் கொடுத்து, அந்த சம்பளத்தை அவர்கள் சுதந்திரமாகச் செலவழிக்கிறார்கள் என்பதையும் நினைத்துப் பார்க்க வேண்டும்.

இவ்வாறு பொருள்களை விற்பனை செய்வதிலும் தனிநபர் சேவையை விற்பனை செய்வதிலும் செல்வம் குவிப்பதற்கான ஏராளமான **வாய்ப்புகள்** இருப்பதை நினைவில் கொள்ளுங்கள். இங்குதான் நமது **அமெரிக்க சுதந்திரம்** உதவிக்கு வருகிறது. இந்த வாய்ப்புகளைப் பயன்படுத்தி நீங்கள் வேலை செய்தால் அதைத் தடுப்பதற்கோ, செய்யக்கூடாது என்று சொல்வதற்கோ யாரும் இல்லை. உயர்ந்த திறமையும் அனுபவமும் பயிற்சியும் உடையவர்கள் மிக அதிகமாகச் செல்வத்தைச் சேர்க்க முடியும். மற்றவர்கள் தங்கள் திறமைக்கேற்ப செல்வம் சேர்க்க முடியும். குறைந்த அளவு ஊழியம் செய்தும் நல்ல வாழ்க்கை வாழ முடியும்.

ஆம், அதுதான் அமெரிக்கா!

வாய்ப்பு என்பது உங்கள் முன்னால் இதோ கடை விரித்துள்ளது. முன்னால் வாருங்கள், என்ன வேண்டுமென்று தேர்ந்தெடுங்கள், சரியாகத் திட்டமிடுங்கள், திட்டத்தைச் செயல்படுத்துங்கள், **விடாமுயற்சியோடு** அதைப் பின்பற்றுங்கள். போதும். ''முதலாளித்துவ'' அமெரிக்கா மற்றதைப் பார்த்துக் கொள்ளும். **முதலாளித்துவ அமெரிக்கா பயனுள்ள சேவை வழங்குவதற்கான வாய்ப்பையும், அந்த சேவைக்கேற்ப பணத்தைத் திரட்டிக் கொள்ளவும் ஒவ்வொருவருக்கும் வாய்ப்பளிக்கிறது.**

இந்த ''**உரிமையை**'' யாருக்கும் மறுப்பதில்லை இங்கு நிலவும் முதலாளித்துவ ஒழுங்கமைப்பு. ஆனால் **வெறும் கையால் முழம் போட** அது அனுமதிக்காது ஏனென்றால் அது **பொருளாதாரச் சட்டத்திற்கு** உட்பட்டு நடக்கிறது. **ஒன்றுமே செய்யாமல் அனுபவிக்கும்** உரிமையை அது அங்கீகரிப்பதில்லை, பொறுத்துக் கொள்வதும் இல்லை.

இயற்கையால் இயற்றப்பட்டது இந்தப் **பொருளாதாரச் சட்டம்!** எனவே இதை எதிர்த்து முறையீடு செய்ய உச்ச நீதிமன்றம் கிடையாது. தன் சட்டத்தை மதிப்பவர்களுக்கு வெகுமதியும், மதிக்காதவர்களுக்குத் தண்டனையும் எந்த மனிதனின் குறுக்கீடும் இன்றி அது வழங்கி விடுகிறது. இந்தச் சட்டத்தை ரத்து செய்யவோ, திரும்பப் பெறவோ முடியாது. நட்சத்திரங்களைப் போல அது நிலையானது. நட்சத்திரங்களைக் கட்டுப்படுத்தும் ஒழுங்கமைப்புக்குத் தானும் கட்டுப்படுகிறது.

எனவே **பொருளாதாரச் சட்டத்திற்கு** உடன்பட மாட்டேன் என்று யாராலும் மறுக்க முடியுமா?

முடியும்! ஏனென்றால் இது சுதந்திர நாடு. எல்லோருக்கும் சம உரிமை உண்டு. **பொருளாதாரச் சட்டத்தைப்** பற்றிக் கவலைப்பட மாட்டேன் என்று சொல்லவும் உரிமை உண்டு.

அப்போது என்ன நடக்கும்?

ஒருவரைப் பார்த்து ஒருவராக, சட்டத்தை மதிக்காத கும்பல் பெருகும். பலவந்தமாகப் பணத்தைப் பறித்துக் கொள்ளும். ***அப்போது ஒரு சர்வாதிகாரி தோன்றுவான். சுட்டுத் தள்ளுவதற்குப் பயிற்சி பெற்றவர்களும் எந்திரத் துப்பாக்கிகளும் அவனிடம் இருக்கும்!***

இன்னும் அந்த நிலை அமெரிக்காவில் வந்துவிடவில்லை. ஆனால் என்ன தான் நடக்கிறது என்பதை நாம் தெரிந்து கொண்டிருக்கிறோம். அதை நாம் அனுபவிக்க வேண்டிய துரதிர்ஷ்டம் நமக்கு வர வேண்டாம். எனவே நமக்குள்ள **பேச்சு சுதந்திரம், செயல்படுவதற்கு சுதந்திரம், சேவையைச் செய்து ஊதியம் பெறும் சுதந்திரம்** இவற்றோடு நாம் தொடர்ந்து செல்வோம்.

ஓட்டுக்காக அரசாங்கப் பணத்தை சூறையாடுவதையும் சில அரசு அதிகாரிகள் அனுமதிக்கலாம். ஆனால் எப்படி இரவுக்குப் பின் பகல் வருமோ, அதுபோல் நியாயமில்லாமல் எடுத்துக் கொண்ட ஒவ்வொரு காசையும் கூட்டு வட்டியோடு திருப்பிக் கொடுக்க வேண்டிய நாள் வரும். அவர்கள் செலுத்தத் தவறினால் சுமை அவர்களின் குழந்தைகள் மீது விழும். தீரும் வரை ''தலைமுறை

தலைமுறையாகத்'' தொடரும். அந்தக் கடனில் இருந்து தப்பிக்கவே முடியாது.

தொழிலாளர்கள் கூட்டமாகக் கூடிப் போராடுவதன் மூலம் குறைவான வேலை நேரத்தையும் அதிகமான ஊதியத்தையும் பெறலாம். ஆனால் ஒரு குறிப்பிட்ட கட்டத்திற்கு மேல் அது செல்லுபடியாகாது. அந்த கட்டம் தான், **பொருளாதாரச் சட்டம்** எட்டிப் பார்க்கும் கட்டம். முதலாளியும் தொழிலாளியும் காவலாளர் முன்பு நின்றாக வேண்டும்

இப்படித்தான் 1929 முதல் 1935 வரை, ஏராளமான தொழில்களையும், வியாபாரங்களையும், வங்கிகளையும், பொருளாதாரம் எனும் கிழவன் தன் சட்டத்தின் முன் கொண்டு வந்து நிறுத்தினான். அதுதான் பொருளாதார மந்தநிலை. கூட்டம் கூடி அடாவடியாகப் பலன் பெறும் மனநிலை மீது மக்களுக்கு அன்றோடு மரியாதை போய்விட்டது.

அந்த ஆறு ஆண்டுகள் நேரடியாக அனுபவப்பட்டவர்கள் இருந்தால் அவர்களுக்கு, எப்படி **அச்சம் என்பது ஆட்சி செய்தது என்றும், நம்பிக்கை என்பது கீழே தள்ளப்பட்டது என்றும், பொருளாதாரச் சட்டம்** எவ்வளவு முரட்டுத்தனமாக ஏழை பணக்காரன், வலியவன், எளியவன், இளைஞன், முதியவன் என்று பாராமல் நடத்தியது என்றும் நிச்சயம் நினைவில் இருக்கும். இன்னொரு முறை அத்தகைய அனுபவம் தங்களுக்கு வர வேண்டும் என்று யாரும் விரும்பமாட்டார்கள்.

இதுவரை சொல்லிய கருத்துக்கள் குறுகியகால அனுபவங்கள் அல்ல. 25 ஆண்டு காலம் அமெரிக்காவில், வெற்றி பெற்றவர்களையும் தோல்வி அடைந்தவர்களையும் கவனமாக ஆராய்ந்து கண்டறியப்பட்ட முடிவுகளாகும்.

8

முடிவெடுத்தல்

காலதாமதத்தை வெல்லுதல்

செல்வத்தை நோக்கி ஏழாவது அடி

வாழ்க்கையில் தோல்வி அடைந்த 25 ஆயிரம் பேர்களை **கூர்ந்து** ஆராய்ந்ததில், **தோல்விக்கு** என்ன காரணம் என்று பார்த்ததில் **முடிவு எடுக்காமை** என்பதே 30 காரணங்களில் முதலாவது காரணம் என்று தெரிந்தது. இது வெறும் தத்துவமல்ல. உண்மை. **தாமதம்** என்பது **முடிவு** எடுத்தலின் எதிரி. அதை ஒவ்வொருவரும் புரிந்து கொள்ள வேண்டும்.

இந்த நூலைப் படித்து முடித்தபிறகு, கோட்பாடுகளைச் செயல்படுத்த ஆரம்பித்த பிறகு, உறுதியான **முடிவுகளை** விரைவாக எடுக்கக்கூடிய **ஆற்றல்** உங்களுக்கு உண்டா என்பதை சோதிக்கும் வாய்ப்பு உங்களுக்குக் கிடைக்கும்.

மில்லியன் டாலர்களுக்கு மேல் செல்வம் சேர்த்த பல நூறு பேர்களின் வாழ்க்கையை ஆராய்ந்த பொழுது, அவர்கள் ஒவ்வொருவரும் **முடிவுகளை உடனடியாக எடுக்கும்** பழக்கமுடையவர்கள் என்று தெரிந்தது. அத்துடன், எடுத்த முடிவுகளை உடனே மாற்றுவதில்லை என்றும் தெரிந்தது. **ஆனால்** செல்வம் சேர்க்க முடியாதவர்களோ முடிவெடுப்பதில் **தாமதம்** செய்பவர்களாகவும், செய்த முடிவை மாற்றுவதில் வேகம் உள்ளவர்களாகவும் இருந்தார்கள் என்று தெரிந்தது.

ஹென்றி ஃபோர்டின் மிக முக்கியமான குணாதிசயம் என்னவென்றால் முடிவுகளை விரைவாக எடுப்பதையும், மாற்ற வேண்டுமானால் மெதுவாகச் செயல்படுவதையும் பழக்கமாகக் கொண்டிருந்தது தான். இதன் காரணமாகவே அவரைப் பிடிவாதக்காரர் என்று அழைத்தார்கள். அந்தப் பிடிவாதத்தின்

காரணமாகவே, அவர் தயாரித்த மாடல் 'T' என்ற காரை, விடாமல் தொடர்ந்து தயாரித்தார். உலகத்தின் அழகற்ற கார் என்று பெயர் பெற்ற அந்தக் காரை மேற்கொண்டு தயாரிக்க வேண்டாம் என்று அவருடைய ஆலோசகர்களும், அந்தக் காரை வாங்கியவர்களும் மிகவும் கேட்டுக்கொண்டார்கள். ஆனால் அவர் செவிசாய்க்கவில்லை.

அந்த மாடலை மாற்றுவதற்கு ஹென்றி ஃபோர்டு அதிக காலம் எடுத்துக் கொண்டார் என்று தோன்றியது. ஆனால் அவர் பக்கம் இருந்து பார்த்தால், அவருடைய உறுதியான முடிவினால் அவருக்கு அளவற்ற செல்வம் குவிந்தது என்று அறியலாம். அவருடைய முடிவெடுப்பதில் காட்டும் உறுதி, பிடிவாதம் என்று பெயர் பெற்றாலும், தாமதமாக முடிவெடுத்து வேகமாக அதை மாற்றிக் கொள்வதை விடச் சிறந்ததாகவே தெரிகிறது.

தங்கள் தேவைக்கு வேண்டிய பணத்தைக் கூடச் சேர்க்க முடியாமல் இருப்பவர்களில் பெரும்பாலானவர்கள், பொதுவாக மற்றவர்களின் கருத்துக்களால் ஆதிக்கம் செலுத்தப்படுகிறார்கள். பத்திரிகை செய்திகளும், ''வம்பு பேசும்'' பக்கத்து வீட்டார்களும் தரும் ஆலோசனைகளையே ஏற்றுக்கொண்டு செயல்படுகிறார்கள். ''உலகில் இலவசமாகக் கிடைக்கும் பொருள், ஆலோசனைகள் தான்.'' ஏற்கத் தயாராக இருப்பவர்களுக்கு, கொடுக்கத் தயாராக ஏராளமான ஆலோசனைகள் காத்திருக்கின்றன. மற்றவர்களின் ஆலோசனைகளால் நீங்கள் **முடிவெடுத்தீர்கள்** என்றால், எந்தத் தொழிலிலும் நீங்கள் வெற்றி காண முடியாது. அப்படி இருக்க, **உங்கள் ஆர்வத்தைப்** பணமாக உருமாற்றம் செய்வதில் எப்படி வெற்றி காண முடியும்?

மற்றவர்களின் கருத்தின்படி நீங்கள் செயல்பட்டால், உங்களுடைய ஆர்வம் என்று சொல்லிக்கொள்ள எதுவும் இருக்காது. எனவே இந்த நூலில் சொல்லப்படும் கோட்பாடுகளைச் செயல்படுத்தும் பொழுது, உங்களுடைய சிந்தனைகளை மட்டுமே ஏற்றுக் கொள்ளுங்கள். அதற்கேற்ப முடிவெடுங்கள். அதன்படி நடவுங்கள்.

உங்கள் ''மாஸ்டர் மைண்ட்'' குழு உறுப்பினர்களைத் **தவிர** வேறு யார் சொல்வதையும் கேட்க வேண்டாம். ஆனால், அந்த உறுப்பினர்கள் **உங்களுடைய நோக்கத்திற்கு அனுதாபத்துடனும் இணக்கத்துடனும் செயல்படுபவர்களாக இருக்கட்டும்.** அப்படிப்பட்ட உறுப்பினர்களையே அதில் சேருங்கள்.

நெருங்கிய நண்பர்களும் உறவினர்களும், தெரிவிக்கும் ''கருத்துக்களும்'' கேலியும் சில நேரங்களில் உங்களை வருத்தப்பட

வைக்கும், அந்த நோக்கத்தில் அவர்கள் சொல்லி இருக்கவில்லை என்றாலும், ஆயிரக்கணக்கான பேர் இம்மாதிரி நல்ல நோக்கத்தோடு சொன்னதை ''கேலியாக'' எடுத்துக்கொண்டு வாழ்நாள் முழுவதும் தாழ்வு மனப்பான்மையோடு நடந்து கொள்கிறார்கள். அவர்களது தன்னம்பிக்கை சிதைந்து போய் விடுகிறது.

உங்களுக்கென்று ஒரு மனம் உண்டு, ஒரு மூளை உண்டு. அதைப் **பயன்படுத்துங்கள்**. அதன் மூலம் சொந்தமாக முடிவெடுங்கள். மற்றவர்களிடமிருந்து தகவலோ, விவரங்களோ தேவைப்படுமானால், இன்ன காரணத்திற்கு என்று சொல்லாமல் இரகசியமாக அவற்றைப் பெற முயற்சி செய்யுங்கள்.

அரைகுறை அறிவு உடைய சிலர், தங்களை அறிவுஜீவிகளாகக் காட்டிக் கொள்வதுண்டு. தங்களுக்கு எல்லாம் தெரியும் என்பது போல் நடப்பார்கள். அவர்கள், **அதிகமாகப்** பேசுவார்கள். மற்றவர்கள் சொல்வதைக் கேட்க மாட்டார்கள். ஆகவே உடனடியாக **முடிவு** எடுக்கும் பழக்கம் உங்களுக்கு வர வேண்டும் என்றால், கண்களையும் காதுகளையும் மட்டும் திறந்து கொண்டு வாயை **மௌனமாக** வைத்திருங்கள். அதிகம் பேசுபவர்கள், எந்தச் செயலையும் செய்வதில்லை. கேட்பதைவிடப் பேசுவது உங்களிடம் அதிகமாக இருந்தால், பயனுள்ள அறிவைப் பெறுவதற்கான வாய்ப்புகளை நீங்கள் இழப்பது மட்டுமின்றி, உங்களை அறியாமலேயே உங்களுடைய **திட்டங்களையும் நோக்கங்களையும்** மற்றவர்கள் தெரிந்து கொள்ள நேரும். அதனால் உங்கள் மீது பொறாமை கொண்டவர்கள் உங்களைத் தோற்கடித்து மகிழ்ச்சி அடையும் வாய்ப்பு ஏற்படலாம்.

இன்னொன்றையும் நினைவில் கொள்ளுங்கள். உங்களைவிட அறிவில் மிகுந்தவர்கள் முன்னால் உங்கள் வாயைத் திறக்கும் பொழுது, உங்களிடம் உள்ள அறிவு இவ்வளவு தான் என்றும், எந்த மாதிரியான அறிவு உங்களிடம் **இல்லை** என்றும் நீங்கள் தெளிவாகக் காட்டி விடுகிறீர்கள்! உண்மையான அறிவு, எப்போதுமே மௌனத்தின் மூலமும் பணிவின் மூலமுமே வெளிப்படும்.

பணத்தைச் சேர்ப்பதற்கான வாய்ப்பை நீங்கள் தேடுவது போலவே, உங்கள் துணைவர்களும் தேடிக் கொண்டிருக்கிறார்கள் என்பது நினைவில் இருக்கட்டும். உங்களுடைய திட்டங்களைப் பற்றி அடிக்கடியும் கவனம் இன்றியும் பேசிக் கொண்டிருந்தால், வேறு யாராவது **உங்களுக்கு முன்னால் அதே திட்டங்களைச் செயல்படுத்தி** உங்களுக்கு அதிர்ச்சி உண்டாக்கக்கூடும்.

ஆகையால் உங்களுடைய முதல் முடிவு, **காதுகளும் கண்களும் திறந்திருப்பதும், வாய் மூடி இருப்பதும்** தான். இதை

உங்களுக்கு ஞாபகப்படுத்தும் பொருட்டு கீழே உள்ள வாசகத்தைப் பெரிய எழுத்துகளில் எழுதி, தினமும் பார்க்கக்கூடிய இடத்தில் தொங்கவிடுங்கள்:

''என்ன செய்யப்போகிறாய் என்பதை உலகிற்குச் சொல்.
ஆனால் முதலில் அதைச் செய்து காட்டிவிடு.''

''சொற்கள் அல்ல, செயல்களே முக்கியமானவை'' என்ற வாசகமும் இதே கருத்தை உடையது.

சுதந்திரமா, மரணமா-எல்லாம் உன் முடிவில் தான் இருக்கிறது

முடிவுகளின் மதிப்பு, அவற்றை எடுப்பதற்குத் தேவையான துணிச்சலைப் பொறுத்தது. மனித நாகரிகத்திற்கு அடிப்படையான பெரிய முடிவுகள், பெரும்பாலும் மரணத்தையே தரக்கூடிய அபாயத்தை எதிர்கொண்டு தான் எடுக்கப்பட்டவை.

அமெரிக்காவின் கறுப்பின மக்களை அடிமைத்தளையிலிருந்து விடுவிக்கும் சுதந்திரப் பிரகடனத்தை ஆபிரகாம் லின்கன் வெளியிட முடிவெடுத்த போது, அந்த முடிவினால் தன்னுடைய ஆயிரக்கணக்கான நண்பர்களும் அரசியல் ஆதரவாளர்களும் தனக்கு எதிராகத் திரும்ப நேரிடும் என்ற தெளிவோடு தான் முடிவெடுத்தார். அதனால் ஏற்படும் யுத்தத்தில் ஆயிரக்கணக்கானவர்கள் மரணம் அடைய நேரிடும் என்பதும் அவருக்குத் தெரியும். கடைசியில் அவரே அதற்குப் பலியானார். அந்த முடிவை எடுப்பதற்குத் துணிச்சல் தேவைப்பட்டது.

தான் கொண்ட கொள்கையைக் கைவிடுவதை விட, கோப்பையில் இருந்த விஷத்தைக் குடிப்பது மேல் என்று சாக்ரடீஸ் எடுத்த முடிவு, மிகவும் துணிச்சலானது. அது, காலத்தை ஆயிரம் ஆண்டுகள் முன்னோக்கி நகர வைத்து, இன்னும் பிறந்திராத குழந்தைகளுக்கும் பேச்சு சுதந்திரம், கருத்து சுதந்திரம் இவற்றைப் பெற்றுத் தந்தது.

அடிமைத்தனத்துக்கு எதிரான அமெரிக்க உள்நாட்டுப் போரில், அமெரிக்க யூனியன் படையில் இருந்து விலகி, அடிமைத்தனத்தை ஆதரிக்கும் வர்ஜீனியா மாநில படைக்கு தலைமை ஏற்ற ஜெனரல் ராபர்ட் லீ-யின் முடிவு, மிகவும் தைரியமானது. ஏனென்றால், அந்த முடிவினால் தன் உயிருக்கு மட்டுமல்ல, யுத்தத்தில் ஆயிரக்கணக்கான உயிர்களுக்கும் ஆபத்து நேரும் என்று தெரிந்தே அந்த முடிவை எடுத்தார்.

ஆனால், உலகிலேயே மிகவும் துணிச்சலான முடிவு என்று சொன்னால், அது பிலடெல்பியாவில் 1776 ஜூலை 4 ஆம் தேதி, ஐம்பத்தாறு பேர் கூடி ஓர் ஆவணத்தில் கையெழுத்திட்டது தான். ஒன்று, எல்லா மக்களுக்கும் சுதந்திரம் கிடைக்கும், அல்லது அந்த ஐம்பத்தாறு பேருக்கும் தூக்குமேடை தான் கிடைக்கும் என்ற நிலையில் எடுக்கப்பட்ட முடிவு அது!

இந்த ஆவணத்தைப் பற்றி நீங்கள் கேள்விப்பட்டிருக்கலாம் ஆனால் தனிமனிதனுக்கு அந்த ஆவணம் சொல்லும் பாடம் என்ன என்பதைத் தெரிந்திருக்க மாட்டீர்கள்.

அந்த மகத்தான முடிவு எடுக்கப்பட்ட தேதியை நாம் நினைவில் வைத்திருக்கிறோம், ஆனால் எத்தகைய துணிச்சலோடு அது எடுக்கப்பட்டது என்பதை ஒரு சிலரே புரிந்து கொண்டிருக்கிறார்கள். பள்ளிக்கூடத்தில் சொல்லிக் கொடுத்தபடி நமது சரித்திரத்தை நாம் அறிவோம். முக்கியமான செய்திகளையும், போரில் கலந்து கொண்ட முக்கிய மனிதர்களையும் நாம் அறிவோம். வேலி ஃபோர்ஜ், யார்க்டவுன், ஜார்ஜ் வாஷிங்டன், லார்டு காரன்வாலிஸ் போன்ற பெயர்களை அறிவோம். ஆனால் இந்தப் பெயர்கள், தேதிகள், இடங்கள் இவற்றுக்குப் பின்னால் இருந்த சக்திகளை நாம் அறியோம். வாஷிங்டனின் படைகள், யார்க் டவுனை அடையும் முன்பே நமக்கு சுதந்திரத்தை உறுதி செய்த, கண்ணுக்குத் தெரியாத **சக்தியைப்** பற்றி நமக்கு எதுவுமே தெரியாது.

அமெரிக்கப் புரட்சியின் சரித்திரத்தைப் படித்துவிட்டு, ஜார்ஜ் வாஷிங்டன் தான் அமெரிக்காவின் தேசத்தந்தை என்றும், அவர் தான் நமக்கு சுதந்திரம் பெற்றுத் தந்தார் என்றும் தவறாகக் கற்பனை செய்து கொள்கிறோம். உண்மையில் ஜார்ஜ் வாஷிங்டன் அந்த வெற்றிக்குத் துணையாக இருந்தவர் மட்டுமே. ஏனென்றால் லார்டு காரன்வாலிஸ் சரணடைவதற்கு முன்னதாகவே வாஷிங்டனின் படைகளுக்கு வெற்றி உறுதியாகி விட்டிருந்தது. இப்படிச் சொல்வதனால் ஜார்ஜ் வாஷிங்டன் நிச்சயமாகப் பெறவேண்டிய புகழைக் குறைத்துச் சொல்வதாகாது.

நாம் சொன்னதன் நோக்கம், இந்த வெற்றியின் உண்மையான காரணமாக இருந்த, அதிர்ச்சியூட்டும் அந்த **சக்தியை** நோக்கி உங்கள் கவனத்தைத் திருப்ப வேண்டும் என்பது தான். உலகிலுள்ள எல்லா நாடுகளுக்கும் சுதந்திரம் என்றால் என்னவென்று இலக்கணம் வகுத்த நாடான அமெரிக்காவைப் பிறப்பித்து, அதற்கு சுதந்திரமும் பெற்றுத்தந்த, யாராலும் அழிக்க முடியாத அந்த **சக்தியைப்** பற்றி, நமது வரலாற்றை எழுதியவர்கள் சிறுகுறிப்பும் எழுதவில்லை என்பது சோகத்தைத் தருகிறது. சோகம் என்று ஏன் சொல்லுகிறேன்

என்றால், வாழ்க்கையில் துன்பங்கள் வரும் பொழுது, அதே **சக்தியைப்** பயன்படுத்தித் தான், மனிதன் தனக்குத் தர வேண்டியதை வாழ்க்கையிடமிருந்து பெறப் போகிறான்.

அந்த **சக்தி** பிறப்பதற்கு காரணமான சம்பவங்களை கவனிக்கலாம். 1770 மார்ச் 5 ஆம் தேதி பாஸ்டனில் நடந்த ஒரு நிகழ்ச்சியோடு கதை தொடங்குகிறது. பிரிட்டிஷ் படைகள் நகரில் முகாமிட்டு, வீதிகளில் நடந்தபடி, மக்களை வெளிப்படையாகவே மிரட்டிக் கொண்டிருந்தனர். (பாஸ்டன் அப்பொழுது இங்கிலாந்தின் குடியேற்றமாக இருந்தது.) நகரவாசிகள், படைவீரர்கள் தமக்கு நடுவில் அணிவகுத்துச் செல்வதைக் கண்டு ஆத்திரம் அடைந்தனர். தங்கள் கோபத்தை சுடு சொற்களாலும், அவர்கள் மீது கற்களை எறிந்தும் வெளிப்படுத்தினார்கள். முடிவில் படைத்தலைவன் தனது வீரர்களுக்கு, ''ஈட்டியை சொருகுங்கள்... உடனே தாக்குங்கள்'' என்று உத்தரவிட்டான்.

சண்டை மூண்டது. பலர் மாண்டனர், பலர் காயமுற்றனர். அதனால் வெகுண்ட பாஸ்டன் மாநில சட்டசபை, ஒரு முடிவெடுப்பதற்காக உடனே கூடியது. பாஸ்டனிலிருந்து பிரிட்டிஷ் படைவீரர்கள் அனைவரையும் உடனடியாகத் தூக்கி எறிய வேண்டும் என்று இரண்டு முக்கிய உறுப்பினர்கள் குரல் கொடுத்தனர். ஜான் ஹேன்காக், சாமுவேல் ஆடம்ஸ்-அந்த **இருவரும் நீடூழி வாழ்க!**

கவனியுங்கள், ஒரு **முடிவு**-இரண்டு பேரின் மனதில் எழுந்த **முடிவு**-அதுதான் இன்று அமெரிக்க ஐக்கிய நாடுகள் அனுபவிக்கும் சுதந்திரத்தின் துவக்கம் ஆகும். அந்த தைரியமான முடிவின் அடிப்படையில் **நம்பிக்கையும் துணிச்சலும்** இருந்தன.

அன்றைய கூட்டத்தில் சாமுவேல் ஆடம்ஸ்,. மாநிலத்தின் கவர்னரான அட்கின்சனைச் சந்தித்து, உடனடியாக பிரிட்டிஷ் படைகளை பாஸ்டனில் இருந்து திரும்பப் பெற வற்புறுத்த வேண்டும் என்பதாக முடிவானது. அது ஏற்கப்பட்டுப் படைகள் விலக்கிக் கொள்ளப்பட்டன. ஆனால் அந்த நிகழ்ச்சி அத்துடன் முடிந்துவிடவில்லை. மனித நாகரிகத்தின் போக்கையே மாற்றக்கூடியதாக அந்த நிகழ்ச்சி அமைந்துவிட்டது. உலக யுத்தம், அமெரிக்கப் புரட்சி போன்ற மாபெரும் சம்பவங்கள், முக்கியமல்லாத மிகச்சிறிய சம்பவங்களிலிருந்து தொடங்கியிருப்பது ஆச்சரியமாக இருக்கிறது அல்லவா? அதிலும், மிகச் சிறிய எண்ணிக்கையிலான மனிதர்கள், தங்கள் மனதில் எடுத்த **உறுதியான முடிவிலிருந்து** தான் அந்த மாபெரும் மாற்றங்கள் கிளம்பின என்பதும் கவனிக்கத்தக்கது. ஜான் ஹேன்காக், சாமுவேல் ஆடம்ஸ், ரிச்சர்டு ஹென்றி லீ (வர்ஜீனியா) ஆகிய மூன்று பேர்தான் நம்

நாட்டின் உண்மையான தேசத்தந்தைகள் என்று தெரிந்து கொள்ளும் அளவுக்கு நமது நாட்டின் சரித்திரத்தைப் படித்தவர்கள் மிகவும் சிலரே.

பாஸ்டனைச் சேர்ந்த சாமுவேல் ஆடம்ஸுடன், வர்ஜீனியாவைச் சேர்ந்த ரிச்சர்ட் ஹென்றி லீ அடிக்கடி பேசி, தத்தம் மாநிலங்களின் அச்சத்தையும், நம்பிக்கையையும் பரஸ்பரம் பரிமாறிக் கொண்டிருந்ததால், அவரும் இந்த கதையில் ஒரு முக்கியமான நாயகன் ஆகிறார். இதேபோல் மொத்தமுள்ள 13 பிரிட்டிஷ் குடியிருப்புகளும் தமக்குள் கடிதப் போக்குவரத்து மேற்கொண்டால் அவர்களுக்குள் ஒன்றிணைந்த நடவடிக்கை ஏற்பட்டு அவர்களின் பிரச்சினைகளுக்குத் தீர்வுகளை கண்டுபிடிக்கலாம் என்று ஆடம்ஸ் கருதினார். பாஸ்டனில் பிரிட்டிஷ் படைகளோடு மோதல் நடந்த இரண்டாண்டுகளுக்குப் பிறகு (மார்ச் '72) ஆடம்ஸ் இந்தக் கருத்தை ஒரு தீர்மானமாகச் சட்டமன்றத்தில் கொண்டு வந்தார். அதாவது, ''அமெரிக்காவில் இருந்த பிரிட்டிஷ் குடியிருப்புகள் தமக்குள் நட்புறவு கொள்ளவும், ஒட்டுமொத்த மேம்பாட்டிற்காகவும்'' ஒரு செய்தித் தொடர்பு குழு அமைத்து அதற்கென்று ஒவ்வொரு குடியிருப்பும் ஒரு குறிப்பிட்ட நபரை நியமிக்க வேண்டும் என்றும் தெரிவித்தார்.

இந்த நிகழ்ச்சியை நினைவில் வைத்துக் கொள்ளுங்கள்! எங்கும் நிறைந்த அந்த சக்தி, நாட்டிற்கு விடுதலை தரப் போகின்ற அந்த சக்தி, அப்போது தான் தோன்றியது. மாஸ்டர் மைண்ட் குழு அமைக்கப்பட்டுவிட்டது. அதன் உறுப்பினர்கள் ஆடம்ஸ், லீ, ஹேன்காக் ஆகிய மூவர். ''பூமியிலுள்ள நீங்கள் இருவரும் ஒற்றுமையாக எதைக் கேட்டாலும், பரம மண்டலத்தில் உள்ள என் பிதா அதை உங்களுக்குத் தருவார் என்று நான் மேலும் சொல்லுகிறேன்.''

இவ்வாறு செய்தி தொடர்புக் குழு அமைக்கப்பட்டது. இதன் காரணமாக ஒவ்வொரு குடியிருப்பிலிருந்தும் உறுப்பினர்கள் சேர்க்கப்பட்டு மாஸ்டர் மைண்ட் குழுவின் ஆற்றல் அதிகரித்தது. தங்களுக்குள் பொருமிக் கொண்டிருந்த குடியிருப்புகளுக்கு இடையே ஏற்பட்ட முதலாவது **ஒழுங்கமைந்த திட்டமிடல்** இதுதான்.

ஒற்றுமையே பலம்! பாஸ்டனில் நடந்த கிளர்ச்சியைப் போலவே, வேறு பல குடியிருப்புகளிலும் அவ்வப்பொழுது கிளர்ச்சிகள் நடைபெற்று வந்த போதிலும், அதனால் எந்தப் பயனும் விளையவில்லை. காரணம் அவர்களின் மனக்குறை ஒட்டுமொத்தமான ஒரு மாஸ்டர் மைண்ட்-இன் கீழே

கொண்டுவரப்படவில்லை. பிரிட்டிஷ் அரசுடன் தங்களுக்கு இருந்த பிரச்சினைகளைத் தீர்ப்பதற்கு ஒரு உறுதியான **முடிவை** எட்ட வேண்டும் என்று முழுமனதாக யாரும் அதுவரை தீர்மானிக்கவில்லை. ஆடம்ஸ், லீ, ஹேன்காக் ஆகிய இந்த மூவரும் தான் அப்படி முதலாவதாகக் கிளம்பியவர்கள்.

பிரிட்டிஷ் அரசும் சும்மா இருக்கவில்லை. அதனிடம் பணமும் மிகச்சிறந்த படைபலமும் இருந்தது. அவர்களும் ஏதோ **திட்டமிட்டுக்** கொண்டிருந்தார்கள். தங்களுடைய ''மாஸ்டர் மைண்ட்'' குழுவையும் ஏற்படுத்திக் கொண்டிருந்தார்கள். மாஸசூஸெட்ஸ் (பாஸ்டன்) கவர்னர் ஹட்கின்சனை மாற்றிவிட்டு, ஜெனரல் தாமஸ் கேஜ் என்பவரை புதிய கவர்னராக நியமித்தது பிரிட்டிஷ் அரசு. அவர் வந்தவுடன் செய்த முதல் காரியம், சாமுவேல் ஆடம்ஸை சந்திக்கத் தன்னுடைய தூதரை அனுப்பி வைத்தது தான். காரணம் **அச்சம்.**

அந்த தூதரின் பெயர் கர்னல் ஃபென்டன். எந்த மாதிரியான உணர்வோடு தனக்கும் ஆடம்ஸுக்கும் இடையே உரையாடல் நடந்தது என்பதை ஃபென்டனின் வார்த்தைகளிலேயே கேட்கலாமா:

''கவர்னர் கேஜ் இதை உங்களுக்கு உத்தரவாதமாகச் சொல்லும்படி என்னை அனுப்பியுள்ளார். அதாவது, பிரிட்டிஷ் அரசை எதிர்க்கும் உங்கள் போக்கைக் கைவிடுவதற்காக [நீங்கள் என்ன கேட்டாலும் அதைக் கொடுக்குமாறு] கவர்னருக்கு அதிகாரம் வழங்கப்பட்டுள்ளது. பிரிட்டிஷ் அரசின் அதிருப்தியை மேற்கொண்டு சம்பாதிக்க வேண்டாம் என்று கவர்னர் உங்களுக்கு அறிவுரைக்க விரும்புகிறார். கவர்னர் விரும்பினால், இதுவரை நீங்க்ள் நடந்து கொண்ட விதத்திற்காக உங்கள் மீது ராஜ துரோக குற்றத்திற்காக வழக்குத் தொடுத்து, இங்கிலாந்துக்கு அனுப்பி தண்டனை வாங்கித்தர அதிகாரம் உண்டு. ஆனால் உங்களது **அரசியல் போக்கை நீங்கள் மாற்றிக் கொண்டால்**, உங்களுக்கு வேண்டிய நன்மைகள் கிடைப்பதோடு, ராஜ தண்டனையிலிருந்தும் நீங்கள் விலக்குப் பெறலாம். அரசரோடு சமாதானம் செய்து கொள்ளலாம்.''

அன்று, சாமுவேல் ஆடம்ஸுக்கு இரண்டு **முடிவுகள்** எடுப்பதற்கான வாய்ப்பு இருந்தது. தன் அரசியல் போக்கை மாற்றிக் கொண்டால் கேட்பதெல்லாம் கிடைக்கும். அல்லாமல், பிரிட்டிஷாருக்கு எதிரான **போக்கைத் தொடர்ந்தால் தூக்கு தண்டனை கூடக் கிடைக்கலாம்!**

இரண்டில் ஒரு **முடிவை** அந்த கணமே எடுத்தாக வேண்டிய கட்டாயத்தில் இருந்தார் ஆடம்ஸ். பெரும்பாலானவர்கள் தங்கள்

உயிரையே காவு கொடுக்கக்கூடிய அந்த முடிவை உடனடியாக எடுக்கத் தயங்கி இருப்பார்கள். இரண்டுங்கெட்டானாக ஒரு பதிலை அனுப்பிவிட்டுக் காத்திருப்பார்கள். ஆனால் ஆடம்ஸ் அப்படிப்பட்டவர் அல்லவே! தான் கொடுக்கும் பதிலை அப்படியே போய் கவர்னரிடம் கூற வேண்டும் என்று வாக்குறுதி பெற்றுக்கொண்டு பின்வருமாறு கூறினார்: ''அப்படியானால் கவர்னர் கேஜ்-இடம் போய்க் கூறுங்கள், நான் ஏற்கனவே அரசர்களுக்கெல்லாம் அரசனான ஒருவனுடன் சமாதானத்தில் தான் இருக்கிறேன் என்று. எனக்கு எப்படிப்பட்ட நன்மைகளை நீங்கள் செய்வதாக இருந்தாலும், அதற்காக எனது நாட்டின் நேர்மையான இலட்சியத்தை நான் கைவிடமாட்டேன். ஏற்கனவே போராடிக் களைத்துப் போயிருக்கும் மக்களை மேலும் அவமதிக்க வேண்டாம் என்று **நான் அறிவுரை கூறியதாக அவரிடம் சொல்லுங்கள்**.''

இப்படி ஒரு அதிர்ச்சியூட்டும் பதிலை ஒருவர் தருகிறார் என்றால் அவருடைய நடத்தையைப் பற்றி கூறவும் வேண்டுமோ! தன் நாட்டின் மீது தலையாய பற்றுதலைக் கொண்டிருந்தார் அவர். (கொள்ளைக்காரர்களும், நாணயமற்ற அரசியல்வாதிகளும் அந்த உணர்வை இப்போது அசிங்கப்படுத்தி விட்டார்கள்.)

ஆடம்ஸின் கொந்தளிப்பான இந்த பதிலை கேட்ட கவர்னர் கேஜ், கோபத்தின் உச்சிக்கே சென்றார். உடனே ஒரு பிரகடனத்தை வெளியிட்டார்: ''மேன்மைதங்கிய அரசரின் பெயரால் இந்த அறிவிப்பை வெளியிடுகிறேன். உடனடியாக ஆயுதங்களை கீழே போட்டுவிட்டு தங்கள் வேலைகளுக்குத் திரும்புபவர்கள் யாரோ அவர்களுக்கு அரசரிடமிருந்து மன்னிப்பை பெற்றுத் தருவேன். ஆனால் **சாமுவேல் ஆடம்ஸ், ஜான் ஹேன்காக்** ஆகிய இருவருக்கும் கிடையாது. அவர்களின் குற்றங்களுக்கு ஏற்ற தண்டனை கொடுத்தாக வேண்டும்.''

ஆடம்ஸும், ஹேன்காக்கும் அன்று ''சரியான இடத்தில்'' இருந்தார்கள் என்று சொல்ல வேண்டும். கவர்னரின் ஆத்திரம் மிகுந்த மிரட்டல் அவர்களை இன்னொரு ஆபத்தான **முடிவை** எடுக்கும் படி தூண்டியது. அவர்கள் தங்களுடைய மிகவும் நெருங்கிய துணைவர்களை ஓர் இரகசியக் கூட்டத்திற்கு அழைத்தார்கள். (மாஸ்டர் மைண்ட் குழு இப்போது வேகம் பெற்றுவிட்டது.) எல்லோரும் வந்து அமர்ந்ததும், ஆடம்ஸ் கதவை உள்புறமாகப் பூட்டி, சாவியைத் தன் கையில் வைத்துக் கொண்டார். எல்லாக் குடியிருப்புகளும் கலந்து கொள்ளும் மாநாடு ஒன்றை அவசரமாக கூட்ட வேண்டும் என்றார் ஆடம்ஸ். இதற்கு **அனைவரும் ஒப்புக் கொண்டால் ஒழிய யாரும் வெளியே போக முடியாது** என்று

உறுதியாகச் சொன்னார்.

கூட்டத்தில் பரபரப்பு ஏற்பட்டது. அப்படித் தீர்மானம் போடுவது சரிதானா என்று சிலர் விவாதித்தனர். (அச்சம் என்னும் கிழவன்.) இன்னும் சிலர், பிரிட்டிஷ் அரசை எதிர்த்து அப்படி உறுதியான முடிவு எடுப்பது, அறிவுக்கு உகந்த செயலா என்று சந்தேகம் எழுப்பினர். ஆனால் தோல்வி, அச்சம் இரண்டும் இல்லாத **இரண்டு பேர்** அந்த அறையில் இருந்தார்கள். ஆடம்ஸ் மற்றும் ஹேன்காக். தங்கள் மனதின் சக்தியால் அங்கிருந்த மற்றவர்களை, செய்தித் தொடர்பு குழுவின் மூலம் ஒப்புக் கொள்ள வைத்தனர். அதாவது பிலடெல்பியாவில் 1774 செப்டம்பர் 5 ஆம் தேதி, முதலாவது ''காண்டினென்டல் காங்கிரஸ்'' நடத்துவது என்று முடிவு செய்யப்பட்டது. இந்தத் தேதியைக் கவனியுங்கள். அது, 1776 ஜூலை 4 ஆம் தேதியை விட முக்கியமானது. ''காண்டினென்டல் காங்கிரஸ்'' என்ற **முடிவு** மட்டும் எட்டப்படாமல் இருந்தால், சுதந்திரப் பிரகடனம் கையெழுத்தாகி இருக்க முடியாது.

மேற்படி காங்கிரஸ் கூடுவதற்கு முன்னால், வர்ஜினியா மாநிலத்தில் இருந்த தாமஸ் ஜெபர்சன், ''பிரிட்டிஷ் அமெரிக்கர்களின் உரிமைகள் பற்றிய சுருக்கமான வெளியீடு'' என்ற புத்தகத்தை வெளியிடுவதில் மும்முரமாக இருந்தார். அவருக்கும் அவரது மாநில கவர்னர் டன்மோருக்கும் இடையே இருந்த உறவு, ஆடம்ஸுக்கும் அவருடைய கவர்னருக்கும் இருந்த மாதிரியே இருந்தது.

ஜெபர்ஸனின் புத்தகம் வெளியானவுடன், அவர் மீது ராஜ துரோக குற்றம் விதிக்கப்படுவதாக அறிவிக்கப்பட்டது. அதைக் கேள்விப்பட்டவுடன், அவரது துணைவரான பேட்ரிக் ஹென்றி, அதை எதிர்த்து மிகவும் தைரியமாகப் பேசினார். பேச்சின் இறுதியில் அவர் சொன்ன வாக்கியம் நிரந்தரத் தன்மை பெற்றுவிட்டது. ''இதன் பெயர் ராஜ துரோகம் என்றால் இதையே மேலும் செய்வோம்.''

ஆற்றலோ, அதிகாரமோ, இராணுவ வலிமையோ, பணமோ இல்லாத அத்தகைய மனிதர்கள் தாம், தங்கள் குடியிருப்புகளின் தலைவிதியை நிர்ணயிப்பதற்காக முதலாவது காண்டினென்டல் காங்கிரஸில் கூடினர். அடுத்த இரண்டு ஆண்டுகள் வரை இடையிடையே தொடர்ந்து கூடிப் பேசினர். 1776, ஜூன் 7ஆம் தேதி ரிச்சர்ட் ஹென்றி லீ, குடியிருப்புகளின் மன்றத்தில் எழுந்து நின்று இந்தத் தீர்மானத்தைத் தாக்கல் செய்தார்:

''யுனைடெட் குடியிருப்புகள் என்று அழைக்கப்படும் நாம் ஒவ்வொருவரும் சுதந்திரமாகவும் தனித்தனி நாடுகள் ஆகவும் இருக்க உரிமை உள்ளவர்களாக இருக்கிறோம் என்றும், பிரிட்டிஷ் பேரரசுக்கு நாம் விசுவாசமாக இருப்பதிலிருந்து நிரந்தரமாக

விலகிக் கொள்கிறோம் என்றும், கிரேட் பிரிட்டனுடன் உள்ள எல்லா அரசியல் தொடர்புகளும் முழுமையாகத் துண்டிக்கப்படுகிறது என்றும் அறிவிக்கிறோம்.''

லீயின் தீர்மானம், தொடர்ந்து பல நாட்களுக்கு அவையில் விவாதிக்கப்பட்டது. பொறுமை இழந்து போன லீ, மீண்டும் எழுந்து உறுதியான குரலில் கூறினார்: ''அவைத்தலைவர் அவர்களே, பல நாட்களாக இதை விவாதித்து விட்டோம். நமக்குள்ள ஒரே வழி இதுதான். அதனால் இன்னும் ஏன் விவாதம்? இன்னும் ஏன் தாமதம்? இந்த மகிழ்ச்சியான நாளில் சுதந்திர அமெரிக்காவை நாம் பெற்றெடுப்போம். அவளை எழ விடுங்கள், மற்றவர்களை அழித்து ஜெயிப்பதற்காக அல்ல, சட்டபூர்வமான அமைதியான ஆட்சியை மறுபடியும் நிலைநிறுத்துவதற்காக. ஐரோப்பாவின் கண்கள் நம்மையே உற்று நோக்குகின்றன. பெருகிவரும் சர்வாதிகாரத்துக்கு எதிராக, மக்களின் மகிழ்ச்சிக்காக, சுதந்திரத்தின் உயிருள்ள உதாரணமாக நாம் இருக்க வேண்டும் என்று அவள் வேண்டுகிறாள்.''

லீயின் தீர்மானம் வாக்கெடுப்புக்கு எடுத்துக்கொள்ளும் முன்பாகவே அவர் தமது குடும்ப உறுப்பினர் ஒருவரின் உடல் நலமின்மை காரணமாக வர்ஜீனியாவிற்குத் திரும்ப வேண்டியிருந்தது. எனவே தனக்குப் பதிலாக இருந்து தீர்மானத்தை வெற்றி பெறச் செய்யுமாறு தன் நண்பர் தாமஸ் ஜெபர்ஸனிடம் பொறுப்பை ஒப்படைத்துவிட்டுச் சென்றார். பின்னர், அவைத்தலைவராக இருந்த ஹேன்காக், ஜெபர்ஸன் தலைமையில் ஒரு குழு அமைத்து சுதந்திர பிரகடனத்தை வரைவாக்கம் செய்ய வைத்தார்.

அந்தக் குழு மிகவும் கடினமாக்வும் தீவிரமாகவும் உழைத்து வரை வாக்கத்தைத் தயார் செய்தது. அந்த வரைவாக்கம் அவையினால் ஏற்றுக்கொள்ளப்பட்டுவிட்டால், அதன் விளைவாகக் காலனிகளுக்கும் பிரிட்டனுக்கும் போர் ஏற்படுமானால், அப்போரில் காலனிகள் தோற்றுப் போகுமேயானால், **அந்த வரைவாக்கத்தில் கையொப்பமிட்ட ஒவ்வொருவருக்கும் அதுவே தங்கள் தூக்கு தண்டனைக்கான உத்தரவாக அமைந்து விடலாம்** என்பதை அவர்கள் உணர்ந்தே செயல்பட்டார்கள்.

ஜூன் 28 அன்று பிரகடனத்தின் வரைவு வடிவம் அவையில் வாசிக்கப்பட்டது. பலமுறை விவாதிக்கப்பட்டு திருத்தப்பட்ட பிறகு, 1776 ஜூலை 4 ஆம் தேதியன்று அவையில் எழுந்து நின்று தாமஸ் ஜெபர்ஸன், எழுதப்பட்ட மாபெரும் சக்திவாய்ந்த **முடிவை**, சற்றும் அச்சமின்றி வாசித்தார்.

''மானிட வாழ்வில் ஒரு மக்கள் கூட்டம் இன்னொரு மக்கள் கூட்டத்தோடு தன்னைப் பிணைத்திருந்த அரசியல் தளைகளை

அறுத்துக் கொண்டு, அந்த இன்னொரு மக்கள் கூட்டத்திற்குச் சமமாக, தனி அடையாளத்துடன், இயற்கையின் விதிகளுக்கு உட்பட்டு, இயற்கை என்னும் கடவுள் கொடுத்த உரிமையால், இயங்க வேண்டிய அவசியம் ஏற்படுவதுண்டு. அப்படி நேரும் பொழுது, அவ்வாறு பிரிந்து போவதற்கான காரணங்களை வெளியிட வேண்டும் என்று நாகரிக உலகம் எதிர்பார்க்கிறது...''

வாசித்து முடித்தவுடன் அந்தப் பிரகடனம் எல்லோராலும் ஏற்கப்பட்டு 56 உறுப்பினர்களாலும் கையொப்பமிடப்பட்டது. அன்று அந்த நபர்கள், அதில் கையெழுத்திடுவதற்கு எடுத்த **முடிவு** தான், எல்லா மக்களும் சுதந்திரமாக **முடிவெடுக்க** உரிமை அளிக்கும் அமெரிக்கா என்ற நாடு உருவாகக் காரணமானது.

நம்பிக்கை என்னும் உணர்வோடு எடுக்கப்பட்ட அம்மாதிரி முடிவுகளினால் தான் மனிதர்கள் தங்களுடைய சொந்தப் பிரச்சினைகளையும் தீர்த்துக் கொள்ள முடியும். அதன் மூலம் நிறைந்த செல்வத்தையும் ஆன்ம வளத்தையும் பெறமுடியும். இதை நாம் மறக்க வேண்டாம்!

மேலே சொன்ன சுதந்திரப் பிரகடனம் உருவானதற்குக் காரணமான சம்பவங்களை அலசிப் பாருங்கள். உலக நாடுகளின் மரியாதையைப் பெற்று, அதிகாரம் செலுத்தக்கூடிய நிலையில் இருக்கும் இந்த நாடு, 56 பேர் கொண்ட மாஸ்டர் மைண்ட் குழுவினால் எடுக்கப்பட்ட ஒரு **முடிவின்** காரணமாகவே உருவானது. அந்த **முடிவு** தான், **தோல்வி** என்பதையே ஏற்றுக்கொள்ளாத ஒரு ஆன்மசக்தியாக ஜார்ஜ் வாஷிங்டனின் வீரர்களின் மனதில் நிறைந்து, போராட வைத்து, அவர்களின் வெற்றியை உறுதி செய்தது.

எந்த **சக்தி** இந்த நாட்டுக்கு சுதந்திரம் பெற்றுத் தந்ததோ அதே சக்தி தான் ஒவ்வொரு தனி மனிதனாலும் தன் எதிர்காலத்தை நிர்ணயித்துக் கொள்வதற்குப் பயன்படுத்த வேண்டியதாகும்.

அந்த **சக்தியை** உருவாக்குவது, இந்நூலில் கூறப்பட்டுள்ள கோட்பாடுகளே. முக்கியமாக ஆறு கோட்பாடுகளை சுதந்திரப் பிரகடனத்தின் கதையில் நாம் காணலாம்; **ஆர்வம், முடிவு, நம்பிக்கை, விடாமுயற்சி, மாஸ்டர் மைண்ட், ஒழுங்கமைக்கப்பட்ட திட்டமிடல்.**

எண்ணமானது உறுதியான **ஆர்வத்தால்** உந்தப்பட்டால், தனது பௌதிகப் பொருளாக உருமாறும் தன்மை கொண்டது என்பதை இந்த தத்துவத்தில் அடிக்கடி கூறுவோம். இந்த கதையிலும், ஏற்கெனவே சொன்ன 'யுனைட்டட் ஸ்டேட்ஸ் ஸ்டீல் கார்ப்பரேஷன்' கதையிலும் சொன்ன வழிமுறையின்படி தான் எண்ணமானது இத்தகைய உருமாற்றத்தைப் பெறும் என்பதை மீண்டும்

சொல்கிறேன்.

அதிசயம் விளைவிக்கும் வழிமுறை அல்ல இது. இயற்கையின் நிரந்தர விதிகளைப் பற்றி மட்டுமே நாம் கூறுவோம். இந்த விதிகள் **நம்பிக்கையும், தைரியமும்** உள்ள யார் பயன்படுத்தினாலும் பயன் தரும். ஒரு நாட்டுக்கு சுதந்திரத்தைக் கொண்டு வரவும், ஒரு மனிதனுக்குச் செல்வத்தைக் கொண்டு வரவும் அதைப் பயன்படுத்தலாம். முயற்சிக்கான நேரம் என்ற ஒன்றைத் தவிர வேறு கட்டணம் எதுவும் செலுத்த வேண்டியதில்லை. உடனடியாக **முடிவெடுக்கத்** தெரிந்தவர்கள், தங்களுக்கு என்ன வேண்டும் என்று தெரிந்திருப்பதால், அவர்கள் கேட்டது கிடைத்துவிடும். வாழ்க்கையின் எந்த துறையிலும் உள்ள தலைவர்கள் வேகமாக **முடிவெடுப்பவர்கள்** என்பதால் தான் அவர்கள் தலைவர்களாக இருக்கிறார்கள். தான் போகும் திசையைத் தெரிந்தவனுக்கு இந்த உலகம் எப்போதுமே வழிவிடுகிறது.

முடிவெடுக்க முடியாமை என்பது இளம் வயதிலேயே தொடங்கும் பழக்கம் ஆகும். திடமான நோக்கம் அல்லது **இலக்கு இல்லாதவனுக்கு**, இந்தப் பழக்கம் அவன் பள்ளியில் இருந்து கல்லூரி செல்லும் வரையில் அவனுடன் கூடவே வரும். **உறுதியான முடிவெடுக்க** வேண்டும் என்பதை நமது கல்வித் திட்டங்கள் போதிப்பதில்லை என்பது அவைகளின் முக்கிய பலவீனமாகும்.

எந்த நோக்கத்திற்காகக் கல்லூரியில் சேருகிறேன் என்று உறுதியாகத் தெரிவிக்க முடியாத எந்த மாணவனையும் கல்லூரியில் சேர்ப்பதில்லை என்று கல்லூரிகள் உறுதியாக இருக்க வேண்டும். ''**முடிவெடுக்கும் பழக்கம்**'' என்ற பயிற்சியை உயர்நிலைப் பள்ளியில் சேரும் எல்லா மாணவர்களுக்கும் கற்றுத்தர வேண்டும். அதற்கென்று ஒரு தேர்வும் வைத்து, தரத்தைக் கணித்த பிறகே அடுத்த வகுப்பிற்கு அவனை அனுமதிக்க வேண்டும்.

நம் கல்வித் துறையின் குறைபாட்டினால் **முடிவெடுக்க முடியாமை** என்ற பழக்கம் அவன் கல்லூரியை முடித்து வேலைக்குப் போகும் போது அந்த வேலைக்குள்ளும் வந்து சேர்ந்து கொள்கிறது. இன்று சம்பளத்துக்கு வேலை பார்க்கும் நபர்களில் 98 சதவிகிதம் பேர், தாங்கள் **எந்த பதவிக்குப் போகவேண்டும்** என்று **உறுதியாக முடிவு எடுக்க முடியாததால்** தான் சம்பளக்காரர்களாகவே நீடிக்கிறார்கள். தங்களுக்கு வேலை தரப்போகிறவரைத் தேர்ந்தெடுக்கும் அறிவு அவர்களிடம் இல்லை.

உறுதியான முடிவை எடுப்பதற்குத் துணிச்சல் தேவை. சில சமயம் அசாத்திய துணிச்சல் தேவை. சுதந்திரப் பிரகடனத்தில் கையெழுத்திடுவதற்கு முன்வந்த ஐம்பத்தாறு பேரும் தங்கள்

உயிரைப் பணயம் வைத்து அதில் கையெழுத்திட்டார்கள். வேலை தேடுபவனை எடுத்துக் கொண்டால், குறிப்பிட்ட வேலையில் சேருவது என்ற **முடிவை** எடுக்கும் போது, அவனுடைய பொருளாதார சுதந்திரத்தைப் பணயம் வைக்கிறான். வாழ்க்கையில் தான் என்ன எதிர்பார்க்க வேண்டும் என்று தெரிந்து கொள்ளாதவன், அதற்குத் திட்டமிடாதவன், அதைக் கேட்டுப் பெறாதவன் யாரோ, அவனுக்குப் **பொருளாதார சுதந்திரம்**, செல்வம், நல்ல வியாபாரம், உயர்பதவிகள் முதலியவை வாய்ப்பதற்கில்லை. எந்த உணர்வோடு சாமுவேல் ஆடம்ஸ் குடியிருப்புகளுக்கு சுதந்திரம் வேண்டும் என்று முயற்சித்தாரோ, அதே உணர்வோடு செல்வத்தை விரும்பினால் நிச்சயம் பெரிய செல்வம் வந்து சேரும்.

'ஒழுங்கமைந்த திட்டமிடல்' என்ற முந்தைய அத்தியாயத்தில் தனிநபர் சேவையை சந்தைப்படுத்துவதற்கான வழிகளைக் கூறினோம். எந்த வேலையைத் தேர்ந்தெடுப்பது, எப்படிப்பட்ட முதலாளியைத் தேர்ந்தெடுப்பது என்றும் கூறினோம். ஆனால் அவற்றை ஒரு உறுதியான திட்டத்திற்குள் அமைத்துக்கொள்ள **நீங்கள் முடிவெடுக்கவில்லை** என்றால் அவற்றால் எந்தப் பயனும் இல்லை.

9

விடாமுயற்சி

நம்பிக்கையைத் தூண்டுவதற்கான தொடர்ந்த முயற்சி

செல்வத்தை நோக்கி எட்டாவது அடி

ஆர்வத்தை அதற்கு சமமான பணப் பொருளாக மாற்றுவதில் **விடாமுயற்சிக்கு** முக்கிய இடம் உண்டு. விடாமுயற்சிக்கு அடிப்படையானது **மனவலிமை** ஆகும்.

மனவலிமையும் ஆர்வமும் சரியான விகிதத்தில் சேர்ந்தால் எதிர்க்க முடியாத இரட்டையாக அது இருக்கும். மிகப்பெரிய செல்வந்தர்களைப் பார்த்து இரக்கமற்றவர்கள் என்றும், தோல் தடித்தவர்கள் என்றும் கூறுவதுண்டு. பொதுவாகவே அவர்கள் தவறாக புரிந்து கொள்ளப்படுகிறார்கள். தங்களிடம் இருக்கும் மனவலிமையை விடாமுயற்சியோடு கலந்து, தங்கள் ஆர்வத்திற்குப் பக்கபலமாக வைத்து, தங்கள் இலட்சியத்தை நிறைவேற்ற முயல்கிறார்கள்.

ஹென்றி ஃபோர்டும் இவ்வாறே தோல் தடித்தவராகவும் இரக்கமற்றவராகவும் தவறாகக் கருதப்பட்டவர். தன்னுடைய எல்லாத் திட்டங்களிலும் **விடாமுயற்சியோடு** அவர் இருந்ததே காரணம்.

பெரும்பாலான மக்கள் தங்கள் முயற்சியில் ஒரு எதிர்ப்போ அல்லது சோகமோ தலைகாட்டுமானால் உடனே அதைக் கைவிட்டுவிட்டு ஓடிவிடத் தயாராக இருப்பார்கள். மிகச் சிலரே, எதிர்ப்புகளை **மீறித்** தங்களது இலக்கை நோக்கி நடப்பவர்கள். அந்த சிலர் தான் ஃபோர்டு, கார்னகி, ராக்கஃபெல்லர், எடிசன் போன்றவர்கள்.

''விடாமுயற்சிக்கு'' கதாநாயகத் தன்மை ஏதுமில்லை. ஆனால் எஃகு தயாரிக்க எப்படி கார்பன் தேவையோ, அதுபோல குணமுள்ள மனிதனுக்கு விடாமுயற்சி தேவை. செல்வம் சேர்த்தலுக்குப்

பதின்மூன்று கோட்பாடுகள் உண்டு. இந்தப் பதின்மூன்றையும் புரிந்து கொண்டு பயன்படுத்த வேண்டும் என்றால் அதற்கு **விடாமுயற்சி** தேவை.

இந்தப் புத்தகத்தைப் படித்து அதிலிருந்து கிடைக்கும் அறிவை நீங்கள் பயன்படுத்த விரும்பினால், இரண்டாவது அத்தியாயத்தில் வரும் ஆறு கட்டளைகளை நீங்கள் பின்பற்றியாக வேண்டும். அப்போது உங்களின் **விடாமுயற்சிக்கு** அது ஒரு சோதனையாக இருக்கும். **உறுதியான இலக்கும்,** *அதை அடைவதற்கான* **உறுதியான திட்டமும்** *உடைய* இரண்டு *சதம்* பேரில் நீங்களும் ஒருவராக இருந்தாலொழிய, *அந்த* ஆறு *கட்டுரைகளை* வெறுமனே **படித்து விட்டு நகர்ந்து விடுங்கள்.**

ஏன் இந்த ஆசிரியர் உங்களை அந்தக் கட்டத்தில் சோதிக்க விரும்புகிறார் என்றால், விடாமுயற்சியின்மையே தோல்விக்கு மிகப்பெரிய காரணமாகும் என்பதால். ஆயிரக்கணக்கான பேர்களுடைய அனுபவத்தை அலசியதில் விடாமுயற்சியின்மை என்பது பெரும்பாலானவர்களின் பலவீனமாக இருக்கிறது என்று கண்டோம். முயற்சியினால் வெல்லக்கூடிய பலவீனம் தான் அது. விடாமுயற்சியின்மையை எவ்வளவு சுலபமாக வெற்றி கொள்ளலாம் என்பது **உங்கள் ஆர்வத்தின் தீவிரத்தைப்** பொறுத்தது.

எல்லாச் சாதனைகளுக்கும் தொடக்கப் புள்ளியாக இருப்பது, **ஆர்வம்.** இதை அடிக்கடி நினைவில் கொள்ளுங்கள். ஆர்வம் பலவீனமாக இருந்தால் அதன் விளைவும் பலவீனமாகவே இருக்கும். சிறு நெருப்பு, சிறிது வெப்பத்தையே தரமுடியும். விடாமுயற்சி குறைவாக இருந்தால், ஆர்வத்தைத் தீவிரமாக்குவதன் மூலம் அதைச் சரி செய்துவிடலாம்.

புத்தகத்தை முழுதாகப் படித்து விடுங்கள். அதன் பிறகு இரண்டாவது அத்தியாயத்திற்குத் திரும்புங்கள். அங்கு தரப்பட்டுள்ள ஆறு கட்டளைகளைப் பின்பற்ற ஆரம்பியுங்கள். இதற்கு எவ்வளவு தூரம் நீங்கள் தயாராக இருக்கிறீர்களோ அதை வைத்து, செல்வத்தைச் சேர்ப்பதற்கு நீங்கள் எந்த அளவுக்கு **ஆர்வமாக** இருக்கிறீர்கள் என்பதைக் கண்டுபிடித்து விடலாம். நீங்கள் அலட்சியமாக இருப்பதாகத் தெரிந்தால், செல்வம் சேர்ப்பதற்கு இன்றியமையாத குணமான ''பண உணர்வை'' இன்னும் நீங்கள் பெறவில்லை என்று பொருள்.

கடலை நோக்கி நதி ஓடுவது போல, அதிர்ஷ்டமானது, தன்னைக் ''கவரும்'' விதத்தில் யாருடைய மனம் இருக்கிறதோ அவரை நோக்கித் திரும்புகிறது. தனது ஆர்வத்தால் எந்தப் பொருளை ஒருவன் அடைய விரும்புகிறானோ, அதற்கான அதிர்வுகளை

அவனை நோக்கி இழுப்பதற்கான ஊக்கிகளைப் பற்றி இந்த நூலில் முன்பே கூறியிருக்கிறோம்.

உங்களது **விடாமுயற்சி** பலவீனமாக இருந்தால், அடுத்து வரும் ''ஆற்றல்'' (power) என்ற அத்தியாயத்தில் சொல்லப்படும் அறிவுரைகள் மீது கவனம் செலுத்துங்கள். உங்களைச்சுற்றி ஒரு ''**மாஸ்டர் மைண்ட்**'' குழு இருக்கும்படிச் செய்யுங்கள். அந்த உறுப்பினர்களின் ஒத்துழைப்போடு உங்கள் விடாமுயற்சியைப் பலப்படுத்திக் கொள்ள முடியும். அதிகப்படியான அறிவுரைகளை தன்னாலோசனை மற்றும் ஆழ்மனம் ஆகிய அத்தியாயங்களில் காணலாம். உங்கள் ஆழ்மனதில், நீங்கள் **ஆர்வம்** கொண்ட பொருளை, நேரில் காண்பது போல் காண முடியும் வரை, அந்த அறிவுரைகளைப் பின்பற்றுங்கள். அதன் பிறகு உங்கள் விடாமுயற்சியின்மை அகன்றுவிடும்.

நீங்கள் விழித்திருந்தாலும் சரி, உறங்கினாலும் சரி, உங்கள் ஆழ்மனம் தொடர்ந்து வேலை செய்து கொண்டே இருக்கிறது. (நாம் சொன்ன) விதிகளில் ஒன்றிரண்டு விதிகளை மற்றும் பின்பற்றுவதோ, அல்லது, விட்டுவிட்டு முயற்சி செய்வதோ பயன் தராது. சரியான **பயன்களுக்கு** எல்லா விதிகளையும், அவை உங்களை விட்டு நீங்காத பழக்கமாக மாறும்வரை, பின்பற்றியாக வேண்டும். வேறு எந்த வகையிலும் ''பண உணர்வை'' நீங்கள் வளர்த்துக்கொள்ள முடியாது.

செல்வத்தைத் தங்களை நோக்கி இழுக்க வேண்டும் என்று மெனக்கெடும் பேர்களிடம் செல்வம் சென்று சேர்கிறது. அதே விதிகளைப் பின்பற்றித்தான், சிலரது மனங்கள் **வறுமையைத்** தங்களை நோக்கி இழுக்கின்றன. **உங்கள் மனதில் ''பண உணர்வு'' இல்லையென்றால், உடனே ''வறுமை உணர்வு'' அங்கே புகுந்துவிடும்.** ''வறுமை உணர்வை'' வளர்த்துக் கொள்ள நீங்கள் எந்த முயற்சியும் செய்ய வேண்டியதில்லை. ஆனால் ''பண உணர்வோ'' கேட்டால் மட்டுமே கிடைக்கக்கூடியது. ஒரு சிலருக்கு மட்டுமே அது பிறக்கும் போதே உடன் வரும்.

இதற்கு முன்னால் சொல்லப்பட்ட வாக்கியங்களை எல்லாம் கவனித்தால், செல்வம் சேர்ப்பதில் **விடாமுயற்சிக்கு** உள்ள முக்கியத்துவம் புலப்படும். **விடாமுயற்சி** இல்லையென்றால், போட்டி ஆரம்பிக்கும் முன்பே நீங்கள் தோற்றுப் போவீர்கள். அது இருந்தாலோ வெற்றி நிச்சயம்.

நீங்கள் எப்பொழுதாவது கெட்ட கனவு கண்டிருந்தால் விடாமுயற்சியின் மதிப்பை உணர முடியும். பாதிக் கண்கள் மூடியபடி நீங்கள் படுக்கையில் இருக்கிறீர்கள். மூச்சுத் திணறுவதாக

உணர்கிறீர்கள். பக்கவாட்டில் திரும்பவோ, தசைகளை நகர்த்தவோ முடியவில்லை. அதேசமயம் உங்கள் தசைகளை நகர்த்தியாக வேண்டும் என்று உணரத் **தொடங்குவீர்கள்.** மிகுந்த மன வலிமையை உபயோகித்து எப்படியோ ஒரு கையில் உள்ள சில விரல்களை அசையச் செய்வீர்கள். தொடர்ந்து, அதே கையில் உள்ள மற்ற விரல்களை அசைத்தும், அதன் பிறகு கையை முழுதுமாக அசைத்தும் பார்ப்பீர்கள். பிறகு, கையைத் தூக்குவீர்கள். இதே மாதிரி இன்னொரு கையையும் தூக்குவீர்கள். அதன் பிறகு ஒரு கால், அப்புறம் இன்னொரு கால் என்று படிப்படியாகச் செய்த பிறகு, **ஒரு மாபெரும் முயற்சி** செய்து முழு உடலையும் கெட்ட கனவில் இருந்து வெளியே கொண்டு வருவீர்கள்.

அதே போலத்தான் உங்கள் மனதில் உள்ள ஜடப் பொருளையும் படிப்படியாக வெளியே கொண்டுவர வேண்டும். ஆரம்பத்தில் வேகம் குறைவாக இருந்தால் பரவாயில்லை. **விடாமல் முயற்சி** செய்யுங்கள்.

விடாமுயற்சியால் தான் வெற்றி வரும்.

உங்கள் ''மாஸ்டர் மைண்ட்'' குழுவைக் கவனமாகத் தேர்ந்தெடுத்தால், அவர்களில் யாராவது உங்களுக்கு **விடாமுயற்சி** வளரும்படி உதவி செய்வார்கள். மிகுந்த பணம் சேர்த்த சில பேர், அதற்குத் **தேவை** இருந்ததால் சேர்த்தார்கள். **விடாமுயற்சியை** ஒரு பழக்கமாக அவர்கள் கொண்டார்கள். ஏனென்றால் அவர்கள் சூழ்நிலைகளால் துரத்தப்பட்டவர்கள். விடாமுயற்சி அவர்களுக்குத் தேவைப்பட்டது.

விடாமுயற்சிக்கு இணையானது வேறில்லை! எந்த குணத்தைக் கொண்டும் அதை ஈடுகட்ட முடியாது! முயற்சியின் ஆரம்பத்தில் வேகம் குறைவாக இருக்கும் பொழுது இதை நினைத்துக் கொள்ளுங்கள். தெம்பு அடைவீர்கள். விடாமுயற்சியை ஒரு **பழக்கமாக** ஏற்படுத்திக் கொண்டு விட்டவர்கள், தோல்விக்கு எதிராகத் தங்களைப் பாதுகாத்துக் கொண்டவர்கள். எத்தனை முறை தோற்கடிக்கப்பட்டாலும், அவர்கள் மீண்டும் ஓடி வந்து ஏணியின் உச்சியில் நிற்பார்கள்.

உற்சாகத்தை இழக்கும் அளவுக்குத் தோல்விகளைத் தரும் வழிகாட்டி ஒருவன், நமக்குள் இருக்கிறான் என்று தோன்றுகிறது. அத்தோல்விகளுக்குப் பிறகு நாம் வெற்றிக்கோட்டைத் தொடும் பொழுது, எல்லோரும் ''எனக்குத் தெரியுமே, நீதான் ஜெயிப்பாய் என்று!'' என்பது போல் கூவுவார்கள். **விடாமுயற்சி** என்னும்

தேர்வில் வெற்றி காணாமல் பெரிய சாதனைகளைச் செய்வதற்கு, உள்ளிருக்கும் வழிகாட்டி அனுமதிப்பதில்லை. அத்தேர்வில் தோல்வி அடைபவன், வாழ்க்கையில் வெற்றி பெறுவதில்லை.

ஆனால், தேர்வில் வெற்றி பெற்றவர்களோ மிகுந்த வெகுமதியைப் பெறுகிறார்கள். **விடாமுயற்சியின்** பரிசாக, அவர்கள் நினைத்த இலக்கை அடைகிறார்கள். அதுமட்டுமல்ல, பொருளாக மட்டும் அன்றி, அறிவாகவும் பரிசை அடைகிறார்கள். ''***ஒவ்வொரு தோல்வியும் தனக்கு சமமான வெற்றியின் விதையை ஏந்தி வருகிறது***'' என்னும் அறிவு தான் அது.

இதற்கு விதிவிலக்கானவர்களும் உண்டு. விடாமுயற்சி என்பது வலிமை மிக்கது என்று தெரிந்தவர்கள் அவர்கள். அதனால் எந்தத் தோல்வியையும் தற்காலிகத் தோல்வியாகவே அவர்கள் கருதுவர்.

அவர்கள் தான் **விடாமுயற்சியோடு** தங்கள் **ஆர்வத்தைச் செயல்படுத்தி**, தோல்வியை வெற்றியாக மாற்றிக் கொண்டவர்கள். வாழ்க்கையின் ஓரத்தில் நின்று நாம் பார்க்கும் பொழுது, எண்ணற்றவர்கள் தோல்வியடைவதையும், அதிலிருந்து மீண்டெழ முடியாமல் இருப்பதையும் காண்கிறோம். இவர்களால் வாழ்க்கையானது 'ரிவர்ஸ் கிய'ரிலும் வரும் என்பதை ஏற்றுக்கொள்ள முடிவதில்லை. அப்படியின்றி, எந்தத் தோல்வி ஆனாலும் எதிர்த்துப் போராடினால், அவர்களின் பக்கம் நிற்பதற்காக அமைதியான, யாராலும் தடுக்க முடியாத ஒரு **சக்தி** இருக்கிறது என்பதை நாம் **கண்ணால் பார்க்க முடிவதில்லை**, நினைக்கவும் முடிவதில்லை. அந்த சக்திக்குப் பெயர் தான் **விடாமுயற்சி** என்று வைத்துக் கொள்ளலாம். இந்த **விடாமுயற்சி** மட்டும் இல்லை என்றால் ஒருவன் எந்தத் தொழிலிலும் வெற்றி காண இயலாது.

இந்த வரிகளை எழுதிக் கொண்டிருக்கும் நான், தலைநிமிர்ந்து ஜன்னலின் வழியே எதிரே தெரியும் ''பிராட்வே'' யைப் பார்க்கிறேன். (நியூயார்க்கில் நாடக மேடைகளும் இசை அரங்குகளும் அமைந்துள்ள பகுதி.) அதை, ''மறைந்த ஆசைகளின் மயானம்'' என்று சிலரும், ''வாய்ப்புகளின் முன்வாசல்'' என்று சிலரும் அழைப்பர். உலகத்தின் எல்லாப் பகுதிகளிலிருந்தும் கலைஞர்கள் புகழ், செல்வம், அதிகாரம், அன்பு அல்லது வேறெந்த குணத்தை வெற்றியாகக் கருதுவார்களோ, அதைத் தேடி அங்கு வருவார்கள். அந்தக் கூட்டத்திலிருந்து எப்போதாவது ஒருவர், எல்லோராலும் அறியப்படுபவராக வெளியே வருவார். உடனே அவரை எல்லோரும் ''பிராட்வேயை வெற்றி கொண்டவர்'' என்று புகழத் தொடங்குவார்கள். ஆனால் பிராட்வேயை அவ்வளவு சுலபமாக வெற்றி கொண்டுவிட முடியாது. விடாமுயற்சி உடையவனாக

ஒருவன் இருந்தால் மட்டுமே அவனுடைய திறமையை பிராட்வே அங்கீகரிக்கும், மேதைமையை ஏற்றுக்கொள்ளும், அதற்குரிய பரிசைத் தரும்.

அப்போது தான், அவனுக்கு பிராட்வேயின் இரகசியம் புரிந்துவிட்டது என்று நாம் கூறுவோம். அந்த இரகசியம் **விடாமுயற்சி** என்ற சொல்லோடு பிரிக்க முடியாததாக இருக்கிறது.

பிராட்வே என்னும் ''பெரிய வெள்ளைப் பாதையை'' வெற்றி கொள்ள ஃபேனி ஹர்ஸ்ட் என்ற பெண்மணி போராடியதைப் பார்த்தால் அந்த இரகசியத்தைத் தெரிந்து கொள்ளலாம். தன் எழுத்தைப் பணமாக மாற்றுவதற்கு அவர் 1915 இல் நியூயார்க் நகருக்கு வந்தார். அது அவ்வளவு சுலபமாக இருக்கவில்லை, **ஆனாலும் நடந்தது.** நான்கு வருடங்கள், நியூயார்க்கின் குற்றச்செயல்கள் மிகுந்த சந்து பொந்துகளில் திரிந்தார். கிடைத்த வேலையைச் செய்வதில் பகல் நேரமும், எதிர்காலத்திற்காக ஏங்குவதில் இரவு நேரமும் கழிந்தது. **நம்பிக்கையை** இழந்துவிட்ட போதும், ''பிராட்வே, நீ ஜெயித்துவிட்டாய்!'' என்று அவர் ஓடவில்லை. ''நல்லது பிராட்வே, நீ யாரை வேண்டுமானாலும் ஏற்க மறுக்கலாம், ஆனால் என்னிடம் நீ தோற்றுத்தான் ஆக வேண்டும்'' என்று உறுதியாக நின்றார்.

அப்போது பிரபலமான ''ஸாட்டர்டே ஈவினிங் போஸ்ட்'' என்ற வாரப்பத்திரிகை அவருடைய முப்பத்தாறு கதைகளைத் திருப்பி அனுப்பியது. முப்பத்தேழாவது கதை தான் பிரசுரமானது. எந்த துறையிலும் இருப்பது போல இவரும் ''சராசரியாக'' இருந்திருந்தால், முதல் கதை திரும்பி வந்த போதே எழுத்துத் தொழிலை விட்டு ஓடியிருப்பார். ஆனால், ஜெயித்தே தீருவது என்ற உறுதி இருந்ததால், நான்கு வருடங்கள் பிளாட்பாரங்களைச் சுற்றிக் கொண்டிருந்தார்.

அதற்குரிய ''பரிசு'' கிடைத்தது. அவரது தோல்வியடையும் கட்டம் முடிவுக்கு வந்தது. கண்ணுக்குத் தெரியாத சக்தியின் சோதனையில் அவர் வெற்றி பெற்றார். அன்று முதல் பதிப்பாளர்கள் அவருடைய வீட்டை நோக்கிப் படையெடுக்க ஆரம்பித்தார்கள். எண்ணுவதற்கு நேரமில்லாமல் பணம் வந்து குவிந்தது. சினிமாக்காரர்கள் அவரைக் கண்டு கொண்டார்கள். அப்போது அவர் எழுதிக் கொண்டிருந்த ''கிரேட் லாஃப்டர்''-பெரும் சிரிப்பு- என்ற நாவலை, அது புத்தகமாக வெளிவரும் முன்பே, ஒரு லட்சம் டாலருக்குத் திரைப்பட உரிமையை வாங்கிக் கொண்டார்கள். புத்தகமாக வந்தபின் அதனுடைய ராயல்டி இன்னும் அதிகமாக இருந்திருக்கும். விடாமுயற்சியின் சக்தி எப்படிப்பட்டது என்று

சுருக்கமாகச் சொன்னோம்.

ஃபேனி ஹர்ஸ்ட்டுக்கு மட்டும் தான் இப்படி நடக்கும் என்பதில்லை. பணத்தையும் புகழையும் யார் சேர்த்திருந்தாலும் அவர்கள் முதலில் **விடாமுயற்சியைத்** தங்களோடு சேர்த்திருப்பார்கள் என்று உறுதியாகச் சொல்ல முடியும். பிராட்வே வாசலில் நிற்கும் பிச்சைக்காரர்களுக்கு காப்பியும் சாண்ட்விச்சும் கிடைக்கலாம் ஆனால் பிராட்வேக்குள் நுழைந்து வெற்றி காண்பதற்கு **விடாமுயற்சி** அவசியம்.

கேட் ஸ்மித் இதைப் படிக்க நேர்ந்தால், ''ஆமென்'' என்று சொல்வார். அவர் ஒரு பாடகி. மைக் கிடைத்த இடமெல்லாம் அவர் பாடிக் கொண்டிருந்தார். காசு மட்டும் கிடைக்காது. பல வருடங்கள் கழிந்தன. ''உன்னால் முடியுமா என்று வந்து பார்'' என்று பிராட்வே அவரை அழைத்தது. ஆனால் அவரால் வெற்றி பெற முடியவில்லை. முயன்று கொண்டே இருந்தார். ஒரு நாள் பிராட்வே களைத்துப் போய் அவரிடம், ''எவ்வளவு அடித்தாலும் தாங்குகிறாயே! சரி, தொலையட்டும், உனக்கு எவ்வளவு தரவேண்டும்? வந்து பாடு!'' என்று அழைத்தது. தன்னுடைய விலையைச் சொன்னார்.

அது மிகப்பெரிய விலை. வேறு சிலருக்கு ஓராண்டில் கிடைக்கும் தொகை எதுவோ, அதை இவர் ஒரு வாரத்தில் பெறமுடிந்தது.

விடாமுயற்சியால் தான் எவ்வளவு லாபம் பாருங்கள்!

கேட் ஸ்மித்தை விடச் சிறப்பான பாடகர்கள் எவ்வளவோ பேர் வாய்ப்புத் தேடி பிராட்வேயைச் சுற்றி அலைந்திருக்கிறார்கள். அவர்களுக்கு வெற்றி கிட்டவில்லை. எண்ணற்றவர்கள் வந்து போனார்கள், நன்றாகவே பாடினார்கள். ஆனால் முன்னுக்கு வர முடியவில்லை. காரணம், தோல்வியைக் கண்டு துவளாமல் தொடர்ந்து முயற்சி செய்யாததே. விடாமுயற்சி என்பது ஒரு மனநிலை என்பதால் அதை வளர்த்துக் கொள்ள முடியும்.

எல்லா மன நிலைகளையும் போலவே விடாமுயற்சிக்கும் சில அடிப்படை காரணங்கள் உண்டு:

அ. **உறுதியான நோக்கம்:** தனக்கு வேண்டுவது என்ன என்று தெரிந்திருக்க வேண்டும். அதுதான் விடாமுயற்சிக்கு முதல் படி. வலிமையான நோக்கம் இருந்தால் பல இடையூறுகளை கடந்துவிடலாம்.

ஆ. **ஆர்வம்:** தீவிரமான ஆர்வம் இருந்தால் அதற்கான விடாமுயற்சியைப் பெறுவதும் அதைத் தக்க வைத்திருப்பதும் சுலபம்.

இ. **சுயச்சார்பு:** தன்னுடைய திறமையின் மீது நம்பிக்கை வைத்துத்

திட்டமிடும் ஒருவனால் விடாமுயற்சியோடு செயல்பட முடியும். (சுயச்சார்பை வளர்த்துக் கொள்ளும் விதத்தை ‘தன்னாலோசனை’ என்ற அத்தியாயத்தில் காணலாம்.)

ஈ. **உறுதியான திட்டங்கள்:** பலவீனமாகவும், நடைமுறைக்குப் பொருந்தாத வகையிலும் இருந்தாலும், ஒழுங்கமைந்த திட்டங்களாக இருந்தால், அது விடாமுயற்சியைத் தரும்.

உ. **துல்லியமான அறிவு:** நன்கு ஆராய்ந்து, அனுபவ அறிவோடு எடுக்கப்பட்ட திட்டங்கள், விடாமுயற்சிக்கு ஆதரவானவை.

ஊ. **ஒத்துழைப்பு:** அனுதாபம், புரிந்துகொள்ளல், இணக்கமான ஒத்துழைப்பு ஆகியவை விடா முயற்சிக்கு உறுதுணையானவை.

எ. **மனவலிமை:** எண்ணங்களை ஒருமைப்படுத்தி, திட்டங்களைத் தயாரிக்கும் போது, குறிப்பிட்ட இலக்கை நோக்கி விடாமுயற்சியோடு நடப்பது சாத்தியமாகிறது.

ஏ. **பழக்கம்:** விடாமுயற்சி என்பது பழக்கத்தினால் நேரடியாக வருவது. அன்றாட நிகழ்வுகளை ஜீரணித்துக் கொண்டு மனம் செயல்படுகிறது. மனதின் மிகப்பெரிய எதிரி, பயம் என்பதாகும். துணிச்சலான நினைவுகளைத் திரும்பத் திரும்ப நினைப்பதன் மூலம் பயத்தை வெற்றி கொள்ளலாம். போர்முனையில் பணியாற்றியவர்களுக்கு இது தெரியும்.

விடாமுயற்சி எனும் தலைப்பை விட்டு நகரும் முன்னால், உங்களிடம் எந்த விஷயத்திலாவது விடாமுயற்சி குறைவாக இருக்கிறதா என்று கவனியுங்கள். இப்போது சொன்ன எட்டு அம்சங்களில் எந்தெந்த அம்சங்களில் அது குறைவாக இருக்கிறது என்று தைரியமாகச் சொல்லுங்கள். அதனால் குறைகளைத் திருத்திக்கொண்டு முன்னேறுவதற்கு ஏதுவாகும்.

விடாமுயற்சியின்மையின் அறிகுறிகள்

இந்தப் பகுதியில் உங்களுக்கும் உங்கள் சாதனைகளுக்கும் நடுவே நிற்கும் உண்மையான பகைவர்கள் யார் என்பதை அறிவீர்கள். விடாமுயற்சி பலவீனமாக இருப்பதன் அறிகுறிகளை மட்டுமல்ல, ஆழ்மனதில் உள்ள அதற்கான காரணங்களையும் அறிந்து கொள்வீர்கள். **உங்களை நீங்களே அறிந்து கொள்ளவும், உங்கள் செயல் திறமையைத் தெரிந்து கொள்ளவும் விரும்பினால்** கீழே உள்ள பட்டியலைப் படியுங்கள்.

செல்வம் திரட்ட நினைப்பவர்கள் கீழ்க்கண்ட பலவீனங்களை வெற்றி கொள்ள வேண்டும்.

1. தனக்குத் தேவையானது என்ன என்பதைச் சரியாகத் தெரிந்து கொள்ளாமல் இருப்பது.
2. கால தாமதம் செய்வது. அதற்கு காரணம் இருக்கலாம் காரணம் இல்லாமலும் இருக்கலாம். சாக்குப்போக்குகள் சொல்வதாகவும் இருக்கலாம்.
3. விசேஷ அறிவைப் பெற விருப்பம் இல்லாமல் இருப்பது.
4. முடிவெடுக்காமல் இருப்பது; தன் வேலைகளை மற்றவர்கள் மீது சுமத்தி விட்டு, சும்மா இருப்பது.
5. பிரச்சினைகளைத் தீர்ப்பதற்கு உறுதியான திட்டங்களைத் தீட்டாமல், சாக்குப்போக்கு சொல்வது.
6. எளிதில் திருப்தி அடைந்துவிடுவது: இந்த நோய்க்கு மருந்து கிடையாது.
7. அலட்சியம்: பிரச்சினைகள் வரும் பொழுது எதிர்த்து நிற்காமல் அவற்றுக்கு வளைந்து கொடுப்பது.
8. தன்னுடைய தவறுகளுக்கு மற்றவர்களைக் காரணமாக்குவது; அல்லது சூழ்நிலைகளைக் காரணமாக்குவது.
9. **ஆர்வம் பலவீனமாக இருப்பது**. எடுத்துக்கொண்ட இலக்கு சரியானதாக இல்லாமலிருந்தால் இப்படி ஆகும்.
10. முதன்முதலாக ஒரு தோல்வி வந்தவுடன், வேலையைக் கைவிட்டு ஓடத் தயாராகவும், சம்மதத்துடனும் இருப்பது. (ஆறு அடிப்படை அச்சங்களில் ஏதாவது ஒன்றின் காரணமாக இருக்கலாம்.)
11. **ஒழுங்கமைந்த திட்டங்கள்** இல்லாமல் இருப்பது. திட்டங்களை எழுத்தில் எழுதி வைத்திருந்தால் சென்று சரிபாருங்கள்.
12. புதிய கருத்துக்களை அல்லது புதிய வாய்ப்புகளை ஏற்றுக் கொள்ளாமல் இருப்பது.
13. **செயல்படுவதை** விட்டுக் **கனவு** காண்பது.
14. **வறுமை** வந்தால் ஏற்றுக் கொண்டு விடுவது. உயர வேண்டும் என்ற ஆசை இல்லாமல் இருப்பது. பணமோ பொருளோ தனக்கு வேண்டும் என்ற அக்கறை இல்லாமல் இருப்பது.
15. **உழைக்காமலேயே** பணக்காரன் ஆகிவிட முயலுவது. சூதாட்டம் முதலியவற்றில் ஈடுபடுவது.
16. **விமர்சனங்களுக்கு அஞ்சுவது.** மற்றவர்கள் என்ன சொல்வார்களோ என்று அஞ்சி, சரியான திட்டங்களை உருவாக்கவும் செயல்படுத்தவும் அஞ்சுவது. உண்மையில் இதுதான் இந்தப் பட்டியலின் முதல் காரணமாக இருக்க வேண்டும் ஏனெனில் இது ஆழ்மனதில் ஆறு அடிப்படை

அச்சங்களில் ஒன்றாக நிலை கொண்டிருப்பதாகும். ('ஆறு அடிப்படை அச்சங்கள்' பின்னால் ஒரு அத்தியாயத்தில் வரும்.)

'விமர்சனத்துக்கு அஞ்சுவது' என்பதன் அறிகுறிகள் யாவை என்று பார்ப்போம். பெரும்பாலானவர்கள் தங்களுடைய உறவினர்கள் நண்பர்கள் மற்றும் பொதுமக்களின் செல்வாக்கிற்கு உட்பட்டே வாழ்கிறார்கள் என்பதால் அவர்களுடைய விமர்சனத்துக்கு அஞ்சியே வாழ வேண்டி இருக்கிறது.

பொருத்தமில்லாத ஜோடியைத் திருமணம் செய்து கொண்ட தவறு, பெரும்பாலானவர்களை சங்கடப்படுத்துவது. அதைத் திருத்திக் கொள்ள முயன்றால் விமர்சனத்துக்கு உள்ளாவார்கள். திருத்திக் கொள்ளாவிட்டால், அது அவர்களின் முன்னேறும் ஆசை, சுயச்சார்பு, சாதிக்க வேண்டும் என்ற ஆர்வம் எல்லாவற்றையும் அழித்துவிடும்.

பள்ளிப்படிப்பை முடித்துவிட்டால், அதன் பிறகு கல்வி கற்பது விமர்சனத்துக்கு உள்ளாகும் என்று பயந்து எண்ணற்றவர்கள் கல்வியைப் புறக்கணிக்கிறார்கள். **கடமை** முக்கியமா கல்வி முக்கியமா என்று உறவினர்கள் கேள்வி கேட்டு விமர்சிப்பார்கள். (ஆனால் கடமைக்காகத் தன்னுடைய ஆர்வத்தைத் துறக்க வேண்டும் என்று வற்புறுத்தவோ, தான் விரும்பியவாறு வாழ்க்கை நடத்தக் கூடாது என்று தடுக்கவோ யாருக்கும் உரிமை கிடையாது.)

தோல்வி அடைந்தால் விமர்சனத்துக்கு உள்ளாவோம் என்ற அச்சத்தால் பல வியாபாரிகள் தாங்கள் நினைத்தவாறு முயற்சி களை மேற்கொள்ளாமல் இருக்கிறார்கள். அந்த அச்சம், வெற்றி மீது கொண்ட **ஆர்வத்தை** விட அதிகமாக இருக்கும்.

தங்கள் வாழ்வில் உயர்ந்த லட்சியங்களை அமைத்துக்கொள்ள சிலர் அஞ்சுகிறார்கள். ''அவ்வளவு உயரம் போகாதே, உன்னைப் பைத்தியம் என்று நினைப்பார்கள் என்று ''நண்பர்களும்'' உறவினர்களும் கேலி செய்வார்கள்'' என்பது அவர்களின் அச்சம்.

இருபதாண்டுகளை அர்ப்பணித்து, தனி மனிதர்களின் சாதனைகளுக்கு ஆதாரமான தத்துவம் ஒன்றை உருவாக்கித் தருமாறு ஆன்ட்ரூ கார்னகி என்னிடம் ஆலோசனை கூறிய போது, மற்றவர்கள் என்ன சொல்வார்களோ என்ற அச்சம் தான் முதலில் ஏற்பட்ட உணர்ச்சி. அவர் எனக்கு இலக்காக வைத்தது, அதுவரை நான் கனவிலும் நினைத்திராத அளவுக்கு உயர்வான இலக்கு. ஆகவே என் மனம் உடனடியாக அதை என்னால் செய்ய முடியாது என்பதற்கான சாக்குகளைத் தேடத் தொடங்கியது. காரணம், **விமர்சனத்தால் ஏற்படக்கூடிய அச்சமே**. எனக்குள்ளிருந்து

ஒரு குரல் பேசியது: ''உன்னால் இதைச் செய்ய முடியாது - மிகப் பெரிய வேலை, பல வருடங்கள் பிடிக்கும் - சொந்தக்காரர்கள் என்ன நினைப்பார்கள்? - சாப்பாட்டுக்கு வழி இருக்கிறதா? - இதுவரையில் வெற்றிக்கான தத்துவம் என்று யாரும் கண்டுபிடிக்கவில்லை. உன்னால் மட்டும் முடியும் என்று எப்படி நம்புகிறாய்? - நீ யார் என்பதை நினைத்தாயா? - இவ்வளவு பெரிய குறிக்கோளை உன்னால் அடைய முடியுமா? - நீ சாதாரண குடும்பத்தில் பிறந்தவன். தத்துவம் என்பதைப் பற்றி உனக்குத் தெரியுமா? - என்னைப் பைத்தியம் என்றல்லவா நினைப்பார்கள்? (ஆம், அப்படித்தான் நினைத்தார்கள்) இது முடியக்கூடிய காரியம் என்றால் இதுவரையில் ஏன் யாரும் செய்யவில்லை?''

இதுவும் இன்னும் பல கேள்விகளும் என் மனதில் மின்னல் போலப் பளிச்சிட்டன. உலகமே திடீரென்று என்னை நோக்கி கவனம் செலுத்துவது போலத் தோன்றியது, என்னை எப்படியாவது கேலி செய்து கார்னகியின் ஆலோசனையை நான் செயல்படுத்த விடாமல் செய்வதற்காக.

செய்து முடிக்க வேண்டும் என்ற பேராசை என்னைப் பீடிப்பதற்குள், அதைத் தூக்கி எறிவதற்கான வாய்ப்பு அப்போது இருந்தது. தற்காலத்தில் ஆயிரக்கணக்கானவர்களின் வாழ்க்கையை அலசி ஆராய்ந்த போது நான் கண்டுபிடித்தது இதுதான். **பெரும்பாலான எண்ணங்கள் பிறக்கும் போதே உயிரில்லாமல் பிறக்கின்றன. 'உடனடியாகச் செயல்படுவது' என்ற மூச்சுக் காற்றை அதற்குள் செலுத்தியாக வேண்டும்.** எந்த எண்ணத்திற்கும் அது தோன்றிய உடனேயே பால் ஊற்ற வேண்டும். எத்தனை நிமிடங்கள் அது வாழ்கிறதோ அந்த அளவுக்கு அது உயிர் பிழைப்பதற்கு சாத்தியக்கூறு அதிகம். **விமர்சனத்தைக் கண்டு அஞ்சினால்** அந்த எண்ணங்கள் திட்டமிடும் கட்டத்தையும், அதன்பின் செயல்படும் கட்டத்தையும் எட்டுவதற்கில்லை.

சாதகமான காற்று வீசினால் மட்டுமே பணம் சேர்க்கும் விஷயத்தில் வெற்றி காண முடியும் என்று பலர் நம்புகிறார்கள். அதற்கு ஓரளவு ஆதாரம் உண்டு என்றாலும், முழுக்க முழுக்க அதிர்ஷ்டத்தை நம்பினால் எப்போதுமே ஏமாற்றம் தான் மிஞ்சும். காரணம் அதிர்ஷ்டம் வருவதற்கு முன்னால், அதை நம்மிடம் வரவழைப்பதற்கு வேண்டிய அறிவு நம்மிடம் இல்லாததே.

பொருளாதார மந்தநிலையின் போது டபிள்யூ.சி. ஃபீல்ட்ஸ் என்ற நகைச்சுவை நடிகருக்கு வேலை இல்லாமல் போயிற்று காரணம். அவர் நடித்துக் கொண்டிருந்த அக்காலத்து 'வாட்வில்' என்ற நகைச்சுவை நாடக மேடை காலமாற்றத்தால் மறைந்து போனது. பிழைக்க வேறு

வழி இல்லாததால் அவர் வறுமையில் வாட நேரிட்டது. வயது 60க்கு மேல் ஆகிவிட்டது. யாரும் தங்களை ''வயதானவர்கள்'' என்று கருதிக் கொள்ளும் வயது அது. எப்படியாவது மறுபடியும் நடிக்க வேண்டும் என்ற இலட்சியத்தால், அப்போது புதிதாக எழுந்த துறையான சினிமாவில் பணம் வாங்காமல் நடிக்க ஒப்புக்கொண்டார். ஆனால் நடிக்கும் போது கீழே விழுந்து அடிபட்டுக்கொண்டார். இன்னொருவராய் இருந்தால் அத்தோடு போதுமென்று இடத்தைக் **காலி** செய்திருப்பார். இவர் **விடாமுயற்சி** கொண்டவர். கொஞ்சம் சமாளித்து நின்றுவிட்டால் நிச்சயம் பெரிய ''வாய்ப்பு'' கிடைக்கும் என்று நம்பினார். கிடைத்தது, ஆனால் அதிர்ஷ்டத்தினால் அல்ல.

மேரி டிரெஸ்லர் என்ற நடிகையும் அவ்வாறே, ('வாட்வில்' என்ற நகைச்சுவை நாடக மேடை மறைந்து போனதால்) வேலையிழந்த இன்னொரு காமெடியன். வேலை போயிற்று, வருமானம் போயிற்று, வயதும் அறுபதாகி விட்டது. என்றாலும் சினிமாவில் வாய்ப்புத் தேடி, முயன்று, வெற்றி கண்டார்.

வாழ்க்கையில் சாதிக்க வேண்டும் என்ற லட்சியத்தையே கைவிட்டு விடும் வயதான காலத்தில், அந்த நடிகை, தன் **விடாமுயற்சியால்** அதிசயிக்கத்தக்க வெற்றியை சினிமாவில் அடைந்தார்.

எட்டி கேண்ட்டர் என்ற நடிகர் 1929 இல் ஏற்பட்ட பங்குச்சந்தை வீழ்ச்சியில் தன் பணம் முழுவதையும் இழந்தார். ஆனால் தன் தைரியத்தையும் **விடாமுயற்சியையும்** இழக்கவில்லை. அத்துடன் (பேஞ்சோ வாத்தியம் போல) உருண்ட இரண்டு கண்களும் அவருக்கு இருந்ததால், சினிமாவில் நுழைந்து மீண்டும் வாரம் ஒன்றுக்குப் பத்தாயிரம் டாலர் சம்பாதிக்கும் அளவுக்கு முன்னேறினார்! **விடாமுயற்சி** மட்டும் இருந்துவிட்டால், வேறு பல குணங்கள் இல்லை என்றாலும் ஒருவன் வெற்றி பெறலாம். அவனுக்கான வாய்ப்பு, அவனே தனக்காக உண்டாக்கிக் கொள்வது தான். **விடாமுயற்சியால்** வருவது தான் அந்த வாய்ப்பு. ஆனால் **உறுதியான இலக்கு** தான் அதன் தொடக்கப் புள்ளி.

இதை நீங்களே சோதித்துப் பார்க்கலாம். நீங்கள் சந்திக்கப்போகும் 100 பேரை வாழ்க்கையில் அவர்கள் அதிகம் விரும்புவது என்ன என்று கேளுங்கள். 98 பேர் எதுவும் தெரியாமல் விழிப்பார்கள். வற்புறுத்திக் கேட்டால், சிலர்-**பாதுகாப்பு** என்பார்கள். அதிகம் பேர்-**பணம்** என்பார்கள், வெகு சிலர்-**சந்தோஷம்** என்பார்கள், கொஞ்சம் பேர்-**புகழ், அதிகாரம்** என்பார்கள். **சமூக அங்கீகாரம், வசதியாக வாழ்தல், பாட்டுப் பாடுவது, நடனமாடுவது, கதை எழுதுவது**-என்றுகூடச் சிலர் கூறுவார்கள். ஆனால் மேலும்

விளக்கமாகச் சொல்லுமாறு கேட்டால் தெரியாது. அதற்கான **திட்டம்** ஏதும் உண்டா என்று கேட்டால் இல்லவே இல்லை. இப்படி வெறுமனே ஆசைப்படுவதால் செல்வம் தேடி வராது. உறுதியான ஆர்வமும், **விடாமுயற்சியும்** கொண்டு மேற்கொள்ளப்படும் உறுதியான திட்டங்களுக்கு மட்டுமே, அது பதில் சொல்லும்.

விடாமுயற்சியே வளர்த்துக் கொள்வது எப்படி

நான்கு சுலபமான வழிகளில் **விடாமுயற்சியை** நம்முடைய பழக்கங்களில் ஒன்றாக ஆக்கிக் கொள்ளலாம். அதற்கு மிகப்பெரிய புத்திசாலித்தனமோ, குறிப்பிட்ட அளவு கல்வியோ, அல்லது முயற்சியோ நேரமோ தேவையில்லை.

1. **அடிப்படையில் தணியாத ஆர்வத்தை கொண்ட உறுதியான லட்சியம். (நோக்கம்).**
2. **தொடர்ந்து பல கட்டங்களில் செயல்படக்கூடிய உறுதியான திட்டம்.**
3. **எதிர்மறை உணர்வுகள், எதிர்மறை கருத்துக்கள், எங்கிருந்து வந்தாலும் அவை உள்ளே நுழையாதபடி மனதைப் பூட்டி வைத்தல்.**
4. **சரியான நோக்கத்திலும், சரியான திட்டத்திலும் நம்மோடு ஒத்துழைக்கும் தன்மை உள்ள ஒன்று அல்லது அதற்கு மேற்பட்டவர்களோடு நட்புக் கூட்டணி அமைத்தல்.**

வாழ்க்கையின் எந்த துறையில் இருந்தாலும் வெற்றி பெறுவதற்கு இந்த நான்கு வழிகளும் அவசியம். நாம் சொல்லப்போகும் 13 கோட்பாடுகளின் நோக்கம், இந்த நான்கு வழிகளைப் பழக்கமாக்கிக் கொள்வதே. இந்த வழிகளால் ஒருவன் தனது பொருளாதாரத் தலைவிதியைக் கட்டுப்படுத்திக் கொள்ள முடியும் இவற்றால் தான் சுதந்திரமாகவும் யாரையும் சாராமல் சிந்திக்க முடியும். செல்வத்தை நோக்கி, அது சிறியதானாலும், பெரியதானாலும், அழைத்துச் செல்லும் படிகள் அவை. நமக்குத் தேவைப்படும் சாதகமான வாய்ப்புகளைத் தந்து, நம் கனவுகளை நனவாக்கும்.

அச்சம், அதைரியம், அலட்சியம் இம்மூன்றையும் வெற்றி கொள்வதற்கு இவைகளே படிகளாகும்.

இந்த நான்கு அடிகளை எடுத்து வைப்பவர்களுக்கு மகத்தான பரிசு காத்திருக்கிறது. அவர்கள் தங்களுக்கான பயணச்சீட்டைத் தாங்களே தயாரித்துக் கொள்ளலாம் அதற்கு என்ன விலை

வேண்டுமோ அதை வாழ்க்கையிடமிருந்து பெற்றுக்கொள்ளலாம்.

திருமதி. வாலிஸ் சிம்சன் என்ற பெண்மணி, அந்த மனிதர் மீது வைத்த காதல் தற்செயலாக ஏற்பட்டது அல்ல, அதிர்ஷ்டத்தினால் ஏற்பட்டதும் அல்ல என்று தான் நான் ஊகிக்கிறேன். உண்மை விவரம் எனக்கு தெரியாது. அவள் மனதில் தணியாத ஆர்வம் இருந்தது. அவள் எடுத்து வைத்த ஒவ்வொரு அடியும் தேர்ந்தெடுத்து வைத்த அடியாக இருந்தது. காதலே தன் முதல் கடமையாக அவளுக்குத் தோன்றியது. உலகத்திலேயே மிக உயர்ந்த விஷயம் எது? ''காதல் தான். மனிதர்களின் சட்டமோ, விமர்சனமோ, கசப்புணர்ச்சியோ, அரசியல் காரணங்களுக்காகச் செய்து கொள்ளும் திருமணமோ அல்ல'' என்று இறைவன் அவள் காதில் சொன்னான்.

வேல்ஸ் இளவரசரை சந்திக்கும் முன்பே தனக்கு என்ன வேண்டும் என்பது அவளுக்குத் தெரியும். இரண்டு முறை தன் காதலே அவளுக்குத் தெரியாமல் இருந்தது ஆனால் முயன்று அதைக் கண்டுபிடித்தாள். ''மனதுக்கு நீ நேர்மையாக நடந்து கொண்டால், இரவுக்குப் பின் பகல் வருவது போல, அது உன் பின்னால் வரும். அதன் பிறகு நீ எந்த மனிதனிடமும் நேர்மை இல்லாமல் இருக்க முடியாது.''

அவளைப் பற்றி உலகத்திற்குத் தெரியாது ஆனால் படிப்படியாகத் தன் **விடாமுயற்சியால்** அவள் உலகத்திற்குத் தெரிய வந்தாள். நம்பவே முடியாத பிரச்சினைகளை எல்லாம் அவள் வெற்றி கொண்டாள். நீங்கள் யாராக இருந்தாலும் சரி, வாலிஸ் சிம்ச னைப் பற்றியோ, அவளுக்காகத் தனது மணிமுடியைத் துறக்க முன்வந்த அரசனைப் பற்றியோ நீங்கள் என்ன நினைத்தாலும் சரி, **விடாமுயற்சியைப்** பின்பற்றி வெற்றி கண்டதற்கு அவள் உதாரணமாக விளங்குகிறாள். விடாமுயற்சியை உலகுக்குப் போதிப்பவளாக அவள் இருக்கிறாள்.

வாலிஸ் சிம்சன் சாதாரணப் பெண்மணி அல்ல. தனக்கு என்ன வேண்டும் என்பதை புரிந்து கொண்டு, அதற்காக ஒரு சாம்ராஜ்ஜியத்தையே அசைத்துப் பார்த்தவர். பொதுவாகப் பெண்கள், இந்த உலகம் ஆண்களுக்கானது என்றும் பெண்களுக்கு சம உரிமை இல்லை என்றும் கூறுகிறார்கள். அவர்கள் வாலிஸ் சிம்சன் என்ற அசாதாரணமான பெண்மணியின் வாழ்க்கையைப் படிக்க வேண்டும். எந்த வயதில் பெண்கள் ''வயதானவர்களாக'' கருதப்படுகிறார்களோ, அந்த வயதில் உலகத்தின் மிகவும் விரும்பத்தக்க, மணமாகாத ஒருவனின் காதலைக் கவர்ந்தவள் அவள்.

அரசர் எட்வர்டு மட்டும் என்ன? தான் விரும்பிய பெண்ணின் காதலுக்காக அவர் மிகவும் அதிக விலை கொடுத்து விட்டாரா? நம்

காலத்திய இந்த மாபெரும் நிகழ்விலிருந்து நாம் தெரிந்து கொள்ளும் பாடம் என்ன?

இதற்கு யாராலும் சரியான விடை கூற முடியாது. அந்த இரண்டு பேரைத் தவிர, மற்ற எல்லோரும் ஊகிக்கவே முடியும். ஆனால் அரசன் அந்தக் காதல் உலகத்திற்குள் தானாக வரவில்லை, இழுக்கப்பட்டான்.

அவன் அரசனாகப் பிறந்தவன். ஆகவே அவன் கேளாமலேயே எல்லாம் அவனுக்குக் கிடைத்தன. அவளைத் திருமணம் செய்து கொள்ள எவ்வளவோ பேர் முன்வந்தார்கள். ஐரோப்பாவில் இருந்த அரசியல்வாதிகளும், மற்றவர்களும், அவனைத் திருமணம் செய்துகொள்ளத் தயாராக இருந்த இளவரசிகளையும், கணவனை இழந்த பணக்கார விதவைகளையும் அவன் முன்னால் காட்டித் தேர்ந்தெடுக்கச் சொன்னார்கள். தன் பெற்றோர்களுக்கு முதல் குழந்தையாகப் பிறந்ததால் அவனுக்கு அரசனாகும் உரிமை கிடைத்தது. அது அவன் கேட்டு வந்ததல்ல. அவன் விரும்பியும் வந்ததல்ல. நாற்பது வருடங்களுக்கும் மேலாக அவன் சுதந்திரமானவனாக இல்லை. தான் விரும்பிய வாழ்க்கையை வாழ முடியவில்லை. அந்தரங்கம் என்பதே இல்லை. சிம்மாசனம் ஏறியதால் அதற்குரிய கடமைகள் அவன் தலை மீது சுமத்தப்பட்டன.

''அரசனாக இருப்பது எல்லோருக்கும் கிடைக்குமா? எட்வர்டு அரச போகத்தில் திருப்தியாக, மகிழ்ச்சியாக, இருந்திருக்க வேண்டியது தானே!'' என்று சிலர் கூறலாம். ஆனால் அரசனுக்குரிய சலுகைகளுக்குப் பின்னால், பணம் புகழ் அதிகாரம் எல்லாவற்றுக்கும் பின்னால், அவன் மனதில் இருந்த வெறுமையைக் காதல் என்ற ஒன்றினால் மட்டுமே நிரப்ப முடிந்தது.

அரசன் எட்வர்டின் மிகப்பெரிய **ஆர்வம்**, காதலே. வாலிஸ் சிம்சனை சந்திப்பதற்கு பல நாட்கள் முன்பே உலகில் மாபெரும் உணர்ச்சியான காதல், தன் இதய வீணையை மீட்டுவதையும், தன் ஆன்மாவின் கதவுகளைத் தட்டுவதையும், தன்னை வெளிப்படுத்தக் காத்திருப்பதையும் அவன் அறிவான். தன்னைப்போலவே இன்னொரு ஆன்மா அதே காதலை வெளிப்படுத்தத் துடித்துக் கொண்டிருப்பதை அவன் அறிந்தபோது, அச்சமோ, குற்ற உணர்வோ இல்லாமல், மனதை அவளுக்காகத் திறக்க முடிந்தது. நாடுகளைக் கடந்து இருவர் காதலில் விழுந்ததையும், எந்த விமர்சனத்தையும் எதிர்கொள்ளத் தயாராக இருந்ததையும், காதல் என்ற புனிதமான ஒன்றுக்காக மற்ற **எல்லாவற்றையும்** துறக்க முன் வந்ததையும், யாருடைய வம்புப்பேச்சும் நிறுத்த முடியவில்லை.

தான் விரும்பிய பெண்ணோடு எஞ்சிய காலத்தைக்

பிடிப்பதற்காக, உலகின் மிகவும் சக்திவாய்ந்த பேரரசின் மணிமுடியையே துறக்க முன்வந்த அரசன் எட்வர்டின் **முடிவுக்கு** மிகவும் துணிச்சல் தேவைப்பட்டது. அந்த முடிவுக்கு விலை மிகவும் அதிகம். ஆனால் அதைச் சொல்வதற்கு நாம் யார்? ''உங்களில் பாவம் செய்யாதவன் எவனோ, அவனே முதல் கல்லை எறியட்டும்'' என்று அவர் சொன்னாரே!

டியூக் ஆ ஃப் விண்ட்ஸர் என்று அழைக்கப்பட்ட எட்வர்டின் முடிவை குறை சொல்வோர், ஒன்றை நினைவில் கொள்ள வேண்டும். வாலிஸ் சிம்சன் மீதான **காதலை** அவன் உலகத்துக்குத் **தெரிவிக்க வேண்டியதே** இல்லை. ரகசியமாக அவளோடு கள்ளத்தொடர்பில் இருந்திருக்கும் உரிமை அவனுக்கு இருந்தது. ஐரோப்பாவில் இது அரச குடும்பத்தில் மிகச் சாதாரணமான வழக்கம். தன் மணிமுடியைத் துறந்திருக்கவும் வேண்டாம். தன் காதலையும் இழந்திருக்க வேண்டாம். **அரச குடும்பத்தினரும் மதகுருமார்களும்** அவனைக் **குற்றம் சொல்லியிருக்க மாட்டார்கள்.** ஆனால் அரசன் எட்வர்டு, மன உறுதி மிக்கவன். அவனது காதல் தூய்மையானது, ஆழமானது, நேர்மையானது. அவன் மனதிற்குள் உண்மையான ஆர்வமாக அது இருந்தது. அதனால் தான் தன்னை வெளிப்படுத்திக் கொண்டது. தனக்கான விலையை அது பெற்றுக்கொண்டது.

எட்வர்டைப் போல, ஐரோப்பாவில் இருந்த எல்லா ஆட்சியாளர்களும் மனிதாபிமானத்தோடும், நேர்மையோடும் இருந்திருப்பார்களேயானால், கடந்த நூற்றாண்டில் அங்கு நிகழ்ந்த பேராசை, வெறுப்புணர்வு, மோகம், அரசியல் சதி, யுத்த மிரட்டல் **இவையெல்லாம் இல்லாமல் வேறு மாதிரியான சரித்திரம் அங்கே நிகழ்ந்திருக்கும்.** அங்கே அன்பு மட்டுமே அன்றி வெறுப்புணர்வு இருந்திருக்காது.

ஸ்டூவர்ட் ஆஸ்டின் வியர் சொன்ன இந்த வார்த்தைகளைத் திருப்பிச் சொல்லி எட்வர்டு-வாலிஸ் சிம்ஸன் காதலுக்காக நாம் மது அருந்துவோமாக: ''பேசப்படாத எண்ணங்களே நமது இனிமையான எண்ணங்கள் என்று புரிந்து கொண்டவனை வாழ்த்துவோமாக! தன் இதயத்தின் ஆழமான இருட்டிலிருந்து காதலென்னும் வெளிச்சத்தைக் காண முடிந்தவனை, கண்டதும் -'இதுவரை நான் சொன்னதை விடவும் இனிமையானவை, உன்னைப் பற்றி நான் கொண்ட எண்ணங்கள்'-என்று பாடி ஆடியவனை வாழ்த்துவோமாக!''

வாழ்வின் மிகப்பெரிய பொக்கிஷத்தைத் தேடிக் கண்டுபிடித்த அந்தக் காதலர்களை நாம் மேற்சொன்ன வரிகளில் பாராட்டுவோமாக. இவர்களைவிட அதிகமான விமர்சனத்துக்கும்,

பழிக்கும் ஆளானவர்கள் இக்காலத்தில் வேறு யாரும் இல்லை.*

டியூக் ஆஃப் விண்ட்ஸர்-வாலிஸ் சிம்சன் இருவரையும் உலகம் பாராட்டுகிறது ஏனென்றால் அவர்கள் தாங்கள் தேடிக்கொண்டிருந்ததை **விடாமுயற்சியோடு** கண்டுபிடித்து அடைந்தார்கள். நாமும் நம்முடைய தேடலில் அவர்களுடைய உதாரணத்தைக் கடைப்பிடித்தால் **பயன்பெறலாம்**.

விடாமுயற்சி இருந்துவிட்டால் எல்லா இன்னல்களையும் வெற்றி கொள்ளும் சக்தி வந்து விடுகிறதே, அது, மனதின் சக்தியா, ஆன்மாவின் சக்தியா, இரசாயன மாற்றமா? இயற்கையை மீறிய ஒரு சக்தியைத் தொட முடிகிறதே, அது எப்படி? ஒருவேளை, உலகமே எதிர்த்து நின்றாலும், எல்லாப் போர்க்களத்திலும் தோல்வி அடைந்து விட்டாலும், விடாமல் துணிந்து நிற்பவனுக்கு அளவற்ற அறிவாற்றல் தோள் கொடுக்கிறதா?

இம்மாதிரியான கேள்விகள் என் மனதில் எழுந்தன. எப்போதென்றால், **விடாமுயற்சியைத்** தவிர வேறு எதுவுமே இல்லாமல், வெறும் கையோடு தொடங்கி, மிகப் பெரிய தொழில் சாம்ராஜ்ஜியத்தை உருவாக்கிய ஹென்றி ஃபோர்டைப் பார்க்கும் பொழுது. மூன்று மாதங்கள் கூடப் பள்ளியில் படிக்காமல் உலகத்தின் மிகப்பெரிய கண்டுபிடிப்பாளராக உயர்ந்த தாமஸ் ஆல்வா எடிசனைப் பார்க்கும் பொழுது, தனது **விடாமுயற்சி** ஒன்றையே பேசும் கருவியாகவும், சினிமா காட்டும் கருவியாகவும், மின்சார வெள்ளொளி பல்பாகவும், இன்னும் நூற்றுக்கணக்கான பொருள்களாகவும் மாற்றியதைப் பார்க்கும் பொழுது.

ஹென்றி ஃபோர்டையும், தாமஸ் ஆல்வா எடிசனையும் தொடர்ந்து பல வருடங்களுக்கு, மிக அருகிலிருந்து பார்க்கவும், அவர்களின் செயல்களை ஆராயவும் எனக்குச் சலுகை இருந்ததால், அந்த அனுபவத்தில் இருந்து என்னால் சொல்ல முடிகிறது, அவர்களிடம் மாபெரும் சாதனைகளுக்கான ஒரே காரணமாக இருந்தது, **விடாமுயற்சி** ஒன்று தான் என்று.

தீர்க்கதரிசிகள், தத்துவஞானிகள், அதிசயங்களை நிகழ்த்தியவர்கள், மதகுருமார்கள் என்று யாரை எடுத்துக்கொண்டாலும் விருப்பு வெறுப்பின்றி ஆராய்ந்து பார்த்தால், **விடாமுயற்சி**, மன ஒருமைப்பாடு, **உறுதியான இலக்கு** ஆகிய குணங்களாலேயே அவர்களால் சாதிக்க முடிந்தது என்று தெரிகிறது.

உதாரணம் வேண்டுமானால், முகம்மது நபியின் அதிசயமான ஆனால் சுவாரஸ்யமான வாழ்க்கையை அலசிப் பார்க்கலாம்.

---

* திருமதி. சிம்ஸன் படித்துவிட்டு, வெளியிட ஒப்புதல் வழங்கியுள்ளார்.

இந்த நவீன யுகத்தில் மாபெரும் சாதனையாளர்களோடு அவரை ஒப்பிட்டால், இருவருக்கும் பொதுவான குணமாக **விடாமுயற்சி** இருந்திருப்பது தெரிகிறது!

விடாமுயற்சிக்கு அதீத அதிகாரத்தை வழங்கும் அதிசய சக்தி எது என்பதை அறிய வேண்டுமானால், முகமது நபியின் வாழ்க்கை வரலாற்றைப் படிக்க வேண்டும். குறிப்பாக, ஏசாத் பே என்பவர் எழுதியதை. அந்தப் புத்தகத்தைப் பற்றி, ஹெரால்டு ட்ரிபியூன் பத்திரிகையில் தாமஸ் ஸூக்ரூ எழுதிய விமர்சனத்தைக் கீழே தருகிறேன்:

உலகின் கடைசி தீர்க்கதரிசி

விமரிசனம் செய்பவர்: தாமஸ் ஸூக்ரூ

''முகமது நபி ஒரு தீர்க்கதரிசி, ஆனால் எந்த அதிசயத்தையும் அவர் நிகழ்த்தவில்லை. மாய மந்திரங்களை அறிந்தவர் இல்லை. கல்வி கற்றவர் இல்லை. 40 வயது வரையில் அவரை யாருக்கும் தெரியாது. தன்னைக் கடவுளின் தூதன் என்று அவர் சொன்ன பொழுது உலகம் அவரைக் கேலி செய்தது. பைத்தியக்காரன் என்றது. சிறுவர்கள் அவரைத் துரத்தினார்கள், பெண்கள் அவர் மீது குப்பைகளை எறிந்தார்கள். தன் சொந்த ஊரான மெக்காவிலிருந்து அவர் நாடு கடத்தப்பட்டார். அவருடைய சீடர்களின் சொத்துக்கள் பறிமுதல் செய்யப்பட்டு அவரோடு பாலைவனத்திற்குத் துரத்தப்பட்டார்கள். பத்து வருடங்களில் அவர் போதனை செய்ததன் பலன், வறுமையும் கேலியும் நாடு கடத்தப்பட்டதுமே. ஆனால் அடுத்த பத்தாண்டுகளில் அவர் முழு அரேபியாவிற்கும் சர்வாதிகாரி ஆனார். அரசர் ஆனார். உலகின் ஒரு புதிய மதத்தின் தலைவரானார். சக்திவாய்ந்த வார்த்தைகள், பிரார்த்தனையின் வலிமை, கடவுளோடு மனிதனுக்கு உள்ள தொடர்பு இந்த மூன்றையும் போதித்தார். அதனால், டான்யூப் நதியிலிருந்து பிரனீஸ் மலைத்தொடர் வரை அந்த மதம் பரவி விட்டது.

''அப்படி அவர் என்ன தான் செய்தார் என்று புரியவில்லை. மெக்காவின் பெருமைமிக்க குடும்பமொன்றில் பிறந்தவர், முகம்மது. மெக்கா அப்பொழுது மிகப்பெரிய வணிகத் தலமாக இருந்தது. காபா எனும் மந்திரக் கல்லின் இருப்பிடமாக இருந்தது. பல நாடுகள் சந்திக்கும் இடமாக இருந்தது ஆனால் மிகவும் அசுத்தமான நகரமாக இருந்ததால் நகரத்து மக்கள் தங்கள் குழந்தைகளைப் பாலைவனத்திற்கு அனுப்பி, வளர்த்தார்கள். எனவே நாடோடிகளின் பாலை அருந்தி வளர்ந்தார் முகம்மது.

ஆடுகளை மேய்த்தார். ஒரு பணக்கார விதவையின் ஊர் ஊராகச் செல்லும் வண்டிகளுக்குத் தலைவராக வேலைக்கு அமர்ந்தார். கிழக்கு நோக்கிப் பல ஊர்களுக்குப் பயணமானார். அப்போது கிறிஸ்தவ மதம் இரண்டாகப் பிளவுபட்டு யுத்தத்தில் ஈடுபட்டு அழிந்து போய்க் கொண்டிருப்பதைக் கண்டார். அவருடைய முதலாளியான கதீஜா அவர் மீது காதல் கொண்டு திருமணம் செய்து கொண்டார். அப்போது முகம்மதுவின் வயது 28. தந்தை ஒப்புக் கொள்ளமாட்டார் என்பதால், கதீஜா, அவருக்கு நிறைய மதுவைக் கொடுத்து, அவர் மயக்கத்தில் இருக்கும் பொழுது தன் திருமணத்திற்கு வாழ்த்துப் பெற்றார். அடுத்த 12 வருடங்கள் முகமது சுகபோக வாழ்க்கை வாழ்ந்தார். சாதுரியமான வர்த்தகராக விளங்கினார். ஒருநாள் பாலைவனத்தில் திரிந்துவிட்டு வீடு திரும்பிய பொழுது, குர்ஆனின் முதல் பாடலோடு திரும்பி வந்தார். கேப்ரியல் என்ற தேவதை தோன்றி, அவரைக் கடவுளின் தூதராக இருக்கும்படி சொன்னதாக மனைவி கதீஜாவிடம் கூறினார்

''முகமதுவின் வாழ்க்கையில் நடந்த ஒரு அதிசயம், குர்ஆன் தான். ('கடவுள் வெளிப்படுத்திய வார்த்தை'). அவர் கவிஞரல்லர்; நன்கு பேசத் தெரிந்தவரும் அல்லர். இருந்தாலும் தனக்குச் சொல்லப்பட்டதாக அவர் திருப்பிச் சொன்ன குர்ஆனின் செய்யுள்கள், அந்த நாடோடிகளின் மிகச்சிறந்த கவிஞர்களின் செய்யுள்களை விடச் சிறப்பாக இருந்தன. அரேபியர்களுக்கு இது மிகப்பெரிய அதிசயமாகத் தோன்றியது. சக்திவாய்ந்த அந்த வார்த்தைகளைத் தங்களுக்குக் கிடைத்த மிகப்பெரிய பரிசாக அவர்கள் மதித்தார்கள். கடவுளின் முன்னால் அனைவரும் சமம் என்றும், நாடு ஒரு இஸ்லாமிய நாடாக ஆகவேண்டும் என்றும் அவர் கூறினார். அது மட்டுமல்ல, காபாவைச் சுற்றி இருந்த 360 விக்கிரகங்களையும் அழிக்க வேண்டும் என்றும் கூறினார். ஆகவே தான் நாடு கடத்தப்பட்டார். அந்த விக்கிரகங்களை வழிபடுவதற்கு பல நாட்டினரும் வருவர். அதனால் தான் மெக்காவில் வர்த்தகம் சிறப்பாக நடைபெற்றது. அந்த வர்த்தகத்தால் பயன் பெற்ற முதலாளிகளில் ஒருவர் தான், முகமது. எனவே மற்ற வர்த்தகர்கள் முகமதுவின் மீது கோபம் கொண்டனர். ஆகவே அவர் பாலைவனத்துக்குத் துரத்தப்பட்டார். அங்கிருந்து உலகத்திற்கே உரிமை கொண்டாடினார்.

''அதன் பிறகு தான் இஸ்லாம் என்ற மதம் உதயமாயிற்று. பாலைவனத்தில் இருந்து எழுந்த அந்தப் பிழம்பு, அணைக்க முடியாததாக இருந்தது. சாவதற்குத் தயாராக இருந்த வீரர்களைக் கொண்டதான ஒரு படையைத் திரட்டிக்கொண்டு மெக்கா மீது படை

எடுத்தார் முகமது. தன்னோடு யூதர்களையும் கிறிஸ்தவர்களையும் சேர்ந்து கொள்ளுமாறு கோரினார். ஏனென்றால் அவர் புதிய மதம் எதையும் படைக்க ஆரம்பிக்கவில்லை. கடவுளை நம்பும் எல்லோரையும் ஒன்றாகச் சேருமாறு கூறினார். யூதர்களும் கிறிஸ்தவர்களும் அதை ஏற்றுக் கொண்டிருந்தால் இன்று உலகமே இஸ்லாமாகி இருக்கும். அவர்கள் ஏற்கவில்லை. முகமதுவின் போர் முறையையும் அவர்கள் ஏற்கவில்லை. ஆனால், முகமதுவின் படை ஜெருசலத்தில் நுழைந்த போது, மற்ற மதத்தவர்கள் ஒருவர்கூடக் கொல்லப்படவில்லை. பிற்காலத்தில், கிறிஸ்தவ மதத்திற்காகப் போராடியவர்கள் அங்கு வந்த போது, ஒரு முஸ்லிம் கூட உயிரோடு விட்டு வைக்கப்படவில்லை. ஆனால் அங்கிருந்த பல்கலைக்கழகம் மட்டும் தப்பியது.''

10

மாஸ்டர் மைண்டின் ஆற்றல்

நம்மை இயக்கும் சக்தி

செல்வத்தை நோக்கி ஒன்பதாவது அடி

செல்வத்தைச் சேர்ப்பதற்கு **ஆற்றல்** இன்றியமையாததாகும். திட்டம் போடுவதால் மட்டும் பயனில்லை. திட்டங்களைச் **செயல்படுத்துவதற்கு ஆற்றல்** வேண்டும். இந்த அத்தியாயத்தில் **ஆற்றலை** எவ்வாறு பெறுவது என்றும், பெற்ற பின் எவ்வாறு பயன்படுத்துவது என்றும் அறியலாம்.

ஆற்றல் என்பதை ''ஒழுங்காகவும், புத்திசாலித்தனமாகவும் செலுத்தப்படும் **அறிவு**'' என்று வரையறை செய்வோம். 'ஆர்வத்தை, அதற்குச் சமமான பணப் பொருளாக மாற்றுவதற்குத் தேவையான **ஒழுங்கமைக்கப்பட்ட** முயற்சி' என்ற பொருளில் தான் நாம் ஆற்றல் என்ற சொல்லை இங்குப் பயன்படுத்துகிறோம். **ஒழுங்கமைக்கப்பட்ட** முயற்சி என்பது, இரண்டு அல்லது இரண்டுக்கு மேற்பட்ட நபர்கள் ஓர் **உறுதியான** நோக்கத்தை நோக்கி இணக்கத்தோடு செயல்படும் போது உருவாகின்ற ஒன்று.

பணத்தைச் சேர்ப்பதற்கு ஆற்றல் தேவைப்படுகிறது! சேர்த்த பிறகு அதைப் பத்திரமாக வைப்பதற்கும் ஆற்றல் தேவைப்படுகிறது!

அந்த ஆற்றலை எப்படிப் பெறுவது என்று யோசிப்போம். ஆற்றல் என்பது ''ஒழுங்கமைக்கப்பட்ட அறிவு'' என்பது உண்மையானால், அந்த அறிவு எங்கிருந்து கிடைக்கும் என்பதை யோசிக்கலாம்:

அ. **அளவற்ற அறிவாற்றல்.** பின்னால் வரும் ஓர் அத்தியாயத்தில் சொல்லப்படும் வழிமுறையால், படைப்புத்திறன் உள்ள

கற்பனாசக்தியைப் பயன்படுத்தி, அளவற்ற அறிவாற்றலைத் தொடர்பு கொள்ளலாம்.

ஆ. **சேர்த்து வைத்த அனுபவம்.** பல மனிதர்களின் அனுபவங்கள், ஒழுங்காக எழுதப்பட்டு, புத்தகங்களாக நூலகங்களில் கிடைக்கும். அந்த அனுபவங்களின் முக்கியப் பகுதிகள் பள்ளிகளிலும், கல்லூரிகளிலும், மேலும் தெளிவாக வகைப்படுத்தப்பட்டுப் போதிக்கப்படுகின்றன.

இ. **சோதனையும் ஆராய்ச்சியும்.** அறிவியல் துறையிலும் மற்றும் வாழ்க்கையின் எல்லாத் துறைகளிலும் அன்றாடம் புதிய விவரங்கள் சேகரிக்கப்பட்டு, வகைப்படுத்தப்பட்டு, ஒழுங்காகத் தொகுக்கப்படுகின்றன. சேர்த்து வைத்த அனுபவத்திலிருந்து நமக்குத் தேவைப்படும் அறிவு கிடைக்காத போது, இந்த முறையில் தான் அறிவைப் பெற வேண்டும். இங்கும் படைப்புத்திறன் உள்ள கற்பனாசக்தியைப் பயன்படுத்த வேண்டியிருக்கலாம்.

இப்போது சொன்ன ஆதாரங்களிலிருந்து அறிவைப் பெற்றுக் கொள்ளலாம். அந்த அறிவை உறுதியான **திட்டங்களாக** வகுத்துக்கொண்டு **செயல்படுத்தும்** போது அது **ஆற்றலாக** மாறுகிறது. அறிவைப் பெறுவதற்கான இம்மூன்று ஆதாரங்களையும் ஒருவன் ஆராய்ந்தால், தன்னுடைய முயற்சியை மட்டுமே நம்பிச் **செயலில்** இறங்கினால், தன்னிடம் இல்லாத அறிவைப் பெறுவதற்கு எப்படிப்பட்ட இன்னல்களை அனுபவிக்க நேரும் என்று தெரிந்து கொள்ளலாம். அவனுடைய திட்டங்கள் மிகப் பெரியவையாக இருந்தால், ஏராளமான பகுதிகளைக் கொண்டிருந்தால், அவற்றைச் செயலாக்குவதற்கு அவன் மேலும் பலருடைய ஒத்துழைப்பைக் கோர வேண்டும். அப்போது தான் அவற்றை **ஆற்றலாக** மாற்ற முடியும்.

''மாஸ்டர் மைண்ட்'' மூலம் அறிவைப் பெறுதல்

''மாஸ்டர் மைண்ட்'' என்பதை இப்படி வரையறுக்கலாம்: ''இரண்டு அல்லது அதிகமான மனிதர்கள், முற்றிலும் இணக்கமான உணர்வோடு, ஒரு உறுதியான நோக்கத்திற்காக தங்களுடைய அறிவையும் முயற்சியையும் ஒன்று திரட்டுதல்.''

''மாஸ்டர் மைண்டின்'' உதவி இல்லாமல் தனி ஒரு மனிதனுக்கு மிகப்பெரிய ஆற்றல் உருவாக முடியாது. முன்பு ஒரு அத்தியாயத்தில், **ஆர்வத்தைப்** பணப் பொருளாக உருமாற்றுவதற்கான

திட்டங்களை வகுப்பதற்கு வழி சொல்லப்பட்டது. அந்த வழிகளை **விடாமுயற்சியோடு** புத்திசாலித்தனத்தோடு பின்பற்றினால், சரியான ''மாஸ்டர் மைண்ட்'' குழுவைத் தேர்ந்தெடுத்தால், உங்கள் நோக்கம் உங்களுக்குத் தெரியாமலேயே பாதி நிறைவேறி விட்டிருக்கும்.

சரியாகத் தேர்ந்தெடுக்கப்பட்ட ''மாஸ்டர் மைண்ட்'' தத்துவத்தின் உள்ளே ''புதைந்து கிடக்கும்'' இரண்டு விதமான குணாதிசயங்களை இனி விவரிக்கலாம். ஒன்று பொருளாதாரம் சம்பந்தப்பட்டது. இன்னொன்று மனதை மீறிய-அல்லது ஆன்மீகம் சம்பந்தப்பட்ட -ஆற்றல். (psychic) பொருளாதாரம் சம்பந்தப்பட்ட குணாதிசயம் உங்களுக்கே தெரியும். **தன்னோடு இணங்கி** ஒத்துழைப்பு தரக்கூடிய மாஸ்டர் மைண்ட் குழுவைச் சேர்ந்தவர்களின் அறிவுரைகள் மூலம் பொருளாதார லாபம் அடைய முடியும் என்பது தெளிவாகிறது. உலகில் யார் யார் மிகப்பெரிய செல்வம் சேர்த்தார்களோ அவர்கள் எல்லோரும் இத்தகைய மாஸ்டர் மைண்ட் குழுவின் பொருளாதாரப் பயனை அடைந்தவர்களே.

மாஸ்டர் மைண்ட் தத்துவத்தின் ஆன்மீக சக்தி, மனித இனத்துக்குத் தெளிவாகப் புரிபடாத ஒன்று. எங்கே, இந்த வாக்கியம் உங்களுக்கு புரிகிறதா பாருங்கள்: ''கண்ணுக்குத் தெரியாத, மூன்றாவதான ஒரு சக்தியை உண்டாக்காமல் எந்த இரண்டு மனங்களும் நெருங்கி வருவது சாத்தியமில்லை.''

உலகத்தில் ஜடப்பொருள், சக்தி என்ற இரண்டு மூலப்பொருள்கள் மட்டுமே உண்டு. ஜடப் பொருளை மூலக்கூறுகளும் அணுக்களும் எலக்ட்ரான்களும் என்று துண்டு துண்டாக்க முடியும். கடைசியாக இருக்கும் சிறு துண்டையும் பிளக்க முடியும். அதன் உள்ளே இருப்பதைத் தனியாக எடுத்து ஆராய முடியும்.

சக்தியும் அப்படிப்பட்டது தான். மனித மனமும் சக்தியின் ஒரு வடிவமே. அதன் ஒரு பகுதியானது ஆன்மசக்தியாக உள்ளது. எந்த இரண்டு மனங்களாவது **இணக்கமான உணர்வோடு** ஒன்று சேர்ந்தால், இருவரின் ஆன்மசக்தியின் கூறுகளும் தங்களுக்கு இடையே உறவை ஏற்படுத்திக் கொள்கின்றன. அதையே மாஸ்டர் மைண்டின் ''ஆன்மீக'' கட்டம் என்கிறோம்.

மாஸ்டர் மைண்ட் என்ற ஒரு தத்துவம் இருப்பதை எனக்குச் சொன்னவர் ஆண்ட்ரூ கார்னகி, 25 ஆண்டுகளுக்கு முன்பு. அத்தத்துவத்தைக் கண்டுபிடித்தது தான், என் வாழ்க்கைப் பாதையை மாற்றியது.

கார்னகியின் மாஸ்டர் மைண்ட் குழுவில் 50க்கும் மேற்பட்டவர்கள் இருந்தார்கள். அவர்களுடைய **ஒரே நோக்கம்**, எஃகு தயாரித்து, அதைச் சந்தைப்படுத்துவது தான். தான் பெற்ற

எல்லாச் செல்வமும் இந்த ''மாஸ்டர் மைண்டின்'' **ஆற்றலினால்** தான் என்று கார்னகி கூறுவதுண்டு.

சிறிதளவோ பெருமளவோ, செல்வம் என்று ஒன்றைச் சேர்த்தவர்கள் யாராயிருந்தாலும், அவர்கள் ஏதாவது ஒரு வழியில் ''மாஸ்டர் மைண்ட்'' குழுவின் தத்துவத்தைப் பயன்படுத்திய வர்களாகவே இருப்பார்கள்.

வேறெந்தத் தத்துவத்தின் மூலமும் பெரிய ஆற்றலைப் பெறமுடியாது!

சக்தி என்னும் செங்கல்லைக் கொண்டு தான் இயற்கையானவள் உலகில் உள்ள ஒவ்வொரு பொருளையும் படைக்கிறாள். மனிதர்கள், மிருகங்கள், தாவரங்கள் உள்பட. அந்த சக்தியை தனக்கு மட்டுமே தெரிந்த இரகசிய வழியில் பொருளாக மாற்றுகிறாள். இயற்கையிடம் உள்ள அந்தச் செங்கல், மனிதனின் மூளையில் **சிந்தனையாக** இடம் பெற்றுள்ளது. மனித மூளையை ஒரு மின்சார பேட்டரிக்கு ஒப்பிடலாம். அது ஈத்தரில் இருந்து சக்தியை உறிஞ்சிக் கொள்கிறது. ஈத்தரில் உள்ள அதே சக்தி தான் பொருளிலும் உள்ளே நிரம்பியிருக்கிறது.

ஒரே ஒரு பேட்டரியைக் காட்டிலும், பல பேட்டரிகளை ஒன்றாக இணைத்தால் அதிக சக்தி கிடைக்கும் என்று நமக்குத் தெரியும். பேட்டரி என்பது பல செல்களைக் கொண்டது. எனவே அதில் உள்ள செல்களின் எண்ணிக்கைக்கு ஏற்ப ஒவ்வொரு பேட்டரியும் சக்தியை வழங்கும்.

மூளையும் இதே மாதிரியில் தான் இயங்குகிறது. ஆகவே தான் சில மூளைகள் மிகவும் திறமையாகவும் சில அவற்றை விடக் குறைவான திறமையோடும் இயங்குகின்றன. இதிலிருந்து, ஒன்றுக்கொன்று இணக்கமான பல மூளைகள் ஒரே நோக்கத்தோடு இணைந்து செயல்படும் போது அதிலிருந்து வரும் சிந்தனா சக்தி, தனி ஒரு மூளையின் சிந்தனா சக்தியைவிட வலிமை வாய்ந்ததாக இருக்கும் என்று தெரிந்து கொள்கிறோம்.

இந்த உருவகத்தில் இருந்து, மாஸ்டர் மைண்ட் தத்துவம் தான், ஒருவனுடைய **சக்தியின்** இரகசியத்திற்குக் காரணமாகிறது என்று வெளிப்படையானது தெரிகிறது. இதிலிருந்து இன்னொன்றும் தெரிந்து கொள்ளலாம். மாஸ்டர் மைண்ட் குழுவின் எல்லோருடைய மூளைகளிலிருந்தும் எழும் மொத்த சக்தியானது, அவர்கள் இணக்கமாகப் பணியாற்றும் போது உறுப்பினர்கள் ஒவ்வொருவரின் மூளைக்கும் கிடைக்கப் பெறுகிறது.

ஹென்றி ஃபோர்டு தன் தொழிலைத் தொடங்கிய போது அவருக்கு வறுமை, கல்வியின்மை, அறியாமை போன்ற குறைபாடுகள் இருந்தது நமக்குத் தெரியும். அதே போல, பத்தே ஆண்டுகளில், நம்பமுடியாத அளவுக்கு, இக்குறைபாடுகளை நிவர்த்தி செய்து கொண்டார் என்பதும் நமக்குத் தெரியும். இருபத்தைந்து ஆண்டுகளில் அமெரிக்க நாட்டின் மிகப்பெரிய பணக்காரர்களில் ஒருவராக ஆனார். இன்னொன்றையும் கவனியுங்கள். தாமஸ் ஆல்வா எடிசனுடன் அவர் நண்பரான பிறகு தான், ஃபோர்டின் வேகமான வளர்ச்சி ஏற்பட்டது. ஒரு மனதின் மீது இன்னொரு மனது செல்வாக்கு செலுத்தும் பொழுது ஏற்படும் சாதனையை இதிலிருந்து தெரிந்து கொள்கிறோம். இன்னும் ஒரு படி மேலே போய், ஹார்வி ஃபையர்ஸ்டோன், ஜான் பர்ரோஸ், லூதர் பர்பாங்க்ஸ் ஆகிய மூளைத்திறன் மிக்க நண்பர்களோடு அவர் சேர்ந்து கொண்ட பிறகு அவர் வளர்ச்சி எப்படி இருந்தது என்று பாருங்கள். நட்புறவு கொண்ட மனங்கள் இணையும் போது எப்படிப்பட்ட **ஆற்றல்** உண்டாக முடியும் என்பதற்கு அதுவே சாட்சி.

தொழில், வியாபார உலகில் ஹென்றி ஃபோர்டுக்குத் தெரியாத விஷயங்கள் இல்லை என்பதை அறிவோம். அவரிடம் பெரும் பணம் இருந்தது என்பதும் சொல்லித் தெரிய வேண்டியதில்லை. அவருடைய நெருங்கிய நண்பர்களைப் பற்றி ஆராயுங்கள். இந்த கீழ்க்கண்ட வாக்கியத்தை நீங்கள் புரிந்து கொள்ள முடியும்:

"அனுதாபத்தோடும் இணக்கமாகவும் எந்த நண்பர்களோடு சேர்ந்து இருக்கிறோமோ, அவர்களுடைய குணத்தையும், பழக்கங்களையும், சிந்தனா சக்தியையும் நாம் எடுத்துக் கொள்கிறோம்."

மிகப்பெரிய மனங்களோடு தன்னை இணைத்துக் கொண்டதன் மூலம் அவர்களுடைய சிந்தனையின் அதிர்வுகளை இவருடைய மனம் உறிஞ்சிக் கொண்டது. அதன் மூலம் தன்னுடைய வறுமை, கல்வியின்மை, அறியாமை அனைத்தையும் அவர் ஓங்கி அடித்து வென்றார். இந்த நூலில் தரப்பட்டுள்ள வழிகளைப் பயன்படுத்தி மாஸ்டர் மைண்ட் தத்துவத்தின் மூலம் எடிஸன், பர்பாங்க்ஸ், பர்ரோஸ், ஃபையர்ஸ்டோன் ஆகிய நான்கு பேரின் மொத்த புத்திசாலித்தனத்தையும், அனுபவத்தையும், அறிவையும் தன்னுடைய மூளை ஆற்றலுடன் சேர்த்துக் கொண்டார்.

அதே தத்துவம் உங்களுக்கும் கிடைக்கும்! மகாத்மா காந்தியைப் பற்றிக் குறிப்பிட்டோம். பெரும்பாலானவர்கள் அவரைப் பற்றி நினைக்கும் போது, பிரிட்டிஷாருக்கு தொந்தரவு உண்டாக்கிக்

கொண்டிருக்கும், சரியாக உடை அணியாத குள்ளமான கிறுக்கன் என்று தான் நினைக்கிறார்கள்.

உண்மையில் காந்தி ஒரு கிறுக்கன் அல்லர். **இன்று வாழும் தலைவர்களில் மிக மிக சக்திவாய்ந்த மனிதர் அவரே.** (இதை, அவரைப் பின்பற்றி கொண்டிருக்கும் கோடிக்கணக்கான மக்களைப் பார்த்துத் தெரிந்து கொள்ளலாம்.) அதுமட்டுமல்ல, இதுவரை வாழ்ந்த மனிதர்களிலேயே மிகுந்த சக்திவாய்ந்தவரும் அவர் தான். எதிர்த்துத் தாக்காத, ஆனால் உண்மையான சக்தி அவருடையது.

அவ்வளவு மகத்தான **சக்தி** காந்திக்கு எப்படிக் கிடைத்தது என்று பார்க்கலாம். அதைச் சில வார்த்தைகளிலேயே சொல்லிவிட முடியும். இருபது கோடி மக்களைத் தங்களின் உடலாலும், மனதாலும் தன்னோடு **இணக்கமாக்கிக்** கொண்டு, ஓர் **உறுதியான நோக்கத்திற்காகப்** போராடுமாறு அவர் தூண்டியதே காரணம்.

சுருக்கமாகச் சொன்னால் காந்தி சாதித்தது ஒரு **அதிசயமே.** இருபது கோடி மக்களை, எந்த பலவந்தமும் இல்லாமல், ஒரே குடைக்கீழ் நிற்க வைத்து, தன் பின்னால், என்றென்றும் தொடருமாறு செய்தது அதிசயமல்லாமல் வேறென்ன! இதை நீங்கள் ஒப்புக்கொள்ள மறுத்தால், நல்லது, **ஏதேனும் இரண்டு பேரை** உங்களோடு பல ஆண்டுகளுக்கு **இணக்கமாக** இருக்குமாறு செய்யமுடிகிறதா என்று பாருங்கள்.

தன் கீழ்ப் பணியாற்றும் ஊழியர்களை ஒரே மனதோடு, **இணக்கமாகச்** செயல்படச் செய்வது எவ்வளவு கடினமான காரியம் என்று எந்த வியாபாரிக்கும் தெரியும்.

இந்த **ஆற்றலை** வழங்கும் ஆதாரங்களில் முதலாவதாக இருப்பது, **அளவற்ற அறிவாற்றல்** ஆகும். இரண்டு அல்லது அதற்கு மேற்பட்ட நபர்கள், **இணக்கமான** உணர்வோடு, உறுதியான ஓர் இலக்கை நோக்கிச் செயல்படும் போது, அந்தக் கூட்டணியால், பிரபஞ்சத்தின் அறிவுக் களஞ்சியமாக விளங்கும் அளவற்ற அறிவாற்றலுடன் நேரடித் தொடர்பை ஏற்படுத்திக்கொள்ள முடிகிறது. தனக்குத் தேவையான அறிவை உடனே பெற்றுக்கொள்ள முடிகிறது. ஆற்றலுக்கெல்லாம் தலையாய **ஆற்றல்** இதுதான். இங்கிருந்து தான் மேதைகள் எல்லாம் ஆற்றலைப் பெறுகிறார்கள். அறிந்தோ அறியாமலோ எல்லாத் தலைவர்களும் தேடி வருவதும் இந்த ஆற்றலைத்தான்.

அறிவைப் பெறுவதற்கான மற்ற இரண்டு ஆதாரங்களும் அவ்வளவு நம்பிக்கைக்கு உரியன அல்ல. ஏனெனில் அவை மனிதனின் ஐம்புலன்களும் போன்றவை. புலன்கள் தவறு செய்யலாம். ஆனால், அளவற்ற அறிவாற்றல் **தவறு**

செய்வதில்லை.

அளவற்ற அறிவாற்றலை உடனடியாகத் தொடர்பு கொள்வதற்கான வழிமுறைகள் பின்னால் வரும் அத்தியாயங்களில் விளக்கப்படும். ஆனால் இது மத நூல் அல்ல. இங்குச் சொல்லப்படும் எந்த ஒரு கருத்தும் நேரடியாகவோ மறைமுகமாகவோ யாருடைய மதம் சார்ந்த பழக்கங்களையும் பாதிப்பதாக எடுத்துக்கொள்ளக் கூடாது. **பணம் வேண்டும் என்ற ஆர்வத்தை,** அதன் பௌதிகப் பொருளாக மாற்ற வேண்டும் என்ற உறுதியான நோக்கத்தை அடைவது எப்படி என்று வாசகருக்கு எடுத்துரைப்பது மட்டும் தான் இந்த நூலின் நோக்கம்.

படியுங்கள், **சிந்தியுங்கள்**, தியானம் செய்யுங்கள். விரைவில், இந்தப் புத்தகம் முழுவதும் உங்கள் முன்னால் தெரியும். அதன் பிறகு ஒவ்வொரு அத்தியாயமும் தனித்தனியாகத் தெரியும்.

பணம் என்பது வெட்கமும் ஒதுங்கி நிற்கும் குணமும் கொண்ட ''அந்தக் காலத்து'' இளம்பெண்ணைப் போன்றது. அவள் மீது திடமான காதல் கொண்ட ஒருவன் அவளை எவ்வாறு முயற்சி செய்து வசப்படுத்துவானோ, அதே போலத்தான் பணத்தையும் முயன்று வசப்படுத்த வேண்டும். அந்த **ஆற்றலானது**, **நம்பிக்கையோடு** கலக்க வேண்டும். **ஆர்வத்தோடு** கலக்க வேண்டும். **விடாமுயற்சியோடு** கலக்க வேண்டும். ஒரு திட்டத்தின்படி அது **செயல்படுத்தப்பட** வேண்டும்.

மலையில் இருந்து தண்ணீர் தரையை நோக்கிப் பாய்வது போல, பெரிய அளவு பணமானது, அதைச் சேர்த்து வைக்க வேண்டுமென்று எண்ணுகிறவனை நோக்கிப் பாய்கிறது. அந்த நீரோடைக்கு இரண்டு பக்கங்கள் உண்டு. ஒரு பக்கம் பாய்கிற **சக்தி**, அந்தப் பக்கம் இருக்கிற எல்லோரையும் **செல்வத்தை** நோக்கி மேலே கொண்டு செல்லும், முன்னே கொண்டு செல்லும். இன்னொரு பக்கமோ, அதில் இருப்பவர்களை-அதிலிருந்து வெளியேற முடியாமல் இருக்கும் துரதிருஷ்டசாலிகளை-கீழ்நோக்கி, அதாவது **வறுமையை** நோக்கிக் கொண்டு சென்றுவிடும்.

செல்வத்தைச் சேர்க்க முடிந்த எல்லோருக்கும் வாழ்க்கையில் இப்படி ஒரு ஆற்றலென்னும் நீரோடை இருப்பது நன்றாகத் தெரியும். அது வேறொன்றுமில்லை ஒருவனுடைய **சிந்திக்கும் வழிமுறை** தான். நேர்மறையான உணர்வுகள் அவனைச் செல்வத்தை நோக்கிக் கொண்டு செல்லும். எதிர்மறை உணர்வுகள் வறுமையில் தள்ளிவிடும். பணம் வேண்டும் என்பதற்காக இந்த நூலைப் படிக்கும் வாசகர்களுக்கு இதில் மகத்தானதொரு சிந்தனை அடங்கியுள்ளது.

வறுமையை நோக்கிச் செல்லும் நீரோடையின் பக்கத்தில் நீங்கள் இருப்பீர்களேயானால், இந்த சிந்தனை **ஒரு** துடுப்பாக உங்களுக்கு உதவி செய்து நீரோடையின் இன்னொரு பக்கத்திற்குத் தாவுவதற்கு உதவும். ஆனால் இந்தக் கருத்தை வெறுமனே படிப்பதால் பயனில்லை. செயல்படுத்த வேண்டும்.

சில பேர் அந்த நீரோடையில், நேர்மறையின் பக்கத்தில் சிறிது நேரமும், எதிர்மறையின் பக்கத்தில் இன்னும் சிறிது நேரமும் என்று மாறி மாறித் தோன்றுகிறார்கள். 1929-இல் நடந்த பங்குச் சந்தை வீழ்ச்சி, லட்சக்கணக்கான மக்களை நேர்மறையில் இருந்து எதிர்மறைக்குத் தள்ளிவிட்டது. அவர்கள் இன்னும் தவித்துக் கொண்டிருக்கிறார்கள். அச்சத்தோடும், திக்குத் தெரியாமலும், அவர்கள் நீரோடையில் நேர்மறை பக்கத்திற்குப் போக முயன்று கொண்டிருக்கிறார்கள். அந்த லட்ச மக்களுக்காகவே இந்த நூல் எழுதப்படுகிறது.

பணம் இருக்கும் இடத்திற்கு வறுமையும், வறுமை இருக்கும் இடத்திற்குப் பணமும் அடிக்கடி இடம் மாறும். பங்குச் சந்தை வீழ்ச்சி இந்த உண்மையை உலகிற்கு எடுத்துச் சொல்லியது. ஆனால் உலகத்திற்கு ஞாபகசக்தி குறைவு. இதை விரைவில் மறைந்துவிடும். வறுமை தானாக எவரிடமும் போவதில்லை தன்னை விரும்பி அழைப்பவரிடமே போகிறது. ஆனால் வறுமை இருக்கும் இடத்திற்குச் செல்வம் வரவேண்டுமானால், கவனமாக வடிவமைக்கப்பட்ட திட்டங்களின் மூலமே அது சாத்தியம். வறுமைக்குத் **திட்டங்கள்** தேவை இல்லை. யாருடைய உதவியும் அதற்கு வேண்டாம். ஏனென்றால் அது துணிச்சலானது, முரட்டுத்தனம் கொண்டது. ஆனால் செல்வமோ தயக்கமும் வெட்கமும் கொண்டது. ''கவர்ந்திழுத்தால்'' மட்டுமே அது வரும்.

பணம் வேண்டும் என்று ஆசைப்படுவோர் பலர். ஆனால் சிலர் மட்டுமே அதற்கான திட்டங்களும், மனதில் தணியாத ஆர்வமும் கொண்டு செயல்படுவார்கள். அந்த இரண்டும் தான் பணம் சேர்ப்பதற்கான வழிகள்.

11

பாலியல் உருமாற்றத்தின் இரகசியம்

செல்வத்தை நோக்கிப் பத்தாவது அடி

இங்கு பயன்படுத்தப்படும் ''உருமாற்றம்'' (transmute) என்ற சொல்லுக்குப் பொருள், ''ஒரு பொருளையோ, அல்லது சக்தியையோ, இன்னொன்றாக மாற்றுதல்'' என்பதாகும்.

பாலுணர்வு என்பது ஒரு மன நிலை. அறியாமையின் காரணமாக இந்த மனநிலையை உடம்போடு சம்பந்தப்படுத்தி விடுகிறோம். பாலுணர்வு பற்றிய அறிவைத் தெரிந்து கொள்ள வேண்டுமானால் தீய செல்வாக்குக்கு உட்பட்டே ஆக வேண்டும் என்ற கட்டாயத்தினால், பாலுணர்வு என்றாலே உடம்பு சம்பந்தப்பட்டது என்ற எண்ணம் ஏற்பட்டு விட்டது.

பாலுணர்வு மூன்று நேர்மறையான சக்திகளைக் கொண்டது.

1. மனித குலத்தை நிரந்தரமாக இருக்கச் செய்வது.
2. மனிதனின் ஆரோக்கியத்தை நிலைநிறுத்துவது. (பாலுணர்வு மிகச் சிறந்த மருந்தாகும்.)
3. நடுத்தரமானவர்களையும் உருமாற்றத்தின் மூலம் மேதைகள் ஆக்குவது.

பாலியல் உருமாற்றம் என்பது சுலபமானது, எளிதில் விளக்கப்படக் கூடியது. அது, மனத்தை, உடல்சார்ந்த சிந்தனைகளிலிருந்து விலக்கி, வேறொன்றைச் சார்ந்த சிந்தனைக்கு மாற்றுவதாகும்.

மனித இச்சைகளில் மிகவும் சக்திவாய்ந்தது பாலியல் இச்சையாகும். இந்த இச்சையில் ஆட்பட்டிருக்கும் பொழுது, மனிதனுக்குக் கற்பனைத்திறன் கூர்மையடைகிறது. தைரியம்,

மனவலிமை, விடாமுயற்சி, மற்றும் படைப்பாற்றல் ஆகியவையும் மற்ற நேரங்களில் உள்ளதைவிடச் சிறப்பாக ஏற்படுகிறது. தன் உயிரையும், கௌரவத்தையும் பணயம் வைக்கிற அளவுக்கு மனிதனைப் பாலியல் தொடர்புக்கு வலிமையாகவும், உந்தித்தள்ளுவதாகவும் இருப்பது அந்த இச்சை. அந்த இச்சையை மட்டும் கட்டுப்படுத்தி, வேறு துறைகளில் செலுத்த முடியுமானால், அந்த ஊக்கமூட்டும் சக்தியானது, தன்னுடைய குணங்களான கற்பனைத்திறன், விடாமுயற்சி, போன்றவைகளை கலை, இலக்கியம் அல்லது வேறெந்தத் துறையானாலும், அதில், மிக வலிமை வாய்ந்த படைப்புத்திறனாக மாற்றிக் கொடுக்க வல்லது. ஆகவே, ஆர்வத்தைப் பணமாக மாற்றும் துறையிலும் அது அவ்வாறே செயல்பட வல்லது.

பாலியல் உருமாற்றம் நிகழ்வதற்கு மனவலிமை அவசியம். அந்த மனவலிமையைப் பயன்படுத்துவதால் கிடைக்கும் பயன்கள் அதிகம். பாலியல் இச்சை என்பது இயற்கையானது, ஒவ்வொரு மனிதனின் உள்ளும் இருப்பது. அந்த இச்சையை அழிக்கவோ அடக்கி வைக்கவோ முடியாது. கூடவும் கூடாது. ஆனால் அது தன்னை வெளிப்படுத்திக் கொள்வதற்கு வழிசெய்து கொடுப்பதன் மூலம் உடல், மனம், ஆன்மா மூன்றையும் வளப்படுத்த முடியும். உருமாற்றத்தின் மூலம் இப்படி வழி ஏற்படுத்திக் கொடுக்கவில்லை என்றால் அது, உடல்சார்ந்த வழிகளிலேயே தன்னை வெளிப்படுத்திக் கொள்ளும்.

நதி நீரை அணை கட்டித் தேக்கி வைக்கலாம். ஆனால் என்றாவது ஒருநாள் வெளியேற்றியாக வேண்டும். அதுபோலத்தான் பாலுணர்வும். சிறிது நேரத்திற்கு அது அடங்கி இருக்கும், கட்டுப்பட்டிருக்கும். ஆனால் தன் இயற்கையான குணத்தின் காரணமாகத் தன்னை வெளியேற்றிக் கொள்ள வடிவங்களைத் தேடிக் கொண்டிருக்கும். ஏதேனும் படைப்புத்திறனை நோக்கி உருமாற்றம் செய்து வைக்கப்பட்டாலொழிய, அது வழக்கமான கீழ்நிலைக்கே ஓடும்.

தனது பாலுணர்வுக்கு வடிகாலாக ஏதேனும் ஒரு படைப்புத்திறனை ஒருவன் கண்டுபிடிக்க முடிந்தால், தன்னை ஒரு மேதையாக ஆக்கிக் கொண்டான் என்று தான் பொருள். அந்த வகையில் அவன் அதிர்ஷ்டசாலி.

அறிவியல் ஆராய்ச்சி முக்கியமான உண்மைகளை வெளியிட்டிருக்கிறது:

1. வாழ்வில் மிகப்பெரிய சாதனைகளை நிகழ்த்தியவர்கள் எல்லோரும், மிகவும் அதிகமான பாலுணர்வு கொண்டவர்களாக

இருந்திருக்கிறார்கள்; உணர்வை உருமாற்றம் செய்யும் கலையை அவர்கள் அறிந்திருந்தார்கள்.

2. மிகப்பெரிய செல்வத்தைச் சேர்த்தவர்களும், கலை, இலக்கியம், தொழில், கட்டிடக்கலை, சுயதொழில்கள் போன்ற துறைகளில் உச்சத்தை அடைந்தவர்களும் யாராவது ஒரு பெண்மணியின் செல்வாக்கால் ஊக்கம் பெற்றவர்களே.

கடந்த 2000 ஆண்டுகளாக உலகின் வாழ்க்கை வரலாறுகளையும் சரித்திரத்தின் பக்கங்களையம் புரட்டிய பிறகு கிடைத்த ஆய்வு உண்மைகள் இவை. மிகப்பெரிய சாதனை செய்த ஆண்கள்-பெண்களின் தகவல்கள் எங்கிருந்தாலும் அதை ஆராய்ந்த பொழுது அவர்கள் மிகவும் உச்சகட்ட பாலுணர்வு கொண்டிருந்தார்கள் என்பது தெரிகிறது.

பாலுணர்வு என்பது ''தடுக்கமுடியாத'' சக்தியாகும். எந்த ''உடலும் அசையாமல்'' அதை எதிர்த்து நிற்க முடியாது. அந்தப் பாலுணர்வின் ஆதிக்கத்தில் இருக்கும் பொழுது மனிதனுக்குச் செயல்படுவதற்கான மிகப்பெரிய சக்தி கிடைக்கிறது. இதை நன்கு புரிந்து கொள்ள வேண்டும். பாலுணர்வை உருமாற்றுவதன் மூலம் ஒருவன் தன்னை நடுத்தர நிலையில் இருந்து மேதையாக உயர்த்திக் கொள்ள முடியும்.

படைப்புத்திறனின் இரகசியம் பாலுணர்வில் தான் அடங்கி இருக்கிறது. பாலியல் உணர்வுகளை அகற்றிவிடுங்கள், மனிதனோ, மிருகமோ, எதுவானாலும், அவர்களுடைய செயல்கள் ஒடுங்கிவிடும். இதற்கு சாட்சி வேண்டுமானால், விதை அடிக்கப்பட்ட மிருகங்களைப் பாருங்கள். விதை அடிக்கப்பட்ட எருது, பசு மாதிரி அடக்க ஒடுக்கமாக ஆகிவிடுகிறது. மனிதனோ மிருகமோ, பாலுணர்வு அடக்கப்பட்ட உடன் அவர்களின் **போராடும்** குணம் அடங்கிவிடுகிறது. பெண் இனத்திற்கும் அப்படியே.

மனதை ஊக்குவிக்கும் 10 விஷயங்கள்

மனித மனத்தை ஊக்குவிக்கும் விஷயங்கள் பல உண்டு. அந்த ஊக்கிகளால் மனதை அதிவேகமாக அதிரச் செய்து உற்சாகம், படைப்புகளுக்கான கற்பனாசக்தி, தீவிரமான ஆசை ஆகியவற்றை உண்டாக்கலாம். கீழ்கண்ட ஊக்கிகளுக்கு மனம் உடனடியாகத் தயக்கமின்றி பதில் அளிக்கும்:

1. பாலுணர்வை வெளிப்படுத்தும் ஆசை
2. காதல் (அன்பு)
3. புகழ், பதவி, வியாபாரத்தில் இலாபம், **செல்வம்** சேர்த்தல்- ஆகியவற்றுக்கான தணியாத ஆர்வம்
4. இசை
5. நட்பு-ஒரே பாலினரிடையே இருக்கலாம் அல்லது எதிர்பாலினர் இடையே இருக்கலாம்.
6. சுயமுன்னேற்றம் அல்லது ஆன்மீக முன்னேற்றத்திற்காக மாஸ்டர் மைண்ட் குழு அமைத்தல்.
7. நமது சோகம், மற்றவர்களுக்கும் உண்டாகும். உதாரணமாக ஏழை எளியவர்கள் நசுக்கப்படும் போது ஏற்படும் உணர்வு.
8. தன்னாலோசனை
9. அச்சம்
10. மது மற்றும் போதை மருந்துகள்.

பாலுணர்வை வெளிப்படுத்தும் ஆசை தான் இந்தப் பட்டியலில் முதல் இடத்தில் உள்ளது. மனதை அதிவேகத்தில் முடுக்கிவிட்டு, உடலுறவுக்கான உறுப்புக்களைத் தயார்ப்படுத்த அந்த ஆசையால் தான் முடியும். பத்தில் எட்டு ஊக்கிகள், நேர்மறையானவை. ஆக்கபூர்வமானவை. கடைசி இரண்டும் அழிக்கும் தன்மை கொண்டவை. தீங்கு பயப்பவை. இந்தப் பத்து சக்திகளையும் ஒப்பிட்டுப் பார்ப்பதற்காகவே இந்தப் பட்டியல் இங்கு தரப்பட்டுள்ளது. இவற்றில், பாலுணர்வு தான், மிகத் தீவிரமான, மிகவும் சக்திவாய்ந்த ஊக்கியாகும்.

பாலுணர்வின் உருமாற்றம் ஒரு மனிதனை மேதை என்ற நிலைக்கு உயர்த்தும் என்று சொன்னோமல்லவா அந்த அடிப்படையில் இந்தப் பட்டியலைக் கொடுத்தோம். சரி, மேதை என்றால் யார் என்று பார்க்கலாம். அனுபவஸ்தர் ஒருவர் இப்படி கூறியிருக்கிறார்: ''கூந்தலை நீளமாக வைத்திருப்பார். விசித்திரமான உணவுகளை உண்பார். தனிமையில் வசிப்பார். இவரைக் குறியாக வைத்தே எல்லாரும் ஜோக் எழுதுவார்கள்.'' கொஞ்சம் கௌரவமான வரையறை என்றால் இதுவே: ''சிந்தனையின் அதிர்வுகளை அதிகப்படுத்தி, அறிவின் ஆதாரங்களுடன் நேரடியாகத் தொடர்பில் இருப்பவர். சாதாரணமான அதிர்வுகளால் அது சாத்தியமில்லை.''

இதைப் படித்தவுடன் நீங்கள் கேட்கலாம்: ''சிந்தனையின் **சாதாரண** அதிர்வுகளால் தொடமுடியாத, அறிவின் ஆதாரங்களை எவ்வாறு நாம் தொடர்பு கொள்வது?''

அடுத்த கேள்வி: ''மேதைகளுக்கு மட்டுமே தொடர்பு கொள்ள முடிகிற அறிவின் **ஆதாரங்கள் என்று ஏதேனும் உள்ளதா?** அப்படி இருந்தால் அவைகளை எவ்வாறு மற்றவர்கள் தொடர்பு கொள்வது?''

இந்த கேள்விகளை விடவும் முக்கியமான வாசகங்கள் இந்த நூலில் உண்டு. அவற்றை நாம் நிரூபிக்க முயலுவோம். அப்பொழுது இக்கேள்விகளுக்கு தானே விடை கிடைக்கும். இல்லை என்றாலும் நீங்களாகவே பரிசோதித்து விடை கண்டுபிடிப்பதற்கான வழி உங்களுக்குக் கிடைக்கும்.

''மேதைமை'' என்பதை ஆறாம் அறிவால் வளர்க்க முடியும்

''ஆறாம் அறிவு'' என்ற ஒன்று இருப்பதைத் தெளிவாகவே நிரூபித்திருக்கிறார்கள். அதன் இன்னொரு பெயர் ''படைப் பாற்றலுக்கான கற்பனாசக்தி.'' இந்த சக்தியைப் பெரும்பாலானவர்கள் தன் வாழ்நாளில் ஒருமுறை கூட பயன்படுத்துவதில்லை. அப்படிப் பயன்படுத்தியிருந்தால் அது தற்செயலாக நிகழ்ந்ததாகவே இருக்கும். மிக மிகக் குறைந்த எண்ணிக்கையுள்ள சிலர் மட்டுமே இந்த ஆறாம் அறிவை வேண்டும் என்றும் **குறிப்பிட்ட நோக்கத்திற்காகவும் அதற்குரிய சிந்தனையோடும்** பயன்படுத்திக் கொள்கிறார்கள். அவ்வாறு சுயமாக விரும்பி இந்த அறிவை பயன்படுத்துவோருக்கு தான் **மேதைகள்** என்று பெயர்.

படைப்பாற்றலுக்கான கற்பனாசக்தி தான், அளவற்ற அறிவாற்றலுக்கும், அளவான மனித மனத்திற்கும் இடையே உள்ள நேரடித் தொடர்பாகும். மதவாதிகளால் சொல்லப்படும் தீர்க்க தரிசனங்களும், அறிவியல் அறிஞர்களின் கண்டுபிடிப்புகளும் இந்தப் படைப்பாற்றலுக்கான கற்பனாசக்தி மூலமே நடந்தவைகள்.

ஒரு கொள்கையோ அல்லது கருத்துருவமோ பளிச்சென்று ஒருவனின் ''மனதில் வெளிப்படுவது'' கீழ்க்கண்ட ஆதாரங்களிலிருந்து தான்:-

1. அளவற்ற அறிவாற்றல்
2. ஆழ்மனம். ஐந்து புலன்களின் வழியாக மூளைக்குச் சென்று சேர்ந்த எண்ணங்களின் உந்துசக்திகளும், உணர்ச்சிகளின் பதிவுகளும் ஆழ்மனத்தில் தான் சேர்த்து வைக்கப்படுகின்றன
3. வேறு யாரோ ஒருவருடைய மனதில் இருந்து வெளிவந்த எண்ணம், அல்லது, உணர்வு மனத்திலிருந்து கிளம்பிய

கருத்துருவை அல்லது கொள்கையைச் சித்திரிக்கும் படம், அல்லது

4. வேறு யாரோ ஒரு மனிதனின் ஆழ்மனம்.

வேறு **ஆதாரங்கள்** இல்லை, இதிலிருந்து ''ஊக்கமளிக்கும்'' கருத்துக்கள் அல்லது ''மனதில் வெளிப்படுவது'' கிடைப்பதற்கு.

மனமானது சாதாரணமான எண்ணங்களின் போது அடையும் அதிர்வுகளை விட, மிக அதிவேகத்தில் அதிர்வுகளை அடையும் பொழுது, படைப்பாற்றலுக்கான கற்பனாசக்தி எழுப்பப்பட்டுச் செயல்படுகிறது.

மூளையானது பத்து ஊக்கிகளில் ஏதாவது ஒன்றின் மூலம் ஊக்கப்படுத்தப்பட்டால், நம்முடைய வழக்கமான தொழில் அல்லது வியாபாரம் சம்பந்தப்பட்ட பிரச்சினைகளுக்குத் தீர்வு காணும் போது நம் **எண்ணங்களை** எந்த தளத்தில் செலுத்துகிறோமோ, அதைவிட உயர்ந்த ஒரு தளத்திற்கு நம்மைக் கொண்டு போய் வைக்கும். அதனால் தூரங்களைக் கடந்தும், அளவுகளைக் கடந்தும் நம்மால் சிந்திக்க முடியும். அப்போது உண்டாகும் சிந்தனைகளின் தரமும் சாதாரண எண்ணங்களை விட உயர்ந்ததாக இருக்கும்.

ஆகாய விமானத்தில் பறக்கும் பொழுது எவ்வாறு உயரத்திலிருந்து கீழே இருப்பவற்றையும், தொடுவானத்திற்கு அப்பால் இருப்பதையும், அதற்கு மேலே இருப்பதையும் கூட, நம்மால் காண முடிகிறதோ அத்தகைய அனுபவம் இது. அப்போது எழும் சிந்தனைகள், வழக்கமாக நம்மை கட்டிப் போடும் உணவு, உடை, உறைவிடம் என்ற மூன்று அடிப்படைத் தேவைகளை ஒட்டி எழும் சிந்தனைகளினால் கட்டுப்படாமல், மாறுபட்டதாகவும், உயர்ந்ததாகவும் இருக்கும். விமானத்தில் பறக்கும் பொழுது மலைகளும் கணவாய்களும் நம்மிடம் இருந்து தூரமாக விலக்கப்படுவது போல, இந்த அனுபவத்தின் போது அன்றாட வாழ்வில் உண்டாகும் எண்ணங்கள் அங்கு அகற்றப்பட்டிருக்கும்.

இவ்வாறு உச்சியில் நிலவும் **சிந்தனைகளுக்கு**, செயல்படும் சுதந்திரம் அளிக்கப்படுகிறது. ஆறாவது அறிவு இயங்குவதற்கான பாதை செதுக்கப்பட்டு விட்டது. வேறு எந்த சூழ்நிலையிலும் மனதிற்கு வந்து சேராத எண்ணங்கள் இப்பொழுது மனதினால் நுகரப்படும். ஒரு மேதைக்கும் ஒரு **சாதாரண** மனிதனுக்கும் உள்ள வித்தியாசம் தான் ஆறாவது அறிவு.

இந்தப் படைப்பாற்றலானது, ஆழ்மனதிற்கு வெளியே உள்ள உணர்வு மனதில் உண்டாகும் அதிர்வுகளுக்கு நெருக்கமாக இருக்கும். எந்த அளவுக்குப் பயன்படுத்துகிறானோ, நம்பிச்

செயல்படுகிறானோ, அதை மேலும் மேலும் கோருகிறானோ, அந்த அளவுக்கு விரிவடையும், வளர்ச்சி அடையும்.

'மனசாட்சி' என்று கூறுகிறோமே அது ஆறாவது அறிவின் மூலமே செயல்படுகிறது. மாபெரும் கவிஞர்கள், கலைஞர்கள், எழுத்தாளர்கள், இசையமைப்பாளர்கள் ஆகியோர் ஏன் சிறப்புப் பெற்றார்கள் என்றால், அவர்கள் தமது மனதிற்குள் இருந்து கேட்கும் ''மிக மெல்லிய குரலை'' தங்கள் படைப்பாற்றலின் மூலம் கேட்டுச் செயல்படுவதே. கூர்மையான கற்பனாசக்தி உடையவர்களுக்குப் புதிய சிந்தனைகள் உதிப்பது இம்மாதிரி திடீர் ''மின்னல்களால்'' தான்.

மிகப்பெரிய சொற்பொழிவாளர் ஒருவர், சொற்பொழிவின் உச்சக்கட்டத்தின் போது, திடீரென்று கண்களை மூடிக் கொள்வார். அது ஏன் என்று கேட்ட போது, ''அப்போது தான் எனக்குள் இருந்து வரும் கருத்துக்களை நான் நேரடியாகப் பேச முடியும்'' என்றார்.

அமெரிக்காவின் மிகப்பெரிய நிதி நிர்வாகி எந்த முடிவை எடுப்பதற்கு முன்பும் சில நிமிடங்கள் கண்களை மூடிக் கொள்வார்.

''கண்களை மூடி கொள்வதன் மூலம், என்னுடையதை விட மிகவும் உயர்ந்த நுண்ணறிவில் இருந்து ஆலோசனைப் பெற முடிகிறது'' என்றார் அவர்.

தனது படைப்பாற்றல் திறனை வளர்ப்பதன் மூலம், காலஞ்சென்ற டாக்டர். எல்மர் ஆர். கேட்ஸ், 200க்கும் மேற்பட்ட பயனுள்ள காப்புரிமைகளைப் பதிவு செய்திருந்தார். அவற்றில் பல ஆதாரமானவை. அதிகமாக அறியப்படாத டாக்டர். கேட்ஸ், உண்மையிலேயே மிகப் பெரிய மேதை ஆவார். அவரைப் போல மேதையாக வேண்டும் என்று எண்ணுவோர், அவர் பின்பற்றிய் சிறப்பானதும் சுவையானதும் ஆன வழிமுறையைக் கவனிக்க வேண்டும்.

அவருடைய ஆய்வகத்தில் அவருக்கென்று ஒரு ''தனிப்பட்ட செய்தித் தொடர்பு அறை'' இருந்தது. எந்த ஓசையும் அந்த அறைக்குள் நுழைய முடியாது. வெளிச்சமே இல்லாமல் அதை இருட்டாக்கிக் கொள்ள முடியும். அறைக்குள் ஒரு மேஜை இருந்தது. அதன்மீது ஒரு காகிதக்கற்றை இருந்தது. சுவற்றில் மின்விளக்கிற்கான ஸ்விட்ச் இருந்தது. படைப்பாற்றல் திறனுக்கான கற்பனா சக்தியிலிருந்து தனக்கு வேண்டியதைப் பெறுவதற்காக டாக்டர். கேட்ஸ் அந்த அறைக்குள் சென்று விளக்குகளை அணைத்துவிட்டு மேஜை மீது அமர்ந்து கொள்வார். முழுமையாகாமல் இருக்கும் தனது கண்டுபிடிப்பில் அதுவரை **நிகழ்ந்ததைக்** கோர்வையாக மனதிற்குள் சொல்லிக் கொள்வார். அதைத் தொடர்ந்து, தான் **எதிர்பார்க்கும்**

விஷயம் எதுவோ அதையும் மனதிற்குள் சொல்லிக் கொள்வார். அதற்கான விடை, மனதிற்குள் 'மின்னல்' போலப் பளிச்சிடும் வரை அதே நிலையில் அமர்ந்திருப்பார்.

ஒரு சமயம், அவருடைய கேள்விக்கு விடையாக, பதில்கள் வேகவேகமாக வந்தன. அதனால் அவர் தொடர்ந்து 3 மணி நேரம் எழுதிக்கொண்டே இருக்க வேண்டியதாயிற்று. இந்த சிந்தனை ஓட்டம் திடீரென்று நின்ற போது, அவர் தான் எழுதியவற்றைப் படித்தார். அதிலிருந்த கோட்பாடானது அதுவரையில் அறிவியல் உலகம் கேள்விப்பட்டிராத ஒன்று.

அதுமட்டுமல்ல, அவர் மனதில் இருந்த கேள்விக்கு மிகச் சரியான விடையும் அதில் அடங்கியிருந்தது. இவ்வாறு ஒன்றல்ல, இரண்டல்ல, 200 காப்புரிமைகளை அவர் பதிவு செய்தார். அமெரிக்கா காப்புரிமை அலுவலகத்தில் இதைக் காணலாம்.

இவ்வாறு ''கருத்துருவைத் தேடுவதற்காக அமர்ந்து கொள்ளும்'' தொழிலை, தனிநபர்களுக்காகவும், நிறுவனங்களுக்காகவும் செய்து வந்த டாக்டர். கேட்ஸ், அதற்காகப் பெரும் தொகையைப் பெற்றார். மணிக்கு இவ்வளவு என்று அவர் வாங்கினார்.

மனிதனின் பகுத்தறிவு குறைபாடு கொண்டது. ஏனென்றால் அது தனது அனுபவத்தை ஒட்டியே செயல்படுகிறது. ''அனுபவத்தின்'' மூலம் சேர்த்துக் கொண்ட எல்லாமே சரியானது என்று கூறமுடியாது. படைப்பாற்றல் மூலம் பெறப்படும் அறிவு இதைவிட நம்பிக்கைக்கு உரியது. காரணம் அது அறிவை விட மிகவும் நம்பிக்கையானதோர் ஆதாரத்திலிருந்து கிடைப்பதாகும்.

மேதை, தன்னுடைய படைப்பாற்றலின் மூலம் செயல்படுகிறார். சாதாரணமான கண்டுபிடிப்பாளருக்கோ அதைப் பற்றி ஒன்றுமே தெரியாது. இதுதான் அவர்களுக்கு இடையே உள்ள வித்தியாசம். தாமஸ் ஆல்வா எடிசன், டாக்டர். கேட்ஸ் போன்ற அறிவியல் கண்டுபிடிப்பாளர்கள், சிந்தனாசக்தியின் பகுத்தறியும் திறனோடு, அதன் கற்பனைத் திறனையும் சேர்த்துப் பயன்படுத்திக் கொண்டார்கள்.

ஒரு மேதை அல்லது அறிவியல் கண்டுபிடிப்பாளர், புதிதாக ஒன்றைக் கண்டுபிடிக்க முயற்சிக்கும் போது, தன் அனுபவத்தின் மூலம் சேர்த்து வைத்த கருத்துருக்கள் அல்லது கோட்பாடுகளைத் தனது பகுத்தறிவினால் ஆராய்கிறார். அதன் மூலம் சரியான முடிவை எட்ட முடியவில்லை என்றால், தனது கற்பனாசக்தியின் துணையை நாடுகிறார். ஆளுக்கு ஆள் மாறுபடும் என்றாலும் பொதுவான வழி இதுதான்:

1. **பத்து ஊக்கிகளில், தான் தேர்ந்தெடுக்கும் ஏதோ ஒன்றின் மூலம், தன் மனதின் அதிர்வுகளை உசுப்பி விடுகிறார்.** அதனால் அது தன் வழக்கமான தளத்தை விட உயர்ந்த தளத்தில் செயல்படுகிறது.
2. அதுவரையில் தான் கண்டுபிடித்து வைத்திருக்கும் முடிவுகளின் மீது மனதை **ஒருமைப்படுத்துகிறார்.** தான் இன்னும் கண்டுபிடிக்காத பகுதி என்னவாக இருக்கும் என்று மனதிற்குள் ஒரு சித்திரத்தை வரைந்து கொள்கிறார். தன் மனதில் உள்ள மற்ற எண்ணங்களை **எல்லாம்** அகற்றிவிட்டு, இந்தச் சித்திரத்தைத் தன் ஆழ்மனதிற்குள் அழுத்தமாகச் செலுத்துகிறார். அதன் பிறகு மனதிற்குள் ''மின்னல் போலப் பளிச்சிடப் போகும்'' பதிலுக்காகக் காத்திருக்கிறார்.

சில நேரங்களில் உடனடியாக தெளிவான பதில் கிடைத்துவிடும். பல நேரங்களில் கிடைக்கும் பதில் சரியானதாக இருக்காது. காரணம் அவருடைய ''ஆறாவது அறிவு'' சரியாக வளர்ச்சி பெற்றிறாததே. மின்சார வெள்ளொளி பல்பைக் கண்டுபிடிப்பதற்கு முன்பு, பகுத்தறிவின் மூலம் பத்தாயிரம் முறை முயற்சி செய்து தோற்றுப் போனார், தாமஸ் ஆல்வா எடிசன். பிறகு ஆறாவது அறிவைத் துணைக்கொண்டு வெற்றி பெற்றார். பேசும் கருவியைக் கண்டுபிடித்த போதும் அதே அனுபவம் தான் அவருக்கு ஏற்பட்டது.

'படைப்பாற்றல் மிக்க கற்பனாசக்தி' என்ற ஒன்று இருப்பதற்கு நிறைய சாட்சியங்கள் உண்டு. போதுமான கல்வியறிவு இல்லாமல் தங்களுடைய துறைகளில் மிக உயர்ந்த நிலையை எட்டியவர்களை ஆராய்ந்தால் தெரியும். ஆபிரகாம் லின்கன் ஓர் உதாரணம். தனது படைப்பாற்றல் மிக்க கற்பனாசக்தியைப் பயன்படுத்தி அவர் உயர்ந்தார். (தன் ஆயுளில் ஒரே காதலியான) ஆன் ரட்லெட்ஜ் என்ற பெண்மணியை சந்தித்த போது மனதில் அரும்பிய காதல் என்ற உணர்வைக் கொண்டு, படைப்பாற்றலை அவர் கண்டு கொண்டார். மேதைமையின் தோற்றுவாய்களில் பாலுணர்வும் ஒன்று என்று முன்பே கூறினோம்.

சரித்திரத்தில் மிகப் பெரிய தலைவர்களின் வாழ்க்கையை ஆராய்ந்தால் அவர்களுடைய சாதனைகளுக்குத் தேவையான மன எழுச்சியை உருவாக்கியதில் பாலுணர்வுக்கு முக்கிய இடம் உண்டு என்று தெரியும். நெப்போலியன் போனபார்ட் ஓர் உதாரணம்.

தன் முதல் மனைவியான ஜோசபின் உடன் இருந்த போது நெப்போலியனை யாராலும் தடுக்க முடியவில்லை, எதிர்க்க முடியவில்லை. ஆனால் தனது ''பகுத்தறிவினால்'' அவளை

விலக்கி வைத்த பிறகு, அவனது வீழ்ச்சி ஆரம்பித்தது. அதன் பிறகு தோல்வியும், செயிண்ட் ஹெலினாவும் வெகு தூரத்தில் இல்லை.

மனைவிகள் கொடுத்த உற்சாகத்தினால் பெரிய சாதனைகளைச் செய்ய முடிந்தவர்கள், புகழும் அதிகாரமும் தலைக்குள் ஏறி அந்த மனைவிகளை ஒதுக்கி வைத்த **பிறகு**, அழிய ஆரம்பித்தார்கள் என்பதற்கு ஏராளமான உதாரணங்களை அமெரிக்காவில் காட்ட முடியும்.

பகுத்தறிவினால் கிடைக்கும் எந்த காரணத்தையும் விட, பாலுணர்வு மூலம் கிடைக்கும் உற்சாகம் என்ற காரணம் தான் மிகுந்த சக்திவாய்ந்தது என்பதற்கு நெப்போலியன் ஒருவன் மட்டுமே உதாரணம் என்றில்லை.

மனித மனம் ஊக்கத்தினால் எழும்பி நிற்பது. ஊக்கிகளில் மிகவும் சக்திவாய்ந்தது பாலுணர்வு. அதைக் கட்டுப்படுத்தி உருமாற்றினால், வழக்கமான அன்றாடக் கவலைகளில் இருந்து நம்மை உயர்த்தி, அக்கவலைகளை வெற்றி கொள்ளும் உயர்ந்த தளத்திற்குக் கொண்டு போய்ச் சேர்க்கும்.

துரதிருஷ்டவசமாக, இந்த உண்மை மேதைகளுக்கு மட்டுமே தெரிகிறது. மற்றவர்களோ பாலுணர்வு என்பதை அது தரும் வழக்கமான விளைவுகளுக்காக ஏற்றுக்கொண்டு வழக்கம் போல இயங்குகிறார்கள். ஆகவே தான் மேதைகளின் எண்ணிக்கை குறைவாக உள்ளது.

ஆதாரபூர்வமாக நமக்கு கிடைக்கும் வாழ்க்கை வரலாறுகளில் இருந்து பார்த்தால், கீழே உள்ள பட்டியலில் இருக்கும் மனிதர்கள் மிகுந்த பாலுணர்வு கொண்டவர்கள் என்பதை அறியலாம். அவர்கள் ஒவ்வொருவரும் அதை உருமாற்றி தத்தம் துறைகளில் பெரிய சாதனைகளைச் செய்தவர்கள்.

ஜார்ஜ் வாஷிங்டன்
நெப்போலியன் போனபார்ட்
வில்லியம் ஷேக்ஸ்பியர்
அபிரகாம் லின்கன்
ரால்ப் வால்டோ எமர்சன்
ராபர்ட் பர்ன்ஸ்
தாமஸ் ஜெஃபர்சன்
எல்பர்ட் ஹப்பார்டு
எல்பர்ட் எச். கேரி
ஆஸ்கார் ஒயில்டு
உட்ரோ வில்சன்

ஜான் எச். பேட்டர்சன்
ஆண்ட்ரூ ஜேக்சன்
என்ரிகோ கரூஸோ

அனுபவத்திலிருந்து உங்களுக்குத் தெரிந்த மற்றவர்களின் பெயர்களையும் இந்தப் பட்டியலில் சேர்க்கலாம். மனித நாகரிகத்தின் எல்லாக் காலங்களிலும் ஆராய்ந்தாலும், பாலுணர்வினால் தூண்டப்படாமல் சாதனைகளைப் புரிந்தவர்கள் இருக்கிறார்களா என்று தேடிப்பாருங்கள்.

இந்தப் பட்டியல் வேண்டாம் என்றால் நீங்களாகவே அப்படிப்பட்ட மனிதர்கள் இருக்கிறார்களா என்று தேடிப்பாருங்கள். பாலுணர்வு என்பது மேதமையை ஊக்குவிக்கும் மிகப்பெரிய சக்தியாகும். மிகப்பெரிய தலைவர்களும், கட்டிடக்காரர்களும், கலைஞர்களும் இந்த சக்தியில் குறைந்தவர்கள் இல்லை.

இப்படிச் சொல்வதனால், அதிகமான பாலுணர்வு கொண்டவர்கள் **அனைவருமே** மேதைகள் என்று யாரும் தவறாக எண்ணிவிட வேண்டாம்! படைப்பாற்றலைத் தன்னை நோக்கி இழுக்கும் போது தான், ஒருவனுக்கு மேதையாகும் வாய்ப்பு உண்டாகிறது. அதிகமான அதிர்வுகளை அந்த ஆற்றல்களில் உண்டாக்கி, ஊக்குவிக்கும் மிகவும் தலையாய **ஒன்று** தான் பாலுணர்வு. இந்த உணர்வு ஒருவனிடம் இருப்பதாலேயே அவன் மேதை ஆகிவிட முடியாது. அந்த உணர்வை உடலின் தொடர்பிலிருந்து திசைமாற்றி, இன்னொரு ஆர்வத்திற்கு உருமாற்றிச் செயல்படும் போது தான் மேதைமை உண்டாகிறது.

அப்படி மேதையாக முடியாதவர்கள், பாலுணர்வை அதிகம் பயன்படுத்துவதினால், தவறாக புரிந்து கொள்ளப்பட்டு, மிருக நிலைக்குத் தள்ளப்படுகிறார்கள்.

40 வயதுக்கு முன்னால் மனிதர்கள் ஏன் வெற்றி பெறுவதில்லை

25,000 பேரின் வாழ்க்கையை அலசி ஆராய்ந்த பொழுது, வாழ்க்கையில் ஏதாவது ஒரு துறையில் வெற்றி பெறுபவன் நாற்பது வயதுக்கு முன்பு அவ்வாறு செய்ய முடிவதில்லை என்றும் நிலையான வெற்றியை அடைவது ஐம்பது வயதுக்கு முன்பு சாத்தியம் ஆவதில்லை என்றும் கண்டேன். இது அதிர்ச்சியூட்டும் தகவலாக இருந்ததால் இதை மேலும் ஆராய்ந்தேன். பன்னிரண்டு வருடங்கள் இந்த ஆராய்ச்சியைத் தொடர்ந்தேன்.

இதற்கான முக்கியமான காரணமாக நான் கண்டுபிடித்தது என்னவென்றால் நாற்பது முதல் ஐம்பது வயது வரையில், தங்களுடைய பாலுணர்வினால் வரும் சக்தியை அவர்கள் உடல் சார்ந்த வெளிப்பாடுகளால் **சிதறடித்து** விடுகிறார்கள் என்பதே. பெரும்பாலான ஆண்கள், பாலுணர்வு என்னும் வேட்கைக்கு, உடலுறவு என்பதற்கு அப்பால் வேறு முக்கியமான சாத்தியங்களும் உண்டு என்பதைத் தெரிந்து கொள்வதில்லை. அதைத் தெரிந்து கொள்பவர்களும், பாலுணர்வு வேட்கை உச்சத்தில் இருக்கும் வயதான நாற்பத்தைந்து வயதைக் கடந்த பிறகு தான், அதாவது நாற்பத்தைந்திலிருந்து ஐம்பது வயதில் தான் தெரிந்து கொள்கிறார்கள். அதன் பிறகு குறிப்பிடத்தக்க அளவுக்கு அவர்கள் சாதிக்கத் தொடங்கி விடுகிறார்கள்.

நாற்பது வயது வரையில் ஆண்கள் தங்களுடைய ஆற்றலைத் தொடர்ந்து சிதறடித்து. விடுகிறார்கள். சிலர் அதற்குப் பிறகும் கூட. தங்களுடைய துல்லியமான மிகவும் சக்திவாய்ந்த உணர்வுகளை அவர்கள் காணும் இடமெல்லாம் இறைத்து விடுகிறார்கள். இதிலிருந்து தான் ''sowing his wild oats'' என்ற ஆங்கிலச் சொற்றொடர் தோன்றியிருக்க வேண்டும்.

பாலுணர்வு என்பது தான் மனித உணர்வுகளில் மிகவும் சக்திவாய்ந்ததும் மிகவும் ஆதிக்கம் செலுத்துவதும் ஆகும். எனவே தான் அந்த ஆசையைக் கட்டுப்படுத்தி உருமாற்றி, உடலுறவு அல்லாத ஒரு செயலில் ஈடுபடுத்தும் பொழுது, ஒருவன் மேதை என்ற நிலைக்கு உயர முடிகிறது.

அமெரிக்காவின் மிகவும் திறமையான வியாபாரி ஒருவர் என்னிடம் கூறினார், தன்னுடைய எல்லா வெற்றிகளுக்கும் காரணம் தன்னுடைய செயலாளராக இருந்த மிகவும் கவர்ச்சிகரமான பெண் தான் என்று. அவள் கண்ணெதிரில் இருக்கும் போதெல்லாம் தன்னுடைய படைப்பாற்றல் உச்சத்துக்குச் செல்வதாகவும், அதைப்போல வேறெந்த நிகழ்வும் தனக்கு ஊக்கம் கொடுத்தது இல்லை என்றும் கூறினார்.

அமெரிக்காவின் இன்னொரு வெற்றிகரமான மனிதர் தன்னுடைய வெற்றிகளுக்கெல்லாம் காரணம் மிகவும் அழகான கவர்ச்சிகரமான ஓர் இளம்பெண் தான் என்று கூறினார். 12 வருடங்கள் அவள் தான் அவருக்கு உற்சாக ஊக்கியாக விளங்கினாள்.

இப்படிச் சொன்னவுடன் அவர் யார் என்று உங்களுக்கு விளங்கிவிடும். ஆனால் அவருடைய சாதனைகளுக்கான **உண்மையான ஆதாரசக்தி** எது என்று உங்களுக்கு தெரியாது.

மது மற்றும் போதை மருந்துகள் மனித மூளைக்கு உற்சாகம்

தரும் செயற்கையான ஊக்கிகள். இவற்றைப் பயன்படுத்தியும் மேதைகள் ஆனவர்கள் உண்டு. எட்கர் ஆலன் போ தனது புகழ்பெற்ற ''ரேவன்'' (காகம்) என்ற கவிதையை மதுபோதையில் இருந்த போது தான் (''இதுவரை மனிதர்கள் காணத் துணியாத கனவுகளைக் கண்டபடி'') எழுதினார். ஜேம்ஸ் விட்கோம் ரைலியின் சிறந்த எழுத்துக்கள் அவரது மதுபோதையின் வெளிப்பாடே. ''நதியின் மேல் மதகும், ஓடையின் மேல் பனியும் போல, நிஜமும் கனவும் ஓர் ஒழுங்கோடு கலந்திருப்பதை'' அவர் கண்டார். ராபர்ட் பர்ன்ஸும் அவ்வாறே மதுவின் மயக்கத்தில் காதல் கீதங்களை எழுதினார். ஆனால் இவர்களைப் போன்ற பலர், அதே போதையினால் அழிந்துப் போனார்கள் என்பதை மறக்க வேண்டாம். மனிதர்கள் தங்கள் உணர்வுகளை உற்சாகப்படுத்திக் கொண்டு, உயர்ந்த தளத்திற்குச் செல்வதற்காக இயற்கை தனக்கே உரிய மருந்துகளை ஏற்படுத்தியிருக்கிறது. அதனால் மனதிற்கு அபூர்வமான சிந்தனைகள் கிடைக்கும். ஆனால் அவை எங்கிருந்து வருகின்றன என்று யாருக்கும் தெரியாது. இயற்கையின் மருந்துகளுக்குச் சமமான திருப்தியளிக்கும் வேறு மருந்துகள் இன்னும் கண்டுபிடிக்கப்படவில்லை.

பாலுணர்விற்கும் ஆன்மீகத் தேடலுக்கும் நெருங்கிய தொடர்பு உண்டு என்பது உளவியலாளர்களுக்கு நன்கு தெரிந்த உண்மை. சில பழங்குடி மக்களிடையே பரவலாக இருக்கும் மத சம்பந்தமான திருவிழாக்களில் அவர்கள் பாலுணர்வு கலந்த விசித்திரமான சில ''பழக்கங்களை'' வெளியிடுவது இதனால் தான்.

உலகை ஆளுவதும் நாகரிகத்தின் தலைவிதியை நிர்ணயிப்பதும் மனித உணர்வுகளே. மக்களின் செயல்பாடுகளுக்குப் பகுத்தறிவை விட உணர்ச்சிகளே காரணமாக இருக்கின்றன. படைப்பாற்றலுக்கும் அதேபோல் உணர்வுகளே காரணம் பகுத்தறிவு அல்ல. மனித ''உணர்வுகளில்'' மிகவும் சக்திவாய்ந்தது பாலுணர்வு. மனத்திற்கான ஊக்கிகள் என்று பலவற்றைச் சொல்லி இருக்கிறோம். எந்த ஒன்றும், ஏன், அவை எல்லாமே ஒன்று சேர்ந்தாலும் கூட, பாலுணர்வு ஒன்றின் சக்திக்கு ஈடாக முடியாது.

மனதிற்கான ஊக்கி என்பது, எண்ணத்தின் அதிர்வுகளை, தற்காலிகமாகவோ நிரந்தரமாகவோ பாதிக்கவல்ல ஒரு சக்தியாகும். முக்கியமான பத்து ஊக்கிகளைப் பற்றி ஏற்கனவே சொன்னோம்.

இந்த ஊக்கிகளின் மூலம் ஒருவன் அளவற்ற அறிவாற்றலோடு தொடர்பு கொள்ளலாம் அல்லது தகவல் களஞ்சியமாக விளங்கும் ஆழ்மனதிற்குள் நுழையலாம். தன்னுடையதேயன்றி பிறருடைய ஆழ்மனதிலும் அவன் நுழையலாம். அது மேதைகள் மட்டுமே

அறிந்த வழிமுறை.

முப்பதாயிரத்துக்கும் மேற்பட்ட விற்பனையாளர்களுக்குப் பயிற்சி அளித்த ஓர் ஆசிரியர் அதிர்ச்சியான ஒரு கண்டுபிடிப்பை வெளியிட்டார். பாலுணர்வு அதிகம் உள்ள விற்பனையாளர்களே வெற்றியாளர்களாக விளங்கினார்கள் என்றார். அதை விளக்கும் விதமாக, ''தனிமனிதனின் காந்தசக்தி'' என்பது அவனுடைய பாலுணர்வே அன்றி வேறில்லை என்றார். பாலுணர்வு அதிகம் உள்ளவர்களிடம் ஏராளமான காந்தசக்தி வெளிப்படுகிறது. இதைப் புரிந்து கொண்டு வளர்ப்பதன் மூலம் இந்த உயிராற்றலை மனித உறவுகளுக்கு இடையே பயன் தருமாறு செய்ய முடியும். இந்த சக்தியை மற்றவர்களுக்குக் கீழ்கண்ட வழிகளில் வெளிப்படுத்த முடியும்:

1. கை குலுக்குவதன் மூலம். உங்களிடம் காந்தசக்தி இருந்தால் அது கைகளின் மூலம் உடனே உணரப்படும்.
2. குரலின் ஏற்ற இறக்கத்தின் மூலம். சில குரல்கள் இனிமையாகவும் கவர்ச்சிகரமாகவும் இருப்பதற்கு காரணம் காந்தசக்தியே.
3. தோற்றத்தின் மூலமும் உடல் அசைவின் மூலமும். பாலுணர்வு மிகுந்தவர்கள் சுறுசுறுப்பாக இருப்பார்கள். நளினமாகவும், கலகலப்பாகவும் இருப்பார்கள்
4. சிந்தனையின் அதிர்வுகள் மூலம். பாலுணர்வு மிக்கவர்கள், அதனைத் தங்கள் சிந்தனையில் கலந்து, தாங்கள் விரும்பியபடி, விரும்பிய வழியில் மற்றவர்கள் மீது செலுத்தி, அவர்களை வசப்படுத்த முடியும்.
5. உடலை அலங்கரிப்பதன் மூலம். பாலுணர்வு மிக்கவர்கள் பொதுவாகவே தங்கள் உடலை மிகுந்த கவனத்துடன் பராமரிக்கிறார்கள். தங்கள் உடலுக்கும் தோற்றத்துக்கும் ஆளுமைக்கும் ஏற்ற சிறப்பான, தனிப்பட்ட உடைகளை அணிகிறார்கள்.

விற்பனையாளர்களைப் பணியமர்த்தும் முன்பு, திறமையுள்ள விற்பனை மேலாளர், அவர்களிடம் தனிப்பட்ட காந்தசக்தி உள்ளதா என்பதையே முதல் தேவையாகப் பார்க்கிறார். பாலுணர்வு குறைவானவர்கள் உற்சாகத்தோடு இருப்பதில்லை, மற்றவர்களுக்கு உற்சாகத்தை ஏற்படுத்துவதும் இல்லை. உற்சாகம் என்பது விற்பனையாளருக்கு முக்கியமான குணம், அவர்கள் எந்தப் பொருளை விற்பதாக இருந்தாலும் சரி.

சொற்பொழிவாளர், மேடைப் பேச்சாளர், மதபோதகர், வழக்கறிஞர் மற்றும் விற்பனையாளர் இவர்களில் யாராவது பாலுணர்வில் குறைவாக இருந்தால், தொழிலில் அவர்களால் ''வெற்றி காண'' முடியாது. ஏனெனில் மற்றவர்களை அவர்களால் வசப்படுத்த முடியாது. உணர்வுகளைத் தொடுவதன் மூலமே மற்றவர்களை நாம் வசப்படுத்த முடியும் என்பதைப் புரிந்து கொண்டால், ஒரு விற்பனையாளனின் இயற்கையான திறமையில் பாலுணர்வுக்குள்ள முக்கியத்துவத்தை அறியலாம். தெரிந்தோ தெரியாமலோ தங்களுடைய பாலுணர்வின் சக்தியை **விற்பனைக்கான உற்சாகமாக** உருமாற்றிக் கொண்டவர்கள் தான், விற்பனையில் மகத்தான சாதனைகளைச் செய்திருக்கிறார்கள். இந்த வாக்கியத்தில் இருந்து 'பாலுணர்வின் உருமாற்றம்' என்பது நடைமுறையில் எவ்வாறு பயன்படும் என்று தெரிந்து கொள்ளலாம்.

பாலுணர்வு மிகுந்த ஒருவன், அந்த உணர்வை அதன் முக்கியப் பயன்பாடான உடலுறவிலிருந்து விலக்கி, ஆனால் அதே உற்சாகத்தோடு, தன் தொழிலுக்குப் பயன்படுத்தினால், பாலுணர்வை உருமாற்றும் கலையை அவன் தெரிந்து கொண்டான் என்று பொருள்.

தெரிந்தோ தெரியாமலோ இந்தக் கலையை தான் பெரும்பாலான விற்பனையாளர்கள் பயன்படுத்தி வருகிறார்கள்.

ஆனால் இந்த உருமாற்றும் கலைக்கு சாதாரண மனிதர்களிடம் இருப்பதைவிட அதிகமான மனவலிமை தேவைப்படுகிறது. ஆனால் சிறிது சிறிதாக முயன்றால் படிப்படியாக அந்த மனவலிமையைப் பெற்றுவிட முடியும். இது சற்றே கடினமான முயற்சி தான் என்றாலும் முயற்சிக்கேற்ற பலன் கிடைக்கும். ஆனால் பாலுணர்வு என்ற ஒன்றைப் பற்றி பெரும்பாலான மனிதர்கள் மன்னிக்க முடியாத அளவுக்கு அறியாமை கொண்டவர்களாக இருக்கிறார்கள். பாலுணர்வு வேட்கையானது, அறியாமையும் தீய குணமும் கொண்டவர்களால் மிக நீண்ட காலமாகவே மிகவும் தவறாகப் புரிந்து கொள்ளப்பட்டிருக்கிறது, குறை கூறப்பட்டிருக்கிறது, கேலி செய்யப்பட்டிருக்கிறது. அதனால் தான் செக்ஸ் என்ற வார்த்தையைப் பொது இடங்களில் உச்சரிக்கவே பலர் கூசுகிறார்கள். அதிகமான பாலுணர்வு கொண்ட ஆண்களையும் பெண்களையும் **ஆசீர்வதிக்கப்பட்டவர்கள்** என்றே நான் கூறுவேன் ஆனால் மற்றவர்களோ அவர்களை வெறும் காட்சிப் பொருளாகவே பார்க்கிறார்கள். ஆசீர்வதிக்கப்பட்ட நிலையிலிருந்து சபிக்கப்பட்டவர்களாகவே ஆகிவிடுகிறார்கள் அவர்கள்.

நாகரிகம் வளர்ந்துவிட்ட இன்றும்கூட லட்சக்கணக்கான மக்கள், தங்களுடைய அதீதமான பாலுணர்வு ஒரு சாபம் என்று தாழ்வு

மனப்பான்மையோடு நடக்கிறார்கள். பாலுணர்வின் நன்மைகளை இப்படி எடுத்துச் சொல்வதால் அதைச் சுதந்திரமாகத் திரிவதற்கான உரிமையாக எடுத்துக் கொள்ளக்கூடாது. பாலுணர்வு என்பது புத்தி சாலித்தனத்துடனும், உரிய சூழ்நிலைகளிலும் பயன்படுத்தப்படும் போது மட்டுமே நல்ல குணமாகும்.

ஆனால் பெரும்பாலான சமயங்களில் அது தவறாகவே பயன்படுத்தப்படுகிறது. உடல் மனம் இரண்டையும் கீழ்நோக்கிச் செலுத்துகிறது. மிருக நிலைக்குத் தள்ளுகிறது. இதை எவ்வாறு நல்ல முறையில் பயன்படுத்துவது என்பதைத் தான் இந்த அத்தியாயத்தில் மிகுந்த சிரமத்தோடு விளக்கிக் கொண்டிருக்கிறோம்.

இந்த ஆசிரியரால் சந்திக்கப்பட்ட எல்லாத் தலைவர்களுமே, யாராவது ஒரு பெண்ணால் உற்சாகப்படுத்தப்பட்டு, அதன் பலனாகச் சாதனை புரிந்தவர்களே என்ற உண்மை மிக முக்கியமானது. அப்படிப்பட்ட ''பெரும்பாலான பெண்மணிகள்,'' ஆர்ப்பாட்டமில்லாத, சுயநலமில்லாத குடும்பத் தலைவிகளாகவே இருந்ததால், வெளியுலகுக்கு அவர்களைப் பற்றித் தெரிந்திருக்கவில்லை. சிலருடைய விஷயத்தில் மனைவியல்லாத ''இன்னொரு பெண்மணி'' சம்பந்தப்பட்டிருந்தார். அந்தப் பெண்மணிகளைப் பற்றி ஒன்றுமே தெரியாது என்று நீங்கள் சொல்லிவிட முடியாது.

உண்ணுதல், மது அருந்துதல் ஆகியவற்றில் அளவுக்கு மீறினால் எவ்வளவு தீமையோ, அதேபோலத்தான் பாலுணர்வில் அளவுக்கு மீறுவதும். உலக யுத்தத்தின் போது தொடங்கிய இன்றைய யுகத்தில், பாலுணர்வில் அளவுக்கு மீறிச் செயல்படுவது பலருடைய பழக்கமாக இருக்கிறது. இதனால் தான் சிறந்த தலைவர்கள் இன்று கிடைப்பது கடினமாக இருக்கிறதோ என்னவோ! தன்னிடமுள்ள படைப்பாற்றல் திறனைச் சிதறடித்துவிடும் எவனும் உயர முடியாது. பூமியில் படைக்கப்பட்டுள்ள பிராணிகளில், மனிதன் ஒருவன் தான் படைப்பின் நோக்கத்தை மீறி நடப்பவன். மற்ற எல்லாப் பிராணிகளும் தங்கள் பாலுணர்வை அளவோடு, இனப்பெருக்கத்துக்காக மட்டுமே, பயன்படுத்துகின்றன. அவைகளுக்கு இனப்பெருக்க ''சீசன்'' என்று குறிப்பிட்ட காலம் உள்ளது. மனிதனுக்கோ எல்லா நாளுமே ''சீசன் தானே.''

மதுவையும் போதை மருந்துகளையும் அளவுக்கு மீறி அருந்தினால் அது உடலையும் முக்கியமாக மூளையையும் பாதிக்கும் ஏன்று புத்திசாலிகளுக்குத் தெரியும். ஆனால், பாலுணர்வில் எல்லை மீறி நடந்தாலும் இதே போல் பாதிப்பு வரும் என்பது எல்லாருக்கும் தெரிவதில்லை.

பாலுணர்வில் வெறி கொண்டு அலைபவனுக்கும், போதை மருந்தை உண்டவனுக்கும் எந்த வித்தியாசமும் இல்லை. இருவரும் தங்கள் அறிவையும் மன வலிமையையும் இழந்துவிடுவார்கள். அதுமட்டுமின்றி, பாலுணர்வில் அதிகம் ஈடுபடுவது தற்காலிகமாகவோ அல்லது நிரந்தரமாகவோ ஒருவரைப் பைத்தியமாக்கி விடவும் கூடும். குறிப்பாக, இல்லாத நோயை தனக்கு இருப்பதாக (கற்பனை) செய்து கொள்ளும் வியாதி இவர்களுக்கு வருவதுண்டு.

இதுவரை சொன்ன சுருக்கமான தகவல்களிலிருந்து, பாலுணர்வை உருமாற்றும் விஷயத்தைப் பற்றி அறியாதவர்களுக்கு உரிய தண்டனை கிடைப்பதையும், அறிந்தும் தவறாக பயன்படுத்துபவர்களுக்குக் கிடைக்க வேண்டிய பலன்கள் கிடைக்காமல் போவதையும் நாம் அறியலாம்.

பாலுணர்வு பற்றிய இத்தகைய அறியாமைக்குக் காரணம், அந்த விஷயத்தை இரகசியமாகவும், மௌனமாகவும் வைத்திருந்ததே ஆகும். மது அருந்தும் பழக்கத்தையும் இப்படித்தான் இளைஞர்களுக்குத் தெரிவிக்காமல் இரகசியமாகவும் மௌனமாகவும் வைத்திருந்தோம். அதனால் ஏற்பட்ட விளைவு போலத்தான் இந்த விளைவும். அதாவது, தெரியாததைத் தெரிந்து கொள்ள வேண்டும் என்ற ஆர்வத்தையும், தெரிந்தவர்களுக்கு மேலும் தெரிந்து கொள்ள வேண்டும் என்று விருப்பத்தையும் உண்டாக்கிவிட்டது. சட்டங்களாலும் மருத்துவத்துறை யாலும் இந்த விஷயத்தில் உரிய கல்வியை எல்லோருக்கும் வழங்க முயற்சி எடுத்து இருந்தாலும், சரியான தகவல்கள் பலருக்குக் கிடைப்பதில்லை.

40 வயதுக்கு முன்னால் மிகச்சிறந்த படைப்பாற்றல் முயற்சியில் யாரும் ஈடுபட்டதில்லை. சராசரி மனிதனுக்கு இந்த வயது 40 லிருந்து 60 ஆக உள்ளது. மிகக் கவனமாக ஆராயப்பட்ட ஆயிரக்கணக்கான மனிதர்களின் வாழ்க்கையிலிருந்து இத்தகவலைக் கூறுகிறேன். இதுவரை எதையும் சாதிக்காத 40க்குக் கீழ்ப்பட்டவர்களுக்கும், அதேபோல ''வயதாகி விட்டதே'' என்று கவலைப்படும் நாற்பதைத் தாண்டியவர்களுக்கும், இது உற்சாகத்தைத் தரவேண்டும். உண்மையில் நாற்பதுக்கும் ஐம்பதுக்கும் இடைப்பட்ட காலமே மிகவும் வளமான காலமாகும். எனவே இந்த வயதை அச்சத்தோடும் நடுக்கத்தோடும் பார்க்காமல், நம்பிக்கையோடும் எதிர்பார்ப்போடும் பார்க்க வேண்டும்.

நாற்பதுக்கு முன்னால் சாதனைகள் புரிவதில்லை என்பதை நம்ப முடியவில்லை என்றால் உங்களுக்கு தெரிந்த அமெரிக்க சாதனையாளர்களின் வாழ்க்கை வரலாறுகளை எடுத்துப் பாருங்கள்.

ஹென்றி ஃபோர்டு, தனது வேகமான வளர்ச்சியை 40க்கு முன்னால் அடையவில்லை. ஆண்ட்ரூ கார்னகி, தான் செய்த முயற்சிகளின் பலனை அனுபவிப்பதற்கு நாற்பதைத் தாண்ட வேண்டியிருந்தது.

ஜேம்ஸ் ஜே. ஹில், 40 வரையிலும் தந்தி தான் அடித்துக் கொண்டிருந்தார். பிறகே அவருடைய மாபெரும் சாதனைகள் தொடங்கின. அமெரிக்கத் தொழிலதிபர்கள் மற்றும் நிதி நிறுவன அதிபர்களின் வாழ்க்கையைப் பார்த்தால் 40 முதல் 60 வயது தான் மிகப்பெரிய சாதனைகளுக்கான வயது என்று காண்கிறோம். முப்பதிலிருந்து நாற்பது வயதிற்குள் தான் மனிதன், பாலுணர்வை உருமாற்றும் கலையைக் கற்றுக்கொள்கிறான். (முயன்றால்) ஆனால் இது அவனுக்குத் தெரியாமலேயே தற்செயலாக நடக்கிறது. தன்னுடைய திறமை 35-40 வயதில் அதிகரித்துவிட்டதாக அவன் உணர்ந்து கொள்கிறான். காரணம் தெரிவதில்லை. இயற்கையானது, காதலுணர்வு, பாலுணர்வு என்ற இரண்டையும், இந்த வயதில் இணக்கமாக மாற்றுகிறது. அதனால் அவன் ஊக்கம் பெற்று, மிகப்பெரிய சக்திகளின் துணையைத் தனக்குத் தெரியாமலேயே பெற்றுச் செயல்பட முடிகிறது.

பாலுணர்வு என்பது செயல்படத் தூண்டும் உந்து சக்தி. ஆனால் அது புயல் மாதிரி, கட்டுப்படுத்த முடியாத பல சக்திகளாக வெளிப்படுகிறது. காதல் என்ற உணர்வோடு அது சேரும் பொழுது மனிதனின் நோக்கத்தில் அமைதியும், தெளிவும், அறிவில் கூர்மையும், சமநிலையும் ஏற்படுகின்றன. இதைப் புரிந்து கொள்ள முடியாத, தனது அனுபவத்தோடு ஒப்பிட்டுச் சரிபார்க்க முடியாத, துரதிஷ்டசாலிகளும் உண்டா!

முழுக்க முழுக்கப் பாலுணர்வினால் உந்தப்பட்டு ஒரு பெண்ணை இன்பமுறச் செய்ய வேண்டும் என்று அணுகும் ஒருவனுக்கு, பெரிய சாதனைகளைச் செய்வதற்கான திறமை ஏற்பட்டு விடுகிறது. ஆனால் அது ஒழுங்கற்றதாகவும், தவறானதாகவும், அழிவுத்திறன் கொண்டதாகவும் இருக்கக்கூடும். உதாரணமாக, அந்தப் பெண் மீது கொண்ட பாலுணர்வு காரணமாக ஒருவன், திருடலாம், ஏமாற்றலாம், கொலை கூடச் செய்யலாம். ஆனால் அதில் **காதல்** என்ற உணர்வு கலக்கும் போது அவனுடைய செயல்களில் தூய்மையும், சமநிலையும், பகுத்தறிவும் நிச்சயம் இருக்கும்.

பல குற்றங்களைச் செய்து இதயம் கடினப்பட்டு விட்ட ஒருவனையும் கூட, ஒரு பெண்ணின் காதலால் சீர்திருத்தி நல்லவனாக்க முடியும் என்று குற்றவியல் அறிஞர்கள் கண்டுபிடித்திருக்கிறார்கள். ஆனால் பாலுணர்வின் மூலம் மட்டுமே

ஒரு குற்றவாளி திருத்தப்பட்டதாக சரித்திரம் இல்லை. இந்த உண்மைகள் அனைவருக்கும் தெரியும், ஆனால் காரணம் தான் தெரியாது. சீர்திருத்தம் என்பது உணர்வு, மனதில் வருவது, அவன் மூளையில் இருந்தல்ல, அதாவது பகுத்தறிவில் இருந்தல்ல என்பது தான் காரணம்.

குற்றவாளியைப் பொருத்தவரை, சீர்திருத்தம் என்பது, ''மனமாற்றம்'' ஆகும். ''மூளை மாற்றம்'' அல்ல. சில விரும்பத்தகாத விளைவுகளைத் தடுப்பதற்காக, பகுத்தறிவின் மூலம் ஒருவன் தனது நடவடிக்கைகளில் சில மாற்றங்களை மேற்கொள்ளலாம் ஆனால் **உண்மையான சீர்திருத்தம்** என்பது மனமாற்றத்தின் மூலமே வரும், அதாவது மாற வேண்டும் என்ற **ஆர்வத்தின்** மூலம். காதல், உல்லாசம், பாலுணர்வு இவையெல்லாம் ஒரு மனிதனை உயர்ந்தபட்சமாகச் சாதனை புரியத் தூண்டுபவை. இதில், காதல் என்பது சேஃப்டி வால்வு மாதிரிச் செயல்பட்டு, சமநிலை, அமைதி, ஆக்கபூர்வமான முயற்சி ஆகியவற்றை உருவாக்கும். இந்த மூன்று உணர்வுகளும் ஒன்றாகச் சேர்ந்தால், ஒருவனை மேதை என்ற உச்ச நிலைக்கு கொண்டு செல்லும். ஆனால் காதல் என்ற ஒன்றையே உணராத மேதைகளும் இருந்தார்கள் என்பதை கவனிக்க வேண்டும். ஏதோ ஓர் அழிவுச் செயலிலோ, அல்லது, மற்றவர்களுக்கு நீதியும் நேர்மையும் இல்லாத காரியங்களிலோ அவர்கள் ஈடுபடுபவர்களாக இருப்பார்கள். அப்படிப்பட்ட ஒரு டஜன் மேதைகளை எனக்குத் தெரியும். தன்னைச் சுற்றியிருப்பவர்களின் உரிமைகளை நசுக்குபவர்க்ள் அவர்கள். மனச்சாட்சி என்பதே இல்லாதவர்கள். உங்களுக்குத் தெரிந்த அம்மாதிரியானவர்களின் பெயர்களைப் பட்டியலிட்டுக் கொள்ளுங்கள்.

உணர்வு என்பது, ஒரு மன நிலை ஆகும். எப்படி, பொருள்கள் ஒன்றோடு ஒன்று சேருவதை இரசாயனத்தின் தத்துவம் கட்டுப்படுத்துகிறதோ, அப்படியே, மனங்கள் ஒன்று சேருவதற்கும் 'மனங்களின் இரசாயனம்' என்பதை இயற்கை வகுத்திருக்கிறது. சரியான விகிதத்தில் சேர்க்கப்பட்டால் நன்மையை விளைவிக்கும் பொருட்கள் கூட, தவறான விகிதத்தில் கலக்கப்பட்டால் விஷமாக மாறுவது போல, சில உணர்வுகளையும் தவறான விதத்தில் கலந்தால் விஷம் போல மாறும். உதாரணமாக, பாலுணர்வுடன் பொறாமை என்ற உணர்வு சேர்ந்தால், ஒருவனைப் பித்துப்பிடித்த மிருகமாக மாற்றக்கூடும்

அழிக்கும் தன்மை கொண்ட உணர்வுகள் ஒரு மனிதனின் மனதில் இருக்குமானால், மனதின் இரசாயனத்தால் அவை ஒன்று சேருமானால், மனதில் விஷம் போலப் பரவி, நீதி, நேர்மை என்ற

உணர்வுகளை அழித்துவிடும். உச்சக்கட்டமாக அவனுடைய பகுத்தறிவே அழிக்கப்படலாம்.

ஒருவன் மேதையாக ஆவதற்கான பாதை, பாலுணர்வு, காதல், சிருங்காரம் இந்த மூன்றையும் வளர்த்தும், கட்டுப்படுத்தியும் பயன்படுத்துவதால் வருவதாகும்:

இம்மூன்று உணர்வுகளையும் மனதில் ஆதிக்கம் செலுத்துமாறு உற்சாகப்படுத்துங்கள். அழிவை உண்டாக்கும் உணர்வுகளை அகற்றுங்கள். மனம் என்பது பழக்கத்தினால் உண்டாக்கப்பட்ட மிருகம். அது தன்னிடம் இருக்கும் ஆதிக்க உணர்வுகளைத் தின்று வளர்கிறது. மன வலிமையின் மூலம் அழிக்கும் தன்மை கொண்ட உணர்வுகளை நீக்கவும், ஆக்கும் தன்மையுள்ள உணர்வுகளை உற்சாகப்படுத்தவும் முடியும். மன வலிமையின் மூலம் மனதை கட்டுப்படுத்துவது கடினம் அல்ல. கட்டுப்பாடு என்பது விடாமுயற்சியாலும் பழக்கத்தினாலும் வருவது. உருமாற்றத்தைப் புரிந்து கொள்வதே கட்டுப்பாட்டின் இரகசியமாகும். ஏதேனும் எதிர்மறை உணர்வு மனதிற்குள் வருமானால் அதனை உருமாற்றத்தின் மூலம் நேர்மறையாக மாற்றிக்கொள்ள முடியும்.

தானாகவே முயன்றால் ஒழிய மேதை ஆவதற்கு வேறு பாதைகள் இல்லை! வெறும் பாலுணர்வை மட்டும் வைத்துக் கொண்டு ஒருவன் நிதித் துறையிலோ, வியாபாரத்திலோ மிகுந்த உயரத்தை அடையலாம். ஆனால் கூடவே வரும் சில குணங்களால், தங்கள் முயற்சியின் பயனை அவர்கள் தக்கவைத்துக் கொள்ளவோ, அனுபவிக்கவோ முடியாதபடி ஆகிவிடும். இந்த உண்மையை ஆராய்ந்து, சிந்தித்துப் பார்க்க வேண்டும். இந்த உண்மையை அறியாததால் தான் பலரால் ஏராளமான பொருட் செல்வம் இருந்தும் கூட, **மகிழ்ச்சி** என்பதை அடைய முடியாமல் போகிறது.

காதல் உணர்வும் பாலுணர்வும் ஒருவனிடம் தாங்கள் இருப்பதை அவனுடைய உடல் உறுப்புகளின் மூலம் காட்டிவிடும். யார் வேண்டுமானாலும் இதனைக் கண்டுபிடித்துவிட முடியும். பாலுணர்வு ஒன்றினால் மட்டும் உந்தப்படும் ஒருவன், அந்த உண்மையைத் தன் முகத்தின் மூலமும் கண்களின் மூலமும் உலகிற்குக் காட்டி விடுகிறான். அத்துடன் காதல் என்னும் உணர்வு சேரும்பொழுது, முகமானது மென்மையடைந்து, அழகாகிறது. இதை நீங்களே உங்களைப் பார்த்து அறிந்து கொள்ள முடியும்.

மனிதனின் மனதில் உள்ள கலை மற்றும் அழகியக் காதல் உணர்வானது வெளிப்படுத்துவதோடு, அதை வளர்க்கவும் செய்கிறது. அவனுடைய ஆன்மாவில் தன்னுடைய சுவடுகளைப் பதிக்கிறது. காலத்தாலும் சூழ்நிலைகளாலும் அது அழிவதில்லை.

காதலின் நினைவுகள் மனதை விட்டு அகலுவதேயில்லை. எந்த ஆதாரத்தால் காதல் என்ற உணர்வு மனதிற்குள் நுழைந்ததோ, அது அழிந்த பிறகும், காதல் அழியாமல், நின்று, நிலைத்து, வழிகாட்டி, மனத்தின் மீது செல்வாக்கு செலுத்தும். நாம் ஒன்றும் புதிதாகச் சொல்லவில்லை. **உண்மையானக் காதலை** அனுபவித்த எவராலும், அதன் சுவடுகள் மனதிற்குள் நிலைத்திருப்பதை உணரமுடியும். காதலின் விளைவு நிலையானது, ஏனெனில் அது ஓர் ஆன்மீக உணர்வு. காதலால் கூட ஒருவனை உச்சக்கட்ட சாதனைக்கு உயர்த்த முடியவில்லை என்றால், அவன் பரிதாபத்துக்குரியவனே. உயிரோடிருந்தாலும் அவன் இறந்தவனுக்குச் சமமே.

காதல் என்றில்லை, காதலின் நினைவுகள் மட்டுமே கூட ஒருவனைப் படைப்பாற்றலின் உயர்ந்த தளத்திற்குக் கொண்டு செல்லும் வலிமை வாய்ந்தது. காதல் என்ற நெருப்பு அணைந்து போகலாம், ஆனால் தானிருந்த அடையாளத்தை அது விடாமல் போகாது. காதல் மனதை விட்டு வெளியேறுமானால், அது இன்னொரு உயர்வான காதல் நுழைவதற்குத்தான். சற்றுநேரம் உங்கள் காதல் நினைவுகளை அசைபோட்டுப் பாருங்களேன்! இன்றைய கோபங்களையும் அலுப்பையும் அது மென்மைப்படுத்திவிடும். இன்றைய துயரங்களில் இருந்து உங்களை அது தப்புவிக்கலாம். அதே சமயம், உங்களை மேதையாக்குவதற்கான கருத்துருக்கள், கற்பனைகள், திட்டங்களை அது தரக்கூடும். உங்கள் நிதி நிலைமையை அல்லது ஆன்மீக நிலைமையை மிக உயரத்திற்குக் கொண்டு போகவும் கூடும்.

காதலில் தோல்வி அடைந்ததால் உங்களை துரதிர்ஷ்டசாலி என்று கருதுகிறீர்களா? அந்த நினைப்பை விடுங்கள். உண்மையாக நீங்கள் காதலித்திருந்தால், முழுமையாக நீங்கள் தோற்கவே முடியாது. காதல் என்பது விசித்திரமானது, விருப்பம் போல் நடக்கக்கூடியது. சிறிதுகாலம் இருந்துவிட்டு, கடந்து போகக்கூடியது. தான் விரும்பும் போது வரும், போகும் போது சொல்லாமலே போகும். எனவே அது இருக்கும் போது அனுபவியுங்கள். ஆனால் போய்விட்டதே என்று வருத்தப்படாதீர்கள். வருந்தினால் திரும்பி வராது காதல்.

அதேபோல, காதல் ஒருமுறை தான் வரும் என்ற எண்ணத்தையும் தூக்கி எறியுங்கள். காதல் எத்தனையோ முறை வரும், போகும். ஆனால் எந்த இரண்டு காதலும் ஒரே மாதிரியான அனுபவத்தைத் தராது. உங்களை மிகவும் ஆழமாகப் பாதிக்கக்கூடிய காதல் ஒன்றே ஒன்று தான் இருக்கும் என்றாலும்; எல்லாக் காதல் அனுபவங்களும் உங்களுக்கு நன்மையே செய்யும். ஆனால் காதல் போய்விட்டதே

என்று விரக்தியும் கோபமும் அடைந்தால் அது நன்மை செய்யாது.

காதல் என்ற உணர்வுக்கும் பாலுணர்வுக்கும் உள்ள வித்தியாசத்தைத் தெரிந்து கொண்டு விட்டால், இழந்த காதலுக்காக ஏமாற்றம் அடைய வேண்டியதில்லை. காதல் என்பது ஆன்மசக்தி, பாலுணர்வோ உடல்சார்ந்த சக்தி. மனித இதயத்தைத் தொடும் எந்த ஆன்மசக்தியும் தீங்கை விளைவிக்க முடியாது. அப்படி நினைத்தால் அது அறியாமையாலும் பொறாமையாலும் ஏற்பட்டிருக்க வேண்டும்.

காதல் என்பது வாழ்க்கையின் மிகப்பெரிய அனுபவம் என்பதில் இரண்டு கருத்து இல்லை. அது ஒருவனை அளவற்ற அறிவாற்றலோடு தொடர்பில் வைக்கிறது. பாலுணர்வு சிருங்காரம் ஆகியவற்றோடு கலக்கும் பொழுது படைப்பாற்றல் என்னும் ஏணியில் ஏறி உச்சத்தைத் தொட முடிகிறது. காதல், பாலுணர்வு, சிருங்காரம் இந்த மூன்றும் மேதைகளைப் படைக்கும் நிரந்தர முக்கோணத்தின் மூன்று பக்கங்கள். வேறெந்த வழியிலும் மேதைகளை இயற்கை உருவாக்குவதில்லை.

காதல் என்ற உணர்வுக்குப் பல பக்கங்கள் உண்டு பல வண்ணங்கள் உண்டு. பல நிழல்கள் உண்டு. பெற்றோர்கள் மீதும், பிள்ளைகள் மீதும், காட்டும் காதல், தன்னுடைய காதலியின் மீது காட்டும் காதலிலிருந்து வித்தியாசமானது முன்னதில் பாலுணர்வு கலக்கவில்லை, பின்னதில் உண்டு.

உண்மையான நட்புறவில் காண்பதும் காதல் தான். ஆனால் அது, பெற்றோர், பிள்ளைகள், காதலி ஆகியவர்களின் மீதான காதலிலிருந்து வித்தியாசமானது.

உயிரற்ற இயற்கைப் பொருட்களின் மீதும் காதல் எழுவதுண்டு. ஆனால், பாலுணர்வோடு கலக்கும் காதல் தான் மிகவும் தீவிரமானது, அணையாத நெருப்பாகக் கனல்வது. நிரந்தரமான அன்பும், அளவான, சரியான, பாலுணர்வும், இல்லையேல், திருமணம் என்பது மகிழ்ச்சியைத் தராது. பெரும்பாலும் நீடிக்காது. காதல் மட்டுமேயோ, அல்லது, பாலுணர்வு மட்டுமேயோ மகிழ்ச்சியைத் தராது. இந்த இரண்டு அழகான உணர்வுகளும் இணையும் போது, திருமணம் ஏற்படுத்தும் மனநிலையானது, இந்த உலகில் இருந்தபடியே அனுபவிக்கக்கூடிய ஆன்மசக்தியின் வெளிப்பாடாகும்.

சிருங்காரம் என்னும் உணர்வை இந்த இரண்டுடன் சேர்த்தால், உடனே, அளவற்ற அறிவாற்றலுக்கும் அளவான மனித மனத்திற்கும் இடையே இருந்த தடைகள் மறைந்து நேரடித் தொடர்பு ஏற்படும்.

அப்போது ஒரு மேதை பிறக்கிறான்! பாலுணர்வு பற்றி வழக்கமாகச் சொல்லப்படும் கதையிலிருந்து வேறுபட்ட விளக்கம் இது. பாலுணர்வை அதன் தளத்திலிருந்து உயர்த்தி, இறைவனின்

கைகளில் பிசைந்த களிமண்ணாக வைத்து, அழகானதும் பரவசமூட்டுவதுமான பொருளாக மாற்றும்படி கொடுக்கிறான் மைந்தன். இந்த விளக்கத்தைப் புரிந்து கொண்டால், பல திருமணங்களில் நிலவும் சிக்கல்களைக் களைந்து இணக்கமான சூழலை ஏற்படுத்த முடியும். பாலுணர்வு பற்றிய அறியாமையே கணவன் மனைவிக்குள் அடிக்கடி நச்சரிப்பாக வெளிப்படுகிறது. காதலும் சிருங்காரமும், பாலுணர்வு பற்றிய சரியான புரிதலும் இருந்துவிட்டால், மணமானவர்கள் மத்தியில் இணக்கமின்மைக்கே வேலையில்லை.

எந்த மனைவியானவள், காதல், பாலுணர்வு, சிருங்காரம் மூன்றுக்கும் உள்ள தொடர்பைப் புரிந்து கொள்கிறாளோ, அவளுடைய கணவன் அதிர்ஷ்டசாலி. இந்த மூவர் கூட்டணியால் ஊக்கம் பெற்றால், எந்தச் சுமையும் கனமானதல்ல. ஏனென்றால் மிகச் சிறிய முயற்சியும் காதலால் நிரம்பியிருக்கும்.

''ஆவதும் பெண்ணாலே, அழிவதும் பெண்ணாலே'' என்பது பழமொழி. அதன் காரணம் புரிந்து கொள்ளப்படுவதில்லை. காதல், பாலுணர்வு, சிருங்காரம் ஆகிய மூன்று உணர்வுகளையும் ஒரு பெண்ணால் முழுமையாகப் புரிந்து கொள்ள முடிந்தால் அவள் ''ஆக்குபவளாகவும்'' இல்லையேல் ''அழிப்பவளாகவும்'' ஆகிறாள். ஆண்கள் உடலியல் ரீதியாகவே பலதாரமணம் புரிபவர்களாக இருப்பதால், மனைவி அல்லாத எந்த ஒரு பெண்ணும் அவன் மீது ஆதிக்கம் செலுத்திவிட முடியாது. அப்படியிருக்க, ஒரு மனைவியானவள், தன் மீது கணவன் அக்கறையில்லாமல் போகும்படி நடந்து கொள்வாளேயானால், காதல், பாலுணர்வு, சிருங்காரம் ஆகிய மூன்று உணர்வுகளை அவள் அறியாமையாலோ, அலட்சியத்தாலோ, மதித்து நடக்கவில்லை என்று தான் பொருள். அதாவது அவளுக்கும் அவனுக்கும் முதலில் நல்ல காதல் இருந்தது என்று எடுத்துக்கொண்டால்.

இப்போது சொன்ன எல்லாமே, கணவனுக்கும் பொருந்தும். ஒரு கணவன், தன் மனைவிக்கு தன்மீது அக்கறை இல்லாமல் போகும்படி நடந்து கொள்வானேயானால், காரணம் அதுவே தான் இருக்கும். திருமணமானவர்கள் எத்தனையோ சில்லறைக் காரணங்களுக்காகச் சண்டையிடுவார்கள். அதை ஆராய்ந்து பார்த்தால் காரணம் அதே அறியாமையோ, அலட்சியமோ தான் இருக்கும். ஒரு பெண்ணுக்கு இன்பம் தரவேண்டும் என்பதே ஆணுக்கு மிகப் பெரிய உற்சாகத்தைத் தரும் ஆசையாகும். சரித்திரத்திற்கு முற்பட்ட காலத்தில் இருந்த மனிதன், வேட்டையாடினான் என்றால், தான் விரும்பும் பெண்ணின் முன்னால் தன்னை பலசாலியாகக்

காட்டிக்கொள்ள விரும்பியதால் தான். அன்றிலிருந்து இன்றுவரை மனிதனின் இயல்பு மாறிவிடவில்லை. இன்றைய ''வேட்டைக்காரன்'' முரட்டு விலங்குகளின் தோலை அவளுக்குப் பரிசாகத் தருவதில்லை. பதிலாக, உயர்ந்த துணிமணிகள், மோட்டார் வண்டிகள், மற்றும் பணம் இவற்றைத் தருகிறான். அதன் மூலம் அவளது அன்பை யாசிப்பதை உணர்த்துகிறான். நாகரிகத்திற்கு முன்பிருந்த மாதிரியே இன்றும் பெண்ணைத் திருப்திப்படுத்தவே ஆண் விரும்புகிறான். அதற்கான வழிமுறை தான் மாறியிருக்கிறது. மிகப்பெரிய செல்வத்தைச் சேர்ப்பவனும், பெரும் புகழையும் அதிகாரத்தையும் தேடுபவனும், ஒரு பெண்ணின் இன்பத்திற்காகவே செய்கிறான்.

பெண்களே இல்லையென்றால், பல ஆண்களின் செல்வத்திற்கு வேலையில்லை என்று ஆகிவிடும். பெண்ணுக்கு இன்பம் தரவேண்டும் என்று ஆண் விரும்புவதாலேயே, அவனை ஆக்கவோ அழிக்கவோ வலிமை பெறுகிறாள் அந்தப் பெண்.

ஆணின் தன்மையை உணர்ந்து, அவனுக்குத் தேவைவையானவற்றைத் தரும் சாகசமுடைய பெண்ணுக்கு, வேறெந்தப் பெண்ணிடமிருந்தும் போட்டி வருமோ என்ற அச்சம் தேவையில்லை. யாராலும் எதிர்க்க முடியாத ''ராட்சஸனாக'' ஒருவன் இருக்கலாம், அதெல்லாம் இன்னொரு ஆணின் முன்பு தான். அவனை மிக எளிதாகத் தன் கட்டுக்குள் கொண்டு வந்துவிடுவாள் அவனுக்கான பெண்.

ஆனால் அதை ஆண் ஒருபோதும் ஒப்புக்கொள்ள மாட்டான். ஏனெனில் பெண் இனத்தை விட ஆண் இனமே வலிமையானது என்று காட்டும் அவசியம் அவனுக்கு இருக்கிறது. மேலும், புத்திசாலியான எந்தப் பெண்ணும் இதை ஒரு விவாதத்திற்குரிய பொருளாக எடுத்துக்கொள்வதில்லை. தன்மீது பெண்கள் ஆதிக்கம் செலுத்துவதை-மனைவி, காதலி, தாய் அல்லது சகோதரிகள் ஆகியோர்-ஆண்கள் அறிவார்கள். ஆனால் அதை அவர்கள் ஒரு பெரிய விஷயமாக எடுத்துக்கொள்வதில்லை. காரணம், **எந்த ஒரு ஆணும், தன்மீது சரியான செல்வாக்கைச் செலுத்தும் ஒரு பெண் இல்லாமல் மகிழ்ச்சியாக இருக்க முடியாது** என்பதை நன்கு அறிவான். இந்த முக்கியமான உண்மையை எவன் அறியவில்லையோ, அவன், தன்னுடைய சாதனைகளுக்கு வெற்றியைத் தரும் எத்தனை சக்திகளை ஒன்றாகச் சேர்த்தாலும், அதைவிட வலிமை வாய்ந்ததான, சக்தியை அடையாமல் போகிறான் என்று தான் அர்த்தம்.

12

ஆழ்மனம்

இணைப்புச் சங்கிலி

செல்வத்தை நோக்கிப் பதினொன்றாவது அடி

ஆழ்மனம் என்பது நினைவுகளின் களஞ்சியம். ஐந்து புலன்களில் இருந்தும் கிளம்பும் எண்ணங்களின் உந்துசக்தியானது, உணர்வு மனத்தை (அல்லது மேல் மனத்தை) தொட்டவுடன், அந்த எண்ணங்களை உடனே வகைப்படுத்தி, உரிய இடத்தில் பதிவு செய்து, பத்திரப்படுத்தி, நாம் கேட்கும் போது எடுத்துக் கொடுப்பதே ஆழ்மனத்தின் வேலையாகும்.

நல்லதோ, கெட்டதோ, எப்படிப்பட்ட எண்ணங்கள் வந்தாலும் அவற்றைப் பெற்றுக் கொண்டு உரிய இடத்தில் பாதுகாப்பாக வைக்கிறது ஆழ்மனம். ஆகவே, **நீங்களாகவே**, வேண்டுமென்றே, பணப் பொருளாக மாற்றப்பட வேண்டிய-ஒரு திட்டத்தையோ அல்லது எண்ணத்தையோ அல்லது இலட்சியத்தையோ, அந்த ஆழ்மனத்திற்குள் வைத்துவிட்டால் அதையும் அது ஏற்றுக்கொண்டு விடும். நம்பிக்கை முதலிய உணர்வுகளோடு கலக்கப்பட்ட, செல்வாக்கு மிக்க ஆர்வங்களை ஆழ்மனம் முதலில் பரிசீலனைக்கு எடுத்துக் கொள்கிறது.

ஆர்வம் எனும் அத்தியாயத்தில் ஆறு கட்டளைகளைக் கூறினோம். பிறகு திட்டங்களை எவ்வாறு உருவாக்குவது, செயல்படுத்துவது என்றும் இன்னொரு அத்தியாயத்தில் விளக்கினோம். அவற்றோடு இந்த அத்தியாயத்தில் சொல்லப்படும் கருத்துக்களையும் எடுத்துக் கொண்டால் ஆழ்மனத்தின் முக்கியத்துவம் புலப்படும்.

இரவும் பகலும் ஓயாது வேலை செய்கிறது ஆழ்மனம்

அளவற்ற அறிவாற்றலிலிருந்து தனக்கு வேண்டிய சக்தியைப் பெற்றுக் கொண்டு, ஆழ்மனது தானாகவே ஒருவனுடைய ஆர்வங்களை, அவற்றிற்குச் சமமான பௌதிகப் பொருளாக உருமாற்றி, நடைமுறைக்கு மிகவும் ஏற்ற ஊடகத்தின் மூலம் நிறைவேற்றித் தருகிறது. ஆழ்மனதின் இந்தச் செயல்முறை இதுவரை மனிதனுக்குத் தெரியாத ஒன்று.

ஆழ்மனதை முற்றிலுமாக உங்களால் கட்டுப்படுத்த முடியாது. ஆனால் நீங்களாக விரும்பி அதனிடம் ஒரு திட்டத்தையோ, ஆர்வத்தையோ, இலட்சியத்தையோ கொடுக்கலாம். அதனை உறுதியான பௌதிகப் பொருளாக மாற்றித்தருமாறு கேட்டுக் கொள்ளலாம். 'தன்னாலோசனை' என்ற அத்தியாயத்தில் கூறியுள்ள அறிவுரைகளின்படி இதைச் செய்ய வேண்டும்.

'அளவற்ற அறிவாற்ற' லுக்கும், அளவான மனித மனத்திற்கும் இடையில் இணைப்புச் சங்கிலியாகச் செயல்படுவது ஆழ்மனமே என்பதற்கு ஏராளமான சாட்சியங்கள் உண்டு. அந்த இடைத்தரகர் மூலமாகத்தான், அளவற்ற அறிவாற்றலின் சக்திகளைத் தன்னை நோக்கி விரும்பிய போது இழுக்க முடியும். மனத்தில் எழும் உந்து சக்திகளை, அவற்றுக்குச் சமமான ஆன்மீக சக்திகளாக மாற்றும் இரகசிய வழிமுறை, ஆழ்மனம் ஒன்றிடம் தான் உள்ளது. நமது பிரார்த்தனைகளைப் பெற்று, அவற்றுக்கு யார் பதில் அளிக்க வேண்டுமோ அவர்களுக்கு அனுப்பி வைக்கும் ஊடகமும் ஆழ்மனமே.

ஆழ்மனதோடு தொடர்புடைய படைப்பாற்றல் முயற்சிகளுக்கு, பிரம்மாண்டமான, கணிக்க முடியாத அளவுக்குச் சாத்தியக்கூறுகள் உள்ளன. நினைத்தாலே பிரமிப்பு ஏற்படுகிறது.

ஆழ்மனதைப் பற்றிப் பேச வரும் போதெல்லாம் ஒரு தாழ்வு மனப்பான்மையோடு தான் நான் பேச வேண்டி இருக்கிறது. ஏனென்றால் இதுவரை ஆழ்மனதைப் பற்றி மனிதன் தெரிந்து கொண்டிருக்கிற எல்லா அறிவையும் ஒன்றாகச் சேர்த்தாலும் அது மிகவும் அற்பமானதாகவே இருக்கும். அளவற்ற அறிவாற்றலுக்கும் அளவான மனித மனத்திற்கும் இடையே உள்ள தொடர்புச் சங்கிலி, ஆழ்மனமே என்ற உண்மை, பகுத்தறிவை ஸ்தம்பிக்க வைக்கிறது.

ஆழ்மனம் என்ற ஒன்று உண்மையில் இருப்பதை நீங்கள் ஒப்புக் கொண்டீர்கள் என்றால், ஆழ்மனதால் தான் உங்களுடைய **ஆர்வத்தை**, அதற்குச் சமமான பௌதிகப் பொருளாகவோ அல்லது பணமாகவோ மாற்றிக் கொடுக்க முடியும் என்பது உள்ளிட்ட

சாத்தியக்கூறுகளைப் புரிந்து கொண்டீர்கள் என்றால், '**ஆர்வம்**' என்ற அத்தியாயத்தில் கூறியுள்ள அறிவுரைகளின் முழு அர்த்தத்தையும் நீங்கள் புரிந்து கொள்ள முடியும். **உங்கள் ஆர்வத்தைத் தெளிவாக, எழுத்து மூலம், தாளில் எழுதி வையுங்கள்** என்று திரும்பத் திரும்ப ஏன் சொல்லிக் கொண்டிருந்தேன் என்பதையும் நீங்கள் புரிந்து கொள்ள முடியும்.

இந்த அறிவுரைகளை **விடாமுயற்சியோடு** மேற்கொள்ள வேண்டும் என்பதையும் புரிந்து கொள்வீர்கள்.

இந்தப் பதின்மூன்று கோட்பாடுகளும் தான், உங்கள் ஆழ்மனதைத் தொட்டு அதன் மீது ஆதிக்கம் செலுத்துவதற்கான ஊக்க சக்திகளாகும். முதல் முயற்சியிலேயே இதைச் செய்ய முடியவில்லை என்றால் உற்சாகத்தை இழக்க வேண்டாம். **நம்பிக்கை** என்ற அத்தியாயத்தில் கூறியபடி, ஆழ்மனதை இயக்குவதற்கு நம்பிக்கையை அடிப்படையாகக் கொண்ட பழக்கம் ஏற்பட வேண்டும். அந்த நம்பிக்கை இன்னும் உங்களுக்கு ஏற்படவில்லை என்றால் பொறுமையாக இருங்கள். முயற்சியைக் கைவிடாதீர்கள்.

நம்பிக்கை, தன்னாலோசனை என்ற அத்தியாயங்களில் சொல்லப்பட்ட கருத்துக்கள் மீண்டும் இங்கே சொல்லப்படும். ஏனென்றால் அப்போது தான் **உங்கள்** மனதில் பதியும். நீங்கள் முயற்சி செய்தாலும் சரி இல்லையென்றாலும் சரி, ஆழ்மனது, சுயமாக இயங்கிக் கொண்டே இருக்கிறது. அதனால் தான், உங்கள் மனதில் (அதாவது உணர்வு மனதில்) அச்சம், வறுமை, அல்லது மற்ற எதிர்மறையான எண்ணங்கள் இடம் பெற்றால் அவற்றின் மீதும் ஆழ்மனது தன் செயலை நிகழ்த்திக் கொண்டே இருக்கும். அவற்றுக்கு பதிலாக நேர்மறையான எண்ணங்களை உங்கள் ஆழ்மனதிற்கு உணவாக நீங்கள் தரவேண்டும்.

உங்கள் ஆழ்மனது சும்மா இருப்பதே இல்லை. உங்களுடைய **ஆர்வங்களை** ஆழ்மனதில் நீங்கள் திணிக்கவில்லை என்றால், நீங்கள் அலட்சியமாக இருக்கும் பொழுது தனக்குள் நுழைந்துவிட்ட எண்ணங்கள் எதுவானாலும் அவற்றின் மீது செயல்படத் தொடங்கிவிடும். பாலியல் உருமாற்றம் என்ற அத்தியாயத்தில் சொல்லப்பட்ட நான்கு ஆதாரங்களிலிருந்து, எண்ணங்கள் உருவாகி, அவை நேர்மறையோ, எதிர்மறையோ, எப்படி இருந்தாலும் அவற்றின் உந்துசக்திகள், இடைவிடாமல் ஆழ்மனதிற்குள் சென்று கொண்டே இருக்கின்றன.

உங்கள் அன்றாட வாழ்விலிருந்து, ஒவ்வொரு கணமும், நீங்கள் அறியாமலேயே, பலவிதமான எண்ணங்களின் உந்துசக்திகள் உங்கள் ஆழ்மனதை அடைந்து கொண்டே இருக்கின்றன என்பதைச்

சுருக்கமாகத் தெரிந்து கொண்டால் போதும். அவற்றில் சில சக்திகள் நேர்மறையானவை, சில எதிர்மறையானவை. இப்போது உங்கள் முன்னால் உள்ள காரியம் என்னவென்றால், எதிர்மறை உந்து சக்திகள் நுழையும் வழியை அடைப்பதும், அந்த வழியில், உங்கள் **ஆர்வத்தின்** மூலம் நேர்மறை சக்திகளைச் செலுத்துவதும் ஆகும்.

இதை உங்களால் செய்துவிட முடியும் என்றால், உங்கள் ஆழ்மனத்தின் கதவுகளைத் திறக்கும் சாவி உங்களிடம் கிடைத்துவிட்டது என்று பொருள். ஆகவே, விரும்பத்தகாத எண்ணங்கள் புகுந்து உங்கள் ஆழ்மனதை ஆதிக்கம் செலுத்தாதபடிக்கு அந்த கதவை நீங்கள் கட்டுப்பாட்டில் வைத்திருப்பீர்கள் என்றும் பொருள்.

மனிதன் படைக்கும் எந்த ஒன்றும், முதலில் ஒரு எண்ணமாகவே **ஆரம்பிக்கிறது.** ஒவ்வொரு **எண்ணத்திற்கும்** ஓர் உந்துசக்தி உண்டு. தன் மனதிற்குள் எண்ணமாக உருவாகாத ஒன்றை மனிதனால் படைக்க முடியாது. கற்பனாசக்தியின் மூலம், எண்ணங்களின் உந்து சக்தியானது, ஒன்று திரட்டப்பட்டு, ஒரு திட்டமாக உருவாகிறது. ஆகவே, தனது கற்பனாசக்தியைச் சரியாகக் கட்டுப்பாட்டுக்குள் வைத்து, தன் தொழிலில் வெற்றிக்கு தேவையான இலக்கை உருவாக்கவும், அல்லது திட்டத்தை உருவாக்கவும் மனிதனால் முடியும்.

பௌதிகப் பொருளாக மாற்றப்பட வேண்டிய உந்துசக்திகளை ஆழ்மனதிற்குள் நாமாக விரும்பி வைக்கும் பொழுது, அவை கற்பனாசக்தி மூலம் நம்பிக்கை என்ற உணர்வோடு கலந்துவிட வேண்டும். நமது நோக்கமும் திட்டமும் எதுவானாலும் அதனை கற்பனாசக்தியின் மூலமாக **மட்டுமே** நம்பிக்கையோடு கலக்க முடியும்.

இதுவரை சொல்லப்பட்டதில் இருந்து, ஆழ்மனதை நம் விருப்பம் போலச் செயல்பட வைப்பதற்கு, 13 கோட்பாடுகளையும் ஒன்றுவிடாமல் பயன்படுத்த வேண்டும் என்று தெரிகிறது.

ஆழ்மனதின் சக்தியைப் பற்றி, தான் புரிந்து கொண்டதை, யெல்லா வீலர் வில்காக்ஸ் என்று கவிஞர் கூறுகிறார்:

''எண்ணங்கள் உங்களுக்கு எதைக்
கொண்டு வரும் என்று சொல்ல முடியாது
அன்பைக் கொண்டு வரலாம், வெறுப்பையும் கொண்டு வரலாம்-
எண்ணங்களும் உருவம் உள்ளவையே, சிறகுகள் கொண்டவையே
அஞ்சல் புறாக்களை விட விரைந்து செல்லக் கூடியவை
பிரபஞ்சத்தின் விதிகளைப் பின்பற்றி நடக்கின்றன எண்ணங்கள்

ஒவ்வோர் எண்ணமும் தன்னை ஒரு பொருளாகப்
படைத்துக் கொள்கிறது
எண்ணங்கள் ஓடோடிச் சென்று,
நீங்கள் மறந்துவிட்டவைகளையும் திரும்பக் கொண்டுவரும்.''

மனிதனின் மனதில் இருந்து வெளியே செல்லும் எண்ணங்கள், அவனது ஆழ்மனதில் ஆழமாகப் பதிந்து விடுகின்றன என்றும், ஒரு காந்தம் போலவோ, அல்லது அடையாளம் போலவோ, திட்டவரைவு போலவோ அவை செயல்பட்டு, ஆழ்மனதின் மீது தாக்கத்தை ஏற்படுத்தி, அந்த எண்ணங்களை அவற்றுக்கான பௌதிகப் பொருளாக மாற்றுகின்றன என்பதை திருமதி. வில்காக்ஸ் அறிந்திருக்கிறார். எண்ணங்களுக்கு உருவம் உண்டு, ஏனெனில் எந்த உருவமும் முதலில் ஒரு எண்ணத்தின் சக்தியாகவே தொடங்குகிறது.

பகுத்தறிவில் இருந்து எழும் எண்ணங்களின் சக்தியை விடவும், உணர்ச்சிகளைத் தாங்கி வரும் எண்ணங்களின் சக்திக்கே ஆழ்மனது தன்னை அதிகமாக ஒப்புக் கொடுக்கிறது. உண்மையில், உணர்ச்சிபூர்வமான எண்ணங்களே, ஆழ்மனத்தின்மீது பாதிப்பை ஏற்படுத்திச் **செயல்பட** வைக்கும் என்பதற்கு ஆதாரங்கள் நிறைய உள்ளன.

பெரும்பாலான மக்கள், உணர்ச்சி வசப்படுபவர்களாகவே இருக்கின்றனர். அந்த எண்ணங்களுக்கே ஆழ்மனது உடனடியாகப் பதிலளிக்கிறது என்பதையும் அறிந்தோம். அப்படியானால் உணர்வுகளில் முக்கியமான உணர்வு எது என்பதை அறிய வேண்டும். ஏழு நேர்மறை உணர்வுகளும், ஏழு எதிர்மறை உணர்வுகளும் முக்கியமானவை. எதிர்மறை உணர்வுகள், தாங்களாகவே எண்ணங்களின் உந்துசக்திக்குள் புகுந்து கொள்வதன் மூலம் ஆழ்மனத்திற்குள் சென்றுவிடும். ஆனால் நேர்மறை உணர்வுகளை நாம் தான், 'தன்னாலோசனை' தத்துவத்தின் மூலம், நாம் விரும்பும் எண்ணங்களின் மூலம் ஆழ்மனத்திற்குள் செலுத்தவேண்டும். (அதற்கான விவரங்கள், 'தன்னாலோசனை' என்ற அத்தியாயத்தில் சொல்லப்பட்டுள்ளன.)

ரொட்டித் துண்டின் உள்ளே இருக்கும் யீஸ்ட் மாதிரி இந்த உணர்வுகள், எண்ணங்களுக்கு உள்ளே இருந்து **செயல்** புரியும் மூலக்கூறுகளாகும். உறங்கிக்கொண்டிருக்கும் உந்துசக்திகளை எழுப்பிச் செயல் புரிய வைக்கும். எனவே, வெறும் பகுத்தறிவினால் உண்டாகும் (எண்ணங்களின்) உந்துசக்திகளை விட, இந்த உந்துசக்திகளுக்கு உடனே செயல்படும் வாய்ப்பு கிடைத்துவிடுகிறது.

உங்களிடம் இப்போது 'பணம் வேண்டும்' என்ற **ஆர்வம்**

இருக்கிறது. அதை ''உங்கள் ஆழ்மனதிடம்'' கொடுக்க விரும்புகிறீர்கள். அந்த ஆர்வத்தைப் பணப் பொருளாக அது உருமாற்றித் தர வேண்டும் என்பது உங்கள் கோரிக்கை. சரியா? அப்படியானால், முதலில், ''ஆழ்மனத்திற்குள் இருப்பவன்,'' நீங்கள் சொல்வதைக் கேட்க வேண்டும். அவனை எப்படி அணுகுவது? ஆழ்மனதிற்கு எந்த மொழி புரியுமோ, அந்த மொழியில் தான் நீங்கள் பேச வேண்டும். இல்லையேல் உங்கள் கோரிக்கை நிறைவேறாது. உணர்வு என்னும் மொழியில் தான் அதனிடம் நீங்கள் பேசியாக வேண்டும் என்று தெரிகிறதல்லவா? கீழே ஏழு நேர்மறை உணர்வுகளையும், ஏழு எதிர்மறை உணர்வுகளையும் பட்டியலிட்டிருக்கிறோம். அவற்றில், எதிர்மறைகளைத் தவிர்த்துவிட்டு, உங்களுக்கு விருப்பமான நேர்மறைகளைத் தேர்ந்தெடுங்கள்.

ஏழு முக்கிய நேர்மறை உணர்வுகள்

1. ஆர்வம்
2. நம்பிக்கை (FAITH)
3. காதல்
4. பாலுணர்வு (SEX)
5. உற்சாகம்
6. சிருங்காரம்
7. எதிர்பார்ப்பு (HOPE)

இன்னும் பல நேர்மறை உணர்வுகள் இருந்தாலும், இந்த ஏழு தான் மிக முக்கியமானவை. படைப்பாற்றலில் பொதுவாகப் பயன்படுபவை. இவற்றைப் **பயன்படுத்தினால்** தான் வசப்படுத்த முடியும். மற்ற நேர்மறைகள் எல்லாம் தாமே உங்களை நோக்கி வரும். மறந்துவிடாதீர்கள், இந்தப் புத்தகத்தை நீங்கள் படிப்பதன் நோக்கம், மனதில் ''பண உணர்வை'' உண்டாக்குவதாகும். அதற்கு மனதை நேர்மறை உணர்வுகளால் மட்டுமே நிரப்ப வேண்டும். எதிர்மறை உணர்வுகள் ''பண உணர்வை'' உண்டாக்குவதில்லை.

ஏழு முக்கிய எதிர்மறை உணர்வுகள்
(நீக்க வேண்டியவை)

1. அச்சம்
2. பொறாமை
3. வெறுப்பு

4. பழிவாங்குதல்
5. பேராசை
6. மூட நம்பிக்கை
7. கோபம்

ஒரே நேரத்தில் நேர்மறை உணர்வுகளும் எதிர்மறை உணர்வுகளும் மனதில் இடம் பெறுவது சாத்தியமில்லை. இரண்டில் ஒன்று தான் ஆக்கிரமிக்க முடியும். அது நேர்மறை உணர்வாகவே இருக்கும்படிப் பார்த்துக் கொள்ள வேண்டியது உங்கள் பொறுப்பு. இதற்கு ஒரே வழி, நேர்மறை எண்ணங்களை உங்கள் **பழக்கமாக** கொள்ள வேண்டியது தான்.

நேர்மறை எண்ணங்களையே பயன்படுத்த ஆரம்பியுங்கள். அந்தப் பழக்கத்தினால் அவைகள் உங்கள் மனதை முழுமையாக ஆட்சி செய்யும். அதனால் எதிர்மறைகள் நுழைவதற்கு இடம் இல்லாமல் போகும்.

இந்தப் பழக்கத்தை ஓர் எழுத்து விடாமல் பின்பற்றுவதன் மூலம் தான் ஆழ்மனதை உங்கள் கட்டுப்பாட்டிற்குள் கொண்டுவர முடியும். உங்களுக்கு உதவுவதற்காக ஆழ்மனம் எவ்வளவு முயற்சி செய்தாலும், அப்போது ஒரே ஒரு எதிர்மறை உணர்வு வந்து குறுக்கிட்டால் ஆழ்மனது எதுவும் செய்வதற்கில்லை.

மக்கள் பிரார்த்தனை செய்வதை நீங்கள் பார்த்திருக்கலாம். பொதுவாக **எல்லா முயற்சிகளும் தோற்றுவிட்ட பிறகு** தான் மக்கள் பிரார்த்தனை செய்கிறார்கள். ஆகவே அவர்களின் பிரார்த்தனையில் **அச்சமும் சந்தேகமும்** தான் பெரிதும் கலந்திருக்கும். அந்த இரண்டு உணர்வுகளின் மீதும் தான் ஆழ்மனம் செயல்பட முடியும். அவற்றை அளவற்ற அறிவாற்றலுக்கு அனுப்பி வைக்கும்.

அந்த இரண்டையும் பெற்றுக்கொண்ட பிறகு, அளவற்ற அறிவாற்றல், அவற்றின் மூலம் **செயல்படத் தொடங்கும்.**

நாம் வேண்டுவது கிடைக்காதோ அல்லது நம் பிரார்த்தனை பலிக்காதோ என்ற அச்சத்துடனே பிரார்த்தனை செய்தால், அளவற்ற அறிவாற்றல் அதற்குப் பதிலளிக்கப் போவதில்லை என்பது உறுதி.

பிரார்த்தனைகளின் மூலம் சில நேரங்களில் நாம் வேண்டுவது கிடைத்துவிடும். அப்படி உங்களுக்குக் கிடைத்திருந்தால், பின்னோக்கித் திரும்பிப் பாருங்கள். அந்தப் பிரார்த்தனையைச் செய்த பொழுது என்ன **மனநிலையில்** இருந்தீர்கள் என்று எண்ணிப் பாருங்கள். நிச்சயம் முழு நம்பிக்கையோடு இருந்திருப்பீர்கள். எனவே இங்கு நாம் சொல்லுவது வெறும் கோட்பாடல்ல, சத்தியமே

என்று புரியும்.

''பிரார்த்தனை என்னும் அறிவியல்'' என்ற பாடத்தை எல்லாப் பள்ளிகளும் கல்வி நிலையங்களும் போதிக்கும் நாள் விரைவில் வரும். அப்பொழுது பிரார்த்தனை என்பது ஓர் அறிவியல் என்று ஒப்புக் கொள்ளப்படும். அந்த நாள் வரும்பொழுது (மனிதகுலம் அதற்குத் தயாரானவுடன் அது வரும்), யாரும் பிரபஞ்சத்தின் மனதை அச்ச உணர்வுடன் அணுக வேண்டியதில்லை. ஏனெனில் அப்போது அச்சம் என்பதே உலகில் இல்லாமல் போயிருக்கும். அத்துடன், அறியாமை, மூட நம்பிக்கை, தவறான போதனைகள் எல்லாம் மறைந்து போய், மனிதன், அளவற்ற அறிவாற்றலின் குழந்தையாக மாறித் தன் உண்மை நிலையை எய்துவான். இப்போதே சிலருக்கு அந்த பாக்கியம் கிடைத்திருக்கிறது.

இது நம்பமுடியாத தீர்க்கதரிசனம் என்று தோன்றினால், மனித குலத்தின் வரலாற்றைப் பின்னோக்கிப் பாருங்கள். நூறு வருடங்களுக்கு முன்னால், மின்னலைக் கண்டு அஞ்சினார்கள். இறைவன் மனிதன் மீது கொண்ட கோபமாக கருதினார்கள். ஆகவே, **நம்பிக்கையின்** ஆற்றலால், மின்னலை மனிதன் தன் கட்டுப்பாட்டுக்குள் கொண்டுவந்து, (மின்சாரத்தைக் கண்டுபிடித்து) சக்கரங்களைச் சுழல வைக்கிறான். நூறாண்டுகளுக்கு முன்பு, இரண்டு கிரகங்களுக்கு இடையே ஒன்றுமில்லாத பாழ்வெளி இருப்பதாக மனிதன் நம்பினான். **நம்பிக்கை** என்னும் அதே சக்தியால், அது வெறுமையானதல்ல, உயர்ந்த அதிர்வுகளின் இருப்பிடம் என்று இப்போது கண்டுபிடித்திருக்கிறான். (மனித **எண்ணங்களின்** அதிர்வுகளைவிட உயர்வானதா என்று தெரியாது.) மேலும், அதே சக்திதான் பிரபஞ்சத்தின் ஒவ்வொரு அணுவிலும் இருக்கிறது, பிரபஞ்ச வெளியை முழுவதுமாக நிரப்பி இருக்கிறது, எனவே ஒவ்வொரு மனித மூளையையும் இன்னொரு மனிதன் மூளையோடு இணைக்கும் சக்தி படைத்தது என்றும் நமக்குத் தெரிகிறது.

அதே சக்தி தான் ஒவ்வொரு மனித மூளையையும் அளவற்ற அறிவாற்றலோடு இணைக்கிறது என்று சொன்னால் அதை நம்பாமல் மனிதர்கள் இருப்பார்களா? அளவற்ற அறிவாற்றலுக்கும், அளவான மனிதனுக்கும் இடையில் சுங்கச்சாவடிகள் கிடையாது. இரண்டுக்கும் இடையே தகவல் தொடர்புக்காகப் பணம் செலவழிக்க வேண்டாம். பொறுமை, நம்பிக்கை, விடாமுயற்சி, புரிந்து கொள்ளுதல், மற்றும் பேச வேண்டும் என்ற **சத்தியமான ஆர்வம்**-இவற்றைத்தான் செலவழிக்க வேண்டும் இதற்கான முயற்சி தனி மனிதனால் தான் செய்யப்பட வேண்டும். காசு கொடுத்து நம் சார்பாகச் செய்யப்படும் பிரார்த்தனைகளால் பயனில்லை. அளவற்ற அறிவாற்றல்

இடைத்தரகர்கள் மூலம் செயல்படுவதில்லை. நேரடியாக நீங்கள் பேச வேண்டும், இல்லை என்றால் இல்லை.

பிரார்த்தனைப் புத்தகங்களை வாங்கி வாழ்நாள் முழுவதும் நீங்கள் படித்துக் கொண்டே இருக்கலாம். அதனால் பயனில்லை. அளவற்ற அறிவாற்றலுக்கு நீங்கள் சொல்ல விரும்பும் கருத்துக்களை, ஆழ் மனதின் மூலமே சொல்ல வேண்டும். அப்போது தான் உருமாற்றம் நிகழும். ரேடியோ ஒலிபரப்புகள் எப்படிச் செல்கிறதோ அதே போல் தான், அளவற்ற அறிவாற்றலுடன் நீங்கள் தொடர்பு கொள்வதும். உங்களுக்கு ரேடியோவின் செயல்பாடு தெரியும் என்றால், வெறும் ஒலிகளை இதில் அனுப்ப முடியாது என்றும், அவற்றை மனிதக் காதுகளுக்கு எட்டாத வகையில் மாற்றி அமைத்த பிறகே அனுப்ப முடியும் என்றும் தெரிந்திருக்கும்.

ஒலிகளை அனுப்பும் நிலையம், மனிதக்குரலைப் பெற்றுக்கொள்கிறது. அதன் அதிர்வுகளைப் பல கோடி மடங்காக ஆக்கி, ஈத்தரில் அனுப்புகிறது. அங்கு ஒலி அலையானது ஆற்றலாக மாற்றப்பட்டு ஒலிகளை வாங்கிக் கொள்ளும் நிலையத்திற்கு அனுப்பப்படுகிறது. இந்த ஆற்றல் பல கோடிக்கணக்கான அதிர்வுகளாகக் குறைக்கப்பட்டு மனிதக்குரல் மீண்டும் ஒலிக்கிறது.

ஆழ்மனம் என்னும் இடைத்தரகன், ஒருவரது பிரார்த்தனைகளை அளவற்ற அறிவாற்றல் எளிதில் புரிந்து கொள்ளுமாறு மாற்றி அளித்து, அதற்கான பதிலைப் பெற்றுத்தருகிறான். அந்த பதில், ஒரு புதிய கருத்துருவாகவோ அல்லது செயல்திட்டமாகவோ இருக்கும். அதன்மூலம் . பிரார்த்தனையில் வேண்டிக்கொண்ட பொருள் கிட்டுவதாக அமையும்.

இதைப் புரிந்து கொண்டால், பிரார்த்தனைப் புத்தகங்களில் இருக்கும் வெற்று வார்த்தைகள் உங்கள் மனத்திற்கும் அளவற்ற அறிவாற்றலுக்கும் இடையில் செயல்பட முடியாது என்பதைப் புரிந்து கொள்வீர்கள்.

உங்கள் பிரார்த்தனை, அளவற்ற அறிவாற்றலை அடையும் முன்பு (ஆசிரியரின் கோட்பாட்டின் அறிக்கை மட்டுமே), அதிலிருந்த எண்ண அதிர்வானது, ஆன்மீக அதிர்வாக மாற்றப்படுகிறது. நம்பிக்கை ஒன்று தான் உங்கள் எண்ணங்களுக்கு ஆன்மீக குணத்தைத் தரமுடியும். **நம்பிக்கையும் அச்சமும்** ஒரே இடத்தில் இருக்க முடியாது. ஒன்று இருந்தால், இன்னொன்று அங்கு இருக்காது.

13

மூளை

சிந்தனையை வெளியிடவும், உள்வாங்கவும் ஏற்பட்ட நிலையம்

செல்வத்தை நோக்கிப் பன்னிரண்டாவது அடி

20 வருடங்களுக்கு முன்பு, இந்த ஆசிரியர் காலம் சென்ற டாக்டர் அலெக்ஸாண்டர் கிரஹாம் பெல், டாக்டர். எல்மர் ஆர். கேட்ஸ் உடன் இணைந்து பணியாற்றிக் கொண்டிருக்கும் பொழுது, மனித மூளையானது, எண்ணங்களின் அதிர்வுகளை வெளியிடுவதற்கும், வெளியிலிருந்து வரும் அதிர்வுகளை உள்வாங்குவதற்கும் ஏற்பட்ட நிலையம் ஆகும் என்று அறிந்து கொண்டேன்.

ஈத்தர் என்ற ஊடகத்தின் மூலம், ரேடியோ அலைகளின் தத்துவத்தைப் பயன்படுத்தி, எந்த ஒரு மனித மூளையும் மற்ற மூளைகளிலிருந்து வெளியிடப்படும் எண்ண அதிர்வுகளை உள்வாங்க முடியும்.

''கற்பனாசக்தி'' என்ற அத்தியாயத்தில், 'படைப்பாற்றலுக்கான கற்பனாசக்தி' என்பதைப் பற்றிச் சொன்னதையும், இப்போது சொல்லப்படுவதையும் கவனித்துப் பாருங்கள். 'படைப்பாற்றலுக்கான கற்பனாசக்தி' என்பது தான், மூளையின் ''உள்வாங்கும் கருவி.'' அது, மற்ற மூளைகள் வெளியிடும் எண்ணங்களை உள்வாங்கிக் கொள்கிறது. ஒருவனுடைய உணர்வு மனத்திற்கும் (அல்லது பகுத்தறிவுக்கும்), எண்ணங்களை ஊக்கிகளாக அனுப்பி வைக்கும் நான்கு ஆதாரங்களுக்கும் இடையில் செயல்படும் செய்தித் தொடர்பாளன் அதுவே.

அதிவேகத்தில் செயல்படுமாறு மூளையை ''அதிர வைத்தால்,'' வெளியிலிருந்து வரும் எண்ண அதிர்வுகளை உள்வாங்குவதற்கு

அது தயாராகி விடுகிறது. நேர்மறை உணர்வுகளோ அல்லது எதிர்மறை உணர்வுகளோ எதுவாயினும் இருந்தால் அதிவேகம் இருந்தால் மட்டுமே அவ்வாறு அதிர வைப்பது சாத்தியம். உணர்வுகளின் மூலம், அதிர்வுகளை அதிகரிக்க முடியும்.

அதிவேகத்தில் இயங்கும் அதிர்வுகள் மட்டுமே ஈத்தரால் எடுத்துச் செல்லப்பட்டு ஒரு மூளையிலிருந்து இன்னொரு மூளைக்குப் போய்ச் சேருகிறது. எண்ணம் என்பது அதி வேகத்தில் பயணம் செய்யும் அதிர்வுகள் ஆகும். ஏதேனும் ஒரு தீவிரமான உணர்வினால் அதிர்வடையச் செய்யப்படும் எண்ணம், சாதாரண எண்ணங்களை விட வேகமாக, ஒரு மூளையிலிருந்து இன்னொரு மூளைக்குப் பயணிக்கும். அதற்கு ஒலிபரப்பு சாதனமாகச் செயல்படுவது மூளையாகும்.

மனித உணர்வுகளில் மிகவும் தீவிரமானது, மிகவும் வேகமானது என்று பார்த்தால் பாலுணர்வு தான் முதலில் வரும். எனவே பாலுணர்வினால் உற்சாகமூட்டப்படும் மூளையானது, அந்த உணர்வு இல்லாத போது அதிர்வதைவிட அதிகமாக அதிரத் தொடங்குகிறது.

பாலுணர்வின் உருமாற்றத்தின் விளைவு என்னவென்றால், எண்ணங்களின் அதிர்வு வேகம் அதிகரிப்பதாகும். அதனால் படைப்பாற்றலுக்கான கற்பனாசக்தி, ஈத்தரில் இருந்து அந்தக் கருத்துக்களை உள்வாங்கிக் கொள்ளும் நிலைக்கு வருகிறது. இது ஒரு பக்கம் இருக்க, மூளையானது மிக அதிக வேகத்தில் அதிர்வு அடையும் பொழுது, ஈத்தரின் வழியாக மற்ற மூளைகளில் இருந்து வெளிவரும் எண்ணங்களையும் கருத்துருக்களையும் கவர்ந்திழுப்பதோடு, தன்னில் எழும் எண்ணங்களுக்கு, மற்றவர்களின் ஆழ்மனதிற்குள் செல்ல வேண்டும் என்ற எதிர்பார்ப்பையும் உண்டாக்குகிறது.

ஆக, இந்த ஒலிபரப்புத் தத்துவம் தான், எண்ணங்களோடு உணர்ச்சி அல்லது உணர்வுகளை ஒன்றாகச் சேர்த்து ஆழ்மனதிற்குள் செலுத்தும் தத்துவம் ஆகும்.

ஆழ்மனம் தான், எண்ணங்களை ''வெளியே அனுப்பும்'' நிலையம் ஆகும். அது மூளையின் ஒரு பகுதியாகச் செயல்படுகிறது. படைப்பாற்றலுக்கான கற்பனாசக்தி, அந்த எண்ணங்களை ஈத்தரின் வழியாகப் ''பெற்றுக்கொள்ளும்'' கருவியாகும்.

ஆழ்மனம், படைப்பாற்றலுக்கான கற்பனாசக்தி இரண்டின் செயல் புரியும் தன்மையை அறிந்து கொண்டோம். இப்போது தன்னாலோசனை தத்துவத்தின் மூலம் எவ்வாறு இந்த ஒலிபரப்பு நிலையங்களை இயக்குவது என்று தெரிந்து கொள்வோம்.

ஆர்வத்தை அதற்கு சமமான பணப்பொருளாக மாற்றுவதற்கான

அறிவுரைகளைத் 'தன்னாலோசனை' என்ற அத்தியாயத்தில் ஏற்கனவே பார்த்தோம்.

உங்கள் மனதிற்குள் இருக்கும் இந்த ஒலிபரப்பு நிலையத்தை இயங்க வைப்பது மிகவும் எளிது. இதற்கு **ஆழ்மனம், படைப்பாற்றலுக்கான கற்பனாசக்தி, தன்னாலோசனை** ஆகிய மூன்று தத்துவங்களை மட்டும் நினைவில் வைத்தால் போதுமானது: இந்த மூன்று தத்துவங்களை எப்படி ஊக்கிகள் மூலம் செயல்பட வைப்பது என்று ஏற்கனவே சொன்னோம். அது ஆர்வத்தில் இருந்து தொடங்குகிறது.

மிகப்பெரிய சக்திகள் "கண்ணுக்குத் தெரியாதவை"

பல்லாண்டு காலமாக மனிதன் தன் ஐந்து புலன்களைச் சார்ந்தே வாழப் பழகியிருக்கிறான். கண்ணுக்குத் தெரிகின்ற, தொட முடிகின்ற, எடை போடவும் அளக்கவும் முடிகின்றவற்றை மட்டுமே அறிந்து கொண்டால் போதும் என்று எண்ணி இருக்கிறான். பொருளாதார மந்தநிலை வந்த பொழுது தான், கண்ணுக்கு தெரியாத சக்திகளும் இருப்பதை அவன் அறியத் தொடங்கினான்.

இப்போது தான் நாம் அற்புதமான யுகத்தில் பிரவேசிக்கிறோம். இந்த யுகம், நம்மைச் சுற்றிலும் உள்ள கண்ணுக்குத் தெரியாத சக்திகளைப் பற்றி நமக்கு போதிக்கப் போகிறது. நாளாக, நாளாக, கண்ணாடியில் நாம் பார்க்கின்ற பொழுது, நம்முடைய சூட்சும உருவம் நம்மைவிட சக்தி வாய்ந்ததாக இருக்கும் என்று தெரிய வரலாம்.

சிலர் கண்ணுக்குத் தெரியாத சக்திகளை ஏளனமாகப் பேசுவார்கள். ஐந்து புலன்களில் ஏதாவது ஒன்றினால் கூட உணர முடியவில்லையே என்பார்கள். அதைக் கவனத்தில் எடுத்துக்கொள்ள வேண்டாம். நம்மைச் சுற்றிலும் கண்ணுக்கு தெரியாமலும், கையால் தொட முடியாமலும் இருக்கும் சக்திகள் ஏராளம் என்பதை நாம் மறந்துவிடக்கூடாது.

கடலின் அலைகளில் ஒளிந்திருக்கும் கண்ணுக்குத் தெரியாத சக்தியை மனித குலம் முழுவதும் ஒன்று திரண்டாலும் கட்டுப்படுத்த முடியாது. காற்று மண்டலத்தில் தொங்கிக் கொண்டிருக்கும் இங்கு பூமியின் ஈர்ப்பு விசையை மனிதனால் காணவும் கட்டுப்படுத்தவும் முடியவில்லை. இடி, மின்னல், புயல் போன்றவற்றிற்கு மனிதன் அடங்கி நடக்க வேண்டியவனாகிறான். கண்ணுக்குத் தெரியாத மின்சாரம் என்னும் சக்திக்கு முன்னால் அவன் செயலற்றுப் போகிறான். மின்சாரம் என்றால் என்ன, எங்கிருந்து வருகிறது

அதைக் கொண்டு என்னவெல்லாம் செய்யலாம் என்று அவனுக்குத் தெரிவதில்லை.

கண்ணுக்குத் தெரியாத சக்தி பற்றிய மனிதனின் அறியாமை இத்துடன் முடியவில்லை. பூமிக்கு அடியில் புதைந்திருக்கும் கண்ணுக்கு தெரியாத சக்தி (அறிவுத்திறன்) அவனுக்குத் தெரியவில்லை. அவனுக்கு உண்ண உணவும், உடுப்பதற்கு உடையும், அவன் பைகளில் காசும் தருவது பூமியே அன்றோ!

மூளையின் அற்புதமான கதை

பண்பாடு, கல்வி என்று எத்தனையோ விஷயங்களில் பெருமை அடித்துக் கொண்டாலும் மனிதனுக்கு தன் மனதிற்குள்ளேயே இருக்கும் எண்ணம் என்னும் கண்ணுக்குத் தெரியாத சக்தியைப் பற்றி ஒன்றுமே தெரியாது. மூளையின் உட்புறம் பற்றியும் அதிலிருந்து எவ்வாறு எண்ணம் என்பது தோன்றி செயலாகிறது என்பதைப் பற்றியும் அவனுக்குத் தெரியாது. ஆனால் அதை இப்போது நாம் தெரிந்து கொள்ளப் போகிறோம். ஏற்கனவே அறிஞர்கள் எல்லோரும் மூளையின் அதிசயங்களைப் பற்றி ஆராயத் தொடங்கி இருக்கிறார்கள். அந்த ஆராய்ச்சிகள் இன்னும் அரிச்சுவடிக் கட்டத்தில் தான் இருக்கின்றன. ஆனால் அதற்குள்ளாகவே ஒரு விஷயத்தைக் கண்டுபிடித்து விட்டனர். மனித மூளையின் மத்தியப் பகுதியோடு, எல்லா செல்களையும் ஒன்றுக்கொன்று இணைப்பதற்க்கும், ஒன்று என்ற எண்ணிற்குப் பின்னால் 15 கோடி பூஜ்ஜியங்கள் போட வேண்டும் என்று அறிந்துவிட்டார்கள்.

''இது ஒரு பிரம்மாண்டமான எண்'' என்கிறார், சிகாகோ பல்கலைக்கழகத்தின் டாக்டர். சி. ஜட்ஸன் ஹெர்ரிக். ''இதனோடு ஒப்பிடும் போது, விண்வெளியைப் பற்றி நாம் பேசும் பல கோடி ஒளி ஆண்டுகள் என்னும் எண் மிகவும் சிறியதாகத் தோன்றுகிறது. மனித மூளையில் 10 ஆயிரம் கோடி முதல் 14 ஆயிரம் கோடி வரை நரம்பு செல்கள் இருப்பதாகக் கணக்கிடப்பட்டிருக்கிறது. அவ்வளவும் ஒரு குறிப்பிட்ட பாணியில் அமைக்கப்பட்டுள்ளன. அந்த அமைப்பு, கண்டபடி இல்லாமல், ஓர் ஒழுங்குமுறைக்கு உட்பட்டதாக இருக்கிறது. ஒவ்வொரு செல்லிலிருந்தும் ஒவ்வொரு விதமான மின்-அதிர்வு வெளியிடப்படுகிறது. எலக்ட்ரோ-பிஸியாலஜி என்ற அறிவியல் முறைப்படி சோதித்துப் பார்த்ததில், எந்த இரண்டு செல்களுக்கிடையே உள்ள அதிர்வின் வித்தியாசமும் ஒரு கோடியில் ஒரு பங்கு வோல்ட் அளவுக்குத் துல்லியமாகக் கணக்கிட முடிகிறது.''

இவ்வளவு சிக்கலான எந்திரமான மூளை, வெறும் ஒரே ஒரு உடலுக்கு அதனுடைய உடலியல் தேவைகளுக்காக மட்டுமே படைக்கப்பட்டதாக நாம் கருதுவதற்கில்லை. மூளையிலுள்ள ஆயிரம் கோடி செல்களுக்கு ஒன்றோடொன்று தொடர்பு கொள்ளும் வசதியைத் தந்திருக்கும் அந்த ஒழுங்கமைப்பு, கண்ணுக்குத் தெரியாத சக்திகளோடும் தொடர்பு கொள்ளும் வசதியை கொண்டிருக்கும் என்று நம்பாமல் இருக்க முடியுமா?

இந்தப் புத்தகம் எழுதப்பட்டு, கையெழுத்துப் பிரதி பதிப்பாளருக்கு செல்வதற்குச் சற்று முன்னால், நியூயார்க் டைம்ஸ் பத்திரிகையில் ஒரு தலையங்கம் வந்தது. மிகப்பெரிய பல்கலைக்கழகம் ஒன்றும், உளவியல் துறையில் அறிவில் சிறந்த ஆராய்ச்சியாளர் ஒருவரும் இணைந்து அறிவியல் முறைப்படி செய்த சோதனையில் இதுவரை நாம் சொன்ன மாதிரியான முடிவுகளை போலவே அவர்களுக்கும் கிடைத்திருக்கிறது. டியூக் யுனிவர்சிட்டியைச் சேர்ந்த டாக்டர். ரைன் மற்றும் அவரது குழுவினர் செய்த ஆராய்ச்சி அது.

''டெலிபதி (தொலை உணர்வு)'' என்றால் என்ன?

''டியூக் பல்கலைக்கழகத்தை சேர்ந்த பேராசிரியர் ரைன் மற்றும் அவரது உதவியாளர்கள், சுமார் ஒரு லட்சத்திற்கும் மேலான பரிசோதனைகளைச் செய்து, 'டெலிபதி' (தொலை உணர்வு), 'க்ளேர்வாயன்ஸ்' (ஞான திருஷ்டி) போன்றவை உண்மையில் இருக்கிறதா என்று, கண்டுபிடித்த வியப்புக்குரிய முடிவுகளை ஒரு மாதம் முன்பு இதே பக்கத்தில் குறிப்பிட்டிருந்தோம். இந்த முடிவுகளின் சுருக்கம், ஹார்ப்பர்ஸ் மேகஸின் இதழில் முதல் இரண்டு கட்டுரைகளில் வெளியாகியது. இப்போது வெளியாகியிருக்கும் அந்த இரண்டாவது கட்டுரையில் அதன் ஆசிரியரான ஈ.எச்.ரைட், புலன்களுக்கு 'அப்பாற்பட்ட உணர்வுகளின்' தன்மையைப் புரிந்து கொள்வதில் இதுவரை நாம் தெரிந்து கொண்டதை அல்லது தெரிந்து கொண்டதாகக் கருதுவதைச் சுருக்கமாகத் தந்திருக்கிறார்.

''மேற்சொன்ன பரிசோதனைகளின் விளைவாக, தொலை உணர்வு, ஞானதிருஷ்டி ஆகியவை உண்மையிலேயே இருப்பதாக நம்புவதற்கு சாத்தியக்கூறுகள் இருப்பதாக அறிவியலாளர்கள் நம்புகிறார்கள். விசேஷமாகத் தயாரிக்கப்பட்ட சீட்டுக்கட்டுகளை அவர்கள், கண்ணால் பார்க்காமலும், வேறு எந்த வகையிலும் தொடாமலும், அதிலுள்ள ஒவ்வொரு சீட்டும் எது என்பதைக் குறிப்பிட வேண்டும் என்பது ஒரு பரிசோதனை. சுமார் 20 பேர் இந்த

பரிசோதனையில் வெற்றிகரமாகத் தேறினார்கள். 'எந்த வகையிலும் தற்செயலாகவோ அதிர்ஷ்டவசமாக நிகழ்ந்ததாக கருதுவதற்கு ஒரு ஆயிரம் கோடியில் ஒரு பங்கு கூட வாய்ப்பில்லை'.

''எப்படி அவர்களால் முடிந்தது? நிச்சயம் அது புலன்களின் வழியாக ஏற்பட்ட உணர்வு அல்ல. புலன்களுக்கு அப்பாற்பட்ட அந்த உணர்வைக் கொண்டு வருவதற்கு உடலில் எந்த உறுப்பும் கிடையாது. பொருள்களை அதே அறையில் வைத்தாலும் சரி, நூற்றுக்கணக்கான மைல்களுக்கு அப்பால் உள்ள இடத்தில் வைத்தாலும் சரி, அவர்களால் அதன் உண்மையைச் சரியாகச் சொல்ல முடிந்தது. பொருள்களில் இருந்து வரும் கதிர்வீச்சுகளால் இந்த உணர்வுகள் பெறப்படலாம் என்ற கொள்கையையும் இது தகர்ப்பதாகத் தெரிவதாக ரைட் குறிப்பிடுகிறார். ஏனெனில் எந்த கதிர்வீச்சுமே அறிவியலின்படி, தூரம் செல்லச் சில நாட்களில் குறைந்து விடுவதாகும். ஆனால் தொலை உணர்வும் ஞானதிருஷ்டியும் அவ்வாறு குறையவில்லை. ஆனால் நம்முடைய மனதின் சக்தியைப் போலவே அவையும் உடல்சார்ந்த காரணங்களால் மாறுபாடு அடைகின்றன.

''நல்ல உறக்கத்திலோ அல்லது பாதி உறக்கத்திலோ இம்மாதிரி சக்திகளைத் தீவிரமாக உணர முடியும் என்று பொதுவாக நம்பப்பட்டது. அது சரியல்ல என்று இந்தப் பரிசோதனைகள் நிரூபித்தன. அந்த நபர் விழித்திருக்கும் போதும், முழு கவனத்தோடு இருக்கும் போதும் தான் முடிவுகள் சிறப்பாக இருந்தன. போதை மருந்து உண்ட பிறகு சோதித்தால் அவர்களின் செயல்பாடு குறைந்து போயிற்று. வேறு வகையில் அவர்களுக்கு ஊக்கத்தை அளித்த போது செயல்பாடு மேம்பட்டது. நன்றாக முயன்று அந்த உணர்வுகளைப் பெற்றாலொழிய அவர்களால் சிறப்பாகச் செயல்பட முடியாது என்று தெரிந்தது.

''மிகவும் நம்பிக்கையோடு ரைட் கருதுவது என்னவென்றால், தொலை உணர்வும், ஞான திருஷ்டியும் வெவ்வேறல்ல, ஒரே வரம் தான். அதாவது மூடி வைத்த சீட்டுக்கட்டை 'பார்க்கும்' சக்தியும், இன்னொருவனின் மனதிற்குள் உள்ள எண்ணத்தை 'படிப்பதற்கான' சக்தியும் ஒன்றே தான். இப்படி நம்புவதற்கு பல காரணங்கள் உண்டு. ஏனெனில், இந்த இரண்டு சக்திகளில் ஒன்று இருந்தால் இன்னொன்றும் அவருக்கு வந்துவிடுகிறது. இரண்டு சக்திகளுமே ஒரே மாதிரி தீவிரத்தோடு அவர்களிடம் செயல்படுகிறது. எதிரில் உள்ள திரைகளோ, சுவர்களோ, தூரமோ இந்த இரண்டு சக்திகளையும் பாதிப்பதில்லை. கனவுகளின் மூலம் வரும் தீர்க்கதரிசனம், ஏதோ ஒரு தீங்கு நடக்கப்போகிறது என்ற உள்ளுணர்வு

-போன்றவற்றை சிலரால் பளிச்சென்று உணர முடிகிறதே. அந்த ஆற்றலும் இதே மாதிரியாகத்தான் இருக்க வேண்டும் என்று ரைட் முடிவுக்கு வருகிறார். வாசகர்கள் இந்த முடிவுகளை ஏற்றுக் கொள்ள வேண்டும் என்பது எங்கள் கருத்தல்ல என்றாலும் டாக்டர். ரைன், சிறப்பான சாத்தியங்களைத் தொகுத்திருக்கிறார் என்பதைக் கூறத்தான் வேண்டும்.''

எப்படிப்பட்ட சூழ்நிலைகளில் மேற்சொன்ன 'புலன்களுக்கு அப்பாற்பட்ட உணர்வுகளுக்கு' மனமானது பதில் சொல்லும் என்று டாக்டர். ரைன் குறிப்பிட்டிருக்கிறார். அவர் சொல்வது சரிதான் என்பதை நானும் உதவியாளர்களும் கண்டுபிடித்திருக்கிறோம் என்பதையும், எவ்வாறு அந்த உணர்வுகளை நடைமுறையில் செயல்படுத்த முடியும் என்பதையும் 'ஆறாம் அறிவு' என்ற அடுத்த அத்தியாயத்தில் பாருங்கள்.

நானும் எனது உதவியாளர்கள் இருவரும், பல்வேறு பரிசோதனைகளைச் செய்து அதன் பயனாக, எங்கள் மூவரின் மனங்களையும் ஒன்றுபடுத்தி, அதற்கு ஊக்கமூட்டி, அப்படிப்பட்ட சூழ்நிலையில், எங்கள் வாடிக்கையாளர்களின் தனிப்பட்ட பிரச்சினைகளைப் பெருமளவுக்குத் தீர்க்க முடிந்தது.

இதுதான் அந்த வழிமுறை: ஒரு மேஜையைச் சுற்றி அமர்ந்து கொண்டு, பிரச்சினை என்ன என்பதைத் தெளிவாகக் கூறி விவாதிப்போம். ஒவ்வொருவரும் தன் மனதில் எழும் எண்ணங்களைக் கூறுவார்கள். இந்த வகையில் மனமானது அதிசயமாக ஊக்கம் ஊட்டப்படுகிறது. தன் கண்ணுக்குத் தெரியாத அறிவின் ஆதாரங்களோடு தொடர்பு கொள்கிறது.

மாஸ்டர் மைண்ட் குழு என்ற தத்துவத்தை நீங்கள் புரிந்து கொண்டிருந்தால், அதைத்தான் இங்கு செயல்படுத்தினோம் என்று நீங்கள் அறிந்து கொள்ளலாம். இவ்வாறு ஒன்றுக்கு மேற்பட்டவர்கள், இணக்கத்தோடு விவாதிப்பதன் மூலம் மனதிற்கு ஊக்கமூட்டுவதே மாஸ்டர் மைண்ட்-இன் பயனாகும்.

உங்களுக்காக இதே போன்ற ஒரு திட்டத்தை நீங்கள் ஏற்படுத்திக் கொண்டால், அதைச் செயல்படுத்தினால், இந்த நூலின் தொடக்கத்தில் உள்ள கார்னகியின் சூத்திரத்தை நீங்கள் கைவரப் பெறலாம். அது என்ன அவ்வளவு பெரிய விஷயமா என்று தோன்றினால், நல்லது, இந்த பக்கத்தின் எண்ணைக் குறித்துக் கொள்ளுங்கள், புத்தகம் முழுவதும் ஒருமுறை படித்துவிட்டு அதன் பிறகு இங்கே வாருங்கள்.

பொருளாதார "மந்தநிலை" என்பது சாபமாகத் தோன்றினாலும் உண்மையில் வரமே. உலகம் முழுவதையும் ஒரு புதிய தொடக்கப் புள்ளியில் கொண்டு வந்து நிறுத்தி ஒவ்வொருவருக்கும் ஒரு புதிய வாய்ப்பை அது ஏற்படுத்திக் கொடுத்தது.

14

ஆறாம் அறிவு

ஞானக்கோயிலின் திருக்கதவு

செல்வத்தை நோக்கி பதின்மூன்றாவது அடி

நமது ''பதிமூன்றாவது'' கோட்பாடு **ஆறாம் அறிவு** என்பதாகும். இதன் மூலம் அளவற்ற அறிவாற்றலானது தானாகவே, நாம் வேண்டுமென்று கேட்காமலேயே, நம்முடைய முயற்சி எதுவும் இன்றியே, நம்மோடு தொடர்பு கொள்ள முடியும்.

நம் தத்துவத்தின் தலைமைக் கோட்பாடு இதுதான். ஆனால் மற்ற 12 கோட்பாடுகளையும் வெற்றிகரமாகக் கைவரப்பெற்ற பிறகு **தான்** இதைப் புரிந்து கொள்ள முடியும், நமதாக்கிக் கொள்ள முடியும், பயன்படுத்த முடியும்.

ஆழ்மனதிலுள்ள 'படைப்பாற்றலுக்கான கற்பனாசக்தி' தான் **ஆறாம் அறிவு** என்று அழைக்கப்படுகிறது. கருத்துக்களும் திட்டங்களும் எண்ணங்களும் நம் மனதை நோக்கி வரும்போது அவற்றை ''வாங்கிக் கொள்ளும் கருவி'' இதுதான். அவற்றை ''பளிச்சென்று'' மனதிற்கு ஊக்கமூட்டும் ஒன்றாக ஆக்குவதும் இதுவே.

ஆறாம் அறிவை என்னவென்று வர்ணிப்பது கடினம். நமது தத்துவத்தின் மற்ற கோட்பாடுகளைக் கற்றுக் கொள்ளாத யாருக்கும் இதை விளக்குவது இன்னும் கடினம். ஏனெனில் ஆறாம் அறிவை ஏதாவது ஒன்றுடன் ஒப்பிடுவதற்கு அதைப் புரிந்து கொள்ளும் அறிவும் அனுபவமும் அவருக்கு இராது. மனதை மேம்படுத்தி உள்ளிருந்து தியானம் புரிவதன் மூலமே ஆறாம் அறிவை புரிந்து கொள்வது சாத்தியம். அளவான மனித மனத்திற்கும், அளவற்ற அறிவாற்றலுக்கும் இடையில் தொடர்பு சங்கிலியாக செயல்படுவது ஆறாம் அறிவாகும். இதனால் அது மனோசக்தியும் ஆன்ம சக்தியும்

ஒன்றாக கலந்ததாகும். மனித மனமானது, பிரபஞ்சத்தின் மனதைத் தொடுகின்ற புள்ளி தான் ஆறாம் அறிவு.

இந்தப் புத்தகத்தில் சொல்லப்படும் எல்லாக் கோட்பாடுகளையும் நன்றாகப் புரிந்து கொண்ட பிறகு தான் நாம் இப்போது சொல்லப் போகின்ற கீழ்வரும் அறிக்கையை உண்மை என்று உங்களால் நம்ப முடியும். இல்லையெனில் நம்ப முடியாமல் போகலாம்:

ஆறாம் அறிவின் உதவியால் உங்களுக்கு வரவிருக்கும் ஆபத்துக்களை உரிய நேரத்தில் முன்னறிவிப்பு செய்து தடுக்க முடியும். அதேபோல் உங்களுக்கான வாய்ப்புகளை முன்கூட்டியே அறிவித்து அவற்றை நீங்கள் ஏற்றுக்கொள்ளச் செய்ய முடியும்.

உங்களுடைய ஆறாம் அறிவு போதுமான அளவுக்கு வளர்ச்சி அடைந்துவிட்டால், உங்களுக்கு உதவி செய்யவும், நீங்கள் கேட்பதையெல்லாம் செய்து கொடுப்பதற்கும், உங்களுக்கென்றே ஒரு ''காவல் தேவதை'' தோன்றி ஞானக் கோவிலின் கதவுகளைத் திறப்பதற்கு காத்திருக்கும்.

மேலே சொன்ன வாக்கியம் உண்மையா பொய்யா என்பதை, இந்த நூலில் சொல்லப்பட்ட வழிமுறைப்படியோ, அல்லது வேறெந்த அறிவுரைகளின் படியோ அல்லாமல் தெரிந்து கொள்ள வாய்ப்பில்லை.

இந்த ஆசிரியர் ''அதிசயங்களை'' நம்புவதும் அல்லது அதிசயங்ளை சிபாரிசு செய்பவரும் அல்லர். ஆனால் இயற்கையின் விதிகளை நன்கு அறிந்தவர். தனது திடமான சட்டங்களின்படி செயல்படுவதில் இருந்து இயற்கை சற்றும் தவறுவதில்லை என்பதை அறிந்தவர்.

இயற்கையின் சில சட்டங்கள் நம்மால் புரிந்து கொள்ள முடியாமல் இருப்பதால் அவற்றை ''அதிசயங்கள்'' என்று நாம் கருதுகிறோம். இந்த ஆறாம் அறிவும் கிட்டத்தட்ட ஒரு அதிசயமாகவே இருக்கும். ஏனெனில் இதுவரையில் அதை நான் அனுபவித்ததில்லை. ஆகவே எந்த அடிப்படையில் அது செயல்படுகிறது என்பது எனக்குத் தெரியாது.

இந்த ஆசிரியருக்குத் தெரிந்ததெல்லாம் இவ்வளவு தான்: ஒரு சக்தி, அல்லது பிரபஞ்சத்தின் முதலாவது காரணம், அல்லது பேரறிவு -என்று ஒன்று உண்டு. அது எல்லாப் பொருள்களின் அணுக்களிலும் நிறைந்து இருக்கிறது. மனிதனால் அறியப்படும் எல்லா சக்திகளின் துகள்களிலும் அது அடங்கியிருக்கிறது. அந்த 'அளவற்ற அறிவாற்றல்' ஆனது விதைகளை விருட்சங்கள் ஆக்கும். புவியீர்ப்பு விசையின்படி மேட்டில் உள்ள நீரைப் பள்ளத்திற்குச் செலுத்தும், இரவுக்குப் பின் பகல் வரும், கோடைக்குப் பின் குளிர்காலம்

வரும். ஒவ்வொன்றையும் இன்னொன்றோடு பொருத்தமான இடத்தில் சரியான தொடர்பு முறையில் அது அமைத்திருக்கும். அந்தப் பேரறிவை, நமது தத்துவத்தின் மூலம், மனதில் உள்ள **ஆர்வத்தை** அதற்கு சமமான பௌதிகப் பொருளாக மாற்றித் தரும்படி தூண்டுதல் செய்ய முடியும். இதை இந்த ஆசிரியர் நன்றாக அறிவார். ஏனென்றால் அதை அவர் சோதித்திருக்கிறார். தானே **அனுபவித்தும்** இருக்கிறார்.

முன்னால் உள்ள அத்தியாயங்களின் மூலம் படிப்படியாக உங்களை இந்த 13ஆவது படிக்கு அழைத்து வந்திருக்கிறோம். இதுவரை சொன்ன எல்லாக் கோட்பாடுகளையும் நீங்கள் புரிந்து கொண்டிருந்தால் இப்போது சொல்வதையும் எந்த அவநம்பிக்கையும் இல்லாமல் உங்களால் ஏற்றுக்கொள்ள முடியும். ஆகவே முன்னால் சொன்ன கோட்பாடுகளில் ஏதேனும் பாக்கி இருந்தால் அவற்றை முதலில் கற்றுக் கொண்டுவிட வேண்டும். அப்போது தான் இந்த அத்தியாயத்தில் சொல்லப்படுவது சரியா தவறா என்று உங்களால் எடை போட முடியும்

''கதாநாயக வழிபாடு'' (hero worship) செய்யும் பருவத்தில் நான் இருந்த பொழுது, என்னை பிரமிக்க வைத்த சாதனையாளர்களைப் போல நான் செயல்பட்டதுண்டு. அப்போதெல்லாம் **நம்பிக்கை** என்னும் மூலப்பொருளைக் கொண்டு நான் செயல்பட்டதால் எனக்கு வெற்றி அடைவதற்கான அபரிமிதமான ஆற்றல் கிடைத்தது.

அந்தப் பருவத்தை கடந்துவிட்ட பிறகும், சாதனையாளர்களைப் போற்றிப் புகழும் பழக்கத்திலிருந்து நான் முற்றிலுமாக மாறி விடவில்லை. நாம் ஒரு சாதனையாளராக மாற வேண்டுமென்றால், அந்த சாதனையாளர்கள் செய்தவற்றை நாமும் உணர்விலும் செயலிலும் நம்மால் முடிந்தவரை செய்து பார்க்க வேண்டும் என்று அனுபவம் எனக்கு கற்றுத் தந்திருக்கிறது.

நான் எழுத்தாளனாகவோ, பேச்சாளனாகவோ ஆவதற்கு முயற்சி செய்வதற்கு பல வருடங்கள் முன்பே, என்னை மிகவும் கவர்ந்த ஒன்பது சாதனையாளர்களின் வாழ்க்கை முறையைப் பார்த்து என்னுடைய நடவடிக்கைகளை மாற்றி அமைத்துக் கொள்வதை வழக்கமாகக் கொண்டிருந்தேன். அந்த ஒன்பது பேர், எமர்சன், தாமஸ் பெயின், தாமஸ் ஆல்வா எடிசன், சார்லஸ் டார்வின், அபிரகாம் லிங்கன், லூதர் பர்பேங்க், நெப்போலியன், ஹென்றி ஃபோர்டு, ஆண்ட்ரூஸ் கார்னகி ஆகியோர்.

இவர்களே என்னுடைய ''கண்ணுக்குத் தெரியாத ஆலோசகர்கள்.'' தொடர்ந்து பல ஆண்டுகள், ஒவ்வோர் இரவிலும் இந்த ஒன்பது பேருடனும் நான் ஒரு கற்பனையான ஆலோசனைக் கூட்டத்தை என்

மனதிற்குள் நடத்தினேன்.

அது எப்படி என்று சொல்கிறேன். இரவில் உறங்கப் போவதற்கு சற்று முன்னால் கண்களை மூடிக்கொண்டு, கற்பனையில், ஒரு வட்ட மேஜையில் இவர்கள் அனைவரும் என்னைச் சுற்றி அமர்ந்திருப்பதைக் காண்பேன். மிகப் பெரிய மனிதர்களாக என்னால் மதிக்கப்பட்ட இவர்களுக்கு நடுவில் நான் இருந்தது மட்டுமல்ல அந்த கூட்டத்தின் தலைவனாக நானே இருந்தேன்.

இந்த இரவு நேர ஆலோசனைக் கூட்டத்தில் கற்பனையாக கலந்து கொள்வதில் எனக்கு ஓர் **உறுதியான இலக்கு** இருந்தது. கண்ணுக்குத் தெரியாத இந்த ஒன்பது ஆலோசகர்களின் குணநலன்கள் அனைத்தையும் ஒன்றாக கலந்த ஒரு குணநலனை நான் பெற வேண்டும் என்பது தான் அந்த இலக்கு. அறியாமையும் மூடநம்பிக்கையும் நிறைந்திருந்த சூழ்நிலையில் பிறந்த நான் இளம்வயது முதலே அதிலிருந்து விடுபட்டு சுயமாக மறுபிறவி எடுக்க வேண்டும் என்று இம்மாதிரியான முயற்சியைக் கையில் எடுத்தேன்.

தன்னாலோசனை மூலம் குணநலனைக் கட்டமைத்தல்

தன்னுடைய **செல்வாக்கு மிக்க எண்ணங்களாலும் ஆர்வத்தாலும்** தான் ஒருவர் இப்போதுள்ள நிலைமையை அடைந்து இருக்கிறார் என்பது உளவியல் மாணவனான எனக்கு, நன்றாகத் தெரியும். மனதிற்குள் ஆழமாக அமர்ந்திருக்கும் எந்த ஆர்வமும் தன்னை உண்மையாக நடைமுறைக்குக் கொண்டு வரும்படி அவரைத் தூண்டிவிட்டு, தன்னை உருமாற்றிக் கொண்டு நிஜமாக்கிக் கொள்ளும் என்பதை நான் அறிவேன். குணநலனை உண்டாக்குவதில் தன்னாலோசனை ஒரு சக்தி மிக்க காரணி என்பதை அறிவேன். சொல்லப் போனால் உருவாக்குவதே அதுதான்.

இவ்வாறாக, மனம் செயல்படும் விதத்தை அறிந்துவிட்ட பிறகு, எனது குணநலனைப் புதிதாக உருவாக்கிக் கொள்ளத் தேவையான கருவி எனக்குக் கிடைத்துவிட்டது. எனது கற்பனையான ஆலோசனைக் கூட்டத்தில் எனது மாண்புமிகு உறுப்பினர்களை நோக்கி, எந்த மாதிரியான அறிவை ஒவ்வொருவரும் எனக்குத் தரவேண்டும் என்று கேட்டுக் கொள்வேன். அதை இப்படி உரத்த குரலில் சொல்வேன்:

‘‘எமர்சன் அவர்களே, இயற்கையைப் பற்றிய அற்புதமான அறிவு உங்களிடம் இருக்கிறது. அதுவே உங்களுக்குப் புகழ் தேடித்

தந்தது. அந்த அறிவை நான் பெற விரும்புகிறேன். இயற்கையின் சட்டங்களைப் புரிந்து கொண்டு, அவற்றோடு இசைந்து வாழ்வதற்கு என்னென்ன குணங்களை நீங்கள் பெற்றிருந்தீர்களோ அவற்றை எனது ஆழ்மனதில் அழுத்தமாகப் பதித்துக் கொடுக்குமாறு கேட்டுக் கொள்கிறேன். இந்த அறிவுக்கான ஆதாரங்கள் எவையோ அவற்றை சந்தித்து அவற்றிலிருந்து எனக்கு வேண்டியதைப் பெற்றுக் கொள்வதற்கு நீங்கள் உதவி செய்ய வேண்டுமாய் கேட்டுக் கொள்கிறேன்.

''பர்பேங்க் அவர்களே, நீங்கள் கள்ளிச் செடிகளை அவற்றின் முட்களை விலக்கிவிட்டு, மனிதனுக்கு உணவாகும்படி மாற்றினீர்கள். இயற்கையின் சட்டங்களை எவ்வாறு உங்களோடு இணைந்து செயல்படும்படி செய்தீர்கள் என்ற அறிவை எனக்கு தயவு செய்து தரவேண்டும்.

''ஒற்றை இதழ் கொண்ட புல்களை எல்லாம் இரட்டை இதழ் கொண்டதாக மாற்றினீர்கள். பூக்களுக்கு, ஒளிமயமான, வெவ்வேறு வண்ணங்களைப் பொருத்தமான அளவில் உண்டாக்கியவர் நீங்கள். அல்லிப் பூக்களை வெவ்வேறு வண்ணங்களில் உருவாக்கியவர் நீங்கள் ஒருவர் தானே!

''நெப்போலியன் அவர்களே, உங்களைச் சுற்றி இருந்தவர்களை உற்சாகப்படுத்தி, அவர்களிடமிருந்த ஆற்றலை எழுப்பி, பெரிய சாதனைகளை செய்ய வைத்தீர்கள். அந்தத் திறமையை நான் முன்மாதிரியாகக் கொள்ள விரும்புகிறேன். மாபெரும் தடைகளையும் தோல்விகளையும் வெற்றியாக மாற்றிக் கொண்ட **நம்பிக்கை** என்னும் குணம் உங்களை விட்டு விலகாமல் இருந்தது. அதனை நான் பெற விரும்புகிறேன். விதியின் பேரரசனே, அதிர்ஷ்டத்தின் அரசனே, தலைவிதியின் நாயகனே, உந்தனுக்கு என் வணக்கம்!

''தாமஸ் பெயின் அவர்களே, நீங்கள் எதையெல்லாம் நம்பினீர்களோ அதையெல்லாம் தெளிவாகவும் துணிச்சலாகவும் எடுத்துரைத்த உங்களது சுதந்திரச் சிந்தனையை நான் பெற விரும்புகிறேன்!

''சார்லஸ் டார்வின் அவர்களே, இயற்கை அறிவியலில் பிரமிக்கத்தக்க பொறுமையோடும் திறமையோடும் காரணக் காரியங்களை ஆராய்ந்து, சற்றும் மாறாத நடுநிலைமையோடு இயங்கினீர்களே அந்த குணங்களை நான் பெற்றுக் கொள்ள விரும்புகிறேன்.

''அபிரகாம் லிங்கன் அவர்களே, உங்களுடைய நீதி உணர்வையும், தளராத பொறுமையையும், நகைச்சுவை உணர்வையும், மனிதர்களைப் புரிந்து கொள்ளும் திறனையும்,

சகிப்புத்தன்மையையும்-அதாவது, எந்தெந்த குணங்களால் நீங்கள் அறியப்படுகிறீர்களோ அவற்றையெல்லாம் என்னுடைய குணநலனுக்குள் நான் ஏற்படுத்திக் கொள்ள விரும்புகிறேன்.

''ஆண்ட்ரூ கார்னகி அவர்களே, மிகப்பெரிய அமைதியையும் மகிழ்ச்சியையும் ஏற்படுத்திக் கொடுத்த வாழ்க்கை முறையை எனக்கு நீங்கள் வகுத்துக் கொடுத்ததற்காக நான் கடமைப்பட்டிருக்கிறேன். மிகப் பெரிய தொழில் சாம்ராஜ்ஜியத்தைத் திறமையோடு கட்டமைத்தீர்களே, அதற்கு அடிப்படையாக இருந்த 'ஒழுங்கமைந்த முயற்சி' என்ற கோட்பாட்டை முழுமையாக நான் அறிந்து கொள்ள விரும்புகிறேன்.

''ஹென்றி ஃபோர்டு அவர்களே, எனது ஆராய்ச்சிக்குத் தேவையான தகவல்கள் பெரும்பாலானவற்றை வழங்கி உதவி செய்தவர்களில் முக்கியமானவர் நீங்களே. எந்த குணங்களால் வறுமையை வெல்லவும், மனிதர்களை ஒன்று கூட்டி, ஓர் அமைப்புக்கு உட்படுத்தி, அவர்களின் முயற்சிகளை எளிமையாக்கிக் கொடுத்த உங்களுடைய 'விடாமுயற்சி, மன உறுதி, அமைதி, தன்னம்பிக்கை ஆகிய குணங்களை நான் பெற விரும்புகிறேன். அதன் மூலம் இன்னும் பலரும் நீங்கள் காட்டிய வழியில் செல்ல நான் உதவியாக இருப்பேன்.

''தாமஸ் ஆல்வா எடிசன் அவர்களே, எனக்கு மிக அருகில் உட்கார்ந்திருப்பவர் நீங்கள் தான். காரணம், வெற்றி தோல்வி பற்றிய எனது ஆராய்ச்சியில் எனக்கு மிக அதிகமான ஒத்துழைப்பு கொடுத்தவர் நீங்களே. இயற்கையின் எண்ணற்ற இரகசியங்களை நீங்கள் வெளிப்படுத்தக் காரணமாக இருந்த **நம்பிக்கை** என்னும் பிரமிக்கத்தக்க ஆற்றலையும், தோல்வியை வெற்றியாக மாற்றுவதற்கு நீங்கள் புரிந்த இடையறாத உழைப்பையும் நான் பெற விரும்புகிறேன்.''

இந்த மாண்புமிகு உறுப்பினர்களிடம் நான் கேட்ட குணநலன்கள், அன்று என் மனதில் முக்கியமாகத் தோன்றியவையாகும். கேட்கும் முன்பு, அவர்களுடைய வாழ்க்கை வரலாற்றை மிக ஆழமாக நான் படித்திருந்தேன். இப்படி கற்பனையாக இவர்களோடு ஆலோசனைக் கூட்டங்களை நடத்திய சில மாதங்களிலேயே அவர்கள் எனக்கு நிஜமாகவே தெரியத் தொடங்கி விட்டார்கள்.

எனது கூட்டத்திற்கு வரும் பொழுது இவர்கள் ஒவ்வொருவரும் தங்களுக்கே உரிய குணநலன்களை உடன் கொண்டு வந்தார்கள் என்பது ஆச்சரியமாக இருந்தது. உதாரணமாக லின்கன் எப்பொழுதுமே தாமதமாகத்தான் வருவார். கைகளை முதுகின் பின்புறம் கட்டிக் கொண்டிருப்பார். வந்தவுடன், அமைதியாக

அடியெடுத்து வைப்பார். ஒவ்வொரு சமயம் என் அருகில் வந்தவுடன் நின்று என் தோளின் மீது கை வைப்பார். முகத்தில் எப்போதுமே ஆழ்ந்த சிந்தனையோடு தான் இருப்பார். அவர் சிரித்து நான் பார்த்ததில்லை. காயப்பட்டிருந்த நாட்டைப் பற்றிய சிந்தனையே காரணமாக இருக்கலாம்.

மற்றவர்கள் அப்படி இல்லை. பர்பேங்க்கும், தாமஸ் பெயினும் ஒருவரையொருவர் நையாண்டி செய்து கொள்வது மற்றவர்களுக்கு சில நேரம் அதிர்ச்சியாக இருக்கும். தாமஸ் பெயின் என்னைப் பார்த்து, ''பகுத்தறிவு யுகம்'' என்ற தலைப்பில் ஒரு சொற்பொழிவை தயார் செய்யச் சொன்னார். அதை என்னுடைய சர்ச்சில் நின்று கொண்டு பேசச் சொன்னார். எல்லோரும் சிரித்தார்கள், நெப்போலியனைத் தவிர! தன் முகத்தை சுருக்கிக் கொண்டு, 'ம்' மென்று உறுமினார் அவர். சர்ச்சுகள் சுதந்திரமாகப் பேசுவதை நெப்போலியன் ஆதரிக்கவில்லை. ஏனெனில் அரசின் கட்டுப்பாட்டுக்கு உட்பட்டே சர்ச்சுகள் நடக்க வேண்டும் என்பது அவரின் எண்ணம்.

ஒருமுறை பர்பேங்க் தாமதமாக வந்தார். காரணம் அவரது பரிசோதனை. எந்த மரமாக இருந்தாலும் அதில் ஆப்பிள் பழங்களை உற்பத்தி செய்ய முடியுமா என்ற ஆராய்ச்சி. உடனே தாமஸ் பெயின் அவரைக் கடிந்து கொண்டார். ஆணுக்கும் பெண்ணுக்கும் இடையே தகராறு உண்டாக்கியதே ஒரு ஆப்பிள் பழம் அல்லவா என்றார். டார்வின் 'கலகல'வென்று சிரித்தார். மாப்பிள்ளை தேடும் பொழுது அருகில் சிறிய பாம்புகள் இருப்பதையும் கவனத்தில் கொள்ள வேண்டும் என்றார். ஏனென்றால் அவை வேகமாக வளர்ந்துவிடும் பழக்கம் உடையவை. ''பாம்பும் வேண்டாம், ஆப்பிளும் வேண்டாம்,'' என்றார் எமர்சன். ''ஆப்பிள்கள் இல்லையேல் நாடுகள் இல்லையே!'' என்றார் நெப்போலியன்.

கூட்டம் முடிந்து கடைசியாகப் போகும் நபர் அபிரகாம் லின்கனாகத் தான் இருப்பார். ஒருமுறை மேஜையின் ஓரமாக சாய்ந்தவர், அதே நிலையில் வெகுநேரம் இருந்துவிட்டார். அவரைத் தொந்தரவு செய்யவில்லை நான். கடைசியில் அவரே மெதுவாகத் தன் தலையை உயர்த்திக் கொண்டு எழுந்தார். கதவை நோக்கிப் போனவர், மீண்டும் திரும்பி வந்து, என் தோள்மீது கையை வைத்து அழுத்தினார். ''மகனே, வாழ்க்கையில் உனது இல்ட்சியம் நிறைவேற வேண்டும் என்று உறுதியோடு இருந்தால், உனக்கு மிகவும் தைரியம் தேவைப்படும். துன்பங்கள் உன்னை அழுத்தி வெற்றி கொள்ள முயன்றால், அப்போது ஏழைகளை நினைத்துக் கொள். அவர்களிடம் இருப்பது சாதாரண அறிவே. துன்பங்கள் வரும் போது ஜெயிக்கும்

அளவுக்கு அது வளர்ந்துவிடும் தன்மை கொண்டது.''

ஒரு நாள் தாமஸ் ஆல்வா எடிசன் எல்லாரையும்விட முன்னதாக வந்துவிட்டார். என்னுடைய இடது பக்கம் அமர்ந்தார். அங்கு எமர்சன் தான் அமர்வது வழக்கம். ''வாழ்க்கையின் இரகசியத்தை விரைவில் நீங்கள் கண்டுபிடிக்கப் போகிறீர்கள். அதற்குரிய தருணம் வரும் பொழுது, வாழ்க்கை என்பது ஒவ்வொன்றும் மனிதனைப் போன்றே புத்திசாலித்தனம் உடைய சிறு சிறு சக்திகளின் மிகப் பெரிய கூட்டம் என்று புரிந்து கொள்வீர்கள். தேன்கூடுகளைப் போன்றிருக்கும் இவைகள், தங்களுக்குள் இணக்கமின்மையால் பிரிந்து போவார்கள். இவை ஒவ்வொன்றுக்கும் மனிதர்களைப் போன்றே சுயமான கருத்துக்கள் உண்டு. அவற்றின் வித்தியாசம் காரணமாக தங்களுக்குள் சண்டையிடுவார்கள். நீங்கள் இப்போது நடத்திக் கொண்டிருக்கும் கூட்டங்கள் இந்த வகையில் உங்களுக்கு மிகவும் பயன்படுவதாகும். நாங்கள் உயிரோடு இருந்த பொழுது இதே போன்ற சில சக்திகள் தான் எங்களுக்கு உதவி செய்தன. அதே சக்திகள் உங்களுக்கும் உதவி செய்யும். **ஏனெனில் அவை அழிவதில்லை.** நிரந்தரமானவை. உங்களுடைய எண்ணங்களும் **ஆர்வங்களும்** தான் காந்தம் போல அந்த சக்திகளை உங்களை நோக்கி இழுக்கும். நட்பான சக்திகள் மட்டுமே உங்களை நோக்கி இழுக்கப்படும். அவை உங்களுடைய **ஆர்வத்தின்** தன்மையோடு இணக்கமாகச் செயல்படும்.''

அவர் பேசிக் கொண்டிருக்கும் பொழுதே மற்ற உறுப்பினர்கள் வரத்தொடங்கினர். எனவே எடிசன் எழுந்து தன்னுடைய வழக்கமான இடத்தில் போய் அமர்ந்தார். இந்த கற்பனைக் கூட்டம் என் மனக்கண்ணில் நடந்து கொண்டிருந்த காலக்கட்டத்தில் எடிசன் உயிரோடு தான் இருந்தார். ஆகவே அவரிடம் நேரில் சென்று இந்த அனுபவத்தைப் பற்றி கூறினேன். அவர் பெரிதாகப் புன்னகைத்தார். ''அது கனவென்றா நினைக்கிறாய்? முற்றிலும் நிஜமான ஒன்று'' என்றார். மேற்கொண்டு எதுவும் பேசவில்லை.

இப்படியாக நிஜம் போலவே அந்தக் கூட்டங்கள் இருந்ததால் நான் உண்மையிலேயே அச்சம் கொண்டு பல மாதங்கள் அவற்றை கூட்டாமலேயே இருந்தேன். அனுபவங்கள் விசித்திரமாக இருந்ததால், அவற்றை தொடர்ந்தால், அவை கற்பனையானவை என்பதே மறந்துவிடும் போல் இருந்தது.

கூட்டங்கள் நிறுத்தப்பட்டு சுமார் ஆறு மாதங்கள் இருக்கும். ஒருநாள் இரவு தூங்கும் போது நான் எழுப்பப்பட்டேன். அல்லது அப்படித் தோன்றியது. பார்த்தால், ஆபிரகாம் லின்கன் என் தலைமாட்டில் நின்று கொண்டிருந்தார். பேசினார். ''விரைவில்

உலகத்திற்கு உன்னுடைய சேவை தேவைப்படப் போகிறது. உலகில் குழப்பமான நிலைமை வரப்போகிறது. மக்கள் எல்லாரும் நம்பிக்கை இழப்பார்கள். பயத்தால் பீடிக்கப்படுவார்கள். அவர்களோடு சேர்ந்து நீ வேலை செய். உன்னுடைய தத்துவத்தை முழுமை பெறச் செய். அதுவே உன் வாழ்க்கையின் இலட்சியமாக இருக்க வேண்டும். நீ மட்டும் அந்த கடமையைச் செய்ய மறந்தால், ஆயிரக்கணக்கான ஆண்டுகளுக்கு முன்னால் மனிதன் எப்படி இருந்தானோ, அந்த மிருக நிலைக்கு நீ தள்ளப்படுவாய்.''

காலையில் எழுந்தவுடன் முதல் நாள் நான் கண்டது கனவா, கனவாக இருந்தால் அது ஏற்பட்டது நான் உறங்கும் போதா, இல்லை விழித்திருக்கும் போதா, எதையும் கூற முடியவில்லை. அதைத் தெரிந்து கொள்ளவும் முடியவில்லை. ஆனால் அது கனவு என்று மட்டும் எனக்குத் தெரிந்தது. கனவாக இருந்த போதிலும் என் மனதில் நேரில் இருப்பது போன்று 'பளிச்' என்று தோன்றியது. ஆகவே அடுத்த இரவிலிருந்து எனது கூட்டங்களை மீண்டும் தொடரலானேன்.

அடுத்த கூட்டத்தில், மாண்புமிகு உறுப்பினர்கள் அனைவரும் மேஜையைச் சுற்றித் தங்களுக்குரிய இடங்களில் நின்று கொண்டார்கள். லின்கன் எழுந்தார். தன் கண்ணாடித் தம்ளரை உயர்த்தியபடி, ''பெருந்தகையீர், திரும்பி வந்துவிட்ட நமது நண்பனுக்காக இதை அருந்துவோமா?'' என்றார்.

அதன் பிறகு, எனது குழுவில் புதிய உறுப்பினர்களைச் சேர்க்க ஆரம்பித்தேன். இப்போது அதில் ஐம்பதுக்கும் மேற்பட்டவர்கள் இருக்கிறார்கள். அவர்களில் சிலர், ஏசு கிறிஸ்து, செயிண்ட் பால், கலிலியோ, கோப்பர்னிக்கஸ், அரிஸ்ட்டாட்டில், பிளாட்டோ, சாக்ரட்டீஸ், ஹோமர், வால்டேர், ப்ரூனோ, ஸ்பினோஸா, டிராம்மண்டு, கண்ட், ஷோப்பன்ஹவர், நியூட்டன், கன்ஃபியூசியஸ், எல்பர்ட் ஹப்பர்டு, ப்ராண், இங்கர்ஸால், வில்ஸன், மற்றும் வில்லியம் ஜேம்ஸ் ஆகியோர்.

இந்த விஷயத்தை இப்போது தான் துணிச்சலாகச் என்னால் சொல்ல முடிகிறது. என்னுடைய அசாதாரணமான அனுபவத்தை வெளியில் சொன்னால் யாரும் தவறாக நினைத்து விடுவார்களோ என்ற அச்சத்தினால் நான் மௌனமாக இருந்துவிட்டேன். அந்த நாளில் இருந்த, ''மற்றவர்கள் என்ன நினைப்பார்களோ'' என்ற எண்ணமானது இன்று முற்றிலும் அகன்றுவிட்டதால், இப்போது தைரியமாகச் சொல்லுகிறேன்: இனிமேல் உண்மையாக நடந்து கொள்ள வேண்டும் என்ற எண்ணத்தை உருவாக்குவதே முதுமை அளிக்கும் வரமாகும். நம்மைப் புரிந்து கொள்ளாமல் இருப்பவர்கள்

என்ன சொன்னாலும் பேசினாலும் சரி.

இதைச் சொல்லாமல் போனால் நீங்கள் தவறாக எண்ணக்கூடும் என்பதால் அழுத்தமாகச் சொல்லி விடுகிறேன்: எனது ஆலோசனைக் குழு உறுப்பினர்கள் எல்லாருமே கற்பனையானவர்கள் தான், கூட்டங்கள் எல்லாமே என் மனதுக்குள் எழுந்த கற்பனை தான். ஆனால் என்னை ஒளிமயமான புதிய பாதைக்கு அவர்கள் அழைத்துச் சென்றார்கள், உண்மையான மேதைமையைப் போற்ற வேண்டும் என்ற உணர்வை எனக்குள் மீண்டும் எழுப்பினார்கள். படைப்பாற்றல் மிக்க முயற்சிகளுக்கு உற்சாக மூட்டினார்கள். நேர்மையான சிந்தனையை வெளிப்படுத்துவதற்கான தைரியத்தைக் கொடுத்தார்கள்-என்று சொல்ல எனக்கு எல்லா உரிமையும் உண்டு.

''உள்ளுணர்வு'' என்று நாம் அழைக்கும் அதிர்வுகளைப் பெற்றுக் கொள்வதற்காக மூளையின் செல் அமைப்பில் ஏதோ ஓர் உறுப்பு இருக்கிறது. அதுதான் ஆறாம் அறிவுக்கான உறுப்பாகும். அது எங்கே இருக்கிறது என்பதை இதுவரை அறிவியல் கண்டுபிடிக்கவில்லை. ஆனால் நமக்கு அது முக்கியமில்லை. ஐம்புலன்களைத் தவிரவும் ஏதோ ஒன்றினால் மனிதர்கள் துல்லியமான அறிவைப் பெறுகிறார்கள். மனமானது ஏதோ ஒரு சிறப்பான அதிர்வின் செல்வாக்கில் இருக்கின்ற பொழுது அந்த அறிவு பெறப்படுகிறது. வழக்கத்தை விட அதிகமாக இதயத்துடிப்பை உருவாக்கி உணர்ச்சிவசப்படும்படி செய்யும் அவசரநிலையின் போது ஆறாம் அறிவு செயல்படுகிறது. வண்டி ஓட்டும் போது நொடிப் பொழுதில் விபத்திலிருந்து தப்பிய அனுபவம் இருந்தால், அந்தச் சில நொடிகளில் விபத்தைத் தவிர்க்க உதவியது ஆறாம் அறிவு என்று தெரியும்.

''கண்ணுக்குத் தெரியாத ஆலோசகர்களுடன்'' கூடியிருக்கும் பொழுது என்னுடைய மனமானது, ஆறாம் அறிவிலிருந்து வரும் கருத்துக்களையும் சிந்தனைகளையும் அறிவையும் மிக எளிதாகப் பெறும் நிலையில் இருந்தது என்பதை நான் உறுதியாகக் கூற விரும்புகிறேன்.

பல்வேறு சந்தர்ப்பங்களில், என் உயிருக்கே ஆபத்தான நிலைமைகளை நான் சந்தித்த பொழுது, கண்ணுக்குத் தெரியாத எனது ஆலோசகர்களால், நான் அதிசயமாக அவற்றைக் கடந்து வந்திருக்கிறேன்.

ஆலோசனைக் கூட்டங்களை நடத்துவதில் என்னுடைய நோக்கமாக இருந்தது என்னவென்றால், நான் அடைய விரும்பிய குணநலன்களைப் பெற முடியும் என்று என்னுடைய ஆழ்மனதிற்குத் தன்னாலோசனையாகக் கூறிக்கொள்ள விரும்பியதே. ஆனால்

அண்மைக்காலமாக என்னுடைய பரிசோதனையானது வேறொரு பாணியில் அமைந்துள்ளது.

எனக்கு வரும் எந்த பிரச்சினைக்கும் அல்லது என்னுடைய வாடிக்கையாளர்களின் பிரச்சினைகளுக்காகவும் நான் கண்ணுக்கு தெரியாத எனது ஆலோசகர்களிடம் அறிவுரை கேட்க ஆரம்பித்துவிட்டேன். அதிலிருந்து கிடைக்கும் விடைகள் மிகவும் ஆச்சரியமானவை. ஆனால் எல்லா நேரமும் அந்த ஆலோசனைகளை ஏற்று நான் செயல்படுவேன் என்று கூறுவதற்கில்லை.

இந்த அத்தியாயத்தில் நான் சொல்லும் பொருளானது பெரும்பாலானவர்களுக்கு தெரியாத ஒன்று என்பதை நீங்கள் அறிவீர்கள். பெரும் செல்வத்தைத் திரட்ட வேண்டும் என்று விரும்பும் எவருக்கும் ஆறாம் அறிவு என்ற விஷயம் கவனத்தை மிகவும் ஈர்ப்பதாகவும், பயனுடையதாகவும் இருக்கும். சிறிதளவு முன்னேற்றத்தையே விரும்புவோர் ஆறாம் அறிவைப் பற்றிக் கவலைப்பட வேண்டியது இல்லை.

ஹென்றி ஃபோர்டு ஆறாம் அறிவின் பயனை மிகவும் ஐயத்துக்கு இடமின்றிப் புரிந்து கொண்டிருக்கிறார். அவருடைய மிகப்பெரிய தொழில் சாம்ராஜ்ஜியமும் பணம் சார்ந்த செயல்பாடுகளும் அவருக்கு ஆறாம் அறிவின் தேவையை உணர்த்தி இருக்கின்றன. புதிய கண்டுபிடிப்புகளில் ஈடுபட்டிருந்த தாமஸ் ஆல்வா எடிசன் ஆறாம் அறிவின் பயனை உணர்ந்திருந்தார். குறிப்பாக, பௌதிகத்தின் அடிப்படையான ஆய்வுகளில் அவர் ஈடுபட்ட போது, அதுவரையில் மனிதனுக்குத் தெரிந்திராத அனுபவங்களை அல்லது அதுவரையில் எழுதப்பட்டிராத அறிவைப் பற்றி அவர் ஆய்வு செய்ய வேண்டி வந்தது. அப்போதெல்லாம்-உதாரணமாக, பேசும் எந்திரம், சினிமா காட்டும் எந்திரம் போன்றவற்றைக் கண்டுபிடிக்கும் போது-ஆறாம் அறிவு அவருக்கு மிகவும் உதவியாக இருந்தது.

உலகத்தின் மிகப் பெரிய தலைவர்கள் பலரும், உதாரணமாக, நெப்போலியன், பிஸ்மார்க், ஜோன் ஆஃப் ஆர்க், ஏசு கிறிஸ்து, புத்தர், கன்ஃபூசியஸ், முகமது நபி போன்றவர்கள், இந்த ஆறாம் அறிவைத் தொடர்ந்து பயன்படுத்திக் கொண்டவர்களே. அவர்களின் மேன்மைக்கு முக்கியக் காரணமாக அதுவே அமைந்தது.

நினைத்த போது கையில் எடுப்பதற்கும், வேண்டாத போது ஆணியில் மாட்டி விடுவதற்கும் ஆன பொருளல்ல ஆறாம் அறிவு. படிப்படியாகவே அதைப் பயன்படுத்தும் விதத்தை அறிந்து கொள்ள முடியும். அதற்கான கோட்பாடுகள் இந்த புத்தகத்தில் தரப்பட்டுள்ளன. 40 வயதுக்கு முன்பு ஆறாம் அறிவைப் புரிந்து

கொள்வது பெரும்பாலானவர்களுக்கு கடினமே. அதற்கு காரணம் ஆறாம் அறிவிற்கு ஆன்மீகசக்திகள் தேவைப்படுகின்றன அவை 40 வயதுக்கு முன்பு முதிர்ச்சி அடைவதில்லை. அடைந்தாலும் பல வருடங்கள் தொடர்ந்த தியானமும், ஆத்ம சோதனையும், உன்னிப்பான சிந்தனையும் இல்லாமல் அது சாத்தியமாவதில்லை.

நீங்கள் யாராக இருந்தாலும், எந்த நோக்கத்திற்காக இந்தப் புத்தகத்தைப் படிப்பதாக இருந்தாலும், ஆறாம் அறிவு பற்றிய இந்த விளக்கம் உங்களுக்குப் புரியவில்லை என்றாலும் நிச்சயம் பயன் பெறுவீர்கள். உங்கள் நோக்கம் பெருத்த செல்வத்தை அடைவது அல்லது அதிக அளவில் ஏதேனும் ஒரு பொருளைப் பெறுவது என்றால் நிச்சயமாக இது உங்களுக்குப் பயனளிக்கும்.

ஆறாம் அறிவு பற்றிய இந்த அத்தியாயம் இந்த நூலில் இணைக்கப்பட்டு இருப்பதன் காரணம் மனிதன் வாழ்க்கையில் தான் விரும்பிய யாதொன்றையும் அடைவதற்கான முழுமையான தத்துவத்தை எடுத்துக் கூற வேண்டும் என்ற விருப்பமே ஆகும். எல்லாவற்றிற்கும் தொடக்கப் புள்ளியாக இருப்பது தணியாத **ஆர்வம்** ஆகும். அதன் முற்றுப் புள்ளியாக இருப்பது, அதை நடைமுறைப் படுத்துவதற்கான புரிதலைத் தரக்கூடிய **அறிவு.** தன்னைப் பற்றி, மற்றவர்களைப் பற்றி, இயற்கையின் சட்டங்களைப் பற்றிய புரிதல், **மகிழ்ச்சி** என்பதை அடையாளம் காண்பதற்கான புரிதல்.

அந்தப் புரிதல் முழுமையாக வரவேண்டுமானால், ஆறாம் அறிவைப் பழக்கப்படுத்திக் கொண்டு நடைமுறையில் பயன்படுத்தினால் மட்டுமே சாத்தியமாகும். முக்கியமாக, செல்வத்தை விடவும் அதிகமான ஏதோ ஒன்றை இலட்சியமாகக் கொண்டவர்களுக்கு இது அவசியம்.

இதைப் படித்துக் கொண்டு வரும் போது நீங்கள் உங்கள் சாதாரண மனநிலையில் இருந்து ஓர் உயர்ந்த மனநிலைக்கு எழுப்பப்பட்டிருப்பதை உணர்ந்திருப்பீர்கள். பாராட்டுக்கள்! ஒரு மாதம் கழித்து மீண்டும் இந்த அத்தியாயத்திற்கு வந்து படியுங்கள். அப்பொழுது உங்கள் மனம் இன்னும் சற்று உயரத்திற்கு எழுப்பப்பட்டு இருப்பதை உணர்வீர்கள். இந்த அனுபவத்தை அடிக்கடி ஏற்படுத்திக் கொள்ளுங்கள். எந்த அளவுக்குக் கற்றுக்கொள்கிறீர்கள் என்பது முக்கியம் இல்லை. இறுதியில் ஓர் உயர்ந்த சக்தி, உங்கள் கைவசமாகியிருப்பதை அறிவீர்கள். அதன் மூலம் ஏமாற்றத்தைத் தூக்கி எறியவும், அச்சத்தை வெற்றி கொள்ளவும், காலதாமதம் செய்யும் உணர்வை நீக்கிக் கொள்ளவும், உங்கள் கற்பனாசக்தியை

சுதந்திரமாகச் செயல்பட வைப்பதற்கும் முடியும். அப்போது தான் இந்த உலகின் மிகப்பெரிய சிந்தனையாளர்கள், தலைவர்கள், கலைஞர்கள், இசையமைப்பாளர்கள், எழுத்தாளர்கள், அரசியல்வாதிகள் போன்றவர்களுக்கெல்லாம் உற்சாகத்தை வழங்கிய அந்த சக்தியை நீங்கள் தொட்டவர்கள் ஆவீர்கள். உங்கள் முயற்சியின் ஆரம்பத்தில் தோல்வியோ எதிர்ப்போ வந்தபோது மறுவார்த்தை இன்றி விட்டுவிட்டு ஓடினீர்களே அதே போன்ற வேகத்தில் இப்போது உங்கள் **ஆர்வத்தை** அதற்குரிய பணமாகவோ அல்லது பொருளாகவோ உருமாற்றுவதற்கான சக்தி உங்களை வந்தடையும்.

நம்பிக்கைக்கும் அச்சத்திற்கும் ஆனப் போட்டி!

இதற்கு முந்தைய அத்தியாயங்களில் ஆர்வம், தன்னாலோசனை, ஆழ்மனம் இவற்றின் மூலம் எவ்வாறு **நம்பிக்கையை** உற்பத்தி செய்து கொள்வது என்று கூறினோம். அடுத்த அத்தியாயத்தில் **அச்சத்தை** வெற்றி கொள்வதற்கான விரிவான அறிவுரைகளைக் கூறுவோம்.

ஒருவன் சந்திக்கும் ஊக்கம், இழப்பு, தைரியமின்மை, தாமதம் செய்தல், அலட்சியம், முடிவெடுக்காமை, இவற்றுடன், முன்னேறும் ஆர்வம் இல்லாமை, சுயச்சார்பு இல்லாமை, சுயமுயற்சி இல்லாமை, சுய கட்டுப்பாடு இல்லாமை, மற்றும் உற்சாகம் இல்லாமை போன்ற குணங்களுக்கு காரணமான ஆறு விதமான அச்சங்களைப் பற்றிய முழுவிவரமும் இங்கே தரப் போகிறோம்.

இந்த ஆறு எதிரிகளும் உங்களால் கண்டுபிடிக்க முடியாதபடி உங்கள் ஆழ்மனதிற்குள் ஒளிந்து கொண்டிருக்கலாம். கவனமாகத் தேடிப்பாருங்கள்.

இந்த ''ஆறு பிசாசுகளையும்'' நீங்கள் அலசி ஆராயும் பொழுது அவை உண்மையில் எங்கும் இல்லை என்றும் உங்கள் மனதிற்குள் மட்டுமே இருப்பவை என்றும் தெரிந்து கொள்வீர்கள்.

மனிதனின் கட்டற்ற கற்பனையில் உதயமாகும் இந்த பிசாசுகள், உண்மையில் உயிரோடு பூமியில் நடமாடி இருந்தால் எவ்வளவு ஆபத்தை உண்டு பண்ணி இருக்க முடியுமோ அதை விடவும் அதிகமான தீமையை உண்டாக்கி இருப்பதைப் புரிந்து கொள்வீர்கள்.

பஞ்சம் அல்லது வறுமை என்னும் அச்சத்தை ஊட்டிய பிசாசு, 1929இல் மக்கள் மனதில் உயிரோட்டத்தோடு நிறைந்திருந்தது.

அதன் காரணமாகவே இந்த நாட்டில் எப்போதுமே கண்டிராத அளவுக்கு மோசமான பொருளாதார மந்தநிலை உருவானது. இன்றும் கூட ஒரு சிலர் மனதில் இந்த பிசாசு நடமாடிக் கொண்டு அச்சமூட்டிக் கொண்டிருக்கிறது.

15

அச்சம் தரும் ஆறு பிசாசுகளைத் தந்திரமாக வெல்வது எப்படி

இந்தக் கடைசி அத்தியாயத்தைப் படிக்கும் போது, உங்கள் பாதையில் இடைமறிக்கும் "பிசாசுகள்" இன்னும் எத்தனை என்று கண்டுபிடியுங்கள்

இந்த நூலில் சொல்லப்படும் வெற்றித் தத்துவத்தை நீங்கள் பயனுள்ள வழியில் பயன்படுத்துவதற்கு **முன்னால்** உங்கள் மனமானது அதை ஏற்றுக்கொள்ள வேண்டும். ஏற்றுக்கொள்ள வைப்பது ஒன்றும் கடினமானதல்ல. உங்களுடைய மூன்று எதிரிகளை யாரென்று அறிந்து கொண்டு அலசி ஆராய்ந்து புரிந்து கொண்டு உங்கள் பாதையில் இருந்து தூக்கி எறிய வேண்டும்.

அந்த மூன்று எதிரிகள் **முடிவெடுக்காமை, ஐயம், அச்சம்!**

இந்த எதிர்மறை உணர்வுகளில் எந்த ஒன்று உங்கள் மனதில் மிச்சம் இருந்தாலும் ஆறாவது அறிவு செயல்பட முடியாது. இந்த மூவரும் ஒருவருக்கொருவர் மிகவும் நெருக்கமானவர்கள். ஒருவர் இருக்கும் இடத்தில் மற்ற இருவரும் வந்து சேர்வது நிச்சயம்.

முடிவெடுக்காமை என்ற விதையிலிருந்து விளைவது தான் **அச்சம்** என்ற மரம்! இதை மறக்க வேண்டாம். முடிவெடுக்காமையிலிருந்து **ஐயம்** என்பது உண்டாகி இரண்டும் ஒன்று கலந்து **அச்சம்** என்பதாக வளர்கிறது! அந்தக் கலவை மிகவும் மெதுவாகவே நடக்கிறது. எனவே தான் இந்த மூன்று எதிரிகளும் மிகவும் ஆபத்தானவர்கள். தாங்கள் இருப்பதையே உணர்த்தாமல் அவர்கள் முளைவிட்டு, வளர்ந்து, மரமாகி விடுவார்கள்.

நமது தத்துவத்தை நடைமுறைப்படுத்த வேண்டும் என்றால் நாம் செய்ய வேண்டிய முடிவான செயல் என்ன என்பதை இந்த அத்தியாயத்தின் மீதிப் பகுதியில் கூறப் போகிறோம். அத்துடன், நாட்டின் பெரும் எண்ணிக்கை உள்ள மனிதர்களை ஏழைகள்

ஆகிவிட்ட மனநிலையை ஆராயப் போகிறோம். அதிலிருந்து, நிறைந்த செல்வத்தை விரும்பினாலும் சரி, அல்லது அதைவிட உயர்வான மனநிலையை விரும்பினாலும் சரி, நீங்கள் புரிந்து கொள்ள வேண்டிய பெரிய உண்மை ஒன்றைச் சொல்லப் போகிறோம். ஆறு அடிப்படை அச்சங்களின் காரணங்களையும் அவற்றை நீக்குவதற்கான மருந்துகளையும் இங்கு கூறப் போகிறோம். ஓர் எதிரியை ஜெயிப்பதற்கு முன்னால், அதனுடைய பெயர் என்ன, பழக்கவழக்கங்கள் என்ன, அது வசிக்கும் இடம் யாது போன்ற விவரங்களை நாம் அறிந்து கொள்வது அவசியம். எனவே கவனமாகப் படியுங்கள் இந்த ஆறு அச்சங்களில் எவை எவை உங்களை விடாமல் பற்றிக் கொண்டிருக்கின்றன என்று கண்டுபிடியுங்கள்.

இந்த நுட்பமான எதிரிகளின் பழக்கவழக்கங்கள் உங்களை ஏமாற்றி விட அனுமதிக்காதீர்கள். சில நேரங்களில் அவை உங்கள் ஆழ்மனதில் பதிந்திருக்கும். அதைக் கண்டுபிடிப்பது கடினம். அகற்றுவது இன்னும் கடினம்.

ஆறு அடிப்படை அச்சங்கள்

மனித வாழ்வில் ஏதாவது ஒரு சமயத்தில் கீழ்கண்ட ஆறு அச்சங்கள், தனித்தனியாகவோ அல்லது கூட்டாகவோ வந்து துன்பங்களை விளைவிக்கின்றன.

வறுமை என்னும் **அச்சம்**	} இவை பெரும்பாலான
விமர்சனம் என்னும் அச்சம்	} மனிதர்களின் துன்பங்களுக்கு
ஆரோக்கியமின்மை என்னும் அச்சம்	} அடித்தளமானவை

நெருங்கிய **ஒருவரின் அன்பை இழப்போம்** என்ற அச்சம்
முதுமை வந்துவிடுமே என்ற அச்சம்
மரணம் வருமே என்ற அச்சம்

இந்த ஆறும் மிகவும் சாதாரணமான அச்சங்களாகும்.

இந்த அச்சங்கள் உலகத்தின் சாபக்கேடுகள் ஆகும். இவை சக்கரம் போல சுழன்று வரும். பொருளாதார மந்தநிலை ஏற்பட்ட பொழுது முதல் ஆறு வருடங்களில் **வறுமை என்ற அச்சம்** நிலவியது. உலக யுத்தத்தின் பொழுது **மரணம் என்ற அச்சம்** நிலவியது. அது முடிந்தவுடன் **ஆரோக்கியமின்மை என்ற அச்சம்**

நிலவியது. அப்பொழுது உலகெங்கும் கொள்ளை நோய்கள் பரவின.

அச்சங்கள் மனநிலைகளே அன்றி வேறல்ல. நல்லவேளையாக, மனநிலைகளைக் கட்டுப்படுத்தி, திசை மாற்ற முடியும். சாதாரண மக்களைவிட மருத்துவர்களுக்கு வரும் நோய்கள் குறைவு. ஏனென்றால் அவர்கள் **நோயைக் கண்டு அஞ்சுவதில்லை.** இந்த அஞ்சாமையால் தான் மருத்துவர்கள் நாள்தோறும் ஏராளமான நோயாளிகளை-அவர்கள் அம்மை முதலிய தொற்று நோய்களால் பாதிக்கப்பட்ட போதும்-தம் கைகளால் தீண்டியும், தங்களுக்கு அந்த நோய் வராமல் அவர்களைக் குணப்படுத்த முடிகிறது. நோய்களைப் பற்றிய **அச்சம்** இன்மை தான் அவர்களை நோயினின்றும் எதிர்ப்பு சக்தியாக இருந்தது.

முதலில் ***எண்ணம்*** *என்ற சக்தியாக மனதிற்குள் உருவாகாத ஒன்றை மனிதனால் படைக்க இயலாது.* இந்த வாக்கியத்தில் இருந்து இன்னொரு முக்கியமான வாக்கியத்தை நாம் பெறலாம்: **எண்ணம் என்ற சக்தி மனதில் தோன்றிய உடனேயே, அது தன்னை, தன்னுடைய பௌதிகப் பொருளாக மாற்றிக்கொள்ள ஆரம்பித்துவிடுகிறது. அந்த எண்ணம் தானே தோன்றியதாக இருக்கலாம் அல்லது மனதிற்குள் திணிக்கப்பட்டதாக இருக்கலாம்.**

தானாகவே திட்டமிட்டு மனதைச் செயல்படுத்தினால் வருவது போலவே, பிறருடைய மனங்களிலிருந்து வெளியிடப்பட்ட எண்ணங்களின் சக்திகளை ஈத்தரிலிருந்து தற்செயலாகப் பெறுவதன் மூலம், மனமானது தூண்டப்பட்டு, அதனால் நமது தொழில், வியாபாரம், நிதி, அல்லது சமூக அந்தஸ்து போன்றவை தீர்மானிக்கப்படலாம்.

நாட்டில் சில பேர் மட்டும் ''அதிர்ஷ்டசாலிகளாகவும்,'' அவர்களைப் போலவோ அல்லது அவர்களை விடவும் அதிகமாகவோ, திறமையும், பயிற்சியும், அனுபவமும், மூளையின் ஆற்றலும் உடையவர்கள் துரதிர்ஷ்டசாலிகளாகவும் இருப்பதன் காரணத்தைப் புரியாமல் இருப்பவர்களுக்கு மிக முக்கியமான ஒரு விஷயத்தைத் தெரிவிப்பதற்கான அடித்தளத்தை நாம் இங்கு அமைக்கின்றோம். அதைப் பின்வருமாறு விளக்கலாம்: தன்னுடைய மனதைக் கட்டுப்படுத்தும் ஆற்றல் ஒவ்வொரு மனிதனுக்கும் உண்டு. அந்த ஆற்றலின் காரணமாக தனக்கு வெளியே பெருத்த ஓசையோடு உலாவிக் கொண்டிருக்கும் (மற்றவர்களின்) எண்ணங்களின் உந்துசக்தியை தனக்குள் இழுத்துக் கொள்ளவோ, அல்லது வேண்டாம் என்று தன் கதவுகளை மூடிக் கொள்ளவோ, மனதினால் முடியும்.

இயற்கையானது மனிதனுக்கு ஒரே ஒரு விஷயத்தின் மீது முழுமையான கட்டுப்பாட்டை வழங்கி இருக்கிறது அது அவனுடைய **எண்ணத்தின்** மீது ஆகும். இந்த உண்மையையும், மனிதனின் செயல்கள் அனைத்தும் எண்ணம் என்ற ஒன்றிலிருந்து உருவாகின்றன என்ற உண்மையையும் சேர்த்துக் கொண்டால் **அச்சத்தை** எவ்வாறு வெற்றி கொள்வது என்ற தத்துவத்தை நாம் உருவாக்கலாம்.

ஒவ்வொரு எண்ணமும் தனக்கு சமமான பௌதிகப் பொருளாக மாற்றிக் கொள்ளும் திறமையை தனக்குள்ளேயே கொண்டிருக்கிறது என்பதை பார்த்தோம். எனவே அச்சம் என்ற எண்ணமும் வறுமை என்ற எண்ணமும் தங்களை அச்சமின்மை என்பதாகவும் செல்வம் என்பதாகவும் மாற்றிக் கொள்ள முடியாது என்பதைத் தெரிந்து கொள்ளலாம்.

1929இல் ஏற்பட்ட பங்குச்சந்தை வீழ்ச்சியால் அமெரிக்க மக்கள் வறுமையைப் பற்றி எண்ணத் தொடங்கினார்கள். கொஞ்சம் கொஞ்சமாக எல்லாருமே வறுமை என்ற ஒரே எண்ணத்தில் இருந்ததால் அது ஒன்றுகூடித் தன்னுடைய பௌதிகப் பொருளான பொருளாதார ''மந்தநிலை'' என்பதை உண்டாக்கியது. இவ்வாறு நடக்க வேண்டும் என்பது தான் இயற்கையின் சட்டமாகும்.

வறுமை என்ற அச்சம்

வறுமையும் செல்வமும் ஒரே இடத்தில் இருக்க முடியாது! இவற்றின் பாதைகள் ஒன்றுக்கொன்று எதிரானவை. உங்களுக்குச் செல்வம் தேவை என்றால், வறுமையை நோக்கி இழுத்துச் செல்லும் பாதையை நீங்கள் நிராகரிக்க வேண்டும். (இங்கு ''செல்வம்'' என்று கூறுவது பணமாக இருக்கலாம், பொருளாக இருக்கலாம், மன அமைதியாக இருக்கலாம், ஆன்மசக்தியாக இருக்கலாம்.) செல்வத்தின் பாதைக்கான தொடக்கப்புள்ளி, செல்வம் வேண்டும் என்ற **ஆர்வம்** ஆகும். **ஆர்வம்** என்பதை எவ்வாறு பயன்படுத்துவது என்பதை முதல் அத்தியாயத்தில் கூறினோம். **அச்சம்** என்ற இந்த அத்தியாயத்தில், உங்கள் மனது ஆர்வத்தைப் பெறுவதற்கான வழிகளை கூறப் போகிறோம்.

நமது தத்துவத்தின்படி இதுவரை சொன்னதில், எந்த அளவுக்கு நீங்கள் உள்வாங்கி கொண்டீர்கள் என்று உங்களுக்கு நீங்களே சவால் விடப் போகிறீர்கள். இதன் மூலம் உங்களுடைய எதிர்காலம் எப்படி இருக்கப் போகிறது என்று நீங்களே துல்லியமாக தீர்க்கதரிசனம் கூறப் போகிறீர்கள். இந்த அத்தியாயத்தைப் படித்த பிறகு எனக்கு

வறுமை தான் வேண்டும் என்று நீங்கள் விரும்பினால், உங்களுக்கு வறுமை தான் வந்து சேரும். அதை நீங்கள் தவிர்க்க முடியாது.

உங்களுக்கு வேண்டியது செல்வம் என்றால், எவ்வளவு செல்வம் வேண்டும், அது எந்த வடிவத்தில் வேண்டும் என்று முதலிலேயே தீர்மானித்துக் கொள்ள வேண்டும். செல்வத்தை நோக்கிச் செல்லும் பாதை எது என்று உங்களுக்குத் தெரியும். அந்தப் பாதையில் செல்வதற்கான வழிகாட்டி உங்களுக்கு வழங்கப்பட்டுள்ளது. அதைப் பின்பற்றி நடக்க வேண்டும். அந்தப் பாதையில் நடக்க ஆரம்பிக்கவில்லை என்றாலோ, அல்லது ஆரம்பித்துவிட்டு இறுதிவரை செல்லாமல் இருந்தாலோ, யாரையும் குறை சொல்வதற்கில்லை. எனவே முழுப்பொறுப்பும் உங்களுடையதே. உங்கள் தோல்விகளுக்கு மற்றவர்கள் மீது பழி சொல்வதன் மூலம் **நீங்கள்** பணக்காரனாக முடியாது. பணக்காரனாக வேண்டுமென்று வாழ்க்கையிடம் வேண்டிக் கொள்ளாமல் நீங்கள் பணக்காரனாக முடியாது. ஏனென்றால் **அது ஒரு மனநிலை.** அது முழுக்க முழுக்க உங்கள் கட்டுப்பாட்டில் உள்ளது. மனநிலையை நீங்கள் தான் உருவாக்கிக் கொள்ள வேண்டும். அதை வேறு யாரிடமிருந்தும் விலைக்கு வாங்க முடியாது.

ஆகவே வறுமையைப் பற்றிய அச்சமும் ஒருவிதமான மன நிலையே! அந்த மன நிலையானது எந்த துறையிலும் ஒருவனை சாதிக்கவிடாத அழிவு சக்தியாகும். இந்த உண்மையைப் பொருளாதார மந்தநிலையின் போது மிகுந்த துயரத்திற்கு இடையே நாம் உணர்ந்தோம். அது நம் பகுத்தறிவை மங்கச் செய்துவிடும். கற்பனாசக்தியை அழித்துவிடும். சுயச்சார்பைக் கொன்றுவிடும். உற்சாகத்தைக் குறைத்துவிடும். முயற்சியைப் பின்வாங்கச் செய்யும், இலட்சியத்தை நிச்சயமற்றதாக்கிவிடும். தள்ளிப்போடுவதை ஊக்குவிக்கும். உற்சாகத்தைத் துடைத்தெறிந்துவிடும். சுயக்கட்டுப்பாட்டை முடியாததாக்கிவிடும். ஆளுமையின் கவர்ச்சியை அழித்துவிடும். சுயமான சிந்தனையை அகற்றிவிடும். மனதை திசை திருப்பும். விடாமுயற்சியைக் கைவிடச் செய்யும். மன வலிமையை ஒன்றுமில்லாமலாக்கிவிடும். முன்னேறும் ஆசையை அழித்துவிடும். ஞாபகசக்தியைத் திரைபோட்டு மறைத்துவிடும், எந்தெந்த வகையில் முடியுமோ அந்தந்த வகையில் தோல்வியை வரவழைக்கும். அன்பை அழித்துவிடும். மனதின் மென்மையான உணர்வுகளைக் கொன்றுவிடும். நட்பைக் குலைத்துவிடும். ஆபத்துக்களைக் கூட்டம் கூட்டமாக வரவழைக்கும். தூக்கமின்மை, துயரம், சோகம் -இவற்றைக் கொண்டுவரும். நம்மைச் சுற்றிலும் எல்லாவிதமான பணமும் பொருளும் மற்றவைகளும் நிறைந்திருக்கும் நிலையில்,

மனம் விரும்பும் எதையும் நாம் பெற முடியும் என்ற நிலையில், இப்படியெல்லாம் ஏற்படும் என்றால் அதற்கு ஒரே காரணம் நம்மிடம் உறுதியான இலக்கு இல்லாமையே.

ஆறு அடிப்படை அச்சங்களில் வறுமை என்ற அச்சமே மிகவும் அழிக்கும் சக்தி கொண்டதாகும். அதை வெற்றி கொள்வது மிகவும் கடினம் என்பதால் ஆறில் அதுவே முதலாவதாகக் குறிப்பிடப்படுகிறது. இந்த அச்சம் எவ்வாறு ஏற்பட்டது என்பதைச் சொல்வதற்கு மிகுந்த துணிச்சல் தேவைப்படுகிறது. அந்த அச்சம் நம் மனதில் இருக்கிறது என்ற உண்மையை ஏற்றுக் கொள்வதற்கு இன்னும் அதிக துணிச்சல் வேண்டியிருக்கிறது. **தன்னைவிட அதிகமாகப் பணம் வைத்திருப்பவரிடமிருந்து, தான் கவர்ந்து கொள்ள வேண்டும்** என்ற மனித குலத்தின் பரம்பரை குணத்தினால், இது உண்டாகிறது. மனிதனைத் தவிர மற்ற பிராணிகளுக்குச் ''சிந்திக்கும்'' ஆற்றல் குறைவு என்பதால் அவை, இன்னொன்றிடம் இருப்பதைக் கவர வேண்டும் என்று நினைக்கும் போது அவற்றை உடலால் தாக்கிக் கவர்கின்றன. மனிதன் மிருகங்களைவிட உயர்ந்த உள்ளுணர்வும் சிந்திக்கும் ஆற்றலும் பகுத்தறிவும் கொண்டிருப்பதால் சக மனிதர்களை உடலால் தாக்குவதைவிடப் **பொருளாதாரத்தினால்** தாக்கி அவர்களிடம் இருப்பதைக் ''கவர்ந்து'' கொள்ள முயற்சிக்கிறான். இவ்வாறு மனிதன் பேராசை கொண்டு அலைவதால் தான், ஒரு மனிதனை இன்னொரு மனிதனிடம் இருந்து பாதுகாப்பதற்காக ஏராளமான சட்டங்கள் இயற்றப்பட்டுள்ளன.

மனித வரலாற்றில் இதுவரையில் இருந்த காலங்களை விட, இப்போது நாம் வாழ்ந்து கொண்டிருக்கும் காலமானது, மனிதனின் பொருளாதாரப் பேராசையில் மிகவும் உச்சத்தில் இருப்பதாகத் தோன்றுகிறது. வங்கியில் ஏராளமான பணம் இருந்தாலொழிய எந்த மனிதனும் வெறும் தூசை விடவும் கீழாகவே கருதப்படுகிறான். பணம் மட்டும் இருந்துவிட்டால் போதும், **அது எந்த வழியில் வந்ததாக இருந்தாலும் சரி,** அவன் ''அரசன்'' அல்லது ''பெரிய மனிதன்'' ஆகிவிடுகிறான். அவன் எல்லாச் சட்டங்களுக்கும் அப்பாற்பட்டவன் ஆகிறான். அரசியலில் ஆட்சி செய்கிறான். வியாபாரத்தில் முன் நிற்கிறான். அவன் நடந்து செல்லும் போது உலகமே அவனுக்குத் தலை வணங்குகிறது.

வறுமையைப் போல மனிதனுக்குத் துயரத்தையும் தலைகுனிவையும் ஏற்படுத்துவது வேறொன்றுமில்லை. வறுமையை அனுபவித்தவர்களுக்கு இந்த வாக்கியத்தின் முழு அர்த்தமும் நன்றாகத் தெரியும்.

எனவே மனிதன் வறுமையைக் கண்டு அஞ்சுவதில்

ஆச்சரியம் இல்லை. சரித்திர காலத்தில் இருந்து தொடர்ந்து வரும் அனுபவங்களினால், பணம் பொருள் இவற்றைப் பொருத்தவரையில் சில மனிதர்களைத் தன்னால் நம்ப முடியாது என்று மனிதனுக்குத் தெரிகிறது. இது கூர்மையான குற்றச்சாட்டு தான் என்றாலும் **உண்மையான** குற்றச்சாட்டே.

திருமணங்களைப் பொருத்தவரையில், இருவரில் ஒருவரிடமோ அல்லது இரண்டு பேரிடமுமோ உள்ள செல்வத்தைப் பொறுத்தே திருமணங்கள் நிச்சயிக்கப்படுகின்றன. எனவே, விவாகரத்துக்கான நீதிமன்றங்கள் சுறுசுறுப்பாக இயங்குவதில் வியப்பில்லை.

எப்படியாவது பணக்காரன் ஆகிவிட வேண்டும் என்ற அடங்காத ஆசை மனிதனிடம் இருக்கிறது. சட்டபூர்வமான வழிகளில் பணத்தைச் சேர்க்க முயல்கிறான். தேவைப்படும் போதோ அல்லது, அதுவாக வாய்க்கும் போதோ வேறு வழிகளிலும் பணத்தைச் சேர்த்துக் கொள்கிறான்.

ஒவ்வொருவனும் தன்னைச் சீர்தூக்கிப் பார்த்தால் இம்மாதிரி பலவீனங்கள் இருப்பது தெரியும். ஆனால் ஒப்புக்கொள்ள விரும்ப மாட்டான். வறுமையை விடவும், சாதாரணமான நிலையை விடவும் அந்த வாழ்க்கையை விரும்பும் எவனும் இம்மாதிரி தன்னைச் சீர்தூக்கிப் பார்ப்பது அவசியமாகும். இப்படிச் செய்யும் போது நீங்களே நீதிபதியாகவும், ஜூரியாகவும், வாதியாகவும், பிரதிவாதியாகவும், வாதியின் வக்கீல் ஆகவும், பிரதிவாதியின் வக்கீலாகவும், குற்றவாளியாகவும் இருப்பதைக் காண்பீர்கள். உண்மைகளை நேரடியாகப் பாருங்கள். உங்கள் மனதில் கேள்வி கேளுங்கள். சரியான விடைகளைக் கொண்டு வாருங்கள். இவ்வாறான சுயபரிசோதனை முடிவடைந்தவுடன் உங்களைப் பற்றி உங்களுக்கே மிக நன்றாகத் தெரியும். உங்களை நீங்களே நேர்மையாக எடை போட முடியாது என்று தோன்றினால், உங்களை நன்கு அறிந்த இன்னொருவரை நீதிபதியாக இருக்கச் சொல்லுங்கள். அவர் முன்னிலையில் உங்களை நீங்களே குறுக்கு விசாரணை செய்யுங்கள். உங்கள் நோக்கம். உண்மையைக் கண்டறிவதே. ஆகவே சிறிது நேரம் அசிங்கப்பட்டாலும் பரவாயில்லை என்று இந்த அனுபவத்தைப் பெறுங்கள்.

எதைக் கண்டு நீங்கள் அஞ்சுகிறீர்கள் என்று கேட்கப்பட்டால் பெரும்பாலானவர்கள் ''நான் எதைக் கண்டும் அஞ்சுவதில்லை'' என்று தான் சொல்வார்கள். ஆனால் அது சரியான விடை அல்ல. நிச்சயம் கொஞ்சம் பேராவது, ஏதேனும் ஓர் அச்ச உணர்வினால், உடலாலோ மனதாலோ தாங்கள் கட்டப்பட்டு, ஊனப்பட்டு, தாக்கப்பட்டு இருப்பதாகவும் உணர்ந்திருப்பார்கள். அந்த

அச்ச உணர்வானது அவர்களால் அறிந்து கொள்ள முடியாதபடி, மிகவும் நுட்பமாக, மனதின் ஆழத்தில் புதைந்திருக்கும். எனவே, உங்கள் குணநலன்களை ஆராய்ந்து பார்க்க வேண்டும். கீழ்க்கண்ட அறிகுறிகள் உள்ளதா என்று பார்க்க வேண்டும்:

வறுமை என்ற அச்சத்தின் அறிகுறிகள்

அலட்சியம். இது, கீழ்க்கண்ட அறிகுறிகளால் வெளிப்படும்: முன்னேற வேண்டும் என்ற ஆர்வம் இல்லாமை, தரித்திரத்தைப் பொறுத்துக் கொள்வது, வாழ்க்கையில் வருவதையெல்லாம் எதிர்ப்பின்றி ஏற்றுக்கொள்வது, மனதாலும் உடலாலும் சோம்பலாக இருப்பது, சுயமாக முயற்சியோ, கற்பனாசக்தியோ, உற்சாகமோ, சுயக்கட்டுப்பாடோ இல்லாமல் இருப்பது **முடிவெடுக்காமை.** தனக்காக மற்றவர்கள் சிந்திக்க வேண்டுமென்று எதிர்பார்த்தல், மற்றும், ''மதில் மேல் பூனையாக'' இருத்தல்.

ஐயம். இதன் அறிகுறிகளாவன: தன் தோல்விக்கு சாக்குப்போக்கு சொல்லுதல், பிறர்மீது பழிபோடுதல் அல்லது வருத்தம் தெரிவித்தல். சில சமயங்களில் வெற்றி பெற்றவர் மீது பொறாமை கொள்ளுதல் அல்லது அவரை மோசமாக விமர்சித்தல் என்ற வழிகளிலும் வெளிப்படும்.

கவலைப்படுதல். சாதாரணமாக, மற்றவர்கள் மீது குறைகூறும் வகையில் இது வெளிப்படும். தன் வருமானத்தை மீறிச் செலவு செய்தல், தன் தோற்றத்தில் அக்கறை கொள்ளாதிருத்தல், முகம் சுளித்தல், முகத்தில் கடுகடுப்பைக் காட்டுதல், அளவுக்கு மீறி மது அருந்துதல் அல்லது போதைமருந்துகளை உட்கொள்ளுதல், நரம்புத்தளர்ச்சி, அமைதியின்மை, எப்போதும் தன்னைப் பற்றியே நினைத்திருத்தல், சுயச்சார்புயின்மை போன்ற அறிகுறிகளும் உண்டு.

அதிகமான எச்சரிக்கை உணர்வு. எந்த விஷயத்தை எடுத்துக்கொண்டாலும் அதன் எதிர்மறை குணங்களை மட்டுமே நோக்குதல்; வெற்றி பெற வேண்டும் என்று எண்ணாமல், தோற்றுப் போய்விட்டால் என்ன ஆகும் என்று மட்டுமே எண்ணுவதும் பேசுவதும்; ஆபத்துக்களைத் தவிர்க்கும் வழியை எண்ணாமல், எந்தெந்த வழியில் அவை வரும் என்று மட்டும் தேடிக் கண்டுபிடித்தல்; 'சரியான நேரம்' வருவதற்காகக் காத்திருத்தல், நாளாவட்டத்தில், அப்படிக் காத்திருப்பதே பழக்கமாக மாறிவிடுதல்; வெற்றி பெற்றவர்களைப் பற்றிப் பேசாமல் தோற்றவர்களைப் பற்றியே நினைத்துக் கொண்டிருத்தல்; ஆமைவடையிலுள்ள ஓட்டையைப் பற்றியே நினைத்து, அதைச் சுற்றியுள்ள

சதைப்பகுதியை மறந்துவிடுதல்; அவநம்பிக்கை, அதனால் அஜீரணம், மலம் சரிவரக் கழியாமை, எப்போதும் மயக்கமாகவே இருப்பது, வாய் துர்நாற்றம், எடுத்தெறிந்து பேசும் மனநிலை-ஆகியவை ஏற்படுதல்.

தள்ளிப்போடுதல். போன வருடம் செய்திருக்க வேண்டியதைக் கூட, நாளைக்குச் செய்வோம் என்று ஒத்திப்போடுதல்; காரியத்தைச் செய்வதை விடவும், செய்யாமல் இருப்பதற்கு சாக்குப்போக்குகளைக் கண்டுபிடிப்பதில் நேரம் செலவழித்தல்; அதிகமான எச்சரிக்கை உணர்வு, ஐயம், கவலைப்படுதல் ஆகியவற்றோடு இதனுடைய அறிகுறிகள் தொடர்பு கொண்டிருக்கும். எங்கெங்கு முடியுமோ அங்கெல்லாம் பொறுப்பை ஏற்காமல் தவிர்த்துவிடுதல்; சண்டை போட வேண்டிய இடத்தில் சமாதானமாகப் போய் விடுதல்; துன்பங்களை எதிர்த்துப் போராடி வெற்றி பெற நினைக்காமல், அவற்றுக்கு அடங்கிப் போதல்.

மிகப்பெரிய செல்வம் வேண்டும் என்று வாழ்க்கையிடம் கோராமல், ஒரு சில ரூபாய்கள் கிடைத்தால் -போதும் என்று இருப்பது; நிம்மதி, மகிழ்ச்சி இவற்றை விரும்பாமல் இருப்பது; **புறமுதுகிட்டு ஓடுவதற்கான எல்லா வழிகளையும் அடைப்பதை விட்டு, தோல்வி வந்தால் என்ன செய்ய வேண்டும் என்று திட்டமிடுவது;** தன்னம்பிக்கை, உறுதியான நோக்கம், சுயக்கட்டுப்பாடு, சுயமுயற்சி, உற்சாகம், முன்னேற வேண்டுமென்ற ஆர்வம், சிக்கனம், பகுத்தறிவு-ஆகியவை பலவீனமாக இருப்பது, அல்லது, அறவே இல்லாமல் இருப்பது.

செல்வத்தைக் கோராமல், வறுமையை எதிர்நோக்குதல். செல்வத்தைக் கோரிப் பெற்றவர்களோடு சேராமல், வறியவர்களோடு சேர்ந்திருத்தல்.

பணம் பேசுகிறது!

''பணத்தைப் பற்றி எதற்காகப் புத்தகம் எழுதினீர்கள்? செல்வம் என்பதை வெறும் டாலர்களால் மட்டும் தான் அளக்க வேண்டுமா?'' என்று சிலர் கேட்கிறார்கள். நியாயமான கேள்வியே. பணத்தைவிடவும் உயர்வான செல்வங்களும் உண்டு என்பது சிலரின் நம்பிக்கை.

ஆம், அவற்றை டாலர்களால் கணக்கிட முடியாது தான். ஆனால், லட்சக்கணக்கான மக்கள் என்ன சொல்கிறார்கள்? ''எனக்கு வேண்டிய பணத்தைக் கொடுத்துவிடுங்கள். மற்றதையெல்லாம் நானே பார்த்துக் கொள்கிறேன்'' என்று தானே?

எவ்வாறு செல்வத்தைச் சேர்ப்பது என்பது குறித்து இந்த நூலை நான் எழுதுவதற்கு முக்கியக் காரணம், பொருளாதார மந்தநிலையால் லட்சக்கணக்கான மக்கள் **வறுமையைப் பற்றிய அச்சத்தில்** ஆழ்ந்து போனது தான். இது மக்களை என்னென்ன செய்யும் என்பதை, வெஸ்ட்ப்ரூக் பெக்ளர், நியூயார்க் வொர்ல்டு டெலிகிராம் பத்திரிகையில் இவ்வாறு கூறுகிறார்:

''பணம் என்பது வெறும் கிளிஞ்சல்கள், உலோக வட்டுக்கள், அல்லது காகிதத்துண்டுகளே. அதனால் விலைக்கு வாங்க முடியாத பொக்கிஷங்கள் இதயத்திலும் ஆன்மாவிலும் உள்ளன. ஆனால் எல்லாவற்றையும் இழந்து நிற்கும் வறியவர்கள், இந்த உண்மையை ஏற்க முடியாமல் தவிக்கிறார்கள். வேலை ஏதுமின்றி, உண்ண உணவின்றி, நடுத்தெருவுக்குத் தள்ளப்பட்ட மனிதனைப் பார்த்தால் அவனது தோள்கள் சாய்ந்திருக்கும், தொப்பி கசங்கியிருக்கும், நடை தளர்ந்திருக்கும், கண்கள் ஒளியிழந்திருக்கும். வேலைக்குப் போய்க் கொண்டிருக்கும் இன்னொரு ஊழியரைப் பார்க்கும் போது அவனுக்குத் தாழ்வு மனப்பான்மை உண்டாகிறது. அந்த ஊழியர் இவனோடு குணநலன்களிலும், புத்திசாலித்தனத்திலும், திறமையிலும் சற்றும் சமமானவரல்ல என்ற போதும்.

''அதே சமயம் அவனுடைய நண்பர்கள் இவனுக்கு வேலை இல்லை என்பதால் இவனைவிடத் தாங்கள் உயர்ந்தவர்கள் என்று கருதிக் கொள்கிறார்கள். வாழ்க்கை நடத்துவதற்காக இவன் கடன் வாங்கும் நிலைக்குத் தள்ளப்படுகிறான். ஆனால் கிடைக்கும் கடன், இவனது வழக்கமான வாழ்க்கை முறைக்குத் தேவையான அளவுக்கு இல்லை. அதேபோல் தொடர்ந்து கடன் வாங்கவும் முடிவதில்லை.

உயிர் வாழ்வதற்காக இன்னொருவரிடம் கடன் கேட்பது தலைகுனிய வைக்கும் அனுபவமாகும். அத்துடன் அவனே சம்பாதித்து வரும் பணத்தைப் போல, இவன் மனதுக்குப் புத்துணர்ச்சி தரும் சக்தி இந்த கடனுக்கு இல்லை. நாம் சொல்வது சுயமரியாதை உள்ள சாதாரண மனிதர்களைப் பற்றியே அன்றி, வழக்கமான சோம்பேறிகள், ஊதாரிகளைப் பற்றி அல்ல.

''பெண்கள் சோகத்தை மறைக்கிறார்கள்.

''இதே போன்ற நிலையிலிருக்கும் பெண்கள் வித்தியாசமாக இருக்கிறார்கள். வேலையற்றவர்களைப் பற்றிப் பேசும் போது நாம் பெண்களைப் பற்றிப் பெரும்பாலும் பேசுவதில்லை. ஏனெனில் அவர்கள் வீட்டிற்காக பணம் சம்பாதிப்பவர்கள் அல்லர். வீதிகளில் பெண்கள் பிச்சை எடுப்பதை நாம் பார்க்க முடிவதில்லை. திக்கற்ற

ஆண்களின் கும்பலைப் போல, திக்கற்ற பெண்களின் கும்பலை நாம் பார்க்க முடிவதில்லை. ஆனால் நான் சொல்வது வழக்கமான சோம்பித்திரியும் ஆண்களைப் போலவே தாங்களும் சோம்பல் மிகுந்து வீதியில் திரியும் பெண்களைப் பற்றியல்ல. நான் சொல்வது நாகரிகமான, புத்திசாலித்தனமான, இளம் பெண்களைப் பற்றி. தங்கள் சோகத்தை அவர்கள் வெளிக்காட்டுவதில்லை. அவர்களில் சிலர் தற்கொலை செய்து கொள்பவர்களாகவும் இருக்கலாம்.

''வேலை இழந்து வீதியில் கிடக்கும் மனிதன், எதை எதையோ நினைத்து தன் பொழுதைப் போக்குகிறான். வெகு தொலைவில் உள்ள இடத்தில் வேலை இருப்பதாக அறிந்து கொண்டு அங்கு போய் பார்க்கும் பொழுது, அந்த வேலை ஏற்கனவே நிரப்பப்பட்டு விட்டதாகவும் அல்லது குறிப்பிட்ட சம்பளம் இல்லாத வேலை என்றும், ஒரு பொருளை விற்றால் கமிஷன் மட்டுமே தரப்படும் என்றும், அந்தப் பொருள் யாருக்கும் தேவையில்லாத ஒன்று என்றும், விற்பவன் மீது இரக்கப்பட்டு வாங்கினால் ஒழிய அதை யாரும் வாங்கப் போவதில்லை என்றும் தெரியவரும். ஆனால் அந்த வேலை வேண்டாம் என்று அவன் திரும்பினால், மறுபடியும் தெருவில் அலைய வேண்டியது தான். எனவே அவன் நடக்கிறான், நடக்கிறான், நடந்து கொண்டே இருக்கிறான். கடைகளில் விற்கும் விலை உயர்ந்த பொருள்களைக் கண்ணாடி ஜன்னல் வழியே பார்த்துக் கொண்டே நடக்கிறான். அப்போது உண்மையிலேயே அந்தப் பொருளை வாங்க வேண்டுமென்று வருபவர்கள் இருந்தால் அவர்களுக்கு வழி விட்டு விட்டு நடக்கிறான். ரயில் பாதை ஓரமாகவே நடக்கிறான். நூலகங்களில் சென்று அமர்ந்து கொள்கிறான். திரும்பவும் நடக்க ஆரம்பிக்கிறான். நெற்றி ரேகைகள் அவனது சோகத்தை மறைத்தாலும், இலக்கின்றி அவன் நடக்கும் விதம் அதைக்காட்டிக் கொடுத்து விடுகிறது. நல்ல நிலையில் இருந்த போது அணிந்திருந்த அதே உடைகளையே இப்பொழுதும் அணிந்திருந்தாலும், நடை தளர்ந்து போயிருப்பதை அவற்றால் மறைக்க முடிவதில்லை.

''பணம் தான் வித்தியாசப்படுத்திக் காட்டுவது.

''தன் கண்ணெதிரே இன்னும் வேலையிலிருக்கும் கணக்கர்களையும், எழுத்தர்களையும், மருந்தாளுனர்களையும், லாரி டிரைவர்களையும், அவன் காணும் போதில் பொறாமையால் பொருமுகிறான். அவர்களெல்லாம் எவ்வளவு சுதந்திரமாகவும், சுயமரியாதையோடும், ஆண்மையோடும் நடந்து கொள்கிறார்கள்!

அவர்களை போலத் தானும் இருக்கிறோமா என்று அடிக்கடி கேட்டுக் கொண்டு, ஆமாம் அப்படித்தான் இருக்கிறேன் என்று சமாதானம் செய்து கொள்கிறான்.

''அவர்களுக்கும் தனக்கும் உள்ள ஒரே வித்தியாசம் பணம் தான். அதுமட்டும் கிடைத்துவிட்டால் அவனும் பழையபடி ஆகிவிடுவான்.

''இவர்களின் திக்கற்ற நிலைமையை சில முதலாளிகள் தங்களுக்கு சாதகமாகப் பயன்படுத்திக் கொண்டு மிகக் குறைந்த ஊதியம் தருகிறார்கள். வாரத்திற்கு 12 டாலர், 15 டாலர் என்று எழுதி வைத்த அட்டைகள் கம்பெனிக் கதவுகளில் தொங்குகின்றன. 18 டாலர் கிடைத்தால் அது மிகச் சிறந்த வேலை என்று அர்த்தம். வாரத்திற்கு 25 டாலர் தரும் வேலைகளை யாரும் இப்படி அட்டையில் தொங்கவிடுவதில்லை. உள்ளூர் பத்திரிகையில் வந்த விளம்பரம் ஒன்று இதோ என் கையில் இருக்கிறது. நல்ல கையெழுத்துடைய, தூய நடத்தை கொண்ட ஆள், எழுத்தர் வேலைக்கு வேண்டும், காலை 11 முதல் பகல் 2 வரை வேலை நேரம், தொலைபேசி மூலம் வரும் ஸாண்ட்விச் ஆர்டர்களைக் குறித்துக் கொடுக்கும் வேலை. சம்பளம் எவ்வளவு? மாதத்திற்கு எட்டு டாலர்! ஆம், வாரத்திற்கல்ல, மாதத்திற்கு. அது மட்டுமல்ல, 'உங்கள் மதம் யாது என்பதைக் குறிப்பிடவும்' என்ற நிபந்தனையும் உண்டு. நன்னடத்தையுள்ள எழுத்தர் வேண்டும், அதுவும் மணிக்கு 11 செண்ட்டு ஊதியத்தில், அதற்கும் மதம் இன்னதென்று தெரிய வேண்டுமென்றால், அதைவிடவும் குரூரமான அவமரியாதை உண்டா? என்ன செய்வது, வேலையில்லாதவர்களுக்குக் கிடைக்கும் மதிப்பு இவ்வளவு தான்.''

விமர்சனம் பற்றிய அச்சம்

மனித சமுதாயம் இந்த அச்சத்தை முதன்முதலில் எப்போது சந்தித்தது என்று தெரியவில்லை. ஒன்று மட்டும் நிச்சயம், இந்த உணர்வு 'மேலான' நிலையில் அவனிடம் இடம் பெற்றுள்ளது. அரசியல் ஒரு ''தொழிலாக'' மாறிய காலத்தில் இந்த அச்சம் தோன்றியிருக்கலாம் என்று சிலர் கருதுகிறார்கள். இன்னும் சிலரோ, பெண்கள் விதம் விதமான ஆடைகளால் தங்களை வித்தியாசப்படுத்திக் காட்டிக்கொள்ள ஆரம்பித்த போதிலிருந்து தான் தோன்றியிருக்க வேண்டும் என்று சொல்கிறார்கள்.

இந்த ஆசிரியர் ஒரு நகைச்சுவையாளரோ, அல்லது தீர்க்கதரிசியோ அல்லர். என்றாலும், எப்போது மனிதன், அடுத்தவனின் பொருளைக் கவர்ந்து கொள்ள விரும்பினானோ, அப்போதிலிருந்தே, தனது

களவை நியாயப்படுத்துவதற்காக அடுத்தவனின் குணநலன்களை **விமர்சிக்கும்** பழக்கத்தை மேற்கொண்டிருக்கலாம் என்று கருதுகிறார். அடுத்தவன் பொருளைக் களவாடுவது மனிதனின் பரம்பரை இயல்பாகும். யாரிடம் திருடினானோ, அவன் மீது விமர்சனம் வைப்பது திருடனின் இயல்பாகும். அரசியல்வாதிகளைப் பாருங்களேன், தங்களின் நல்லியல்புகளைச் சொல்லியா பதவிக்கு வருகிறார்கள், தம் எதிரிகளின் மீது சேற்றை வாரி இறைத்தல்லவா வெற்றி பெறுகிறார்கள்?

விமர்சனத்திற்கு வெவ்வேறு வடிவங்கள் உண்டு பெரும்பாலானவை அற்பமானவை, மிகச் சாதாரணமானவை. உதாரணத்திற்கு: ஒருவன் தலையில் வழுக்கை விழுந்து இருப்பதற்கு காரணம், விமர்சனத்திற்கு அவன் அஞ்சுவதே. ஆனால் உண்மையான காரணம், அழுத்தமாக அணியப்படும் தொப்பிகள், தலைக்குச் செல்லும் இரத்த ஓட்டத்தைத் தடுத்து விடுவதே ஆகும். யாரும் தொப்பிகளை விரும்பி அணிவதில்லை; ''அடுத்தவர்கள் அணிவதால்'' தாங்களும் அணிகிறார்கள்.

மற்றவர்களைப் போலத் தானும் செய்யவில்லை என்றால் தன்னை **விமர்சனம்** செய்வார்களோ என்ற பயத்தினால் அவன் அதைச் செய்கிறான். ஆனால் பெண்களுக்குத் தலையில் வழுக்கை விழுவதில்லை. ஏனென்றால் அவர்கள் தொப்பிகளை அழுத்தமாக அணிவதில்லை. அவர்கள் தொப்பி அணிவதற்கு ஒரே காரணம் தங்களை அழகுபடுத்திக் கொள்வதே ஆகும்.

ஆனால் பெண்கள் விமர்சனத்துக்கு அஞ்சுவது இல்லை என்று அர்த்தமில்லை. ஆண்களை விடப் பெண்கள் உயர்ந்தவர்கள் என்று கருதும் எந்தப் பெண்ணையாவது 1890ஆம் வருடத்திய தொப்பியை அணிந்து கொண்டு இப்போது நடந்து சொல்லும்படி கூறுங்கள், செய்கிறார்களா பார்க்கலாம்.

விமர்சனத்தின் மீதான பயத்தைத் தங்களுக்கு சாதகமாகப் பயன்படுத்திக் கொண்டவர்களில் ஆடை வடிவமைப்பாளர்கள் முக்கியமானவர்கள். ஒவ்வொரு பருவகாலத்திலும் புதிது புதிதான பாணியில் ஆடைகளில் மாற்றம் கொண்டு வருகிறார்கள். இந்தப் பாணிகளை நிர்ணயிப்பது யார்? நிச்சயமாக வாங்குபவர்கள் அல்லர், தயாரிப்பாளர்களே. அவர்கள் ஏன் அடிக்கடி பாணிகளை மாற்றிக் கொண்டே இருக்கிறார்கள்? அப்போது தானே அதிக ஆடைகளை விற்க முடியும்.

அதே காரணத்தினால் தான் மோட்டார் வண்டிகளைத் தயாரிப்பவர்கள் அடிக்கடி மாடல்களை மாற்றிக் கொண்டே இருக்கிறார்கள். எந்த ஒருவனும், சமீபத்தியது அல்லாத மாடல்களை

ஓட்டிச் செல்ல விரும்புவதில்லை. உண்மையில் அவனிடம் இருந்த பழைய மாடல் வண்டி இதை விடவும் சிறந்ததாக இருக்கலாம். வாழ்க்கையின் மிகச் சிறிய விஷயங்களில் கூட, மற்றவர்கள் என்ன சொல்லி விடுவார்களோ என்று விமர்சனத்தின் பேரிலேயே மக்கள் இயங்குகிறார்கள் என்பதை விவரித்திருக்கிறோம். மனித உறவுகளின் மீது இந்த விமர்சனம் எவ்வாறு தாக்கத்தை ஏற்படுத்துகிறது என்பதை இப்போது பார்க்கலாம். உதாரணத்திற்கு ''மன முதிர்ச்சி'' அடைந்த ஒரு மனிதனை எடுத்துக் கொள்ளுங்கள். (அதாவது சராசரியாக, வயது 35 முதல் 40க்குள் உள்ளவர்கள்). அவனது மனத்திற்குள் உள்ள சிந்தனைகளை உங்களால் படிக்க முடிந்தால், சில பத்தாண்டுகளுக்கு முன்னால் மக்கள் இடையில் நிலவி வந்த பெரும்பாலான தத்துவங்களையும் கொள்கைகளையும் அவன் எவ்வாறு சற்றும் நம்புவதில்லை என்றும் அதிலிருந்து எவ்வாறு மாறி விட்டான் என்றும் தெரிந்து கொள்வீர்கள்.

வெளிப்படையாகச் சொல்லும் துணிச்சல் உள்ள மனிதனை நீங்கள் காண்பது கடினம். மிகவும் வற்புறுத்தினால், அவன் துணிந்து பொய் சொல்லுவான். கல்வியும் அறிவியலும் பரவாது இருந்த பழங்காலத்தில் நிலவிய, மனிதனைத் தன் கட்டுக்குள் வைத்திருந்த, மதச்சார்புள்ள கருத்துக்களை தன்னால் இப்போது நம்பமுடிவதில்லை என்ற உண்மையை அவன் சொல்ல மாட்டான்.

பழங்காலத்திய மதம் சம்பந்தப்பட்ட கதைகளை நம்புவதில்லை என்ற உண்மையைச் சொல்வதற்கு இன்றைய சராசரி மனிதன் ஏன் தயங்குகிறான்? இதற்கு விடை, ''அவனை மற்றவர்கள் விமர்சிப்பார்கள் என்ற அச்சமே.'' பேய் பிசாசுகள் இல்லை என்று சொன்னதற்காக ஆண்களும் பெண்களும் கொளுத்தப்பட்டு இருக்கிறார்கள். அதே மாதிரியான மன நிலையை நாம் பரம்பரையாகப் பெற்றிருக்கிறோம். ஆகவே விமர்சனங்களுக்கு அஞ்சுகிறோம். ஏனெனில் விமர்சனங்கள் கடுமையான தண்டனைக்கு உட்படுத்தப்பட்டன. இன்றும் கூட இதே நிலைமை சில நாடுகளில் நிலவுகிறது.

விமர்சனத்துக்கு அஞ்சும் மனிதனுக்கு சுயமுயற்சி இல்லாமல் போகிறது, அவனது கற்பனாசக்தி அழிக்கப்படுகிறது, ஆளுமை முன்னேற முடியாமல் போய்விடுகிறது, அவனது சுயச்சார்பு கெடுக்கப்படுகிறது. அதே போன்ற நூறு விதங்களில் அவனுக்குத் தீங்கு உண்டாகிறது. பெரும்பாலான நேரங்களில் பெற்றோர்களின் விமர்சனம், குழந்தைகளின் மீது சரிசெய்ய முடியாத சேதத்தை உண்டாக்கி விடுகிறது. இளம் வயதில் என்னோடு படித்த ஒருவனின் தாயார், அடிக்கடி அவனை நீண்ட குச்சியால் அடிப்பார். ''இப்படியே

இருந்தால் 20 வயதுக்குள் ஜெயிலுக்குத் தான் போவாய்'' என்று ஒவ்வொரு முறையும் கூறுவார். ஏழு வயதிலேயே அவன் அங்கு போக நேர்ந்தது. விமர்சனம் என்பது ஒரு விதமான சேவை. அது நாம் கேட்காமலேயே நமக்கு வேண்டிய அளவு கிடைக்கிறது, இலவசமாக. நமது நெருங்கிய உறவினர்களே இந்த வகையில் குற்றவாளிகள். தேவையற்ற விமர்சனத்தின் மூலம் குழந்தைகள் மனதில் தாழ்வு மனப்பான்மையை உண்டாக்கும் பெற்றோர்கள் தண்டிக்கப்பட வேண்டும். ஏனெனில் குற்றங்களிலேயே அது மோசமான குற்றம் ஆகும். மனித இயல்பை நன்கு அறிந்த முதலாளிகள், தங்கள் ஊழியர்களை விமர்சிப்பதை விடுத்து, ஆக்கபூர்வமான ஆலோசனைகளைக் கூறுவதன் மூலம் அவர்களைச் சிறப்பாகச் செயல்பட வைக்கிறார்கள். பெற்றோர்களும் குழந்தைகளை இதே வகையில் வழி நடத்தினால், அவர்கள் இன்னும் சிறப்பாக இயங்க முடியும். விமர்சனத்தால் **அச்சத்தையும்** கோபத்தையும் மட்டுமே உண்டாக்க முடியுமே தவிர அன்பையும் பற்றுதலையும் உண்டாக்க முடியாது.

விமர்சனம் பற்றிய அச்சத்தின் அறிகுறிகள்

வறுமைக்கு அஞ்சுவது போலவே, விமர்சனத்துக்கும் உலகம் முழுவதும் அஞ்சுகிறார்கள். தனிமனிதனின் சாதனைகளை அது மிகவும் பாதிக்கிறது. அவனது சுயமுயற்சியை அழித்து, கற்பனாசக்தியை முன்னேற முடியாமல் தடுக்கிறது.

இந்த அச்சத்தின் முக்கிய அறிகுறிகள் கீழ்க்கண்டவை:

தன்னைப்பற்றியே நினைத்தல். நரம்புத் தளர்ச்சி, உரையாடும் பொழுதும், புதியவர்களைச் சந்திக்கும் பொழுதும் தைரியமில்லாமல் இருத்தல், மோசமான கை கால் அசைவுகள், பேசும் போது கண்களை நேருக்கு நேர் பாராமை.

சமநிலையின்மை. குரலில் ஏற்ற இறக்கங்கள் இல்லாதிருத்தல், மற்றவர்கள் மத்தியில் உடல் தளர்ந்து இருத்தல், தோற்றத்தில் பொலிவின்மை, குறைவான ஞாபகசக்தி.

ஆளுமை. முடிவெடுப்பதில் உறுதியின்மை, கவர்ச்சியின்மை, சொல்லும் கருத்துக்களை உறுதியோடு சொல்லாமை, பிரச்சினைகளை நேரடியாக சந்திக்காமல் திசை திருப்புவது, மற்றவர்கள் சொல்வதை ஆராயாமல் ஏற்றுக்கொள்வது.

தாழ்வு மனப்பான்மை. தன் தாழ்வு மனப்பான்மையை, 'எனக்கு நன்றாகத் தெரியும்' என்பது போன்ற சொற்களால் மறைத்தல்; மற்றவர்களைக் கவர வேண்டும் என்பதற்காக ''பெரிய

சொற்களை'' அவற்றின் பொருள் தெரியாமலேயே உரையாடலில் பயன்படுத்துதல், ஆடை அணிவதிலும், உரையாடலிலும், பாவனைகளிலும் மற்றவர்களைக் காப்பியடித்தல்; பொய்யான சாதனைகளைச் சொல்லிப் பெருமையடித்தல், அதன் மூலம் தன்னைப் பெரியவனாகக் காட்டிக் கொள்ளுதல்.

ஊதாரித்தனம். ''அவர்களைப் போல நானும் இருக்க வேண்டும்'' என்பதற்காகத் தன் வருமானத்தை மிஞ்சி செலவு செய்தல்.

சுயமுயற்சியின்மை. தன் முன்னேற்றத்திற்கான வாய்ப்புகளைப் பயன்படுத்திக் கொள்ளாமல் இருத்தல்; தன் கருத்தைச் சொல்ல அஞ்சுதல்; மேலதிகாரிகளின் கேள்விகளுக்குச் சரியான விடை அளிக்காமல் இருத்தல்; பேச்சிலும் நடவடிக்கையிலும் தயக்கம்; சொல்லிலும் செயலிலும் பிறரை ஏமாற்ற நினைத்தல்.

முன்னேற வேண்டும் என்ற ஆர்வமின்மை. உடலாலும் மனதாலும் சோம்பேறித்தனம்; தன்னை உறுதியாக வெளிப்படுத்தாமல் இருத்தல்; முடிவெடுப்பதில் மிகவும் தாமதம் செய்தல்; மற்றவர்கள் சொல்வதைக் கேட்டு நடத்தல்; மற்றவர்களை முகத்திற்கு முன்னால் புகழ்ந்தும் முதுகுக்குப் பின்னால் இகழ்ந்தும் பேசுதல்; தோல்வியை எந்த எதிர்ப்பும் இன்றி ஏற்றுக் கொள்ளுதல்; யாராவது எதிர்த்தால் உடனே அந்த வேலையை விட்டு வெளியேறி விடுதல்; மற்றவர்கள் மீது காரணமின்றி ஐயம் கொள்ளுதல்; சொல்லிலும் செயலிலும் சாதுரியமின்மை, தன் தவறுகளுக்குப் பொறுப்பேற்றுக் கொள்ளாமை.

ஆரோக்கியமின்மையால் ஏற்படும் அச்சம்

இந்த பயம் உடல் மற்றும் சமூக மரபு ஆகிய இரண்டுமாக இருக்கலாம். வயது முதிர்ந்த பயம் மற்றும் மரண பயம் ஆகியவற்றால் இந்த பயம் உண்டாகிறது. ஏனென்றால் அது மனிதனுக்குத் தெரியாத கொடூரமான உலகங்களின் எல்லைகளுக்கு நெருக்கமாக வழிவகுக்கிறது. இதுவும் பரம்பரையாக வரும் அச்சமே. ஆரோக்கியமின்மை மரணத்தில் கொண்டு போய்விடும் என்ற தொன்றுதொட்டு வரும் அச்சம் இது. ஆரோக்கியத்தை ''விற்பனைப் பொருளாக'' கொண்டு செயல்படும் வியாபாரிகள் இந்த ''அச்சத்தை வளர்க்கிறார்கள்.''

தனக்கு ஆரோக்கியக் குறைவு ஏற்பட்டு விட்டால் அது ஒருவேளை மரணத்தில் கொண்டு போய்விடுமோ என்ற சித்திரம் மனிதனின் மனதில் ஏற்படுத்தப்பட்டிருக்கிறது. ஆரோக்கியம்

குறைந்தால் ஏற்படும் பொருளாதார விளைவுகளும் அவன் மனதில் அச்சத்தை உண்டாக்குகிறது.

மதிப்பிற்குரிய மருத்துவர் ஒருவர் கூறினார், தன்னிடம் வரும் நோயாளிகளில் 75 சதவிகிதம் பேர், உண்மையில் நோயாளிகள் அல்லர். தங்களுக்கு நோய் இருப்பதாக ''கற்பனையாகக்'' கருதிக்கொள்பவர்களே. அவர்கள், தங்களுக்கு ஏதோ ஒரு நோய் இருப்பதாக எண்ணிக் கொண்ட உடனேயே அந்த நோய்க்குரிய அறிகுறிகள் அவர்களுக்கு ஏற்பட்டு விடுவதாக மருத்துவ ரீதியாக நிரூபிக்கப்பட்டிருக்கிறது.

மனித மனத்தின் சக்தி தான் என்னே! அதனால் ஆக்கவும் முடியும், அழிக்கவும் முடியும். எனக்கு ஆரோக்கியம் இல்லை என்று கருதிக் கொள்ளும் மனிதனின் அச்சத்தைப் பயன்படுத்திக் கொண்டு காப்புரிமை பெற்ற மருந்துகளை விற்பவர்கள் ஏராளமான செல்வத்தை ஈட்டியிருக்கிறார்கள். எளிதில் எதையும் நம்பி விடுகிற மனித சமுதாயத்தின் மீது, கடந்த 20 ஆண்டுகளில் இவ்வாறு உண்டாக்கப்பட்ட செலவானது மிக அதிகம். 'கோலியர்ஸ் வீக்லி' என்ற பத்திரிகை இதையொட்டியே காப்புரிமை பெற்ற மருந்துகளை விற்பவர்களுக்கு எதிரான மிகப்பெரிய பிரச்சாரத்தை மேற்கொண்டது.

உலக யுத்தத்தின் பொழுது, நியூயார்க் நகரில் ''ஃப்ளூ'' என்ற கொள்ளை நோய் பரவிய போது, அந்நகர மேயர், அச்சத்தின் காரணமாக மக்கள் தங்களுக்குத் தாங்களே உண்டாக்கி கொண்டிருந்த சேதத்தைக் குறைப்பதற்காகப் பல முயற்சிகள் செய்தார். பத்திரிகையாளர்களை அழைத்துக் கூறினார்: மக்களுக்குப் பீதியை உண்டாக்கும் வகையில் ''ஃப்ளூ'-வைப் பற்றிச் செய்தி வெளியிட வேண்டாம் என்று கேட்டுக் கொள்கிறேன். இவ்வாறு என்னோடு நீங்கள் ஒத்துழைக்காவிட்டால் நிலைமை, கட்டுக்கடங்காமல் போய்விடும் என்று எச்சரிக்கிறேன்.'' பத்திரிகைகள் அந்த நோயைப் பற்றி மௌனமாக இருந்துவிட்டன. ஒரே மாதத்தில் நோயானது முழுமையாகக் கட்டுப்படுத்தப்பட்டது.

சில வருடங்களுக்கு முன்பு நடத்தப்பட்ட ஆராய்ச்சிகளில் இருந்து, மனிதர்களை நோக்கி, ''உங்களுக்கு இந்த நோய் இருக்கிறது'' என்று அழுத்தமாகச் சொல்வதன் மூலம் அவர்களுக்கு அந்த நோயை உண்டாக்க முடியும் என்று நிரூபிக்கப்பட்டுள்ளது. இதே பரிசோதனையை நாங்கள் செய்தோம். மூன்று நண்பர்களைத் தேர்ந்தெடுத்து, இவர்களின் வீடுகளுக்கு அடிக்கடி சென்று, ''உங்களுக்கு என்ன ஆயிற்று? ஆரோக்கியமில்லாமல் இருக்கிறீர்களே!'' என்று கேட்க வைத்தோம். முதல் ஆசாமி கேட்ட

பொழுது, ''அதெல்லாம் ஒன்றுமில்லை, நான் நலமாகத்தான் இருக்கிறேன்'' என்ற உறுதியான ப்தில் வந்தது. இரண்டாம் ஆசாமி கேட்ட பொழுது, ''என்னமோ தெரியவில்லை, உடம்பு ஒரு மாதிரியாகத்தான் இருக்கிறது'' என்று பதில் கிடைத்தது. மூன்றாவது ஆசாமி சந்தித்த பொழுது, தங்களுக்கு ஏதோ நோய் வந்திருக்கிறது என்று அவர்கள் உறுதியாகச் சொன்னார்கள்.

இந்தப் பரிசோதனையை உங்களுக்குத் தெரிந்தவர்கள் மீது நீங்களும் செய்து பார்க்கலாம். ஒரு மதத்தின் குறிப்பிட்ட பிரிவினர் இம்மாதிரியாகத் தங்கள் எதிரிகளின் மீது, ''தங்கள் எண்ணத்தைப் பதித்து'' அவர்களை வசப்படுத்துகிறார்கள்.

மனதில் எழும் ஏதோ ஒரு எதிர்மறை எண்ணமே உடலில் நோயை உண்டாக்குகிறது என்பதற்கு ஏராளமான சாட்சியங்கள் உண்டு. அப்படிப்பட்ட எண்ணத்தின் உந்துசக்தியை மற்றவர்கள் மனதிற்குள் நாம் செலுத்த முடியும் அல்லது தானே ஒருவன் தனக்குள் உண்டாக்கிக் கொள்ள முடியும்.

சராசரியை விட அதிக அறிவுள்ள ஒருவன் கூறினான்: ''என்னிடம் யாராவது எப்படி இருக்கிறாய் என்று கேட்டால், உடனே அவனை ஓங்கி அறைந்து கீழே தள்ளி விடுவேன்.''

இருக்கும் இடத்தை விட்டு வேறு இடத்திற்குச் சென்று தங்குமாறு சில நோயாளிகளிடம் மருத்துவர்கள் கூறுவதுண்டு. ஏனெனில் இடமாற்றத்தின் காரணமாக மன நிலையில் மாற்றம் ஏற்பட வாய்ப்புண்டு. ஆரோக்கியமின்மைக்கான விதை ஒவ்வொருவரின் மனதிலும் இருக்கிறது. கவலை, அச்சம், ஆதரவின்மை, காதலில் அல்லது தொழிலில் ஏமாற்றம் போன்றவைகள் இந்த விதையை வேர் விட்டு வளர வைக்கின்றன. பொருளாதார மந்தநிலை இவ்வாறு பலரை ஆரோக்கியமற்றவர்களாக ஆக்கியதன் விளைவாக இவர்களுக்கு ஓய்வில்லாத வேலை வந்திருக்கிறது.

காதலிலும் தொழிலிலும் ஏற்படும் ஏமாற்றமே, நோய் வந்துவிடுமோ என்ற அச்சத்திற்குத் தலையாய காரணமாக இருக்கிறது. காதலில் ஏமாற்றமடைந்த ஓர் இளைஞன் ஆஸ்பத்திரியில் சேர்க்கப்பட்டான். பல மாதங்களுக்கு அவன் வாழ்வா சாவா என்ற இழுபறியிலேயே இருந்தான். ஆலோசனை மூலம் குணப்படுத்தும் சிறப்பு மருத்துவரை அழைத்தார்கள். அவர், அழகான ஒரு நர்ஸை ஏற்பாடு செய்து, அவனைக் காதலிப்பது போல நடிக்க வைத்தார். வேலைக்கு வந்த முதல் நாளே அவன் மீது அவள் காதலில் விழுந்தது போல் நடிக்க ஆரம்பித்தாள். மூன்றே வாரங்களில் அவனை ஆஸ்பத்திரியிலிருந்து அனுப்பிவிட்டார்கள், ஆனால் வேறொரு நோயுடன்! ஆம், அந்த **நர்ஸ் மீதான காதல்**

நோய்! அவரது நோய்க்கு வழங்கப்பட்ட மருந்து பொய்யானது தான், ஆனால் நர்ஸ் மீதான காதல் மெய்யானது. அவர்கள் சீக்கிரமே திருமணம் செய்து கொண்டார்கள். இதை எழுதிக் கொண்டிருக்கும் போது இருவரும் பூரணமான ஆரோக்கியத்துடன் இருக்கிறார்கள்.

ஆரோக்கியமின்மையால் ஏற்படும் அச்சத்தின் அறிகுறிகள்

உலகம் முழுவதிலும் நிலவும் இந்த அச்சத்தின் அறிகுறிகள் இப்படி இருக்கும்:

தன்னாலோசனை. எதிர்மறையாகத் தன்னாலோசனை தத்துவத்தைப் பயன்படுத்தினால், இருக்கின்ற எல்லா நோய்களின் அறிகுறிகளும் தன்னிடம் இருப்பதாகத் தோன்றும். இவர்கள், கற்பனையான நோய்களை ''அனுபவித்து'' அதைப் பற்றியே எல்லாரிடமும் பேசிக் கொண்டு இருப்பார்கள். யார் சொன்னாலும் அந்த மருந்துகளை வாங்கிச் சாப்பிடுவார்கள். எப்போதும், நோய்கள், அறுவை சிகிச்சைகள், விபத்துக்கள் என்றே பேசிக் கொண்டிருப்பார்கள்.

பயிற்சி பெற்றவர்களின் ஆலோசனையைப் பெறாமல் தாங்களாகவே, புதிய உணவுமுறைகளைப் பின்பற்றுவார்கள், உடற்பயிற்சிக்கும், உடலின் எடை குறைவதற்கும், பரிசோதனை முயற்சிகளில் ஈடுபடுவார்கள். பாட்டி வைத்தியம், காப்புரிமை பெற்ற மருந்துகள், ''பொய்யான மருத்துவர்களின்'' மருந்துகள்-என்று எல்லாவற்றையும் எடுத்துக்கொள்வார்கள்.

ஹைப்போகாண்ட்ரியா. இல்லாத நோயை இருப்பதாகக் கற்பனை செய்தல். உடல்நிலை சரியில்லை என்று எப்போதும் சொல்லிக் கொண்டிருத்தல், நோய்களின் மீதே கவனமாக இருத்தல், தனக்கு நோய் வரப்போகிறது என்று எதிர்பார்த்து இருத்தல் முதலியன. எந்த மருந்தாலும் இந்த நிலைமையைக் குணப்படுத்த முடியாது. எதிர்மறை எண்ணங்களால் இது உண்டாக்கப்பட்டது. எனவே நேர்மறை எண்ணங்களைப் பயன்படுத்தினால் தான் இதைத் தீர்க்க முடியும். இந்த நிலைமையை '**ஹைப்போகாண்ட்ரியா**' (Hypochondria) என்பர். நோயை விடவும் அந்த நோய் வந்துவிடுமோ என்ற எண்ணம் ஆபத்தானது. நரம்பு சம்பந்தப்பட்ட பெரும்பாலான நோய்கள் இம்மாதிரி கற்பனையிலிருந்து உண்டாகுபவையே.

உடற்பயிற்சி. ஆரோக்கியமின்மை என்ற அச்சம், சரியான உடற்பயிற்சி செய்யவிடாமல் குறிக்கிடும். இதுவே வெளி வாழ்கையைப் பாதித்து, உடல் பருமனில் கொண்டுவிடும்.

எளிதாக பாதிக்கப்படுதல். ஆரோக்கியமின்மை என்ற அச்சம்,

உடலின் இயற்கையான எதிர்ப்பு சக்தியை சிதைத்து, அதில் நோய்கள் வருவதற்கேற்ற சூழ்நிலையை ஏற்படுத்துகிறது. பெரும்பாலும் வறுமை என்னும் அச்சமே இதற்குக் காரணமாகிறது. உதாரணமாக, காசில்லாதவன், நோய் வந்துவிட்டால் டாக்டர்களுக்கும் ஆஸ்பத்திரிக்கு பணம் தேவைப்படுமே என்று கவலைப்படுகிறான். இந்த கவலையானது அவனை அதிக நேரம் நோயைப் பற்றிச் சிந்திக்க வைக்கிறது. நோய் வந்து இறந்து போனால், தன்னை எங்கு புதைப்பது, கல்லறை அமைக்க எவ்வளவு செலவாகும் என்பது போன்ற எண்ணங்கள் அவனை ஆட்கொள்கின்றன.

அனுதாபம் தேடுதல். தனக்கு ஏதேனும் ஒரு நோய் இருப்பதாகக் கூறி மற்றவர்களிடம் அனுதாபம் தேடுதல். (தான் செய்ய வேண்டிய வேலையைச் செய்யாமல் தவிர்ப்பதற்காகவே பெரும்பாலும் இப்படிச் செய்கிறார்கள்.) தங்கள் சோம்பலையும், முன்னேற வேண்டும் என்ற ஆர்வம் இல்லாமையையும் மறைப்பதற்காக இப்படிச் செய்வதுண்டு.

அளவுக்கு மீறிய விஷயங்கள். நோய்க்கான காரணத்தைக் கண்டுபிடித்து அதை நீக்காமல், அதிகமான மது அருந்துவதிலும், போதை மருந்துகளை உட்கொள்வதிலும் மனதை ஈடுபடுத்துவது.

நோய்களைப் பற்றிய தகவல்களைப் படித்துவிட்டுத் தனக்கு ஒருவேளை அந்த நோய் வந்துவிட்டதோ என்று கவலைப்படுதல். மருந்துகள் பற்றிய விளம்பரங்களை ஆர்வத்தோடு படித்தல்.

காதலை இழக்கப்போகும் அச்சம்

தன் மனைவியல்லாத ஒருத்தியின் மீது ஆசை கொள்வதும், அவளோடு முடிந்த போதெல்லாம் களியாட்டம் போடுவதும் தான் இந்த அச்சத்தின் ஆரம்பம் என்று சொல்லத் தேவையில்லை.

பொறாமை அல்லது, அதன் மற்ற வடிவங்கள், தனது காதலை இழந்து விடுவோமோ என்ற அச்சத்தில் இருந்தே தோன்றின. ஆறு அடிப்படை அம்சங்களில் இதுவே மிகவும் வலியை உண்டாக்கும். ஒருவனை நிரந்தரமாகப் பைத்தியமாக்கும் என்பதால், உடலுக்கும் மனதுக்கும் இது மிகவும் ஆபத்தானது.

கற்காலத்தில் மனிதன் இன்னொருவரிடமிருந்து ஒரு பெண்ணை மிருக பலத்தால் அபகரித்துக் கொண்டான். அப்பொழுதிலிருந்து இந்த அச்சம் தோன்றியது. இன்றும் பெண்கள் அபகரிக்கப்படுகிறார்கள், ஆனால் வழிமுறை தான் மாறியிருக்கிறது. வலிமையைக் காட்டி மிரட்டுவதை விடுத்து, அழகிய ஆடைகள், வாகனங்கள், ''மற்றும் இதைப்போன்ற'' பொருள்களை காட்டி, அவர்களைத் தூண்டி,

தங்களிடம் வருமாறு செய்கிறார்கள். நாகரிகம் ஆரம்பிப்பதற்கு முன்பு மனிதனின் வழக்கம் எப்படி இருந்ததோ இன்றும் அதே போலத்தான் இருக்கிறது, அதன் வெளிப்பாடு தான் மாறியிருக்கிறது.

ஆண்களைவிடப் பெண்களே இந்த அச்சத்திற்கு ஆளாகிறார்கள் என்று ஆராய்ச்சி கூறுகிறது. இதைப் புரிந்து கொள்வது சுலபம். ஆண்கள், பல பெண்களை மணந்து கொள்ளும் விருப்பம் உடையவர்கள் என்பதால், இன்னொருத்தியிடம் வசப்பட்டிருக்கும் ஒருவனை எளிதில் மீட்க முடியாது என்று பெண்கள் நம்புகிறார்கள்.

அன்பை இழக்கப்போகும் அச்சத்தின் அறிகுறிகள்

இந்த அறிகுறிகள் கீழ்கண்ட மாதிரி இருக்கும்:

பொறாமை. காதலன், காதலி அல்லது நண்பர்கள் மீது சந்தேகப்படுவது, அதற்கான சாத்தியம் இல்லாத போதும். ஆதாரம் இருக்கிறதா என்று பார்க்காமல், தன் மனைவியையோ கணவனையோ, நெறி தவறி விட்டதாகக் குற்றம் சாட்டுவது. இதே ரீதியில் யாரைக் கண்டாலும் சந்தேகப்படுவது, எவரையும் நம்ப மறுப்பது.

குறை காணுதல். சின்னச்சின்ன விஷயங்களுக்குக் கூட நண்பர்களை, உறவினர்களை, வியாபாரக் கூட்டாளிகளை காரணமே இல்லாமல் குறை சொல்வது.

சூதாட்டம். காதலி அல்லது காதலனுக்குக் கொடுப்பதற்காகப் பணம் தேடும் பொருட்டு சூதாட்டம், திருட்டு, ஏமாற்றுதல் அல்லது இன்னபிற வழிகளில் ஈடுபடுவது. அதன் மூலம் காதலைப் பெற்றுவிடலாம் என்று நம்புவது. அவர்களுக்குப் பரிசுகள் கொடுப்பதற்காக தன் வருமானத்திற்கு மீறி, கடனை வாங்கிச் செலவு செய்வது. தூக்கமின்மை, நரம்பு தளர்ச்சி, விடாமுயற்சியின்மை, மனம் பலவீனமடைவது, சுயக்கட்டுப்பாடின்மை, சுயச்சார்பின்மை, எப்போதும் கோபமாக இருத்தல்.

முதுமையைப் பற்றிய அச்சம்

இந்த அச்சம் இரண்டு ஆதாரங்களிலிருந்து கிளம்புகிறது. முதுமை வந்துவிட்டால் **வறுமை** வந்துவிடுமோ என்ற அச்சம் முதலாவது. வயதானால் நோய் வந்துவிடும் மரணம் வந்துவிடும் என்று காலம் காலமாகச் சொல்லி வந்த காரணங்களால் ஏற்படும் அச்சம் இரண்டாவது.

தனக்கு வயதாகி விட்டால் தன்னிடமுள்ள பொருட்கள் பணம்

முதலியவற்றை மற்றவர்கள் பறித்துக் கொள்வார்கள் என்ற அச்சமும், மரணத்திற்குப் பிறகு நரகத்திற்குச் செல்ல வேண்டியிருந்தால் என்ன ஆகுமோ என்ற அச்சமும் வயதான காலத்தில் மனதை ஆக்கிரமித்து விடுகிறது.

வயதானால் எளிதாக நோய்கள் வந்துவிடும் என்ற நம்பிக்கையும் ஒரு காரணம். மேலும், வயதாக ஆகத் தன்னுடைய பாலுணர்வு திறமை குறைந்துவிடும் என்ற அச்சமும் இன்னொரு காரணம்.

என்றாலும், மிகவும் அடிப்படையான காரணம் வயதாகி விட்டால் ஏழையாகி விடுவோமே என்பது தான். நகரத்தை விட்டு கிராமத்திற்குச் சென்று ''குடிசையில்'' வாழ வேண்டி நேருமோ என்று அவன் அஞ்சுகிறான்.

பணமில்லாமல் போவதோடு உடல் ஆரோக்கியமும் குறைந்துவிடும் என்பதால் தான் மற்றவர்களைச் சார்ந்து தான் வாழ வேண்டும் என்ற அச்சமும் ஏற்படுகிறது.

முதுமையைப் பற்றிய அச்சத்தின் அறிகுறிகள்

இந்த அறிகுறிகள் கீழ்கண்ட மாதிரி இருக்கும்:

சிலர் 40 வயது ஆனவுடனேயே, தாங்கள் இளமையை இழந்துவிடுவதாக கற்பனை செய்து கொண்டு தாழ்வு மனப்பான்மை அடைகிறார்கள். (உண்மையில் நாற்பதுக்கும் அறுபதுக்கும் இடைப்பட்ட காலமே ஒரு மனிதனின் சாதனைக் காலம் ஆகும்.)

வயதாகி விட்டதால் கிடைக்கும் அனுபவ அறிவுக்கு நன்றி சொல்வதை விடுத்து ''என்ன செய்வது, எனக்கு வயதாகிவிட்டதே'' என்று சந்திப்பவர்களிடம் எல்லாம் புலம்பி அனுதாபம் தேடுவது.

முயற்சி செய்வதையும், கற்பனை செய்வதையும், சுயச்சார்பையும் இனிமேல் தன்னால் முடியாது என்று கைவிட்டு விடுவது.

40க்கும் மேற்பட்டவர்கள் தங்கள் ஆடை அலங்காரங்களில் தங்களை வயது குறைவாகக் காட்டிக் கொள்ள முயற்சி செய்தல். அதன் மூலம் மற்றவர்களின் கேலிக்கு ஆளாகுதல்.

மரணம் வருமோ என்ற அச்சம்

இதை விடவும் கொடுமையான அச்சம் வேறில்லை என்று சிலர் கூறலாம். அது உண்மையே. இதற்குத் தீவிரமான மதபோதனை ஒரு காரணமாக இருக்கலாம். தீயவர்களை விட நல்லவர்களுக்கே இந்த அச்சம் அதிகமாக வரும். உலகம் தோன்றிய நாளிலிருந்து மனிதன் கேட்பது இரண்டே கேள்விகள்-''மரணம் எப்போது வரும்,''

''மரணம் எங்கே கொண்டு போகும்-நரகமா, சொர்க்கமா.''

நான் எங்கிருந்து வந்தேன், இனிமேல் எங்கே போகப் போகிறேன்? இந்தக் கேள்விக்கு விடை சொல்வதற்கு, பழங்காலத்தில் மந்திரவாதிகளும் தந்திரசாலிகளும் பெரிய **விலை** கேட்டார்கள். பாருங்கள், எங்கிருந்து **மரணம் வருமோ என்ற அச்சத்தின்** ஆதாரத்தை.

''என் குடிலுக்கு வாருங்கள், என் மதத்தை ஏற்றுக் கொள்ளுங்கள், என் கொள்கைகளை ஒப்புக் கொள்ளுங்கள், இறந்து போனவுடன் உங்களை நேரடியாக சொர்க்கத்திற்கு அனுப்பி வைக்கிறேன்'' என்று சொல்கிறார் ஒரு மதவாதி. ''அப்படி நீ என்னிடம் வராமல் இருந்தால், சாத்தான் உன்னைத் தன் உலகிற்கு கொண்டு செல்வான். நெருப்பில் இட்டு நிரந்தரமாகப் பொசுக்குவான்'' என்று அவர் பயமுறுத்துகிறார்.

நிரந்தரம் என்பது நீண்ட காலத்தைக் குறிக்கும். **நெருப்பு** என்பது நடுங்க வைப்பது. காலா காலத்திற்கும் நெருப்பில் சாவதைவிட, இவர் சொல்வதைக் கேட்டு சொர்க்கத்திற்குப் போவது மேல் என்று மனிதன் தன் பகுத்தறிவை கைவிட்டு, அவருடைய மதத்தைப் பின்பற்றுகிறான். இல்லை என்றால் அவனுக்கு மகிழ்ச்சி இல்லை, வாழ்க்கையில் எந்த பற்றுதலும் இல்லை.

எனது ஆராய்ச்சியின் பொழுது ''கடவுள்களின் பட்டியல்'' என்ற புத்தகத்தைப் படிக்க நேர்ந்தது. அதில் 30,000 கடவுள்களின் பெயர்கள் இருந்தன. எத்தனையோ காலந்தொட்டு இந்தக் கடவுள்களை மனிதன் வணங்கி வந்திருக்கிறான். அப்படியானால், மரணத்தைக் குறித்து எவ்வளவு அஞ்சியிருக்க வேண்டும் மனிதன்!

சொர்க்கத்துக்கு அழைத்துச் செல்லும் சக்தி அந்த மதவாதிகளுக்கு இருக்கிறதோ இல்லையோ, தன்னை நரகத்தில் தள்ளிவிடும் வாய்ப்பு அதிகம் என்ற அச்சம் மனிதனை மரணத்தைக் கண்டு அதிகமாக அஞ்ச வைக்கிறது. அவனுடைய பகுத்தறிவு சிதைந்து போகிறது.

ஆனால், சொர்க்கம் என்றால் என்ன, நரகம் என்றால் என்ன, அப்படி ஏதேனும் இரண்டு இருக்கிறதா என்பதை இதுவரையில் **எந்த மனிதனும்** அனுபவத்தில் **அறிந்தது கிடையாது.** இந்த அறியாமையைப் பயன்படுத்திக் கொண்டு மந்திரவாதிகள் அவனுடைய மனதில் புகுந்து தங்கள் மந்திர வித்தைகள் மூலம் அவனை ஆட்டி வைக்கிறார்கள்.

கல்வியறிவின் வளர்ச்சியால் இக்காலத்தில் **மரணத்தைக்** கண்டு மிகப்பெரிய அச்சம் ஏற்படுவதில்லை. எனவே இக்கால மாந்தர்கள், தாங்கள் நரகத்தில் தள்ளப்பட்டு நெருப்புக் குழியில் பொசுக்கப்படுவோம் என்று நம்புவதில்லை.

பழங்காலத்து மனிதனை ஆக்கிரமித்திருந்த மரணத்தைப் பற்றிய அச்சத்தை இக்கால மனிதர்களிடமிருந்து பெருமளவுக்குப் போக்கி விட்டன, உடலியல், வானியல், புவியியல் போன்ற அறிவியல் பிரிவுகள்.

மரணத்தைக் கண்டு பயந்தவர்களில் பலர் பைத்தியமாகி அதற்கான காப்பகங்களில் நிறைந்திருக்கிறார்கள்.

இந்த அச்சம் பயனற்றது. நீ என்ன செய்தாலும் செய்யாவிட்டாலும் மரணம் என்பது வந்தே தீரும். அது மிக அவசியமானது என்று புரிந்து கொண்டு அந்த எண்ணத்தை மனதிலிருந்து தூக்கி எறிந்துவிடு. மரணம் நிச்சயம் அவசியமான ஒன்றே. இல்லையென்றால் ஒவ்வொருவருக்கும் அது ஏன் வருகிறது? பலர் அஞ்சுவதை போல மரணம் என்பது மிகவும் மோசமான ஒன்றல்ல என்றுதான் தோன்றுகிறது.

ஜடப்பொருள், சக்தி என்ற இரண்டினால் ஆனதே இந்த உலகம். இந்த இரண்டில் எந்த ஒன்றையும் நாம் உருவாக்கவோ அழிக்கவோ இயலாது என்று பௌதிகத்தின் அடிப்படை விதிகள் கூறுகின்றன.

வாழ்க்கை என்பது சக்தி, வேறெதுவுமில்லை. ஜடப் பொருளையோ, சக்தியையோ, அழிக்க முடியாது என்றால், வாழ்க்கையையும் அழிக்க முடியாது. ஆனால் ஒரு சக்தியை இன்னொரு சக்தியாக உருமாற்ற முடியும். எனவே மனித உயிரானது ஒரு வடிவத்திலிருந்து இன்னொரு வடிவத்திற்குப் பயணம் போகிறது எனலாம். அதையே மரணம் என்கிறோம்.

அப்படி மரணம் என்பது ஒரு உருமாற்றம் அல்லது பயணம் என்பதை நீங்கள் ஏற்கவில்லை என்றால், மரணத்திற்குப் பிறகு என்ன வரும் என்று பாருங்கள். நிரந்தரமான அமைதி நிரந்தரமான தூக்கம் தான் வரும். அதில் அஞ்சுவதற்கு என்ன இருக்கிறது? எனவே மரணத்தைப் பற்றிய அச்சத்தை விட்டொழியுங்கள்.

மரணம் பற்றிய அச்சத்தின் அறிகுறிகள்

இந்த அறிகுறிகள் கீழ்கண்ட மாதிரி இருக்கும்:

வாழ்க்கையில் சரியான தொழிலோ, லட்சியமோ இல்லாதவனுக்கே மரணத்தைப் பற்றிய **நினைவு** எப்பொழுதும் இருக்கும். பெரும்பாலும் வயதானவர்களுக்கே இந்த மரண பயம் வரும் என்றாலும் இளைஞர்களும் சில சமயம் அதனால் பீடிக்கப்படக் கூடும். மரண பயத்தை வெல்வதற்கான ஒரே வழி, வாழ்க்கையில் இன்னும் **சாதிக்க வேண்டும் என்ற தணியாத ஆர்வத்தை** ஏற்படுத்திக் கொள்வதே. அதன் மூலம் மற்றவர்களுக்கு

சேவை செய்ய வேண்டும் என்று விரும்புவதே. சுறுசுறுப்பான மனிதனுக்கு மரணத்தைப் பற்றிச் சிந்திக்க நேரம் கிடைக்காது. அவனுக்கு வாழ்க்கை சுவாரசியமானது. தங்களது மரணம், தங்கள் குடும்பத்தை வறுமையில் தள்ளிவிடுமோ என்ற அச்சம் சிலருக்கு ஏற்படுவதுண்டு. உடல் தளர்ந்து போய் நோய்வாய்ப்பட்டதால் மரணம் வந்துவிடும் என்று மற்றவர்கள் அஞ்சுவார்கள். ஆகவே மரண பயமானது நோய், வறுமை, வேலையின்மை, காதல் தோல்வி, பைத்தியம், மதவெறி போன்ற பல வடிவங்களில் வரும்.

கவலை எனும் கிழவன்

கவலை என்பது அச்சத்திலிருந்து பிறப்பது. அது மெதுவாக வேலை செய்யும் ஆனால் தொடர்ந்து வேலை செய்யும். அது கண்ணுக்குத் தெரியாதது, நுட்பமானது. கொஞ்சம் கொஞ்சமாக ''அது உள்ளே நுழைந்து'' பகுத்தறிவை செயல்படாமல் செய்து தன்னம்பிக்கையை அழித்து சுயமுயற்சியை இல்லாமல் ஆக்கும். எந்த விஷயத்திலும் முடிவெடுக்காமல் இருப்பதால் வரும் அச்சமே கவலையாக மாறும். அதுவே மன நிலையாக மாறிவிடும். முடிவெடுக்காமை, மனதை ஊசலாட வைக்கிறது. சாதாரண வியாபாரத்தில் கூட, உடனடியாக முடிவு எடுக்கவும், எடுத்த முடிவின்படி செயல்படவும் பலரால் முடிவதில்லை. தற்போது இருக்கும் பொருளாதார மந்தநிலையில் அப்படிப்பட்ட மனிதன், செயல் புரிய முடியாமல் ஊனமடைகிறான். அவன் மட்டுமே அன்றி, சுற்றியுள்ள ''எல்லோருமே முடிவெடுக்க முடியாமல்'' இருக்கும் பொழுது அது அவனை மிகவும் பாதிக்கிறது.

''பயம், கவலை'' என்ற இரண்டு கிருமிகள் பொருளாதார மந்தநிலையின் போது உலகம் முழுவதிலும் பரவின. 1929இல் நிகழ்ந்த பங்குச்சந்தை வீழ்ச்சியிலிருந்து இது ஆரம்பமாயிற்று. இந்த இரண்டு கிருமிகளுக்கும் ஒரே ஒரு மருந்து தான் உண்டு; அதன் பெயர் **முடிவெடுத்தல்**. இது, ஒவ்வொருவனும் தனக்குத்தானே எடுத்துக்கொள்ள வேண்டிய மருந்தாகும்.

எந்த விஷயத்திலும் ஒரு முடிவை எடுத்துவிட்டு, செயலில் இறங்கினால், பிறகு அது பற்றிய கவலை நம்மை விட்டு நீங்கி விடுகிறது.

மின்சாரம் செலுத்தி இன்னும் சில மணி நேரத்தில் கொல்லப்படப் போகிற மரண தண்டனைக் கைதி ஒருவனை நான் சந்திக்க நேர்ந்தது. அந்தச் சிறையில் இருந்த எட்டு மரண தண்டனைக் கைதிகளில் இவன் ஒருவனே மிக மிக அமைதியாக இருந்தவன். அந்த அமைதி

எனக்கு ஆச்சரியமாக இருந்ததால், அவனிடம் கேட்டேன், 'இன்னும் சற்று நேரத்தில் நிரந்தரமாக நீ இல்லாமல் போய் விடுவாயே, அதைப் பற்றி என்ன நினைக்கிறாய்?' என்று. அவன் சொன்னான்: ''சுகமாக இருக்கிறது. சகோதரா, எனது துன்பங்கள் அனைத்தும் முடிந்துவிடப் போகிறது. இத்தனை நாளும் நான் துன்பங்களுக்கு மத்தியில் தான் வாழ்ந்து வந்தேன். உணவுக்கும் உடைக்கும் போராடிக் கொண்டிருந்தேன். இனிமேல் அந்த இரண்டுக்கும் தேவை **இருக்கப் போவதில்லை.** மரணத்தின் தேதி குறிக்கப்பட்டவுடனே நான் நிம்மதி அடைந்துவிட்டேன். என் விதியை மகிழ்ச்சியோடு ஏற்பதென்று நான் முடிவெடுத்துவிட்டேன்.''

அப்போது அவனுக்கு உணவு கொடுக்கப்பட்டது. சாதாரணமாக மூன்று பேர் சாப்பிடக்கூடிய அளவுக்கு இருந்த உணவை அவன் ஒவ்வொரு கவளமும் அனுபவித்து உண்டான். நாளை என்பதே இல்லை போல மெதுவாக உண்டான்.

முடிவெடுத்தல் என்பது, இவனுக்கு தன் விதியை ஏற்றுக்கொள்ளும் வலிமையை அளித்தது! அதேபோல, தனக்கு வரக்கூடிய சாதகமற்ற நிலைமைகளை ஏற்க மறுக்கவும் அது வலிமையைத் தரும். ஆறு அடிப்படை அச்சங்களும் முடிவெடுக்காமையின் மூலமாகவே கவலை என்னும் வடிவத்தைப் பெறுகின்றன. எனவே, மரணம் என்ற பயத்தை விட்டு விலகுவீர்களாக. அது வாழ்க்கையின் தவிர்க்க முடியாத நிகழ்வாகும். வறுமையைப் பற்றியும் **கவலைப்படாதீர்கள்.** உங்களால் எந்த அளவுக்குப் பணம் சேர்க்க முடிகிறதோ அதற்குள் வாழ்க்கையை நடத்துங்கள். மற்றவர்கள் எப்படி விமர்சிப்பார்களோ என்று **கவலைப்படாதீர்கள்.** வயதாகிவிடுகிறதே என்றும் கவலைப்படாதீர்கள். இளமையில் உங்களிடம் இல்லாதிருந்த அனுபவமும் அறிவும் உங்களிடம் நிரம்பும் பருவம் அது. எனவே, முதுமை என்பது சாபமல்ல, வரம்.

நோய்களைப் பற்றிய அறிகுறிகளைச் சிந்திக்காதீர்கள். ஆரோக்கியமின்மை என்பதை எண்ணவே எண்ணாதீர்கள். காதல் தோல்வியைப் பற்றிக் கவலைப்படாதீர்கள். தேவைப்பட்டால், காதல் இல்லாமலும் வாழ முடியும் என்று முடிவெடுங்கள்.

கவலைப்படும் பழக்கத்தை உறுதியோடு கொன்று போடுங்கள். வாழ்க்கையில் வரும் எந்த விஷயமும் கவலைப்பட வேண்டிய ஒன்றல்ல என்று புரிந்து கொள்ளுங்கள். இப்படிச் செய்தால், அமைதியும், சமநிலையும், நிம்மதியும் வரும். மகிழ்ச்சி நிலவும்.

அச்சத்தினால் உன் மனம் நிரம்பியிருந்தால், அது உன்னுடைய பகுத்தறிவை மட்டுமல்ல, உன்னைச் சுற்றியுள்ளவர்களின்

பகுத்தறிவையும் அழித்துவிடும். முன்னேறும் வாய்ப்புகளைக் கெடுத்துவிடும்.

ஒருவனின் குதிரையும் நாயும் கூட, தன் எஜமான் எப்போது தைரியம் இலலாமல் செயல்படுகிறான் என்பதை எளிதாக உணர்ந்து கொண்டு, அதன்படியே நடக்க ஆரம்பிக்கும். படைப்பின் அடுக்கில் கீழ்மட்டத்தில் இருக்கும் பிராணிகள் கூட, அச்சம் என்ற உணர்வைப் புரிந்து கொண்டு எதிர்வினை புரிகின்றன. தேனீக்களை எடுத்துக் கொண்டால், அவையும், யார் தன்னைக் கண்டு அஞ்சுகிறார்களோ, அவர்களின் அச்சத்தை உள்ளுணர்வால் புரிந்து கொள்வதால், அவர்களையே முதலில் கடிக்க முன்வரும். அஞ்சாதவர்களை அது நெருங்குவதில்லை.

வானொலியின் மூலம் எவ்வாறு ஒலி அலைகள் பரவுகின்றனவோ **அதே போன்ற வழியில் தான்**, ஒரு மனதில் இருக்கும் அச்சம், மற்ற மனங்களுக்குப் பரவுகின்றது.

மனங்களுக்கு இடையேயான தொலை உணர்வு (டெலிபதி) நிச்சயமான உண்மையாகும். எண்ணங்கள் தன் மனதிலிருந்து வெளியேறுவதையோ, பிறரின் மனங்களிலிருந்து தன் மனதிற்குள் புகுவதையோ ஒருவன் அறியவில்லை என்றாலும், அவை அவ்வாறே நடந்து கொண்டு தான் இருக்கின்றன.

எதிர்மறையான அல்லது அழிக்கும் சக்தி உள்ள எண்ணங்களை வார்த்தையால் வெளிப்படுத்துகிறவன் வெகுவிரைவிலேயே அவை தன்னையே வந்து ''தாக்குவதைக்'' கண்டு கொள்வான். வாயால் பேசாமல் எண்ணினாலும் சரி எதிர்மறை எண்ணங்கள் பலவழிகளில் உன் மீது ''எதிர்தாக்குதல்'' தொடுக்கும். கவனிக்க வேண்டிய விஷயம் என்னவென்றால், எதிர்மறை எண்ணங்களை மனதில் இருந்து வெளிவிடுவதால், அவன் தன்னுடைய படைப்பாற்றலுக்கான கற்பனாசக்தியை அழித்துக் கொள்கிறான் என்பது தான்.

இரண்டாவதாக, அழிவுக்குக் காரணமான உணர்வுகளை நாம் மனதிற்குள்ளாக கொண்டிருந்தாலும், அது நம் ஆளுமையை எதிர்மறையானதாக மாற்றி, மற்றவர்களை நெருங்காதபடி தள்ளி வைத்துவிடும். நம்மைக் கொடியவர்கள் ஆக்கிவிடும். மூன்றாவதாக, மற்றவர்களை நோக்கி எதிர்மறை எண்ணங்களை வெளியிடுபவனின் **மனதிற்குள் அதே எதிர்மறை எண்ணம் ஆழப்பதிந்திருந்து, அவனுடைய ஆளுமையின்** ஒரு பகுதியாகவே மாறிவிடும்.

ஓர் எண்ணத்தை நாம் வெளியிடுவதோடு அது முடிந்து விடுவதில்லை. ஈத்தரின் வழியாக எல்லா திசைகளிலும் அது பயணம் செய்யும். அத்துடன், நமது ஆழ்மனதில் நிரந்தரமாகப் பதிந்துவிடும்.

நீங்கள் வாழ்வதின் காரணமே வெற்றிகரமாக வாழ வேண்டும் என்பதாகும். வெற்றியோடு வாழ்வதற்கு மன அமைதி தேவை, பௌதிகத் தேவைகள் நிறைவேற்றப்பட வேண்டும், எல்லாவற்றையும்விட மனமானது **மகிழ்ச்சியாக** இருக்க வேண்டும். வெற்றியின் இந்த எல்லா அறிகுறிகளும் உந்துசக்தி உள்ள எண்ணங்களாகவே வெளிப்படும்.

உங்கள் மனதை நீங்கள் கட்டுப்படுத்த முடியும். அதில் என்னென்ன எண்ணங்கள் எழ வேண்டும் என்று நீங்கள் முடிவு செய்ய முடியும். ஆனால் அத்துடன் இந்த எண்ணங்களை ஆக்கப்பூர்வமாக பயன்படுத்த வேண்டும் என்ற பொறுப்புணர்ச்சியும் சேர்ந்திருக்க வேண்டும். எண்ணங்களை நீங்கள் முழுமையாகக் கட்டுப்படுத்த முடியும் என்பதால் பூமியில் உங்களின் தலைவிதிக்கு நீங்களே தலைவர்கள் ஆவீர்கள். உங்களுடைய சூழ்நிலையை உங்களுக்கு ஏற்ப மாற்றிக் கொள்ள முடியும். அதன் மூலம் உங்கள் வாழ்க்கை எப்படி இருக்க வேண்டும் என்பதை நீங்களே நிர்ணயித்துக் கொள்ள முடியும். அல்லது, உங்கள் வாழ்க்கையை நிர்ணயித்துக் கொள்வதற்காக இயற்கை வழங்கியிருக்கும் இந்த உரிமையை நீங்கள் பயன்படுத்தாமல், ''சூழ்நிலை'' என்ற கடலுக்குள் குதித்துவிட்டு, அலைமேல் துரும்பாக நீங்கள் அசைந்து கொண்டே இருக்கவும் முடியும்.

சாத்தானின் தொழிற்சாலை: ஏழாவது அடிப்படை எதிரி

ஆறு அடிப்படை அச்சங்களைத் தவிரவும் ஏழாவதாக ஒரு கொடுமையான எதிரி உண்டு. தோல்வி என்பதை அபரிமிதமாக விளைவிக்கும் வளமான பூமி ஆகும் அது. அதேசமயம் அது சூட்சுமமாக இயங்குவதால் கண்ணுக்குத் தெரியாது. அதை அச்சம் என்று நாம் வகைப்படுத்த முடியாது. **அது, ஆறு அச்சங்களை விடவும் ஆழமாக இருப்பது.** நிச்சயமாக அழிவை உண்டு பண்ணுவது. இதைக் குறிப்பிடுவதற்கான சரியான பெயர் இல்லாததால் **எதிர்மறை சக்திகளுக்கு ஆட்படும் மனநிலை** என்று வைத்துக் கொள்ளலாம்.

மிகப்பெரிய செல்வத்தைச் சேர்த்தவர்கள் இந்த எதிரியிடமிருந்து தங்களைப் பாதுகாத்துக் கொள்கிறார்கள். ஆனால் வறுமையில் இருப்பவர்கள் அப்படிச் செய்வதில்லை. எந்த துறையிலாவது வெற்றி காண்பவர்கள் இந்த எதிரியை எதிர்த்து நிற்க தங்கள் மனத்தைத் தயார்படுத்த வேண்டும். பணம் திரட்ட வேண்டும் என்ற

நோக்கத்தில் இந்தப் புத்தகத்தை நீங்கள் படித்தால், உங்களிடமும் இந்த 'எதிர்மறை சக்திகளுக்கு ஆட்படும்' மனநிலை இருக்கிறதா என்று கவனித்துப் பார்க்க வேண்டும். இந்த சுய-ஆராய்ச்சியைச் செய்ய மறந்தால் நீங்கள் விரும்பியதை அடையும் உரிமையை இழந்துவிடுவீர்கள்.

ஆராய்ச்சியானது, மிக ஆழமாக இருக்க வேண்டும். இதற்கான கேள்விகள் பின்னால் தரப்பட்டுள்ளன. அவற்றுக்கான பதில்களை மிகவும் சரியாக நீங்கள் எழுத வேண்டும். கண்ணுக்குத் தெரிகின்ற எதிரியை எவ்வாறு எதிர்கொள்வீர்களோ, அதேபோல, உங்களைத் தாக்குவதற்குக் காத்திருக்கும் இந்த எதிரியையும் நீங்கள் கவனமாக எதிர்கொள்ள வேண்டும். நெடுஞ்சாலைக் கொள்ளையர்களுக்கு எதிராக நீங்கள் உங்களைக் காத்துக்கொள்ள முடியும். அதற்கென்று தனியான துறை உள்ளது. ஆனால் கண்ணுக்குத் தெரியாத இந்த எதிரியோ, நீங்கள் சற்றும் எதிர்பாராத போது உங்களைத் தாக்குவான். நீங்கள் உறங்கினாலும் சரி, விழித்திருந்தாலும் சரி, அவன் தாக்குவான். இந்த எதிரியின் ஆயுதமும் கண்ணுக்குத் தெரியாததே. அது வெறும் 'மனநிலை' யால் ஆனதே. மனித அனுபவங்களில் எத்தனை விதம் உண்டோ அத்தனை வழிகளில் இந்த ஆயுதம் செயல்படும். சில சமயம், அது நமக்கு வேண்டியவர்களின் நல்ல வார்த்தைகள் மூலம் மனதிற்குள் புகும். மற்ற நேரங்களில், நமது **மனநிலையைப் பொறுத்து,** மனதின் உள்ளிருந்தே கிளம்பும். விஷம் போலக் கொடுமையானது, ஆனால் மெல்ல கொல்லும் தன்மையுடையது.

எதிர்மறை சக்திகளிடமிருந்து உங்களை எவ்வாறு பாதுகாத்துக் கொள்வது

உங்கள் மனதிலிருந்து எழும் எதிர்மறை எண்ணங்களாயினும் சரி, மற்றவர்கள் உங்களை நோக்கி வெளியிடும் எதிர்மறை எண்ணங்களாயினும் சரி, உங்களிடம் இருக்கும் **மனவலிமை** என்பதைப் பயன்படுத்தி, உங்களைச் சுற்றி ஒரு சுவரை எழுப்பிக் கொள்ளுங்கள். அதைத்தாண்டி அந்த சக்திகள் உள்ளே நுழையாதபடி வலிமையான சுவராக அது இருக்கட்டும்.

நீங்களும் சரி, உங்களைப் போன்ற மற்றவர்களும் சரி, பொதுவாகவே சோம்பலாகவும், அலட்சியமாகவும், உங்கள் பலவீனங்களுக்கு ஆதரவான ஆலோசனைகளுக்கு ஆட்படுபவராக வும் இருப்பீர்கள் என்பதைப் புரிந்து கொள்ளுங்கள்.

இயற்கையாகவே நீங்கள் ஆறு அடிப்படை அச்சங்களுக்கு

ஆட்படுகிறவராக இருப்பதால், அவற்றை எதிரித்து நிற்பதற்கான பழக்கங்களை ஏற்படுத்திக் கொள்ள வேண்டும் என்றும் புரிந்து கொள்ளுங்கள்.

எதிர்மறை எண்ணங்கள் எப்போதுமே ஆழ்மனதில் இருந்து செயல்படுவதால், அவற்றைக் கண்டுபிடிப்பது கடினம். ஆகவே, உங்கள் மீது எதிர்மறை எண்ணங்களைச் செலுத்துவோரிடமிருந்து உங்கள் மனதைப் பாதுகாத்துக் கொள்ள வேண்டும் என்பதையும் புரிந்து கொள்ளுங்கள்.

உங்கள் மருந்துப் பெட்டியைக் காலி செய்யுங்கள். இருமல், ஜலதோஷம், வலிமாத்திரைகள், மற்றும் இல்லாத நோயை இருப்பதாகக் கற்பனை செய்து கொண்டு வாங்கியிருக்கிறீர்களே, அந்த எல்லா மருந்துகளையும் தூக்கி எறியுங்கள்.

யார் உங்களை வற்புறுத்திச் **சிந்திக்கவும் செயல்படவும் வைப்பார்களோ,** அவர்களை எப்பாடுபட்டாவது உங்கள் நண்பர்களாக்கிக் கொள்ளுங்கள்.

வழியில் தொந்தரவுகள் வருமோ என்று **எதிர்பார்க்க** வேண்டாம். அவற்றால் உங்களை ஏமாற்ற முடியாது.

***தங்கள் மனதை மற்றவர்களின்
எதிர்மறை சக்திகளுக்குத் திறந்து
வைத்திருக்கும் பழக்கமே, மனிதகுலத்தின்
மிகவும் பொதுவான பலவீனமாகும் என்பதில் ஐயமில்லை.***

இந்த பலவீனம் மிகவும் பாதிப்பை உண்டாக்கவல்லது. ஏனெனில் இது தங்களிடம் இருப்பதையே பெரும்பாலானவர்கள் அறியமாட்டார்கள். அறிந்தாலும், அதைச் சரிசெய்து கொள்ள மறுப்பார்கள், அல்லது அலட்சியமாக இருந்துவிடுவார்கள். அதற்குள், அவர்களால் கட்டுப்படுத்த முடியாத அளவுக்கு அது வளர்ந்துவிடும்.

நீங்கள் உண்மையிலேயே எப்படிப்பட்டவர் என்று தெரிந்து கொள்ள விரும்பினால் கீழ்வரும் கேள்விகளுக்குப் பதிலளியுங்கள். பதில்களை உரக்கக் கூவுங்கள். உங்கள் குரல் உங்களுக்கு கேட்க வேண்டும். அப்போது தான் நீங்கள் கூறும் பதில் மிகவும் உண்மையானதாக இருக்கும்.

சுய அலசலுக்கான கேள்வித்தாள்

- அடிக்கடி நீங்கள் ''என்னவோ போல இருக்கிறது'' என்று சொல்பவரா? காரணம் என்ன? சின்னச் சின்ன விஷயங்களுக்கும் மற்றவர்கள் மீது எரிச்சல் படுகிறீர்களா?
- உங்கள் வேலையில் அடிக்கடி தவறு செய்கிறீர்களா? ஏன்? உங்கள் உரையாடல்களில் நையாண்டியும் குத்தலும் நிரம்பியிருக்கிறதா?
- ஒரு குறிப்பிட்ட நபரோடு சேருவதில்லை என்று வேண்டுமென்றே விலகியிருக்கிறீர்களா? ஏன்? அடிக்கடி உங்களுக்கு உணவு செரிக்காமல் போகிறதா? என்ன காரணம் என்று யோசித்தீர்களா?
- வாழ்க்கை பயனற்றதாகவும், எதிர்காலம் நம்பிக்கையற்றதாகவும் தோன்றுகிறதா? ஏன்? உங்கள் தொழில் உங்களுக்கு பிடித்திருக்கிறதா? இல்லையென்றால், ஏன்?
- அடிக்கடி சுயவிரக்கம் கொள்கிறீர்களா? ஏன்? உங்களை விடச் சிறப்பாகப் பணி செய்பவர்களைக் கண்டு பொறாமை கொள்கிறீர்களா?
- எதைப் பற்றி நினைப்பதில் அதிக நேரம் செலவழிக்கிறீர்கள்- **வெற்றியா**, அல்லது **தோல்வியா**? வயதாக ஆக, உங்களுக்குத் தன்னம்பிக்கை அதிகமாகிறதா, குறைகிறதா?
- உங்கள் தவறுகளிலிருந்து ஏதேனும் பாடம் கற்றுக்கொண்டீர்களா?
- உங்களுக்குத் தெரிந்தவர்களோ அல்லது உறவினர்களோ உங்களைக் கவலைப்பட வைப்பதை அனுமதிக்கிறீர்களா? ஏன்?
- சிலசமயம் கனவில் மிதப்பவராகவும், மற்ற சமயங்களில் கைவிடப்பட்டவராகவும் உணர்கிறீர்களா?
- உற்சாகம் தரக்கூடிய அளவுக்கு உங்கள் மீது செல்வாக்கு செலுத்தும் நபர் யார்? என்ன காரணம்?
- எதிர்மறையான அல்லது ஊக்கத்தை இழக்க வைக்கும் சங்கதிகளை நீங்கள் விலக்காமல் பொறுத்துக் கொள்கிறீர்களா? உங்கள் தோற்றத்தில் கவனமற்று இருக்கிறீர்களா? ஆம் என்றால், எப்போது, ஏன்?
- உங்கள் கவலைகள் எல்லாம் மூழ்கிப் போகும் அளவுக்கு, சுறுசுறுப்பான விஷயங்களில் உங்களை ஈடுபடுத்திக் கொள்வது எப்படி என்று அறிந்தவரா நீங்கள்?
- உங்களுக்காக மற்றவர்கள் சிந்திக்க வேண்டும் என்று விரும்பும்

''முதுகெலும்பற்ற கோழையா'' நீங்கள்?

- உடலில் நஞ்சு சேர்ந்து, உங்களுக்கு எரிச்சலும் கோபமும் உண்டாகும் வரையில், பேதி மருந்து சாப்பிடாமல் இருப்பவரா நீங்கள்?
- உங்களைக் கோபமூட்டும் தடைகளை அகற்றாமல் அவற்றைப் பொறுத்துக் கொள்கிறீர்களா? ஏன்? உங்கள் நரம்புகளை ''அமைதிப்படுத்த'' மதுவையோ, போதைமருந்துகளையோ, சிகரெட்டையோ நீங்கள் பயன்படுத்துகிறீர்களா? அவற்றை வேண்டாம் என்று சொல்லும் மன உறுதியை ஏன் நீங்கள் பெறவில்லை?
- உங்களுக்கு யாராவது தொடர்ந்து ''தொல்லை'' கொடுத்துக் கொண்டே.இருக்கிறார்களா? என்ன காரணம்?
- வாழ்க்கையில் உங்களுக்கென்று ஏதேனும் **உறுதியான உயர்ந்த இலட்சியம்** இருக்கிறதா? இருந்தால், அதை அடைவதற்கான திட்டங்கள் என்ன?
- ஆறு அடிப்படை அச்சங்களில் ஏதேனும் ஒன்றோ பலவோ உங்களிடம் உள்ளதா? அவை யாவை?
- மற்றவர்களின் எதிர்மறை செல்வாக்கிலிருந்து உங்களைக் காத்துக் கொள்ள உங்களுக்கென்று ஒரு வழிமுறையை வைத்திருக்கிறீர்களா?
- உங்கள் மனதை நேர்மறை சக்திகளின் இருப்பிடமாக மாற்றுவதற்கு, தன்னாலோசனை தத்துவத்தை விரும்பிப் பயன்படுத்துகிறீர்களா? எதை உயர்ந்த செல்வம் என்று கருதுகிறீர்கள், உங்கள் பௌதிகச் சொத்துக்களையா, அல்லது, உங்கள் எண்ணங்களைக் கட்டுப்படுத்தும் ஆற்றலையா?
- உங்களின் தேர்ந்த முடிவுகளைக்கூட மற்றவர்களால் எளிதாக மாற்றிவிட முடிகிறதா?
- இன்று, உங்கள் அறிவுக்கோ, மனநிலைக்கோ பயனுள்ள ஏதேனும் புதிய விஷயத்தைக் கற்றுக் கொண்டீர்களா? விரும்பாத சூழ்நிலைகள் வந்தால் தைரியமாக எதிர்த்து நிற்பீர்களா, அல்லது, பொறுப்பை ஏற்காமல் விலகிப் போய்விடுவீர்களா?
- உங்கள் தோல்விகளையும் தவறுகளையும் அலசி ஆராய்ந்து பாடம் பெறுவீர்களா, அல்லது, அந்த கடமை உங்களுடையதல்ல என்று கூறுவீர்களா?
- உங்களுடைய மூன்று மிகவும் மோசமான பலவீனங்களைக் கூறுவீர்களா? அவற்றைத் தவிர்ப்பதற்கு என்ன முயற்சி மேற்கொண்டிருக்கிறீர்கள்?

- தங்கள் கவலைகளை உங்களிடம் சொல்லி ஆறுதல் பெறுவதற்கு மற்றவர்களை உற்சாகப்படுத்துகிறீர்களா?
- அன்றாட அனுபவங்களில் இருந்து, சுய முன்னேற்றத்திற்கு உதவி செய்யும் பாடங்களையோ, சக்திகளையோ நீங்கள் தேர்ந்தெடுத்துக் கொள்கிறீர்களா?
- பொதுவாக, நீங்கள் எதிரில் இருந்தாலே மற்றவர்கள் ஏதோ ஒரு எதிர்மறை உணர்வைப் பெறுகிறார்களா? (அதேபோல) மற்றவர்களின் எந்தெந்த குணங்கள் உங்களுக்கு கோபமூட்டுவதாக நீங்கள் கருதுகிறீர்கள்?
- எந்த விஷயத்திலும் உங்களுக்கென்று சொந்தக் கருத்து உண்டா, அல்லது, மற்றவர்களின் பழக்கங்களை உங்கள் மீது ஆதிக்கம் செலுத்த அனுமதிக்கிறீர்களா?
- ஊக்கத்தை இழக்க வைக்கும் சக்திகள் உங்கள் மனதிற்குள் நுழையாமல் தடுப்பதற்கான மனநிலையை எப்படி உருவாக்கிக் கொள்வதென்று அறிந்திருக்கிறீர்களா?
- நம்பிக்கையையும் எதிர்பார்ப்பையும் உண்டாக்குவதாக உங்கள் தொழில் அமைந்திருக்கிறதா?
- **அச்சம்** எந்த வகையிலும் உங்கள் மனதை அணுகாதபடிக்குத் தடுக்கவல்ல சூட்சுமசக்திகள் உங்கள்வசம் இருப்பதை நீங்கள் உணர்ந்திருக்கிறீர்களா?
- உங்களுடைய மதம் உங்கள் மனதில் நேர்மறை எண்ணங்களை திருத்திக் கொள்ள உதவுகிறதா?
- அடுத்தவர்களின் துயரங்களில் பங்கு பெறுவது உங்கள் கடமை என்று நினைக்கிறீர்களா? காரணம் என்ன?
- ''இனம் இனத்தோடு சேரும்'' என்ற பழமொழியை நீங்கள் நம்பினால், உங்களால் ஈர்க்கப்பட்டு உங்களிடம் வந்திருக்கும் நபர்களை வைத்து உங்களை பற்றி என்ன கூற முடியும்?
- நீங்கள் நெருங்கிப் பழகும் நண்பர்களுக்கும் நீங்கள் அனுபவிக்கும் துன்பங்களுக்கும் ஏதேனும் தொடர்பு உள்ளதா என்று கவனித்தீர்களா?
- உண்மையான நண்பர் என்று நீங்கள் நம்பும் ஒருவர் உங்கள் மீது எதிர்மறையான செல்வாக்கைச் செலுத்துகிறார் என்பது உங்களுக்குத் தெரியுமா?
- நண்பர்கள் யார், பகைவர்கள் யார் என்பதை எந்த அளவுகோலை வைத்துக் கணிக்கிறீர்கள்? உங்களுடைய மிக நெருக்கமான உதவியாளர்கள் உங்களைவிட மனோசக்தியில் உயர்ந்தவர்களா, தாழ்ந்தவர்களா?
- ஒரு நாளின் 24 மணி நேரத்தில் நீங்கள் இவற்றுக்குச்

செலவிடும் காலம் எவ்வளவு?

அ. உங்கள் தொழிலுக்கு

ஆ. உறங்குவதற்கு

இ. விளையாட்டு, ஓய்வுக்காக

ஈ. அறிவு வளர்ச்சிக்கு

உ. சும்மா இருப்பதற்கு

- உங்களுக்குத் தெரிந்தவர்களில் யார் உங்களை,

அ. அதிகம் உற்சாகப்படுத்துபவர்

ஆ. அதிகம் எச்சரிக்கை செய்பவர்

இ. அதிகம் பின்வாங்கச் செய்பவர்

ஈ. மற்ற வழிகளில் அதிகம் உதவுபவர்

- உங்களுடைய மிகப்பெரிய கவலை எது? ஏன் அதைத் தீர்க்காமல் இருக்கிறீர்கள்?
- மற்றவர்களிடமிருந்து நீங்கள் கேட்காமலேயே ஆலோசனைகள் வரும் பொழுது, நீங்கள் என்ன செய்வீர்கள்-மறுபேச்சின்றி ஏற்றுக்கொண்டு விடுவீர்களா, அல்லது, அவர்களின் நோக்கம் என்னவாக இருக்கும் என்று ஆராய்வீர்களா? இதெல்லாம் இருக்கட்டும்.
- உங்களுடைய மிகப் பெரிய **ஆர்வம்** எது? நீங்கள் வேண்டுவதைப் பெற நிச்சயமாக விரும்புகிறீர்களா? அதற்காக மற்ற எல்லா ஆர்வங்களையும் தியாகம் செய்ய சம்மதமா?
- அந்த ஆர்வத்தை நடைமுறைப்படுத்துவதற்காக ஒவ்வொரு நாளும் எவ்வளவு நேரம் செலவழிக்கிறீர்கள்? அல்லது அடிக்கடி மனம் மாறிவிடுகிறீர்களா? என்ன காரணம்?
- எடுத்துக்கொண்ட காரியத்தை அநேகமாக முடித்துவிடும் பழக்கம் உங்களுக்கு உண்டா?
- மற்றவர்களின் கல்வித்தகுதியாலோ, செல்வத்தாலோ, அல்லது அவர்களின் பதவிப் பெயர்களாலோ எளிதாகக் கவரப்பட்டு அவர்களுக்கு மரியாதை செயகிறீர்களா?
- உங்களைப் பற்றி மற்றவர்கள் சொல்வதோ, பேசுவதோ உங்களை எளிதாகப் பாதித்துவிடுகிறதா? அந்தஸ்து அல்லது செல்வநிலையைப் பார்த்து மற்றவர்களுக்கு மரியாதை தருகிறீர்களா? இன்று உலகில் உயிரோடிருப்பவர்களில் மிகச் சிறந்த மனிதராக யாரைச் சொல்வீர்கள்? எந்த வகையில் அவர் உங்களைவிடச் சிறந்தவர்?
- இதுவரை சொன்ன கேள்விகளைப் படித்து, பதில் சொல்ல எவ்வளவு நேரம் எடுத்துக்கொண்டீர்கள்? (அலசி

ஆராய்ந்து பதில் சொல்வதற்கு, சாதாரணமாக ஒரு முழு நாள் தேவைப்படும்.)

இங்குள்ள எல்லா கேள்விகளுக்கும் நீங்கள் நேர்மையாக பதில் அளித்திருந்தால் மற்ற யாரையும் விட உங்களைப் பற்றி உங்களுக்கு மிக அதிகம் தெரிந்திருக்கிறது என்று கூறலாம். இந்த கேள்விகளை நன்றாகப் படியுங்கள். வாரம் ஒருமுறையாவது பதில்களை எழுதிக்கொண்டே இருங்கள். இப்படிச் சில மாதங்களுக்குத் தொடர்ந்து செய்யுங்கள். சில கேள்விகளுக்கு பதிலளிப்பதன் மூலம் எவ்வளவு அற்புதமான அறிவைப் புதிது புதிதாக நீங்கள் பெற முடிகிறது என்று ஆச்சரியப்படுவீர்கள். சில கேள்விகளுக்கு உங்களுக்கு பதில் தெரியவில்லை என்றால், உங்களை நன்றாக அறிந்தவர்களும், உங்களுக்குத் தீங்கு விளைவிக்க வேண்டும் என்ற எண்ணம் இல்லாதவர்களும் யாராவது இருந்தால், அவர்களிடமிருந்து அந்த கேள்விகளுக்குப் பதிலைப் பெறுங்கள். கிடைக்கும் விடைகள் ஆச்சரியமாக இருக்கும்.

உலகிலுள்ள பல விஷயங்களில், முழுக்க முழுக்க உங்களின் **கட்டுப்பாட்டில்** இருப்பது ஒரே ஒரு பொருள் தான். அதுதான் உங்கள் சிந்தனை. மனிதன் தெரிந்து கொண்ட உண்மைகளிலேயே மிகவும் முக்கியமானதும் ஊக்கமளிப்பதும் இதுதான். மனிதனுக்குள் தெய்வாம்சம் இருக்கிறது என்பதற்கு இதுவே சாட்சி. அந்த தெய்வாம் சத்தின் ஆணைப்படியே அல்லாது உங்கள் விதியை நீங்கள் நிர்ணயித்துக் கொள்ள முடியாது. உங்கள் மனதை உங்களால் கட்டுப்படுத்திக்கொள்ள முடியவில்லை என்றால் வேறு எதையுமே உங்களால் கட்டுப்படுத்த முடியாது என்பது நிச்சயம்.

உங்களுடைய பௌதிக பொருள்களைப் பற்றி நீங்கள் அலட்சியமாக இருக்கலாம். ஆனால் உங்கள் மனம் என்பது ஆன்மீக சொத்தாகும். அதைப் பாதுகாப்போடு பயன்படுத்துவது அவசியம். ஏனெனில் அந்தப் பயன்பாட்டிற்கு தெய்வத்திற்கு நீங்கள் வரி செலுத்த வேண்டும்.

இதற்காகத்தான் உங்களுக்கு **மனவலிமை** என்ற ஒன்று வழங்கப்பட்டுள்ளது.

வேண்டுமென்றோ அல்லது அறியாமையினாலோ, எதிர்மறை ஆலோசனைகளை சொல்லி, ஒருவருடைய மனதை விஷமாக்கும் தீயவர்களைத் தடுப்பதற்குச் சட்டப்படி இடமில்லை. ஆனால் அவர்களுக்கு அதிகபட்ச தண்டனை கொடுக்கப்பட வேண்டும் ஏனென்றால், தனது எண்ணங்களால் முன்னேறி, தனக்கு வேண்டிய சொத்துக்களைச் சேர்ப்பதற்கான சட்டபூர்வமான வாய்ப்புக்களைப்

பெறாதபடி தடுக்கப்படுகிறான். தாமஸ் ஆல்வா எடிசனுக்கு இப்படிப்பட்டவர்கள் என்ன ஆலோசனை கூறினார்கள் தெரியுமா? மனிதனுடைய குரலைப் பதிவு செய்து கொண்டு மறுபடி பேசிக் காட்டும் கருவியை தயார் செய்ய வேண்டாம் என்று அவரை வற்புறுத்தினார்கள். ''இதுவரை யாருமே செய்ததில்லையே'' என்றார்கள்.

ஆனால் - எடிசன் அவர்களை நம்பவில்லை. **மனமானது எதை எண்ணுகிறதோ, எதை உண்மையாக நம்புகிறதோ,** அதை நிச்சயம் செயல்படுத்த முடியும் என்று அவர் நம்பினார். அந்த அறிவு தான் எடிசனை மற்றவர்களிடமிருந்து உயர்த்திக் காட்டியது.

ஐந்து செண்ட்டும் பத்து செண்ட்டும் உடைய பொருள்களை மட்டும் விற்பதனால் லாபம் பார்க்க முடியாது, திவால் ஆகி விடுவீர்கள் என்று எஃப். டபிள்யூ. உல்வொர்த்திடம் எதிர்மறை எண்ணம் கொண்ட பலர் ஆலோசனை கூறினார்கள். ஆனால் அவர் கேட்கவில்லை. அதை நம்பவில்லை. பகுத்தறிவின் துணை கொண்டு, மனது முழுமையாக நம்புகின்ற ஒரு திட்டத்தை எப்படியும் நிறைவேற்றி விடலாம் என்று நம்பினார். அதன்படியே நடந்து நூறு மில்லியன் டாலருக்கும் அதிகமான பணத்தை ஈட்டினார்.

இதேபோலத் தான், எதிர்மறை எண்ணங்களைக் கொண்டிருந்தவர்கள் ஜார்ஜ் வாஷிங்டனிடம் சென்று, மிகப் பெரிய பிரிட்டிஷ் படையை எதிர்த்து உங்களால் வெல்ல முடியுமா என்று பயம் காட்டினர். ஆனால் முடியும் என்று **நம்பும்** தன்னுடைய தெய்வீக உரிமையை அவர் நிலைநாட்டினார். அதனால் தான் அமெரிக்கா என்ற தேசம் உருவானது. அவரை எதிர்த்து நின்ற பிரிட்டிஷ் படைத்தலைவர் கார்ன்வாலிஸின் பெயர் இன்று எவ்வளவு பேருக்குத் தெரியும்?

டெட்ராய்ட் நகரத் தெருக்களில் தனது மோட்டார் காரின் முதலாவது மாடலை ஹென்றி ஃபோர்டு ஓட்டிப் பார்த்த போது, அதன் கரடுமுரடான வடிவத்தைப் பார்த்து அனைவரும் சிரித்தனர். இது நடைமுறைக்கு உதவாது என்று உறுதியாகக் கூறினர். இதைப் போய் எவனாவது காசு கொடுத்து வாங்குவானா என்று நிராகரித்தனர்.

ஃபோர்டு அப்போது சூளுரைத்தார்: ''மிகவும் நம்பகமான மோட்டார் காரை உற்பத்தி செய்து உலகம் முழுவதும் ஓடவிடுவேன்'' என்று. அதைச் செய்தும் காண்பித்தார்!

மற்றவர்களை நம்பாமல் தன்னுடைய தீர்மானிக்கும் திறனை மட்டுமே நம்பியதால் அவரால் தன்னுடைய அடுத்த ஐந்து தலைமுறைகளாலும் சேர்க்கக் கூடியதை விடவும் அதிகமான

செல்வத்தைச் சேர்க்க முடிந்தது. அவரைப் போலவே அளவில்லாத செல்வத்தைச் சேர்க்க விரும்பினால், நீங்கள் ஒன்றை நினைவில் வைத்துக் கொண்டால் போதுமானது: அதாவது, ஹென்றி ஃபோர்டுக்கும் அவரிடம் வேலை பார்க்கும் சுமார் ஒரு லட்சம் பேருக்கும் உள்ள வித்தியாசம் என்னவென்றால், **ஃபோர்டு தன்னுடைய மனத்தைத் தான் மட்டுமே கட்டுப்படுத்துகிறார், மற்றவர்களோ அவற்றைக் கட்டுப்படுத்த முயல்வதில்லை.**

அடிக்கடி ஹென்றி ஃபோர்டு நம் புத்தகத்தில் வருவதற்கு காரணம் உண்டு. அவர் மட்டும் தான் தனக்கென்று ஒரு மனமும், அதைக் கட்டுப்படுத்துகின்ற ஆற்றலும் கொண்டிருந்தவர். அதனால் சாதனைகளைப் புரிந்து காட்டியவர். மற்றவர்கள் ''எனக்கு அப்படி ஒரு வாய்ப்புக் கிடைக்கவில்லையே!'' என்று வாய்ப்பின் மீது பழிபோடுவர். இவரோ அந்தப் பழிபோடுவதன் அடிப்படையையே இல்லாமல் ஆக்கியவர். அவருக்கும் வாய்ப்பு வரவில்லை தான், ஆனால் **அந்த வாய்ப்பை அவராகவே உருவாக்கிக் கொண்டார். அதை விடாமுயற்சியால் தொடர்ந்து சாதித்து, குபேரனைவிட அதிகமாகப் பொருளீட்டினார்.**

மனதைக் கட்டுப்படுத்துவது, பழக்கத்தினாலும் சுய ஒழுக்கத்தினாலும் வருவதாகும். உங்கள் மனதை நீங்கள் கட்டுப்படுத்த வேண்டும் அல்லது அது உங்களை கட்டுப்படுத்தும். இந்த இரண்டுக்கும் நடுவில் வேறு வழியில்லை. மனதைக் கட்டுப்படுத்துவதற்கான வெற்றிகரமான வழி என்னவென்றால், அதற்கு ஏராளமாக வேலை கொடுத்து, உறுதியான இலட்சியத்தை நோக்கி, சரியான திட்டத்தோடு நடக்குமாறு செய்வது தான். எந்த துறையிலாவது குறிப்பிடத்தக்க வெற்றி பெறும் ஒருவனைக் கவனித்துப் பாருங்கள். தன் மனதின் மீது அவனுக்குக் கட்டுப்பாடு இருக்கும். அத்துடன் தனது உறுதியான இலட்சியத்தை நோக்கிச் செல்லுமாறு அதை அவன் வழிநடத்தி இருப்பான். மனத்தைக் கட்டுப்படுத்தாவிட்டால் வெற்றி காண்பதற்கு இயலாது.

ஆனால் என்னும் முதியவரின் "57" சாக்குகள்

வெற்றி பெறாத மனிதர்கள் எல்லோரிடமும் பொதுவான குணம் ஒன்று உண்டு. தங்கள் தோல்விக்கான எல்லாக் காரணமும் அவர்களுக்கு நன்றாகத் தெரியும். ஆனால் அதற்குத் தாங்கள் காரணமில்லை என்று சாக்குகளை வைத்திருப்பார்கள். அவற்றில் சில புத்திசாலித்தனம் கொண்டதாகவும், சில நம்பும் படியான விவரங்களைக் கொண்டதாகவும் இருக்கும்.

ஆனால் இந்த சாக்குகளை பணமாக மாற்ற முடியாது. உலகம் உங்களிடம் கேட்கும் ஒரே கேள்வி, **நீ வெற்றி அடைந்தாயா** இல்லையா? என்பது தான்.

மனிதர்கள் அடிக்கடி சொல்லும் சாக்குகளை குணநலனாய்வு அறிஞர்கள், இம்மாதிரிப் பட்டியலிட்டிருக்கிறார்கள்: இந்தப் பட்டியலில் இருப்பவைகளில் எத்தனை சாக்குகள் உங்களுடையவை என்று கவனமாகக் கண்டுபிடியுங்கள்.

அதே சமயம், நமது புத்தகத்தில் கூறப்படும் கோட்பாடுகள், இந்த சாக்குகளில் எந்த ஒன்றையும் அங்கீகரிக்கவில்லை என்பதை மறவாதீர்கள்.

எனக்கு மட்டும் மனைவியும் குடும்பமும் இல்லாதிருந்தால்... எனக்கு மட்டும் ''செல்வாக்கு'' இருந்திருக்குமானால்... என்னிடம் பணம் இருந்திருக்குமானால்... எனக்கு மட்டும் நல்ல படிப்பு இருந்திருந்தால்... எனக்கு ஒரு வேலை கிடைத்துவிடுமானால்... எனக்கு மட்டும் நல்ல ஆரோக்கியம் இருந்திருக்குமானால்... எனக்கு மட்டும் போதுமான நேரம் கிடைக்குமானால்... நேரம் நல்லதாக இருந்திருக்குமானால்... அவர்கள் என்னைச் சரியாகப் புரிந்து கொண்டிருந்தால்... சூழ்நிலை மட்டும் வேறு மாதிரியாக இருந்திருந்தால்... என் வாழ்க்கையை மீண்டும் ஆரம்பத்திலிருந்து வாழும் வாய்ப்பு மட்டும் கிடைக்குமானால்... அவர்கள் என்ன சொல்வார்களோ என்று கவலைப்படாமல் இருந்திருந்தால்... எனக்கு மட்டும் இன்னொரு வாய்ப்பு கிடைத்திருந்தால்... இப்பொழுது மட்டும் எனக்கு வாய்ப்பு கிடைத்தால்... அவர்கள் மட்டும் எனக்கு எதிராக இல்லாமல் இருந்திருந்தால்... இனிமேல் என்னை எதுவும் தடுக்காதென்றால்... நான் மட்டும் கொஞ்சம் இளையவனாக இருந்திருந்தால்... நான் விரும்பியதை மட்டுமே நான் செய்ய முடிந்திருந்தால்... நான் மட்டும் பணக்காரக் குடும்பத்தில் பிறந்திருந்தால்... நான் மட்டும் ''சரியான மனிதர்களை'' சந்திக்க முடிந்தால்... அவர்களின் திறமை எனக்கு இருந்திருந்தால்... நான் மட்டும் கொஞ்சம் துணிச்சலோடு இருந்திருந்தால்... முன்பு வந்த வாய்ப்புகளை மட்டும் நான் பயன்படுத்திக் கொண்டிருந்தால்... அவர்கள் மட்டும் எனக்குத் தொந்தரவு கொடுக்காமல் இருந்திருந்தால்... வீட்டையும் குழந்தைகளையும் பராமரிக்கும் வேலை மட்டும் எனக்கு இல்லாதிருந்தால்... கொஞ்சம் பணம் சேர்க்க முடியுமானால்... முதலாளி மட்டும் என்னைப் பாராட்டியிருந்தால்... ஒத்தாசைக்கு யாராவது இருந்திருந்தால்... என் குடும்பம் மட்டும் என்னைப் புரிந்து கொண்டிருந்தால்... நான் மட்டும் பெரிய நகரத்தில் வசித்திருந்தால்... நான் மட்டும் (அந்த

வேலையை) ஆரம்பித்துவிட முடியுமானால்... எனக்கு மட்டும் சுதந்திரமாக இயங்க அனுமதி இருக்குமானால்... சிலரைப் போல எனக்கும் நல்ல ஆளுமை இருந்திருக்குமானால்... நான் மட்டும் அவ்வளவு பருமனாக இல்லாமலிருந்தால்... என் திறமையை வெளியுலகம் அறிந்திருக்குமானால்... எனக்கு மட்டும் ஒரு 'நல்ல வாய்ப்பு' கிடைக்குமானால்... என்னுடைய கடன்கள் மட்டும் தீர்ந்துவிடுமானால்... (பரீட்சையில்) மட்டும் நான் ஃபெயில் ஆகாமல் இருந்திருந்தால்... எப்படி (செய்வது) என்பது மட்டும் எனக்கு தெரிந்திருந்தால்... எல்லாரும் என்னை எதிர்க்காமல் இருந்திருந்தால்... எனக்கு மட்டும் அவ்வளவு கவலைகள் இல்லாமல் இருந்திருந்தால்... எனக்கு மட்டும் சரியான வாழ்க்கைத்துணை அமைந்துவிட்டால்... எல்லோரும் என்னோடு பேசாமல் ஊமைகளாய் இருந்திராவிட்டால்... என் குடும்பம் அவ்வளவு ஊதாரித்தனமாக இல்லாதிருக்குமானால்... என் மீது எனக்கே நம்பிக்கை இருந்திருக்குமானால்... அதிர்ஷ்டம் எனக்கு எதிராக இல்லாமல் இருந்திருந்தால்... நான் பிறந்த நட்சத்திரம் மட்டும் நல்ல நட்சத்திரமாக இருந்திருக்குமானால்... ''எது நடக்குமோ அது நடந்தே தீரும்'' என்பது உண்மையாக இல்லாமலிருந்தால்... நான் மட்டும் அவ்வளவு கடுமையாக உழைக்காமல் இருந்திருந்தால்... நான் பணத்தைப் பறிகொடுக்காமல் இருந்திருந்தால்... நான் மட்டும் வேறொரு பகுதியில் குடியிருந்திருந்தால்... எனக்கு ''இறந்த காலம்'' என்பது மட்டும் இல்லாமல் இருந்தால்... எனக்கு மட்டும் சொந்தமாக வியாபாரம் இருந்திருந்தால்... நான் சொல்வதை மட்டும் அவர்கள் கேட்டிருந்தால்... இந்த எல்லா ஆனால்களை விட முக்கியமான ஆனால் இதுதான், உண்மையிலேயே நான் யார் என்பதை நான் தெரிந்து கொண்டிருந்தால், என்னிடமுள்ள குறைகளை நான் கண்டுகொண்டிருந்தால், அவற்றைச் சரிசெய்து கொண்டிருந்தால், என் குறைகளிலிருந்தே நான் பாடம் கற்றிருக்க முடியும். மற்றவர்களின் அனுபவங்களிலிருந்தும் பாடம் கற்றிருக்க முடியும். என்னிடம் இருந்த குறையை நான் அறிந்து கொண்டிருந்தால், என் பலவீனங்களை அலசி ஆராய்ந்திருந்தால், மற்றவர்கள் மீது சாக்குப்போக்கு சொல்லும் மனநிலையைக் கைவிட்டிருந்தால், நான் எந்த இடத்திற்குப் போக வேண்டுமோ அந்த இடத்திற்கு இன்று வந்திருப்பேன்.

தோல்வியை மறைப்பதற்கு மற்றவர்கள் மீது சாக்கு சொல்வது நம் நாட்டின் தேசிய விளையாட்டாக இருக்கிறது. இந்தப் பழக்கம் மனித இனம் ஆரம்பித்த நாளிலிருந்தே இருக்கிறது. வெற்றியை அடியோடு அழிக்கும் பழக்கம் இது. ஆனால் தாங்கள் சொல்லும் சாக்குகளை

அவர்கள் உறுதியோடு பற்றிக் கொண்டிருப்பது ஏன்? ஏனெனில் அவற்றை **உற்பத்தி செய்தவர்கள் அவர்களே!** ஒருவன் சொல்லும் சாக்கு, தன் மனதில் அவனே உருவாக்கிய குழந்தையாகும். தன் குழந்தையை அவன் தூக்கிப் பிடிப்பது நியாயம் தானே.

சாக்குப்போக்குகளை உருவாக்குவது மக்களிடையே ஆழமாகப் பதிந்த பழக்கம் ஆகும். பழக்கங்களை மாற்றுவது கடினம். அதிலும் வேறொன்றிற்கு அவை நியாயமான காரணங்களாக இருக்கும் போது இன்னும் கடினம். இதை மனதில் வைத்துத்தான் பிளாட்டோ கூறினார்: ''உன்னை நீ வெல்வதே உன் முதல் வெற்றியும் முக்கியமான வெற்றியும் ஆகும். அவ்வாறின்றி, உன்னை அது வெல்ல நீ அனுமதித்தால் அது வெட்கப்பட வேண்டிய, வெறுக்கப்பட வேண்டிய ஒன்றாகும்.''

இதே கருத்தைத்தான் இன்னொரு தத்துவஞானி இவ்வாறு கூறினார்: ''மற்றவர்களிடம் வெறுக்கத்தக்க குணங்களை நான் கண்ட போது, அவற்றில் பெரும்பாலானவை என்னிடமிருந்த குணங்களின் பிரதிபலிப்பே என்று கண்டு ஆச்சரியப்பட்டேன்.''

''தங்கள் பலவீனங்களை மறைப்பதற்கு மற்றவர்கள் மீது சாக்கு சொல்வதில் அதிக நேரம் செலவழிப்பதைப் பார்க்கும் போது, எனக்குப் புரியாத புதிராகத் தோன்றுகிறது. அந்த நேரத்தைத் தங்கள் பலவீனங்களைக் களைவதற்குப் பயன்படுத்தியிருந்தால், சாக்குப்போக்குகளே தேவைப்பட்டிருக்காதே!'' என்கிறார் எல்பர்ட் ஹப்பார்டு.

உங்களை விட்டுப் பிரியும் முன்பு ஒரு வார்த்தை கூற விரும்புகிறேன். ''வாழ்க்கை என்பது செஸ் ஆட்டம் மாதிரி. ஒருபுறத்தில் நீங்கள் அமர்ந்திருக்கிறீர்கள். உங்களுக்கு எதிராக ஆடிக்கொண்டிருப்பவன், **காலம்** என்னும் வல்லமை படைத்த எதிரி. உங்களுடைய நகர்வுகளை நீங்கள் தாமதப்படுத்தினாலோ, அல்லது சரியான நகர்வுகளை மேற்கொள்ள மறந்தாலோ, உங்களுடைய படைகள் துடைத்தெறியப்படும். ஏனெனில் உங்களுடைய எதிரியான **காலம்** என்பவன், நீங்கள் **முடிவெடுக்காமல்** இருந்தால் பொறுத்துக் கொள்ளமாட்டான்.''

உங்களுக்கு வேண்டிய பொருளை வாழ்க்கையிடம் வற்புறுத்திப் பெறாமல் இருந்ததற்கு இதுவரையில் ஒரு சாக்கு இருந்தது. ஆனால் இந்தப் புத்தகத்தைப் படித்த பிறகு அப்படி நீங்கள் சொல்ல முடியாது. ஏனெனில், வாழ்க்கையின் பொக்கிஷ அறைக்கான முதல் சாவி இப்போது உங்களுக்குக் கிடைத்துவிட்டது.

கண்ணால் காண முடியாத சாவி இது, ஆனால் மிகவும் சக்தி வாய்ந்தது! உங்கள் மனதிற்குள், நீங்கள் விரும்பும் வடிவத்தில்,

செல்வத்தைப் பெறுவதற்கான **தணியாத ஆர்வத்தை** உருவாக்கிக் கொள்ளும் உரிமையை அது உங்களுக்கு வழங்குகிறது. இந்தச் சாவியைப் பயன்படுத்துவதற்குக் கட்டணம் இல்லை, ஆனால், பயன்படுத்தாமல் இருந்தால் அபராதம் செலுத்த வேண்டியிருக்கும். அதன் பெயர் தான் **தோல்வி.** பயன்படுத்தினாலோ, அதிசயமான அளவுக்குப் பரிசு கிடைக்கும். தன்னை வெற்றி கொண்டு, வாழ்க்கையிடம் தனக்கு வேண்டியதை வற்புறுத்திப் பெற்றுக் கொள்ளும் எல்லோருக்கும் கிடைக்கும் மன நிம்மதி என்ற மகத்தான பரிசு தான் அது.

அந்தப் பரிசு, உங்கள் முயற்சிக்கேற்றதாக இருக்கும். எனவே, முயற்சியை உடனே ஆரம்பித்து, அப்பலனைச் சரிபார்க்கிறீர்களா? காலத்தால் அழியாத மேதை எமர்சன் கூறினார்: ''நாம் சொந்தக்காரர்களாக இருந்தால் நிச்சயம் சந்திப்போம்.''

அதே வார்த்தைகளைக் கடன்வாங்கி நானும் கூறுவேன்: ''நீங்களும் நானும் சொந்தக்காரர்கள் என்றால், இந்தப் புத்தகத்தின் வழியாக இதோ நாம் சந்தித்துவிட்டோம்.''